திரேந்திர கே.ஜா

இந்நூலாசிரியரான திரேந்திர கே.ஜா. ஒரு பத்திரிக்கையாளர். இதற்கு முன்னர் ‘நிழல் இராணுவங்கள்: இந்துத்துவாவின் உதிரி அமைப்புகளும் அடியாட்படைகளும்’ மற்றும் ‘அயோத்தி: இருண்ட இரவு’ ஆகிய நூல்களை எழுதியிருக்கிறார். கேரவன், ஓப்பன், ஸ்கிரால்.இன், தி டெலிகிராஃப் உள்ளிட்ட பல்வேறு இணைய மற்றும் அச்சு ஊடகங்களிலும் தொடர்ந்து எழுதிவருகிறார். தற்போது டெல்லியில் வசித்து வருகிறார்.

D1763352

இ.பா. சிந்தன்

மென்பொருள் வல்லுனராகப் பணிபுரிந்துவரும் இ.பா.சிந்தன், சர்வதேச அரசியலில் கொண்ட ஆர்வத்தின் காரணமாக பல நாடுகளின் அரசியல் சூழல் குறித்து இணையத்திலும் பத்திரிகைகளிலும் தொடர்ந்து எழுதிவருகிறார். "அரசியல் பேசும் அயல்சினிமா", "பாலஸ்தீன வரலாறும் சினிமாவும்" என இதுவரை இரு நூல்களை எழுதியிருக்கிறார்.

மொழிபெயர்ப்புகள்:

1. நிழல் இராணுவங்கள்
2. இந்தியா ஏமாற்றப்படுகிறது
3. இந்தியத் தேர்தல்களை வெல்வது எப்படி

ஆன்மிக அரசியல்

திரேந்திர கே.ஜா

தமிழில்:

இ.பா. சிந்தன்

எதிர்
வெளியீடு

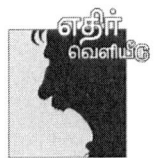

ஆன்மிக அரசியல்
திரேந்திர கே. ஜா
தமிழில் இ.பா. சிந்தன்

முதல் பதிப்பு: ஜனவரி 2022

எதிர் வெளியீடு,
96, நியூ ஸ்கீம் ரோடு, பொள்ளாச்சி – 642 002
தொலைபேசி: 04259 226012, 99425 11302

விலை: ரூ. 399

Ascetic Games
Direndra K Jha

Translated by E.P. Chinthan
First Edition: January 2022

Published by
Ethir Veliyeedu, 96, New Scheme Road, Pollachi – 642 002
email: ethirveliyedu@gmail.com
www.ethirveliyeedu.com

ISBN: 978-93-90811-86-1
Cover Design: Vijayan
Printed at Jothy Enterprises, Chennai.

This edition is made possible under a license arrangement originating with Westland Publications Private Limited.

All rights reserved. No part of this book may be reprinted or reproduced or utilised in any form or by any electronic, mechanical or other means, now known or hereafter invented, including Photocopying and recording, or in any information storage or retrieval system, without permission in writing from the Publisher.

அம்மாவின் நினைவாக

உள்ளடக்கம்

முன்னுரை 09

அறிமுகம் 14

புனித 'கொலை' நகரம் 41

அயோத்தி குண்டர்கள் 83

கும்பமேளா என்னும் அரசியல் மேடை 124

'கால் உடைப்பு' பரிசோதனை 157

நாவல் மரமும் நாக சாதுவும் 187

பெயரில் என்ன இருக்கிறது? 223

இந்துமதத்தின் இறைதூதர்களா சங்கராச்சாரியார்கள் 261

நன்றி 293

முடிவுரை 294

குறிப்புகள் 301

முன்னுரை

"அவன் சாகட்டும். செத்து ஒழியட்டும்"

என்று சொல்லிக்கொண்டே, தரையில் காயங்களுடன் படுத்துக்கிடந்த ஒரு முதியவரின் வயிற்றில் தன்னுடைய காலால் ஓங்கி மிதித்தார் ஒரு துறவி. அவரைச் சுற்றி நின்றுகொண்டிருந்த துறவிகளெல்லாம், பலமாகக் கைத்தட்டியோ, அல்லது தங்களிடம் இருந்த லத்தியைத் தரையில் தட்டியோ, அந்த முதியவருக்கு நடந்துகொண்டிருந்த கொடுமையைக் கொண்டாடிக் கொண்டிருந்தனர். அயோத்தியில் இருக்கும் அனுமார் கோவிலின் வாசலில் தான் இச்சம்பவம் நடந்தது. வைணவத்தின் மிகப்பெரிய துறவிக்குழுவான நிர்வானி அகாராவின் அதிகார மையம் தான் இந்த அனுமார் கோவில். அந்த சம்பவம் நடக்கும் இடத்திலிருந்து சுமார் பத்து மீட்டர் தொலைவில் தான் இருகாவலர்கள் நின்றுகொண்டிருந்தனர். ஆனால் அங்கு நடந்த எதையும் கண்டுகொள்ளாமல் தங்களுக்குள் ஏதோ பேசிக்கொண்டுதான் இருந்தனர். சுற்றி நின்றிருந்த ஒருசில குழந்தைகள் உள்பட பத்துக்கும் மேற்பட்டோர் அச்சம்பவத்தை வேடிக்கைப் பார்த்துக்கொண்டிருந்தனர். வெள்ளை உடை அணிந்திருந்த அந்தத் துறவிகள் அங்கிருந்து நகர்ந்தபின்னர் தான், அவ்விரு காவலர்களும் அந்த முதியவருக்கு அருகில் சென்றனர். அப்போது அந்த முதியவரால் எழுந்துகூட நிற்கமுடியவில்லை. அவருடைய வாயில் இருந்து நிற்காமல் இரத்தம் வெளியேறிக்கொண்டிருந்தது.

அப்போது உடைந்த பற்களுடனும் வெளியேறிக்கொண்டிருந்த குருதியுடனும் உரக்கக் குரலெழுப்ப முடியாமலும் மெதுவாக

"என்னைக் காப்பாற்றுங்கள்" என்று முனகிக் கொண்டிருந்தார் அந்த முதியவர்.

"நான் வந்து ..." என்று மெதுவாக எதையோ சொல்லத் துவங்கினாலும் அவரால் முழுமையாக சொல்லிவிட முடியவில்லை. கொஞ்சம் இடைவெளிவிட்டு, மிகக்கடுமையாக முயற்சி செய்து, "எனக்குக் கொஞ்சம் தண்ணீர் தாருங்கள்" என்று கேட்டார். அவரது நெஞ்சுப்பகுதி கொஞ்சம் மேலெழுந்து மீண்டும் அடங்கிய மறுநொடியில் அவர் நினைவிழந்து மயங்கிப்போனார்.

2010ஆம் ஆண்டு டிசம்பர் மாதத்தின் ஏதோவொருநாள் மாலையில் நானும் மற்றொரு பத்திரிக்கையாளரும் எங்களுடைய வேலையை முடித்துக்கொண்டு திரும்பிக் கொண்டிருக்கையில் நேரில் பார்த்த நிகழ்வு தான் இது. அப்போது நாங்கள் அதிர்ச்சியில் உறைந்துபோனோம். எங்களைப் போன்று அங்கே நின்றுகொண்டிருந்த மற்றவர்களும் பயத்தில் நடுங்கிப் போயிருந்தனர். ஆனால் காவல்துறையினரோ அங்கே எதுவுமே நடக்காதது போலவும், எதையுமே அவர்கள் பார்க்காதது போலவும் நடந்துகொண்டனர். அந்த கூட்டத்திலேயே எட்டு அல்லது ஒன்பது வயது மதிக்கத்தக்க ஒரு சிறுவன் மட்டும் அழுதுகொண்டே அந்த முதியவருக்கு ஆறுதல் சொல்லிக்கொண்டிருந்தான். அந்த முதியவரின் பேரனாக இருக்கக்கூடும் என்று நாங்கள் யூகித்துக்கொண்டோம்.

அனுமார் கோவில் நிர்வாகத்திற்கு சொந்தமான ஒரு கடையை வாடகைக்கு எடுத்து, ரோஜாப்பூவும் சாமந்திப்பூவும் விற்கும் கடையினை நடத்திவந்தவர்தான் அந்த முதியவர் என்பதைப் பின்னர்தான் நாங்கள் அறிந்துகொண்டோம். வருமானம் குறைந்தபடியால், இரண்டு மாதங்களாக அவரால் வாடகை கொடுக்கமுடியாமல் போயிருக்கிறது. அதனால் அவரை தண்டிக்கவும், மற்ற வாடகைக்காரர்களை பயமுறுத்தவுமே பட்டப்பகலில் எல்லோரும் பார்க்கும்வகையில், அந்த முதியவரை அனுமார் கோவிலைச் சேர்ந்த துறவிகள் கொடூரமாக அடித்திருக்கின்றனர். அந்த ஊரில் இருந்த அரசு மருத்துவமனைக்கு அந்த முதியவர் கொண்டு செல்லப்பட்டு, பின்னர் உயிர்பிழைத்தார்.

1949ஆம் ஆண்டு டிசம்பர் மாதம் 22ஆம் தேதியன்று, அனுமார் கோவிலைச் சேர்ந்த துறவியான அபிராம் தாஸும் அவருடைய

சீடர்கள் சிலரும் இணைந்து, பாபர் மசூதிக்குள் அத்துமீறி நுழைந்து, இராமர் சிலையை சட்டவிரோதமாக வைத்துவிட்டுத் தப்பித்து ஓடினர். இந்திய அரசியலில் அழியாத வடுவை ஏற்படுத்தியதோடு மட்டுமல்லாமல், இராமரின் கோவிலை ஆக்கிரமித்து தான் பதினாறாம் நூற்றாண்டில் பாபர் மசூதி கட்டப்பட்டதாக நவீன இந்திய வரலாற்றில் பரப்பப்படுகிற கதைகளுக்கும் அந்த ஒருநாள் நிகழ்வுதான் முக்கியமான காரணமாக அமைந்துவிட்டது. அதன் உண்மைகளைக் கண்டறிந்து, வெளி உலகிற்கு எடுத்துச் சொல்வதற்காகத்தான் நானும் மற்றொரு பத்திரிக்கையாளரும் 2010ஆம் ஆண்டில் அயோத்திக்குச் சென்றோம். அப்போது தான் அந்த முதியவர் தாக்கப்பட்டதைக் கண்டோம்.

அந்த முதியவருக்கு நடந்த கொடுமையைப் பார்த்தபின்னர், பக்திப்பரவசமாக இருக்கவேண்டிய துறவிகளே மிகமோசமான வன்முறைகளில் ஈடுபடுவது குறித்து அறிந்துகொள்வதற்காக அனுமார் கோவிலைச் சுற்றியுள்ள பகுதிகளில் அலைந்துதிரிந்து தகவல் சேகரிக்கத் துவங்கினேன். அந்த முதியவரை அடித்துத் துன்புறுத்தியதும் துறவிகள் தான். அதே போல 1949இல் பாபர் மசூதிக்குள் இராமர் சிலையை திருட்டுத்தனமாக வைத்ததும் அபிராம் தாஸ் உள்ளிட்ட துறவிகள் தான். அனுமார் கோவிலில் தாங்கள் பின்பற்றுவதாக துறவிகள் சொல்லிக்கொள்ளும் ஆன்மிக வாழ்க்கைக்கும், இந்த இருசம்பவங்களுக்கும் கொஞ்சமும் தொடர்பில்லாமல் தான் இருந்தது. இந்த முரண்பாட்டினை புரிந்துகொள்வதற்கு மிகவிரிவான ஆய்வுகளையும் விசாரணைகளையும் நேர்காணல்களையும் செய்யவேண்டி இருந்தது.

ஆன்மிக முக்கியத்துவம் வாய்ந்ததொரு உலகமாக அனுமார் கோவில் இல்லையென்பதையும், ஆயுதந்தாங்கிய துறவிகளின் அடிதடிகளால் தான் அது நிறைந்திருக்கிறது என்பதையும் அறிந்துகொண்டேன். அவர்களுக்குள்ளேயே ஒருவருக்கொருவர் அடித்துக்கொள்வதோடு மட்டுமல்லாமல், சில நேரங்களில் பணத்திற்காகவும் அதிகாரத்திற்காகவும் வெளிப்படையான பொதுச்சண்டைகளிலும் கூட அவர்கள் ஈடுபடுவதைக் காணமுடிகிறது. வணிக வியாபாரங்களில் ஈடுபட்டும், மதவாத வலதுசாரி இந்துத்துவாவை ஆதரித்தும் வருகிறார்கள் என்றாலும்கூட, அனுமார் கோவிலை ஒரு ஆன்மிகத்தன்மை கொண்டதாகவே அவர்கள் வெளிக்காட்ட

முயன்று கொண்டே இருந்தனர். ஒருகாலத்தில் தங்களுடைய ஆன்மிக அடையாளத்தைக் காப்பாற்றிக்கொள்ளவே துறவற வாழ்க்கையை அயோத்தியின் துறவிகள் வாழ்ந்து வந்திருந்தனர். ஆனால், அதெல்லாம் அனுமார் கோவிலில் நான் பார்த்த துறவிகளுக்கு நிச்சயமாகப் பொருந்தவே பொருந்தாது என்பதைப் அறிந்துகொண்டேன்.

அதன்பின்னர், துறவிகளின் இப்புதிய வாழ்வியல் கலாச்சாரத்தை, நான் அதிகமாகப் புரிந்துகொள்ளத் துவங்கினேன். 1980களில் விசுவ இந்து பரிஷத் (விஹெச்பி) என்கிற அமைப்பு வளர்ச்சியடைந்து, ஆதிக்கம் செலுத்தத் துவங்கிய பின்னர் தான், அரசியல் இலாபத்திற்காக இந்துக்கள் என்கிற அடையாளத்துடன் மக்களை அணிதிரட்டும் பணியில் மிகப்பெரிய எண்ணிக்கையில் மதத்துறவிகள் பயன்படுத்தப்பட்டனர். அரித்துவார், வாரணாசி மற்றும் அலகாபாத் போன்ற பல பகுதிகளுக்கு என்னுடைய ஆய்வுத்தளத்தை விரிவுபடுத்திக் கொண்டேன். அப்போதுதான், அயோத்தியைத் தாண்டியும் சாதுக்களின் அடாவடிப்போக்கு பரந்து விரிந்திருக்கிறது என்பதை அறிந்துகொண்டேன்.

துறவிகளின் இப்புதிய வாழ்க்கைமுறை எப்படியானதாக இருக்கிறது? அது எப்படித் தோன்றியது? இந்து மேலாதிக்கவாதிகளால் இது ஏன் வளர்த்தெடுக்கப்படுகிறது? இந்துமதத் துறவிகளையும் அவர்களது அதிகார எல்லைகளையும் ஆய்வு செய்வதற்கு நான் தயாரானபோது, இத்தகைய கேள்விகளைத் தான் என்னுடைய ஆய்வின் மையமாக நான் வகுத்துக்கொண்டேன்.

சாதுக்களின் ஆன்மிகத்தன்மை குறித்தோ, அவர்களைப் பின்பற்றும் எளிய பக்தர்களிடம் எவ்வாறு நடந்துகொள்கிறார்கள் என்பதைக் குறித்தோ பேசும் நூல் அல்ல இது. அதேபோன்று, மத நம்பிக்கைகள், மதச்சடங்குகள் மற்றும் மதக் கட்டமைப்புகள் குறித்தெல்லாம் பேசும் நூலும் இது அல்ல. அதற்கு பதிலாக, ஆன்மிகத் துறவிகளின் வாழ்க்கையை ஆழமாக விவரிக்கும் நூல் இது. அதிலும், புனிதத்தைக் கட்டிக்காக்கும் காவலர்களாக அல்லாமல், பணத்திற்காகவும் அதிகாரத்திற்காகவும் செல்வாக்கிற்காகவும் ஆன்மிகத் துறவிகள் விளையாடும் விளையாட்டுகளைப் பேசும் நூலே இது. மறைக்கப்பட்டிருக்கிற அவர்களது உலகம் எவ்வாறு இயங்குகிறது என்பதையும் அதன் பின்னுள்ள

அரசியலையும் பேசும் நூலாகவும் இது இருக்கும். அவை எப்படியெல்லாம் இந்துத்துவ வலதுசாரி அரசியலுக்குப் பயன்பட்டிருக்கின்றன என்பதையும் பேசும் முயற்சி இது. ஒருபுறம் அமைதியை நிலைநாட்டும் ஆன்மிகத் துறவிகளாகத் தங்களைக் காட்டிக்கொண்டே, மறுபுறம் வன்முறைகளை நிகழ்த்திக்கொண்டிருப்பவர்களாகவும் அவர்கள் வாழ்கிற இரட்டை வாழ்க்கையை வெளிக்காட்டுவதாகவும் இந்நூல் இருக்கும். யோகாவையும் மருத்துவ அறிவுரைகளையும் இந்து பெருமிதத்துடன் கலந்து விற்கும் வியாபார முதலாளிகளாக வலம்வரும் சாதுக்கள், சிறுமிகளைப் பாலியல் வன்புணர்வு செய்த குற்றவாளி சாதுக்கள் என பலவிதமான சாதுக்கள் புதிதுபுதிதாக அன்றாடம் வளர்ந்துவருவதைப் பார்க்கமுடிகிறது. இந்நூலைப் படிக்கிறபோது, இன்றைக்கு நாம் கண்ணெதிரே பார்க்கிற அத்தகைய மிகமோசமான துறவிகளெல்லாம் எப்படி உருவாகிறார்கள் என்பதையும் நம்மால் எளிதாகப் புரிந்துகொள்ள முடியும் என்று நம்புகிறேன்.

அறிமுகம்

கிருத்துவ மதத்தில் அதிகார மையமாக தேவாலய அமைப்பு இருப்பதைப் போன்று இந்து மதத்தில் ஏதுமில்லை. மடாலயங்களும் துறவிகளும் உருவாக்கிப் பரப்புகிற சடங்குகளும் சம்பிரதாயங்களும் தான் இந்து மதத்தின் மையமாக இருந்து செயல்படுகின்றன. அங்கு வாழும் துறவிகளெல்லாம் திருமண வாழ்க்கையை வாழாத பிரம்மச்சாரிகளாகவும், ஏராளமான எளிய பக்தர்களின் ஆன்மிகத் தலைவர்களாகவும் இருக்கின்றனர். பக்தர்களுக்கு குருபக்தியை போதிக்கும் விதமான மதச்சடங்குகளையும் பழக்கவழக்கங்களையும் ஊக்குவிக்கும் பணியினை மதத்துறவிகள் செய்யவேண்டும் என்று இந்து மதத்தில் எதிர்பார்க்கப்படுகிறது. அவற்றை அப்படியே பின்பற்றி, தங்களுடைய வாழ்க்கையில் அமைதியையும் செழிப்பையும் பெற்று, இவ்வுலகில் வாழ்வதற்கான உண்மையான காரணத்தையும் அறிந்துகொண்டு, இறுதியாக முக்தியையும் மோட்சத்தையும் கூட அடைந்துவிட முடியும் என்று பக்தர்களும் நம்புகின்றனர். இராமரையும் அவரது இன்னபிற அவதார கதாபாத்திரங்களையும் முக்கியக் கடவுள்களாகக் கொண்டிருக்கும் வைணவத் துறவிகளும், சிவனை முக்கியக் கடவுளாகக் கொண்டிருக்கும் சைவத் துறவிகளும் தான் இந்துமதத்தின் ஆன்மிகத் தளத்தினைக் கட்டுப்பாட்டில் வைத்திருக்கின்றனர். அலகாபாத், அரித்துவார், நாசிக் மற்றும் உஜ்ஜைன் ஆகிய நான்கு நகரங்களிலும் ஒவ்வொரு பனிரெண்டு ஆண்டுகளுக்கு ஒருமுறையும் கும்பமேளா என்கிற இந்துமதத்தின் மிகப்பெரிய திருவிழா நடைபெற்று

வருகிறது. அந்தத் திருவிழாவில் தங்களுடைய பலத்தை அத்துறவிகள் வெளிக்காட்டுவார்கள். உலகளாவிய கவனத்தை ஈர்க்கும் ஒரு திருவிழாவாக அது இருந்து வருகிறது. அதிலும் சைவத் துறவிகளின் நிர்வாணக் குளியல் அத்திருவிழாவின் குறிப்பிடத்தக்க நிகழ்வாகும்.

சைவம் மற்றும் வைணவம் என இரு பிரிவுகளுக்கும் தனித்தனியாக மடங்களும் ஆசிரமங்களும் இருக்கின்றன. அவற்றில் ஒரு சிலவற்றிற்கு அமைப்புரீதியான படிநிலைகளும் அதிகாரப்படிநிலைகளும் கூட இருக்கின்றன. மற்றவையெல்லாம் யாரையும் சாராமல் தனியாகவே இயங்குகின்றன. ஆனால் அவை அனைத்துமே ஏதோவொரு அகாராவுடன் இணைக்கப்பட்டிருக்கின்றன. இந்து மதத்திற்கென்று தனியாக உருவாக்கப்பட்ட இராணுவ அமைப்பைப் போன்றது தான் அகாராக்கள். அகாரா என்கிற வார்த்தையே மல்யுத்த மைதானத்தைத் தான் குறிக்கும். ஆயுதங்களெல்லாம் கண்டுபிடிப்பதற்கு முன்னர், உடல்பலம் தான் எந்தவொரு போராட்டக்குழுவுக்கும் முக்கியமானதாக இருந்தது. அதனால் தான் மல்யுத்தத்தை அடையாளமாகக் கொண்டிருந்தன அகாராக்கள். ஆனால் 1980களுக்குப் பின்னர் துப்பாக்கிகள் பிரபலமடையத் துவங்கியதும், அகாராக்களில் இருக்கும் துறவிகளும் நவீன இராணுவங்களைப் போன்ற முகாம்களைத் துவங்கிவிட்டனர். நாடு விடுதலையாவதற்கு முந்தைய காலகட்டங்களில், மன்னர்களுக்கு மிகநெருக்கமாக இருந்து, அவர்களது அரசவையில் முக்கியப் பங்குவகித்திருக்கின்றன அகாராக்கள். அதே போல, அம்மன்னர்கள் பங்குபெறும் போர்களின் மையப்புள்ளியாகவும் அகாராக்கள் செயல்பட்டிருக்கின்றன. ஆனால், இன்றோ இலட்சக்கணக்கான பக்தர்கள் வருகைதரும் கும்பமேளா என்கிற இந்துமதத் திருவிழாவினை நடத்தும் அமைப்புகளாக அகாராக்கள் மாறிவிட்டன. அந்த விழாவில் தான், தங்களுடைய கடந்தகால அருமை பெருமைகளை வெளிக்காட்டிக் கொண்டாடுகிறார்கள் அகாராக்களின் துறவிகள். அவர்களில் நிர்வாணமாக குளியலில் ஈடுபடும் நாக சாதுக்கள் தான் கும்பமேளாவில் முக்கியப்பங்காற்றுகிறார்கள்.

அகில இந்திய அகாரா பரிஷத்:

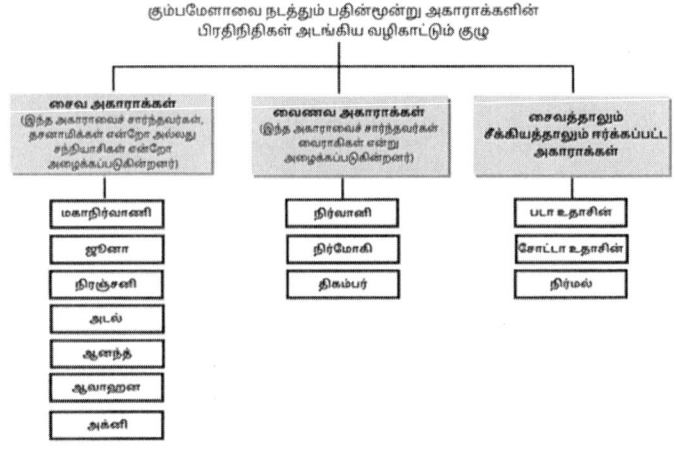

நாகா என்றாலே நிர்வாணம் என்று பொருள்படும். இவர்களுக்கும் நாகர் இன மக்களுக்கும் தொடர்பில்லை. இந்து மதத்தின் முக்கியப் பிரிவுகளான சைவம் மற்றும் வைணவம் ஆகிய இரண்டு பிரிவுகளிலுமே நாக சாதுக்கள் உண்டென்றாலும் கூட, சைவப் பிரிவைச் சார்ந்த நாக சாதுக்கள் தான் அதிகப் பிரபலமானவர்கள். அவர்கள் எந்தப் பிரிவைச் சார்ந்தவராக இருந்தாலும், நேரடியாக அகாராக்களுடன் இணைந்திருப்பார்கள். ஒரு சில சிறப்புப் பயிற்சிகளைப் பெற்று, பின்னர் ஆடைகளைத் துறந்து வாழும் சைவ சாதுக்கள் தான் நாக சாதுக்களாக அடையாளப் படுத்தப்பட்டிருக்கின்றனர். பிற்காலத்தில் வைணவத்திலும் அகாராக்கள் உருவாக்கப்பட்ட பின்னர், அதன் சாதுக்களும் தங்களை நாக சாதுக்கள் என்றே முன்னிறுத்திக்கொண்டனர். துறவற வாழ்க்கையில் நுழைகையில் சில துவக்கநிலைப் பயிற்சிகளை மேற்கொள்வதாலும், ஆடைகளைப் புறக்கணித்து வாழ்வதாலுமே சைவ சாதுக்களிலேயே நாக சாதுக்களுக்கு தனியான ஒரு அடையாளமும் பேரும் இருக்கிறது. ஆனால், வைணவத்தில் இருக்கும் நாக சாதுக்களில் எவரும் ஆடைகளைத் துறப்பதே இல்லை. அதனால் வைணவப் பிரிவில் இருக்கும் நாக சாதுக்களுக்கும் இன்னபிற சாதுக்களுக்கும் பெரிய

வேறுபாடும் இல்லை. வைணவப் பிரிவில் இருக்கும் நாக சாதுக்கள் அனைவரும் நேரடியாகவே ஏதாவது அகாராவுடன் இணைந்திருப்பார்கள். ஆனால், நாக சாதுக்கள் அல்லாத மற்ற சாதுக்களெல்லாம் ஏதாவது மடங்கள் வழியாகவோ அல்லது ஆசிரமங்கள் வழியாகவோ தான் அகாராக்களுடன் மறைமுகத் தொடர்பில் இருப்பார்கள். இது தான் நாக சாதுக்களுக்கும் மற்ற வகை சாதுக்களுக்கும் இருக்கும் ஒரே வேறுபாடு.

மகாநிர்வாணி, ஜூனா, நிரஞ்சனி, அடல், ஆனந்த், ஆவாகனா மற்றும் அக்னி என ஒட்டுமொத்தமாக ஏழு சைவ அகாராக்கள் உள்ளன. இந்த ஏழு அகாராக்களில் அக்னி அகாராவானது, பார்ப்பன சாதியைச் சார்ந்தவர்களை மட்டுமே கொண்டிருக்கிற ஒரு மாறுபட்ட அகாராவாகும். அந்த அகாராவைச் சார்ந்த சாதுக்கள் அனைவரும் தங்களை நாக சாதுக்கள் என்று அழைத்துக்கொள்ளாமல், பிரம்மச்சாரிகள் என்றே அழைத்துக்கொள்வர். மற்ற ஆறு சைவ அகாராக்களில் பார்ப்பனர்கள் அல்லாதோர் அங்கம் வகிக்கின்றனர். சைவத் துறவிகள் பொதுவாக தசநாமிகள் என்று அழைக்கப்படுகின்றனர். அதாவது சைவ மதத் துறவிகள் மிகமுக்கியமாக பத்து விதமான பெயர்களைக் கொண்டவர்களாக இருப்பார்கள். தீர்த்தர், ஆசிரமம், வனம், ஆரண்யம், கிரி, பர்வதம், சகரம், புரி, பாரதி மற்றும் சரஸ்வதி ஆகிய பெயர்களைக் கொண்ட துறவிகள் தசநாமி மரபினர் என்று அழைக்கப்படுகின்றனர். ஆதி சங்கரர் தான் இப்படியான தசநாமி மரபுகளை உருவாக்கினார். நாக சாதுக்களாக இருந்தாலும் இல்லாவிட்டாலும், அந்த பத்து பெயர்களில் ஏதேனும் ஒன்றை அகாராக்களில் அங்கம்வகிக்கும் சாதுக்கள், தங்களது பெயர்களுடன் இணைத்து வைத்திருப்பார்கள்.

பதினான்காவது நூற்றாண்டில் வாழ்ந்த இராமானந்தாச்சார்யா என்பவரால் உருவாக்கப்பட்ட இராமனாண்டிகள் என்பவர்கள் வைணவப் பிரிவின் சாதுக்களாவர். இன்றைக்கு இந்தியாவிலேயே மிக அதிகமான எண்ணிக்கையிலான சாதுக்கள் வைணவப் பிரிவைச் சார்ந்தவர்கள் தான். அவர்கள் நிர்வாணி, நிர்மோகி மற்றும் திகம்பரா ஆகிய மூன்று அகாராக்களில் ஏதேனும் ஒன்றில் இணைந்திருப்பார்கள். இந்த மூன்று அகாராக்களின் அதிகாரத்தை வைத்திருக்கும்

தலைமைப் பதவிகள் அனைத்தும் இராமர் பிறந்ததாக அவர்கள் நம்புகிற அயோத்தியில் தான் இருக்கின்றன.

வைணவ சாதுக்களுக்கும் சைவ சாதுக்களுக்கும் இடையில் பல வேறுபாடுகள் இருக்கின்றன. வைணவ சாதுக்கள் வைராகிகள் என்று அழைக்கப்படுகின்றனர். அதாவது உணர்வுகளைத் துறந்தவர்கள் அல்லது பொதுவாழ்வில் இருந்து பிரிந்து தனித்து வாழ்பவர்கள் என்று பொருள்படும்படி அடையாளப்படுத்தப்படுகின்றனர். சைவ சாதுக்கள் சந்நியாசிகள் என்றும் முற்றும் துறந்தவர்கள் என்றும் அழைக்கப்படுகின்றனர். அவர்களின் ஆடைகளிலும் கூட வேறுபாடு இருக்கின்றன. வைணவத்தின் வைராகிகள் வெள்ளை நிற உடைகளைத்தான் அணிவார்கள். ஆனால், சைவத்தின் சந்நியாசிகளோ காவி உடை அணிகிறார்கள். வைணவ வைராகிகள் நெற்றியில் சந்தனத்தைக் கொண்டு மூன்று கோடுகளை உடைய ஒரு நாமத்தைப் போட்டுக்கொள்வார்கள். ஆனால், சைவ சந்நியாசிகளோ தங்களது நெற்றியில் சாம்பலிலோ அல்லது விபூதியிலோ பட்டை அடித்துக்கொள்வார்கள்.

சைவ மற்றும் வைணவப் பிரிவுகளைச் சார்ந்த அகாராக்களைத் தவிர, சீக்கிய மற்றும் இதர பிரிவுகளைச் சார்ந்த அகாராக்களும் இருக்கின்றன. படா உதாஸின், சோட்டா உதாஸின் மற்றும் நிர்மல் அகாரா போன்ற இதர அகாராக்களெல்லாம் வைணவப் பிரிவின் வைராகிகளை விடவும் சைவப் பிரிவின் தசநாமிகளுக்கே நெருக்கமாக இருக்கின்றன. இவை எல்லாவற்றையும் சேர்த்தால் ஒட்டுமொத்தமாக பதின்மூன்று அகாராக்கள் இருக்கின்றன. இவையனைத்தையும் இணைத்து, அகில இந்திய அகாரா பரிஷத் என்கிற அமைப்பு உருவாக்கப்பட்டிருக்கிறது. அந்த அமைப்பின் வழிகாட்டுக் குழுதான் கும்பமேளாவையே நடத்துகிறது.

கும்பமேளாவின் முக்கியமான நட்சத்திரங்களாக வலம்வரும் சைவ நாகாக்கள் தான், எப்போதும் ஏதாவது அதிரடியான செயல்பாடுகளில் ஈடுபட்டுக்கொண்டே இருப்பார்கள். நாகாக்களாக உறுதிமொழியேற்கிற போதே, ஆடைகள் அனைத்தையும் துறந்துவிட்டு, உடல்முழுவதும் விபூதியைப் பூசிக்கொள்வார்கள். முன்பெல்லாம் பக்தர்கள் எவரையும் சந்திக்காமல் தனித்து வாழ்வதே சைவ நாகாக்களின் வழக்கமாக

இருந்துவந்தது. ஆனால் இப்போதெல்லாம் புகழ்வெளிச்சத்தில் இருக்கவே அவர்கள் விரும்புகிறார்கள். தங்கள் மீது பக்தர்களுக்கு இருக்கிற அச்சத்தைப் பயன்படுத்திக்கொண்டு, கும்பமேளா காலத்தில் அவர்களிடம் இருந்து இயன்றதை வசூலித்தும்விடுகிறார்கள்.

ஆன்மிகத்தின் மீது கவனம் செலுத்திவந்த தங்களது கடந்தகாலத்தை எல்லாம், திட்டமிட்டு மறைக்கவே அகாராக்கள் முயல்கின்றன. பிரதானமான சாதுக்களும் பெரும்பாலான ஆன்மிக இயக்கங்களும் தங்களது பொருளாதார நிலையை மிகப்பெரிய அளவிற்கு வலுவாக்கி வளர்ந்திருக்கின்றன. கடந்த காலத்திலும் தங்களது முன்னோர்களில் சிலரும் வியாபாரத்தைப் பெருக்கி செல்வந்தர்களாக வாழ்ந்ததாக இன்றைய மூத்த சாதுக்கள் ஒப்புக்கொள்கின்றனர். இருப்பினும் ஆன்மிக செயல்பாடுகளில் குறை வைக்காமலாவது இருந்தனர் என்கின்றனர். அப்படியே குறைவைத்தாலும், வெளிஉலகிற்கு அதெல்லாம் தெரியாமலாவது பார்த்துக்கொண்டார்களாம். ஆனால் இப்போதைய நிலைமையோ முற்றிலும் மாறியிருக்கிறது. இந்து மேலாதிக்கத்தை மையமாக வைத்து, அரசியல் ஆதாயங்களுக்காக உருவாக்கப்பட்ட இந்துத்துவாவை ஒருசில சாதுக்கள் பிரச்சாரம் செய்து ஊக்குவிக்கத் தொடங்கியதில் இருந்தே, ஆன்மிகம் என்கிற வார்த்தைக்கான பொருள் கூட இல்லாமல் போய்விட்டது.

1960களில் இந்துத்துவாவின் வளர்ச்சிக்காக பல்வேறு இயக்கங்களையும் களங்களையும் ஒருங்கிணைக்கும் பணிகள் அதிவேகமாக நடைபெற்றன. அவற்றின் பலனை 1980 களில் கண்கூடாகப்பார்க்க முடிந்தது. இந்து மதத்தின் பழைய மதக்கட்டமைப்புகள் காணாமல் போகத் துவங்கின. ஆன்மிகத்திலிருந்து முழுமையாக அரசியலுக்குள் நுழைவதன் மூலம் ஏற்படப்போகிற நீண்டகால விளைவுகள் குறித்தெல்லாம் கூட சாதுக்கள் சிந்தித்ததாகவும் தெரியவில்லை. வருமானத்தையும் செல்வாக்கையும் பன்மடங்கு பெருக்கிக்கொண்டே போகமுடிகிற புதிய மத அமைப்புகளும், நவீன ஆன்மிகத் மதகுருக்களும் உருவாகத் துவங்கினர். அதன் விளைவாக, பொதுச்சமூகத்திலும் இந்து மதத்திற்கு ஒரு புதிய வடிவமும் கிடைக்கத்துவங்கியது.

இப்படியாக இந்துத்துவ நிகழ்ச்சிநிரலுக்கு சாதுக்களை அழைத்துப்போனது எது? செல்வத்தித்தின் மீதும் அதிகாரத்தின் மீதும் அவர்களுக்கு ஏற்கனவே இருந்த வெறியா? அல்லது இந்த தேசத்தின் அரசியலையே தீர்மானிக்க வேண்டும் என்கிற அவர்களது ஆசையா? என்பதை சரியாக கணிப்பது கடினம் தான். ஆனால், பெரும்பாலான சாதுக்களுக்கு இந்துத்துவ நிகழ்ச்சி நிரலின் மீது மறுக்கமுடியாத ஒருவித ஈர்ப்பு இருந்திருக்கிறது என்பது மட்டும் உறுதியாகத் தெரிகிறது. இந்துத்துவா உருவாக்கிவரும் புதிய சூழலை தங்களுக்குச் சாதகமாகப் பயன்படுத்திக்கொள்ள வேண்டும் என்கிற ஆவலும் கூட ஒருசில சாதுக்களை அப்பக்கம் ஈர்த்திருக்கிறது. ஆன்மிகம், அரசியல் மற்றும் வியாபரம் ஆகியவற்றை கலந்து தங்களுக்குத் தேவையான அனைத்தையும் சாதித்துக்கொள்ளும் ஒரு வாய்ப்பாக அவர்கள் இந்துத்துவாவைப் பார்த்தார்கள். இந்துத்துவாவை இவர்களிடம் கொண்டு சென்ற அரசியல்வாதிகளை விடவும், அதிகமான பலன்களை அனுபவித்துக் கொண்டிருக்கும் சாதுக்களும் உண்டு.

இந்த தேசத்தைக் கட்டியெழுப்பும் புனிதப்பணியாக இந்துத்துவா என்கிற திட்டம் சித்தரிக்கப்படுகிறது. அதில் அரசியல் மற்றும் வியாபார ஆதாயங்கள் ஏராளமாகக் கொட்டிக்கிடப்பதை அறிந்து, அதனை ஒரு தங்கசுரங்கமாகவே சாதுகள் ஏற்றுக்கொண்டனர். இந்துத்துவா உருவாக்கித் தந்திருக்கிற ஆன்மிக சந்தையின் வருமானம், கடந்த காலங்களில் அவர்களுக்கிருந்த வருமானத்தையெல்லாம் விஞ்சிநிற்பதை அறிந்துகொண்டனர். இப்புதிய வாய்ப்புகளைத் தேடிய சாதுக்களின் பயணத்தில், முதல் பலியென்பது ஆன்மிக துறவு வாழ்க்கை தான். துறவறத்தின் பெருமைகளாக அவர்கள் காலங்காலமாக கூறிவந்தவற்றைப் பலிகொடுத்துதான் இந்துத்துவாவிற்கான ஆதரவுக்கரத்தை அவர்கள் நீட்டவேண்டி இருந்தது. ஆனாலும் ஆன்மிக அரசியல் சந்தையில் வெற்றிபெறுவதற்கு தங்களுடைய ஆன்மிக அடையாளத்தை சமூகத்தின் முன்பு இழந்துவிடாமல் காப்பதும் அவசியமான ஒன்றாக இருந்தது. அதனால் அதற்கேற்ற வழிமுறைகளையும் அவர்கள் கண்டறிந்தனர்.

II

1960களின் மத்தியில் நாடு முழுவதிலும் உள்ள பல்வேறு மடங்களையும் ஆசிரமங்களையும் இந்துமத அமைப்புகளையும் ஒருபுள்ளியில் கொண்டுவரும் முயற்சியின் மூலமாக, அகில இந்திய அளவில் இந்துத்துவ அரசியலுக்கான விதையினை ஆர்எஸ்எஸ் தூவியது. அப்போது தான் ஆன்மிக வியாபாரத்திற்கான சந்தையும் உருவாகத் துவங்கியது. இந்துக்களை ஒருங்கிணைத்து இந்த தேசத்தின் அரசியல் அதிகாரத்தைக் கைப்பற்றுவது அதன் மைய நோக்கமாகும்.

இந்நோக்கத்தினை கருத்தில் கொண்டு, 1964ஆம் ஆண்டு ஆகஸ்ட் 29ஆம் தேதியன்று மும்பையில் இந்துமதத் தலைவர்கள் சிலரை மட்டுமே அழைத்து, அப்போதைய ஆர்எஸ்எஸ் தலைவரான எம்.எஸ். கோல்வால்கர் ஒரு கூட்டத்தை ஏற்பாடு செய்தார்.[1] அக்கூட்டத்தில் தான் விசுவ இந்து பரிக்ஷத் என்கிற இயக்கமே உருவாக்கப்பட்டது. அன்றிலிருந்து வெளிப்பார்வைக்கு அதிகம் புரியாதவாறு, இரண்டு அடுக்குத் தலைமையுடன் அவ்வியக்கம் இயங்கி வருகிறது. அவ்வியக்கத்தின் மைய அதிகாரக்குழுவில் ஆர்எஸ்எஸ் இயக்கத்தின் பிரச்சாரகர்கள் பொறுப்பு வகித்துவந்தனர். அதேவேளையில் பல்வேறு இந்து மத இயக்கங்களின் தலைவர்களையும் இணைத்து மற்றொரு அதிகாரக் குழுவும் உருவாக்கப்பட்டது. இந்து மதம் சார்ந்த சமூகப்பிரச்சனைகளை மட்டுமல்லாமல், அரசியல் பிரச்சனைகளையும் முன்வைத்து இந்தியாவில் வாழும் மற்ற இந்துக்களிடம் பிரச்சாரம் செய்யும் பணியினை அவர்கள் ஏற்றுக்கொண்டனர். நாடு முழுவதிலுமுள்ள பல்வேறு சாதுக்களின் ஒரு வலைப்பின்னலைப் போன்று தான் துவக்கத்தில் அந்த அதிகாரக்குழு இருந்தது. ஆனால் போகப்போக "மர்கதர்ஷக் மண்டல்" என்கிற பெயரில் ஒரு முறையான வழிகாட்டுதல் குழுவாக அது மாற்றப்பட்டது.

புதிதாக உருவாக்கப்பட்ட விசுவ இந்து பரிக்ஷத் இயக்கத்தை தன் முழுக்கட்டுப்பாட்டில் வைத்துக்கொள்வதற்காகவே தனக்கு மிகவும் நெருக்கமான நபராக இருந்த எஸ்.எஸ். ஆப்தே என்பவரை அவ்வியக்கத்தின் முதல் பொதுச் செயலாளராக நியமித்தார் கோல்வால்கர். அதேபோல ஆர்எஸ்எஸ் இயக்கத்திற்கு நெருக்கமானவராகவும் மிகப்பிரபலமான சாதுவாக

இருந்தவருமான சுவாமி சின்மயானந்தா, விஹெச்பியின் முதல் தலைவராக நியமிக்கப்பட்டார். ஆர்எஸ்எஸ் பிரச்சாரகரை செயலாளராகவும், இந்து மதத்தின் சாதுவை தலைவராகவும் நியமித்ததே, ஆர்எஸ்எஸ் இயக்கமும் நாடெங்கிலும் உள்ள சாதுக்களும் ஒருபுள்ளியில் இணையவேண்டும் என்பதன் குறியீடு தான். அது இன்றளவும் தொடர்கிறது. இந்துக்கள் ஆபத்தான காலகட்டத்தில் வாழ்ந்துகொண்டிருப்பதாக போலியான ஒரு பிம்பத்தை உருவாக்கும் பணியினை விஹெச்பியின் முதல் பொதுச்செயலாளரான எஸ்.எஸ்.ஆப்தே துவங்கிவிட்டார்.

> "ஒட்டுமொத்த உலகையுமே கிருத்துவர்களும், இசுலாமியர்களும், கம்யூனிஸ்ட்டுகளும் இன்றைக்கு மூன்றாகப் பிரித்துவைத்திருக்கின்றனர். அம்மூன்று பிரிவினருமே இந்து சமூகத்தை ஒரு சிறந்த உணவாகக் கருதி, நம்மை உண்டு கொழுத்து வாழ்ந்துகொண்டிருக்கின்றனர். ஆகையால் நாம் அனைவரும் இந்துக்களாக ஒன்றிணைந்து, அம்மூன்று தீய சக்திகளிடமிருந்தும் இந்து சமூகத்தைக் காப்பாற்ற வேண்டும்"[2]

என்று விஹெச்பியின் பொதுசெயலாளராக பொறுப்பேற்றவுடனேயே பேசினார் ஆப்தே.

சாதுக்களையும் இந்துமதத்தின் பல்வேறு குழுக்களையும் ஒருங்கிணைப்பதற்கு, ஆர்எஸ்எஸ் தன்னுடைய அரசியல் இயக்கமான பாரதிய ஜனசங்கத்தைப் பயன்படுத்தாமல், நேரடி அரசியலில் இருந்து வெளியே இயங்கும்படியாக விஹெச்பி என்கிற ஒரு புதிய அமைப்பினை உருவாக்கியதே கோல்வால்கரின் தந்திரமான ஒரு திட்டம் தான். அதற்கு அப்போதைய காங்கிரஸ் அரசின் மதச்சார்பற்ற நிலைப்பாட்டினால் உருவாகியிருந்த சூழலும் ஒரு முக்கிய காரணமாகும். வாக்கு வங்கியைக் குறிவைத்து செயல்படாத இயக்கமாக தன்னைக் காட்டிக்கொண்ட விஹெச்பிக்கு, பரந்துபட்ட பெரும்பான்மையான மக்களிடம் நேரடியாக உரையாடும் வாய்ப்பு கிடைத்தது. இந்துமதத்தைக் காரணம் காட்டி மிகப்பெரிய எண்ணிக்கையிலான வெகுமக்களை ஈர்க்கவும் கிளர்ந்தெழச்செய்யவும் கொஞ்சம் கொஞ்சமாக

விஹெச்பியினால் முடிந்தது. அதுவே 1980ல் ஜன சங்கத்திற்கு பதிலாக ஆர்எஸ்எஸ் இயக்கத்தால் உருவாக்கப்பட்ட பாரதிய ஜனதா என்கிற புதிய அரசியல் கட்சிக்கான வாக்குகளாக மாற்றுவதற்கும் பயன்பட்டது.

விஹெச்பி என்கிற இயக்கம் உருவாக்கப்படும் வரையிலும், இந்து மகாசபையும் அகில பாரதிய இராம இராஜ்ஜிய பரிக்ஷத்தும் தான் இந்துமதத் தலைவர்களை ஒருங்கிணைத்து இந்து மதவெறி அரசியலை செய்துகொண்டிருந்தன. இருபதாம் நூற்றாண்டின் மிக மோசமான தந்திரங்களை நிகழ்த்திய சாதுவான மஹந்த் திக்விஜய் நாத் என்கிற மதகுருவும் இந்து மகாசபையில் இருந்து வந்தவர் தான். அவர் கோரக்நாத் கோவிலைக் கட்டுப்பாட்டில் வைத்திருக்கும் கோரக்நாத் மடத்தின் தலைமைப் பீடாதிபதியாக இருந்தார். அவர் தான் 1949ஆம் ஆண்டில் பாபர் மசூதிக்குள் இராமர் சிலையைக் கொண்டு போய் வைக்கும் திட்டத்தைத் தீட்டியவர். பாபர் மசூதியில் இராமரின் சிலையை வைப்பதற்கு திட்டம் போட்டது திக்விஜய்நாத் என்றால், அதனை செயல்படுத்தியவர் அபிராம் தாஸ். அவரும் இந்து மகாசபையின் உள்ளூர் தலைவர் தான். திக்விஜய்நாத்துக்குப் பின்னர் அவரது சீடரான மஹந்த் அவைத்யநாத்தும் அதே வழியைப் பின்பற்றி செயல்பட்டார். அவர் 1989ஆம் ஆண்டு வரையிலும் இந்து மகாசபையில் இருந்தார். பின்னர் பாஜக உருவானதும், அதில் இணைந்து, பாஜகவின் சார்பாக நாடாளுமன்றத் தேர்தலில் போட்டியிட்டு இரண்டு முறை மக்களவை உறுப்பினராகத் தேர்ந்தெடுக்கப்பட்டார். அவைத்யநாத்துக்குப் பின்னர் அவரது சீடரான யோகி ஆதித்யநாத்தும் அதேபோன்று செயல்பட்டு, இன்றைக்கு உத்தரப்பிரதேசத்தின் முதல்வராகவே பதவி வகிக்கிறார். இந்தியா சுதந்திரம் அடைந்த பின்னரான காலகட்டத்தில், இராம இராஜ்ஜிய பரிக்ஷத் என்கிற அரசியல் கட்சி செயல்பட்டு வந்தது. சுவாமி கர்பாத்திரி என்கிற ஒரு இந்து மதத் துறவியினால் நடத்தப்பட்ட கட்சியென்பதால், அரசியல் ஆர்வமிக்க பல சாதுக்கள் அப்போது அக்கட்சியில் இருந்தனர். பூரி சங்கர மடத்தின் சங்கராச்சாரியாரான நிரஞ்சன தீர்த்தர் உள்ளிட்ட பல முக்கியமான ஆன்மிகத் தலைவர்களும் அக்கட்சியில் அங்கம் வகித்து வந்தனர்.

இந்து மகாசபை மற்றும் இராம இராஜ்ஜிய பரிக்ஷத் போன்றே விசுவ இந்து பரிக்ஷத்துக்கும் மிகப்பெரிய வரவேற்பு இருக்கவில்லை தான். அரசியல் ஆர்வம் கொண்ட ஒருசில சாதுக்கள் மட்டுமே ஈர்க்கப்பட்டனர். ஆனால் பாபர் மசூதியை இராமர் பிறந்த இடமாகக் கோரும் பிரச்சனையைக் கையில் எடுத்ததுமே, சைவ சாதுக்களும் அரித்துவாரைச் சுற்றியுள்ள பல்வேறு இந்துமத அமைப்புகளும் விசுவ இந்து பரிக்ஷத்துடன் கைகோர்க்கத் துவங்கின. அவர்களைத் தொடர்ந்து வைணவ சாதுக்களும் இணையத்துவிட்டனர். விஹெச்பியின் வளர்ச்சிக்கு கும்பமேளாக்கள் உதவி செய்தன. இருப்பினும் 1980இல் பாஜக துவங்கப்பட்ட பிறகு தான் இந்துத்துவா என்கிற அரசியல் திட்டத்திற்கு சாதுக்களை மிக அதிகமாக ஈர்க்கமுடிந்தது.

1980களின் துவக்கத்தில் எம்.எஸ்.கோல்வால்கருடைய வழித்தோன்றலாக ஆர்எஸ்எஸ் இயக்கத்தின் தலைவராக பாலசாகேப் தியோதரஸ் என்பவர் பதவியேற்றார். அவருடைய திட்டப்படி, ஆர்எஸ்எஸ் இயக்கத்தில் பயிற்றுவிக்கப்பட்ட 150 கைதேர்ந்த பிரச்சாரகர்கள் விஹெச்பியில் இணைந்து பணியாற்ற அனுப்பப்பட்டனர்.[3] அது மட்டுமல்லாமல் விஹெச்பியே தன்னுடைய முன்முயற்சியால் 100 புதியவர்களுக்கு பயிற்சி கொடுத்து பிரச்சாரகர்களாகவும் சைவ சாதுக்களாகவும் 1982இல் அரித்துவாரில் உருவாக்கி இருந்தது.[4] அவர்கள் மாநிலம் முழுவதும் அனுப்பப்பட்டு, ஏற்கனவே இயங்கிக்கொண்டிருக்கும் மதத்தலைவர்களுடன் இணைந்து சாதுக்களுக்கான ஒரு அமைப்பை ஏற்படுத்த பணிக்கப்பட்டனர்.[5]

1984க்குப் பின்னர் இராமர் பிறந்ததாகப் பிரச்சாரம் செய்யப்படும் இடத்தை மீட்கும் திட்டத்தையே தன்னுடைய முதன்மையான பணியாக விஹெச்பி மாற்றிக்கொண்டது. அடுத்த சில ஆண்டுகளில் மதத்தை அடிப்படையாகக் கொண்ட நிகழ்வுகளை தொடர்ச்சியாக ஒருங்கிணைத்தும், இந்துமதக் கடவுள் படங்களை மக்களின் பொதுப்புத்தியில் திணித்தும், பல்வேறு இந்துமதத் தலைவர்களை ஒருங்கிணைத்து பல கூட்டங்களை நடத்தியும், இந்துக்களின் ஆதரவையும் ஏராளமான இந்து மதக் குழுக்களின் ஆதரவையும் விஹெச்பி பெற்றுக்கொண்டது. இப்படியாக களத்தில் ஒரு அடித்தளத்தை

விஹெச்பி அமைக்காமல் இருந்திருந்தால், 1984இல் இரண்டு மக்களவைத் தொகுதிகளில் மட்டுமே வெற்றிபெற்ற பாஜகவால் நிச்சயமாக அரசியல் வானில் தொடர்ந்து நீடித்திருக்கவே முடியாது.

பாஜகவின் வளர்ச்சிக்கு மிகமுக்கியமான திருப்புமுனையாக அமைந்ததே 1990இல் எல்.கே.அத்வானி நடத்திய இரத யாத்திரை தான் என்பதை வரலாற்று ஆய்வாளர்கள் அனைவரும் ஒருமித்தக் குரலில் ஒப்புக்கொண்டிருக்கின்றனர். விஹெச்பியும் அதனோடு தொடர்புடைய இன்னபிற மத அமைப்புகளும் உதவியிருக்காவிட்டால், இவ்வளவு பெரிய வெற்றியினை அந்த இரத யாத்திரை ஈட்டியிருக்கவே முடியாது. அதன்மூலம் தான் பாஜக என்கிற காவிக்கட்சி இந்தியாவின் மிகப்பெரிய அரசியல் சக்தியாக உருவெடுக்க முடிந்தது.

"இராமர் ஊர்வலத்தின் மையப்புள்ளியே விஹெச்பி தான்" என்று இரத யாத்திரையில் விஹெச்பியின் பங்கு குறித்து பேராசிரியர் ரிச்சர்ட் டேவிஸ் தன்னுடைய கட்டுரையில் குறிப்பிட்டிருக்கிறார். அவர் இந்தியாவின் பண்பாடு, மதம், சமூகவியல், வரலாறு மற்றும் இலக்கியம் குறித்து ஆய்வு செய்யும் பிரபல இந்தியவியல் அறிஞராவார்.

பாஜகவுடன் இணைந்தே அந்த இரத யாத்திரை திட்டமிடப்பட்டிருந்தாலும், அதனை செயல்படுத்தும் பணிகளை விஹெச்பி பின்னிருந்துதான் செய்தது. இப்படியாக மென்மையான இந்துத்துவ ஆதரவாளர்களையும் தீவிரமான இந்துத்துவ ஆதரவாளர்களையும் ஒரே நேரத்தில் ஈர்க்கும் விதமாக அந்த ஒட்டுமொத்த இரத யாத்திரையே திட்டமிட்டு நடத்தப்பட்டது.

கடுமையான மதவாதிகளாகவும், முஸ்லிம்களுக்கு எதிரானவர்களாகவும், போர்க்குணமிக்கவர்களாகவும் தங்களை வெளிப்படையாகக் காட்டிக்கொண்ட ஆண்களாகத் தான் விஹெச்பியும் அதனுடன் தொடர்புடைய இயக்கத்தினரும் இருந்தனர். இராமரின் படத்தை அதிகமாக முன்னிறுத்தியே தங்களுக்கான ஆதரவாளர்களைத் திரட்டினர். அதே வேளையில்

பாஜகவும் அத்வானியும் தங்களை மென்மையான இந்துத்துவவாதிகளாகக் காட்டிக்கொண்டனர். வாக்கு அரசியலில் நேர்மையாக நடப்பது போன்று பிம்பத்திற்காகவே, விஹெச்பியின் ஆக்ரோசமான நடவடிக்கைகளில் தங்களுக்கு பங்கில்லை என்பது போன்று காட்டிக்கொண்டாலும், விஹெச்பியின் செயல்பாடுகளால் கிடைக்கும் பலன்களை மட்டும் பாஜக அறுவடை செய்துகொண்டது.[6]

பாஜகவுக்கும் விஹெச்பிக்கும் இடையிலான உறவினை பொதுவில் அவ்விரு இயக்கங்களும் வெளிக்காட்டிக் கொள்ளாமலேயே இருந்தன. ஆர்எஸ்எஸ் இன் இவ்விரு துணை அமைப்புகளும் தொடர்ச்சியாக பல்வேறு அரசியல் இயக்கங்களை நடத்திவந்தன. இறுதியாக 1992ஆம் ஆண்டு டிசம்பர் மாதம் 6 தேதியன்று பாபர் மசூதியை இடித்ததில் அது உச்சத்தை அடைந்தது. தேசத்தையே அதிர்ச்சிக்குள்ளாக்கிய நிகழ்வாக அது இருந்தபோதிலும், பாஜகவின் வளர்ச்சிக்கான களத்தை அது அமைத்துக்கொடுத்தது.

III

ஆர்எஸ்எஸ் இன் அரசியல் இலாபத்திற்காக, ஆன்மிக அறத்தையெல்லாம் மூட்டை கட்டிவைத்துவிட்டு சாதுக்களைத் தயார்ப்படுத்தும் பணியினை மிகத்துல்லியமாக விஹெச்பி திட்டமிட்டது. நேரடியாக எளிமையாகப் புரியும்படியான பிரச்சனைகளை விஹெச்பி எடுக்கவில்லை. அதற்கு பதிலாக சிக்கலான முடிச்சுகள் கொண்ட பிரச்சனைகளையே விஹெச்பி கையிலெடுத்தது. தேர்தல் அரசியல் களமாக இருந்தபோது கூட, அதில் ஈடுபடும் இந்து மத சாதுக்களால் இந்து மதத்தின் சின்னங்களையும் சடங்குகளையும் எவ்விதப் பிரச்சனையும் இன்றி பயன்படுத்த முடிந்தது. அதற்கு அவர்கள் சாதுக்களாக இருப்பது வசதியாகவும் இருந்தது. தாங்கள் இந்து மதக்கலாச்சாரத்தை காப்பாற்றவே அவ்வாறு செய்வதாகக் கூறிக்கொண்டாலும், பாஜகவுக்கு அரசியல் ஆதாயம் தேடிக்கொடுப்பதைத் தாண்டி வேறு நோக்கமேதும் அவர்களுக்கு இருக்கவில்லை என்பது தான் உண்மை.

இராமர் மற்றும் துர்கா போன்ற பெரும்பாலான மக்களால் கொண்டாடப்படும் கடவுளர்களையே இந்து மேலாதிக்கத் தத்துவத்தைப் பரப்புவதற்கு தனது முக்கிய ஆயுதமாக விஹெச்பி தேர்ந்தெடுத்தது. இராமர் என்கிற இந்து மன்னரின் கதாபாத்திரமும் ஏற்கனவே சாதுக்களுக்கு பிடித்தமானதாகவே இருந்தது. அதேபோல தங்களுடைய வாழ்விடமான அயோத்தியை மையப்படுத்திய இந்துத்துவ அரசியலுக்கும் இயல்பாகவே சாதுக்கள் வரவேற்பு அளிக்கவே செய்தனர்.

நல்லாட்சிக்கு உதாரணமாக இராமரின் இராஜ்ஜியத்தையே குறிப்பிட்டுக்காட்டி, அப்படிப்பட்ட மிகச்சிறந்த ஆட்சியைத் தாங்களும் கொடுப்போம் என்றே இந்துத்துவக் கொள்கையாளர்கள் நீண்ட நெடுங்காலமாகவே பிரச்சாரம் செய்து வருகின்றனர். இந்து மேலாதிக்கவாதிகளைப் பொறுத்தவரையிலும் அரசியலமைப்புச் சட்டத்தின்படி ஒரு மதசார்பற்ற நாடாக இருக்கிற இந்தியாவை இந்து நாடாக மாற்றிவிட வேண்டும் என்பதே அவர்கள் முன்னிறுத்தும் இராம இராஜ்ஜியத்தின் குறிக்கோளாக இருக்கிறது. ஆனால் சாதுக்களைப் பொறுத்தவரையில் இந்து புராணங்களின்படி மன்னராட்சியின் கீழ் இயங்கும் ஒரு தேசமாக இந்தியா மாற்றப்பட்டு, குடியரசு ஆட்சிக்கு முந்தைய காலத்தில் சாதுக்களுக்கு இருந்த அதிகபட்ச அதிகாரங்கள் மீட்டெடுக்கப்பட வேண்டும் என்பதே அவர்களின் விருப்பமாக இருக்கிறது. பாபர் மசூதி இடிப்பினை இந்துத்துவ அரசியலுக்கான வெற்றியாக மட்டுமே பார்க்காமல், இந்துமதத்திற்கும் இசுலாமிய மதத்திற்குமான நீண்டகால சண்டையில் கிடைத்த வெற்றியாகவும் தான் சாதுக்கள் அதனைப் பார்த்தனர்.

இந்து சாமியார் குழுக்களை மிக எளிதாக விஹெச்பியால் ஈர்க்க முடிந்ததற்கு, தங்களின் கடந்தகால வாழ்க்கையை சாதுக்கள் மீட்டெடுக்க விரும்பியதும் மிகமுக்கியமான காரணமாகும். முன்னொரு காலத்தில் தங்களுடைய போரிடும் திறனே இந்திய அரசியலின் போக்கைத் தீர்மானித்ததாகவும் அந்தக்காலமெல்லாம் தங்களுடைய பொற்காலமாக இருந்ததாகவும் நான் சந்தித்துப் பேசிய பல சாதுக்கள் என்னிடம் தெரிவித்தனர். இந்தியக் குடியரசு அமைந்துவிட்டபிறகு, அரசியலில் அவர்களுக்கான இடமே

இல்லாமல் போனது குறித்த வருத்தத்தையும் அவர்கள் தெரிவித்தனர். அதிலும் அகாராக்களில் இருக்கும் சாதுக்களுக்கு இந்த எண்ணம் அதிகமாக இருக்கிறது. அதே போல அகாராக்களில் இணைய புதிதாக வரும் சாதுக்களின் மனதிலும், சமூகத்தில் ஆன்மிகவாதிகளுக்கான இடத்தை மீட்டெடுப்பதே தங்களது முக்கியமான இலக்கு என்கிற கருத்தை ஆரம்பித்திலேயே திணித்தும் விடுகின்றனர். சாதுக்களின் இப்படியானதொரு ஆசையினால் தான், இந்துத்துவக் கொள்கையினால் உருவாகப்போகிற 'புதிய இந்தியா'வில் ஆன்மிகத் துறவிகளுக்கும் மத அமைப்புகளுக்கும் மதிப்புமிக்க இடம் கிடைத்துவிடும் என்கிற நம்பிக்கையை ஏற்படுத்திய விஹெச்பியை இயல்பாகவே சாதுக்கள் ஆதரித்துவிட்டனர்.

ஆனால் இன்றைய சாதுக்கள் நம்புவது போலல்லாமல், அவர்களது முன்னோர்கள் எல்லாம் வேறுவிதமான காரணங்களுக்காகத் தான் ஆயுதங்களை ஏந்தி வலம்வந்திருக்கின்றனர். பதினேழு, பதினெட்டு மற்றும் பத்தொன்பதாம் நூற்றாண்டு வரையிலும்கூட, அதிகமான செல்வத்தைக் கூலியாகக் கொடுக்கிற மன்னர்களுக்கு ஆதரவாக போரில் சண்டையிடும் குழுக்களாகத் தான் இன்றைய சாதுக்களின் முன்னோர்கள் இருந்திருக்கிறார்கள். சுருக்கமாக சொல்லவேண்டுமென்றால் கொள்கையோ கருத்தியலோ ஏதுமில்லாத கூலிப்படைகளாகத் தான் சாதுக்கள் இருந்திருக்கின்றனர். அதில் இணைந்திருக்கிற நாகாக்கள் அனைவரும் தங்களது குருக்களின் வார்த்தைக்குக் கட்டுப்பட்டு நடக்கவேண்டி இருந்ததால், அக்குழுக்களில் சிப்பாய்கள், சிப்பாய்களின் தலைவர்கள், கமாண்டர்கள், மேஜர்கள் போன்ற படிநிலையையும் உருவாக்க முடிந்திருக்கிறது. அதிகமான எண்ணிக்கையிலான சாதுக்களைக் கொண்ட குழுக்களெல்லாம், பெரிய போர்களில் கூட பங்கெடுக்கும் தனியார் படைகளாகவே இருந்திருக்கின்றன.

முகலாயப் பேரரசுகளின் வீழ்ச்சிக்காலத்திலும் ஆங்கிலேய ஆட்சியாளர்கள் இந்தியாவிற்குள் நுழையத்துவங்கிய ஆரம்பகட்டத்திலும் ஒரு குழப்பமான சூழல் நாடெங்கிலும் நிலவியது. அதனால் எங்குபார்த்தாலும் போர்களும் சண்டைகளுமாகத் தான் இந்திய துணைக்கண்டம் இருந்திருக்கிறது. அதனால் அப்போது இத்தகைய துறவி

இராணுவங்களுக்கு அதிகமான மதிப்பும் தேவையும் இருந்தது. இராஜபுதனம், குஜராத் மற்றும் பல பகுதிகளில் இருந்த மன்னர்களின் பல்வேறு போர்களில், சைவ சாதுக்களும் வைணவ சாதுக்களும் இரண்டு எதிரெதிர் அணிகளில் கூட பங்கெடுத்து சண்டையிட்டிருக்கின்றனர். அதற்கான ஊதியமாக நிலங்களையும் நிலையான ஆண்டு வருமானத்தையும் சாதுக்கள் ஈட்டியிருக்கின்றனர் என்கிற தகவலை வரலாற்றுத் தரவுகளுடன் நிறுவுகிறார் ஜாதுநாத் சர்க்கார் என்கிற வரலாற்று ஆய்வாளர்[7]. பதினெட்டாம் நூற்றாண்டு முழுவதிலும் உதைபூர், ஜெய்பூர், ஜெசல்மர், ஜோத்பூர், பிகானர், பரோடா, மார்வார், புஜ் மற்றும் பல பகுதிகளை ஆண்ட மன்னர்களிடம் சாதுக்கள் பணிபுரிந்திருக்கின்றனர். ஒருசில மன்னர்களிடம் மாதாந்திர ஊதியத்திற்கும் கூட இராணுவத்தில் இணைந்து பணியாற்றியிருக்கின்றனர்.

இப்படியாக தொடர்ந்து பல போர்களில் கலந்துகொண்டதால் அவர்களின் போர்த்திறனும் மேம்பட்டது. அதன் அடுத்தகட்டமாக அரசியலில் நுழையும் ஆசையும் அவர்களில் சிலருக்குத் துளிர்விட்டது. பிரபல தசநாமி நாகாக்களான இராஜேந்திர கிரி கோசைன், அனுப் கிரி கோசைன் மற்றும் உம்ராவ் கிரி கோசைன் ஆகிய மூன்று சகோதரர்களும் பதினெட்டாம் நூற்றாண்டில் அரசியல் ஆதாயத்திற்காகவும் பணத்திற்காகவும் அதிகாரத்திற்காகவும் புகழுக்காகவும் சாதுக்களை வைத்தே கூலிப்படையை நடத்திவந்திருக்கின்றனர். அதனை ஜாதுநாத் சர்க்கார் மிகவிரிவாக ஆவணப்படுத்தியிருக்கிறார்.[8] அந்த மூன்று சகோதரர்களும் அவர்களுடைய தொழிலில் உச்சத்தில் இருந்தபோது, குதிரைப்படையினரும் காலாட்படையினருமாக 40000 பேர் வரை வேலைக்கு வைத்திருந்திருக்கின்றனர். சஃப்தர் ஜங், முகலாயப் பேரரசர் அகமது ஷா மற்றும் அவாத் பேரரசின் முகலாய மன்னர் ஆகியோருக்கு 1751 முதல் 1753 வரையிலான காலகட்டங்களில் பல்வேறு போர்களுக்கு அடியாட்களை அனுப்பியிருக்கிறார் சாது இராஜேந்திர கிரி. 1753இல் இராஜேந்திர கிரியின் மறைவுக்குப் பின்னர், அவருடைய வழித்தோன்றலான அனுப் கிரியும் உம்ராவ் கிரியும் மன்னர் சஃப்தர் ஜங்குக்கும், அவருக்குப் பின்னர் ஆட்சிக்கு வந்த ஷுஜா-உல்-தெளலத்துக்கும் அடியாட்களை

அனுப்பியிருக்கின்றனர். பனாரசின் இந்து மன்னரான பல்வந்த் சிங்குக்கு எதிரான போர்களுக்குத் தான் இந்த இந்துமத சாதுக்கள், அடியாட்களை அனுப்பி பணம் ஈட்டி வந்திருக்கின்றனர். அதாவது இந்துமத சாதுக்கள் என்று அவர்கள் சொல்லிக்கொண்ட போதும், பணத்திற்காக இந்து மத மன்னர்களுக்கு எதிராகவும் முஸ்லிம் மத மன்னர்களுக்கு ஆதரவாகவும் சண்டையிட்டிருக்கின்றனர். ஷூஜா-உல்-தௌலத் ஆட்சிக்கு வந்தபின்னர், ஆப்கானியர்களுடன் கைகோர்த்து மராட்டிய மன்னர்களுடன் போருக்குப் போனார். அப்போதும் முகலாய மன்னர்களுக்கு ஆதரவாகத்தான் நாக சாதுக்கள் போரிட்டிருக்கின்றனர். 1761ஆம் பானிப்பட் போரின் போது, ஆப்கன் மன்னருக்கு ஆதரவாக, ஆடைகள் எதையும் அணியாமல் முழுநிர்வாணமாக சண்டைக்கு வந்து நின்ற இந்துமத சாதுக்களைப் பார்த்து, ஆப்கன் படைவீரர்களே எரிச்சலடைந்திருக்கின்றனர் என்கிறார் வரலாற்று ஆய்வாளர் ஜாதுநாத் சர்க்கார்.[9]

அதேபோன்று, 1764இல் பாட்னாவிலும் புக்சாரிலும் முகலாயர்கள், ருகேலாக்கள், ராஜபுத்திரர்கள் மற்றும் இன்னும் சில மன்னர்கள் கூட்டாக இணைந்து பிரிட்டன் இராணுவத்தை எதிர்த்துப் போரிட்டபோது, அதிலும் அடியாட்படைகளாக அனுப்கிரி மற்றும் உம்ராவ் கிரியின் படைகள் பங்கேற்றன. இருப்பினும் அப்போது துப்பாக்கிகளை வைத்திருந்த ஆங்கிலேயர்களே அப்போரில் வென்றிருக்கின்றனர்.[10] 1764-1765 காலகட்டங்களில் ஜாட் மன்னரான ஜவாங்கிர் சிங் உள்ளிட்ட வேறுபல ஆட்சியாளர்களுக்கும் கூலிப்படையை கிரி சகோதரர்கள் அனுப்பியிருக்கின்றனர். 1767இல் மராட்டிய மன்னரான இரகுநாத் ராவுக்கு கூலிப்படைகளை அனுப்பிய அதேகாலகட்டத்தில், மன்னரில்லாத வேளையில் தக்காணம் எனப்படுகிற இன்றைய உத்தரபிரதேசம் மற்றும் மத்தியப்பிரதேசத்தில் பிரிந்துகிடக்கிற பந்தேல்கண்ட் என்னும் மலைப்பகுதிகளில் சூறையாடவும் தங்களது சாது கூலிப்படைகளைப் பயன்படுத்தி இருக்கின்றனர்.[11] 1767 முதல் 1775ஆம் ஆண்டு வரையிலும் மீண்டும் ஷூஜா-உத்-தௌலத் மன்னருக்கு தொடர்ச்சியாகக் கூலிப்படைகளை அனுப்பியிருக்கின்றனர் சாதுக்கள். அதற்கடுத்த பதினைந்து ஆண்டுகளில் தில்லியில் பல்வேறு மன்னர்களுக்கு

கூலிப்படைகளை வாடகைக்கு விட்டுக்கொண்டே, பல்வேறு இடங்களில் கொள்ளையடிப்பதற்கும் தங்களது கூலிப்படைகளை அவ்வப்போது பயன்படுத்தவும் சாதுக்கள் தயங்கவில்லை.[12]

1789 முதல் 1802ஆம் ஆண்டு வரையிலான காலகட்டத்தில் மராட்டிய மன்னரான அலி பகதூருக்காக பந்தேல்கண்டை வெற்றபெற உதவியது நாக சாதுக்களின் கூலிப்படை. அதற்காக 13 இலட்சம் ரூபாயினை கூலியாகவும் பெற்றிருக்கின்றனர்.[13] பிற்காலத்தில் அதே மராட்டிய மன்னரின் வாரிசான இரண்டாம் ஷம்ஷெர் பகதூரிடம் இருந்து அதே பந்தேல்கண்ட் இராஜ்ஜியத்தைப் பறிப்பதற்காக ஆங்கிலேயர்களுக்கு கூலிப்படைகளை அனுப்பி உதவினார் சாது அனுப் கிரி என்பது குறிப்பிடத்தக்கது.

வட இந்தியாவில் அனுப் கிரியும் உம்ராவ் கிரியும் வெறிகொண்டு கூலிப்படைகளை நடத்திக்கொண்டிருந்த அதேவேளையில் வேறு சில நாக சாதுக்களின் கூலிப்படைகளும் கூட பெங்கால் பகுதிகளில் இயங்கி வந்தன. ஒரு சில சாதுக்குழுக்கள் தனியாகவும், ஒரு சில குழுக்கள் முஸ்லிம் சாதுக்களான பக்கிரிகளுடன் இணைந்தும் கூட கூலிப்படைகளை நடத்தி வந்திருக்கின்றனர். அப்போது இந்தியாவில் நுழைந்திருந்த கிழக்கிந்தியக் கம்பெனியுடன் போட்டியில் இறங்கி சாதுக்கள் கொள்ளையடித்து கொண்டிருந்தனர். 1765இல் இந்தியாவில் மக்களிடம் வரி வசூல் செய்வதைத் துவக்கியிருந்தது கிழக்கிந்தியக் கம்பெனி. அப்போது சாதுக்குழுக்களெல்லாம் மிகத்தீவிரமாக எல்லா இடங்களிலும் கொள்ளையடித்தனர். கெரில்லாக் கொள்ளைகள் என்று அவை அழைக்கப்பட்டன.[14]

இதுபோன்ற ஆயதம் தாங்கிய தாக்குதல்களையும் கொள்ளைகளையும் குறித்து அப்போது கிழக்கிந்தியக் கம்பெனி எழுதிவைத்த குறிப்புகள் ஆதாரமாக இன்றும் இருக்கின்றன.[15] அந்த காலகட்டத்தில் போதையில் மிதந்துகொண்டிந்த இந்து சாமியார்களும் முஸ்லிம் பக்கிரிகளுமே நாட்டில் கலவரத்தை நிகழ்த்தி அமைதியின்மையை ஏற்படுத்தியதாக ஆங்கிலேயர்கள் எழுதி வைத்திருக்கின்றனர். ஆனால் பல வரலாற்று ஆசிரியர்கள் அதனை மறுக்கின்றனர். ஆங்கிலேயர்களின் அடக்குமுறையினாலும் மக்கள் மீது அவர்கள் அதிக

வரிச்சுமையை ஏற்றியதாலும் தான் பொதுவாகவே மக்கள் கடும்கோபத்தில் இருந்ததாகவும், அவற்றால் பசிக்கொடுமை தலைவிரித்து ஆடியதாகவும், அதனால் தான் பல்வேறு போராட்டங்களை பல வடிவங்களில் மக்களே நடத்தியதாகவும் வரலாற்று ஆய்வாளர்கள் தெரிவிக்கின்றனர். சாதுக்கள் இச்சூழலைப் பயன்படுத்திக்கொண்டு பல இயக்கங்களை உருவாக்கி களத்தில் இயங்கி வந்திருக்கின்றனர் என்பதும் வரலாற்று ஆய்வாளர்களின் கருத்து.[16]

அந்த நிகழ்வுகளையெல்லாம் சந்நியாசிக் கலகம் என்கிறார் ஆய்வாளர் டேவிட் என் லோரென்சன். வடகிழக்கு வங்காளத்தின் கோச் பிகார் என்னும் அரசை தக்கவைத்துக்கொள்வதில் அதன் ஆட்சியாளர்களுக்கும் ஆங்கிலேயர்களுக்கும் 1765 முதல் 1790 ஆண்டு வரையிலான காலகட்டத்தில் இருந்த மோதலில், ஆங்கிலேயர்களுக்கு எதிரான நிலைப்பாட்டில் இருந்தனர் தசநாமி நாகாக்கள்.[17]

இந்து சாதுக்களையும் முஸ்லிம் பக்கிரிகளையும் பெங்காலுக்குள் நுழையவிடாமல் தடுக்கும் ஆணையினை வாரன் ஹாஸ்டிங்ஸ் பிறப்பித்தார். 1773இல் சாதுக்கள் எவரும் ஆயுதம் வைத்துக்கொள்ளக் கூடாது என்றும் பெங்கால் மாகாணத்திற்குள் புதிதாக சாதுக்கள் எவரும் நுழையவோ ஏற்கனவே இருப்பவர்கள் அங்குமிங்கும் பயணிக்கவோ கூடாது என உத்தரவும் பிறப்பிக்கப்பட்டது.[18] நான்குக்கும் மேற்பட்ட பட்டாலியன் படைகளை இறக்கி, நாக சாதுக்களுடனும் முஸ்லிம் பக்கிரிக்களுடனும் ஆங்கிலேயர்கள் சண்டையிட்டனர்.[19] ஏறத்தாழ முப்பந்தைந்து ஆண்டுகளாகத் தொடர்ந்த சாதுக்களின் கலகம் 1800 இல் தான் முடிவுக்கு வந்தது. ஆங்கிலேயர்களால் சாதுக்கள் முழுவதுமாக அடக்கப்பட்டனர்.[20]

பத்தொன்பதாம் நூற்றாண்டின் துவக்கத்தில் இருந்தே சாதுக்களின் ஆயுதந்தாங்கிய செயல்பாடுகள் அதிவேகமாகக் குறையத் துவங்கிவிட்டன. கிழக்கிந்தியாவில் இயங்கிவந்த கடைசி கூலிப்படை நாகாக்களும் கூட 1809-10 ஆம் ஆண்டுகளில் ஆயுதங்களை கீழே போட்டுவிட்டனர்.[21] மத்திய மற்றும் வடமேற்கு இந்தியாவில் இயங்கியவந்த அனுப் கிரி, உம்ராவ் கிரி மற்றும் இதர சந்நியாசிகளின் ஆயுதந்தாங்கிய

குழுக்களும் அப்போது இறுதிக்கட்டத்தில் தான் இருந்தன. ஆங்கிலேய அரசின் கீழ் இயங்கிய இந்திய சமஸ்தானங்களின் வருமானமும் குறைந்துவிட்டதால், கூலிப்படைகளை வைத்துக்கொள்ளும் அளவிற்கு நிதியும் அவர்களிடம் இல்லை. அத்தகைய சமஸ்தான அமைச்சரவையையும் ஆங்கிலேயர்கள் கண்காணித்துவந்ததால், சாதுக்களுக்கு இடமளிப்பதும் அந்த சமஸ்தான மன்னர்களுக்கு சாத்தியமாக இருக்கவில்லை. ஆங்கிலேயர்களே நவீன படைகளை வைத்திருந்ததால், சாதுக்களின் ஆயுதந்தாங்கிய கூலிப்படைகளுக்கான தேவையோ விருப்பமோ அவர்களுக்கு இல்லாமல் போனது. அதனால் சாதுக்களின் போர் நடவடிக்கைகள் முற்றிலுமாகக் குறைந்து, வெறுமனே மத சடங்குகளை நடத்தும் பூசாரிகளாக மாறினர்.

இராணுவக் கட்டமைப்பில் அதிகார பலமிக்க ஆங்கிலேயர்களுடன் போட்டி போடமுடியாது எனப் புரிந்துகொண்ட ஆயுதந்தாங்கிய நாகாக்கள், தங்களுடைய குண்டர்ப்படை நடவடிக்கைகள் அனைத்தையும் கைவிட்டுவிட்டனர். இந்தியாவின் புதிய அரசியல் மற்றும் பொருளாதார மாற்றங்களை அவர்கள் உள்வாங்கிக்கொண்டு, வெகுவிரைவாகவே வேறு பாதையில் பயணிக்கத்துவங்கிவிட்டனர். 1802ஆம் ஆண்டு முதல், புதிதாக உருவாகத் துவங்கிய நகரங்களில் சொத்துக்களை சொந்தமாக்குவதையும், வட்டிக்கு பணம் கொடுப்பதையும் தங்களது புதிய தொழிலாக மாற்றிக்கொண்டனர்.[22] 2,50,000 ஏக்கர் நிலங்கள் தசநாமி அகாராக்களின் வசமும், குஜராத்தின் கிர்னர் மலையைச் சுற்றியுள்ள பகுதிகள் முழுவதும் ஜூனா அகாராக்களிடமும் இருந்ததாக கணக்கிடப்பட்டிருக்கிறது.[23] இன்றைக்கும் கூட அயோத்தியின் பாதி நிலங்கள் வைணவ அகாராக்களுக்கும், அரித்துவாரின் பாதி நிலங்கள் சைவ அகாராக்களுக்கும் தான் சொந்தமாக இருக்கின்றன. இவ்வளவு பெரிய நிலப்பரப்பினை ஆக்கிரமித்தபின்னர், சாதுக்களின் வாழ்க்கையே மாறத்துவங்கியது. அவர்களது உலகப்பார்வையும் விரிவடைந்து அரசியல் ஆசைகளும் அதிகரிக்கத்துவங்கிவிட்டன. ஆயுதந்தாங்கி கூலிப்படைகளாக போர்களில் சண்டையிட்டுக் கொண்டிருந்தவர்கள், அதன்பின்னர் சொத்துக்களை நிர்வகிப்பதிலும், தங்களுடைய கடந்தகால அடிதடி வரலாற்றினை கும்பமேளாவில்

மட்டும் வெளிக்காட்டுவதிலுமாக அவர்களுடைய கவனம் திரும்பிவிட்டது.

IV

கடந்தகாலத்தில் இந்தியாவையும் இந்து மதத்தையும் காப்பதற்காகவே, முஸ்லிம் மற்றும் ஆங்கிலேய ஆட்சியாளர்களிடம் ஆயுதங்களை ஏந்தி சாதுக்கள் சண்டையிட்டதாக தலைமுறை தலைமுறையாக பல கட்டுக்கதைகள் பரப்பட்டு வருகின்றன. ஆனால், இன்றைய சாதுக்களின் முன்னோர்களோ காசுக்காக கொள்கை பார்க்காமல் வெறுமனே கூலிப்படைகளாகத் தான் செயல்பட்டிருக்கிறார்கள் என்பதே அவர்களின் உண்மையான வரலாறு.

இப்படியானதொரு கட்டுக்கதையை 1925ஆம் ஆண்டு ஸ்காட்லாந்தைத் சேர்ந்த மதபோதகரும் அறிஞருமான ஜே.என்.ஃபர்குஹர் என்பவர் 'வரலாறு' என்று குறிப்பிட்டு எழுதிவைத்துவிட்டார். இந்தியாவின் போர்த் துறவிகள் குறித்து இரண்டு கட்டுரைகளை அவர் எழுதினார்.[24] அவர் எழுதிய "போரிட்ட இந்தியத் துறவிகள்" மற்றும் "வேதாந்த சந்நியாசிகளின் அமைப்புமுறை" ஆகிய இரண்டு கட்டுரைகளும் இன்றைக்கும் அகாராக்களின் உலகில் மட்டுமல்ல, பொதுவான அறிஞர்கள் மத்தியிலும் பிரபலமாகவே இருந்துவருகின்றன. நாக சாதுக்கள் பரப்பிய கட்டுக்கதைகளையே அடிப்படையாகக் கொண்டு எழுதப்பட்டவையாக இருந்தபோதும், இந்துமதத் துறவிகளின் செயல்பாடுகளை வரலாற்றுப் பார்வையில் அணுகுவது போன்ற தோற்றத்தைக் கொடுத்து அக்கட்டுரைகள் எழுதப்பட்டிருக்கின்றன. அதனால், இந்துமதத் துறவி மடங்களின் தவறான கட்டுக்கதைகளுக்கு வலுசேர்க்கும் விதமாகவே அக்கட்டுரைகள் அமைந்திருக்கின்றன.

> "பதினாறாம் நூற்றாண்டில் வட இந்தியாவில் ஆயிரக்கணக்கான முஸ்லிம் சந்நியாசிகள் ஆயுதங்களுடன் அலைந்துகொண்டிருந்தனர். அந்த காலகட்டத்தில் நடந்துகொண்டிருந்த போர்களில் அவர்கள் பங்கேற்றார்கள். போர்கள் இல்லாத காலத்திலோ, அவர்களே புதிய போர்களை உருவாக்கி

சண்டையிட்டார்கள். இந்து மதத்தின் பிரதிநிதிகளாக அறியப்பட்ட இந்து சந்நியாசிகளைக் கொல்வதையே முஸ்லிம்களின் பணியாக ஏற்றுக்கொண்டு முஸ்லிம் சந்நியாசிகள் செயல்பட்டனர். அக்காலகட்டத்தில் முஸ்லிம் மன்னர்கள் ஆட்சியில் இருந்ததால், இந்து சந்நியாசிகளை முஸ்லிம் சந்நியாசிகள் கொல்வதை எவரும் தடுக்கவும் இல்லை, கேள்வி கேட்கவும் இல்லை. இந்து சந்நியாசிகள் கொல்லப்பட்டபோதெல்லாம், எவருக்கும் தண்டனையும் வழங்கப்படவில்லை. தாங்கள் ஏற்றுக்கொண்ட அகிம்சை வாழ்க்கை முறையினால், திருப்பித் தாக்குவதும் இந்து சந்நியாசிகளால் முடியாமல் போனது.

பனாரசில் பதினாறாம் நூற்றாண்டின் மத்தியில் வாழ்ந்த தசநாமி அகாரவைச் சேர்ந்த மதுசூதன சரஸ்வதி என்பவர் அக்பரை சந்தித்து தங்களைப் பாதுகாக்க ஏதாவது செய்யமுடியுமா என்று கேட்டார். பிராமணர்கள் அல்லாத சந்நியாசிகளை ஒருங்கிணைத்து ஒரு ஆயுதந்தாங்கிய குழுவை உருவாக்குமாறு மதுசூதன சரஸ்வதிக்கு அக்பரின் இந்துமத ஆலோசகராக இருந்த பீர்பால் ஆலோசனை கூறினார். அப்படியாக தங்கள் பாதுகாப்பிற்காக இந்து சந்நியாசிகளால் ஒரு ஆயுதக்குழு உருவாக்கப்பட்டால் அதற்கு அரசு உறுதுணையாக இருக்குமென்று அக்பர் உறுதிகூறினார். அதன்பிறகு தசநாமி அகாராக்களின் பத்து குழுக்களில் ஏழுகுழுக்களில் உள்ள சத்திரியர்களையும் வைசியர்களையும் ஒருங்கிணைத்து ஆயுதக்குழுவை உருவாக்கினார் மதசூதன சரஸ்வதி"

என்று அக்கட்டுரையில் எழுதப்பட்டிருக்கிறது.[25]

இதில் வேடிக்கை என்னவென்றால், பனாரசில் இருக்கிற சரஸ்வதி மடாலயத்திலும் அலாகாபாத்தில் இருக்கும் மற்றுமொரு மடாலயத்திலும் இருப்பவர்களிடம் வாய்மொழியாகக் கேட்டுத்தான் அக்கட்டுரையையே எழுதியதாக கட்டுரையாசிரியர் ஃபர்குஹரே குறிப்பிட்டிருக்கிறார்.[26] அதேபோன்று, "போரிட்ட இந்தியத் துறவிகள்" என்கிற கட்டுரையில், மதுசூன சரஸ்வதியும் முகலாய பேரரசரான

அக்பரும் சந்தித்ததற்கான எவ்வித எழுத்துப்பூர்வமான ஆதாரமும் எங்குமில்லை என்றும், தான் சந்தித்த அனைத்து இந்துமதத் துறவிகளும் சொல்லியதாலேயே அதனை நம்பியதாகவும் குறிப்பிட்டிருக்கிறார். இசுலாமிய மன்னராக இருந்தபோதும் தன்னுடைய ஆட்சியில் இந்துக்களையும் சமமாக மதித்து நடத்தியபடியால், இந்து துறவிகளின் பிரச்சனைகளுக்கு செவிகொடுத்து கேட்டிருப்பார் என்றும், தான் நம்பியதாக கட்டுரையாசிரியர் தெரிவித்திருக்கிறார்.[27]

கட்டுக்கதைகளைத் தொகுத்து வரலாறு போல அவர் எழுதியதே பெரிய தவறு. அதைவிடவும் மிகப்பெரிய தவறு என்னவென்றால், அக்பர் ஆட்சியில் இருக்கும்போது இந்துமத நாக சாதுக்களின் இரு பிரிவினருக்கு இடையே தகராறு நடந்து அடிதடியில் முடிந்ததற்கான எழுத்துப்பூர்வமான ஆதாரமே இருக்கையில், அதையெல்லாம் புறந்தள்ளிவிட்டு பொய்களை எழுதியிருக்கிறார் ஃபர்குஹர்.

அக்பரை மதுசூதன சரஸ்வதி சந்தித்ததாக வதந்தி பரப்பப்பட்ட அதேகாலகட்டத்தில் தான், ஆயுதந்தாங்கிய இரண்டு நாக துறவிக்குழுக்களுக்கிடையே கலவரம் நடந்திருக்கிறது. அக்காலகட்டத்தில் வாழ்ந்த நிஜாமுதீன் அகமது என்கிற வரலாற்று ஆசிரியர் எழுதிய தபக்கத்-இ-அக்பரி என்கிற நூலிலும், அபுல் பசல் என்பவர் எழுதிய அக்பர்நாமா என்கிற நூலிலும் இது ஆதாரமாகக் காணக்கிடைக்கிறது. சந்நியாசிகளுக்கும் யோகிக்களுக்கும் இடையிலான சண்டையென்று அகமதுவும், ‘கிரி’க்களுக்கும் ‘பூரி’க்களுக்கும் இடையிலான சண்டையென்று பசலும் அந்த கலவரம் குறித்து குறிப்பிட்டிருக்கின்றனர். தசநாமி அகாராக்களில் மொத்தம் பத்து அகாராக்கள் இருக்கின்றன. அவற்றில் இரண்டு அகாரா குழுக்கள் தான் அந்த கலவரத்தில் ஈடுபட்டிருக்கின்றன.[28] எதற்காக இரண்டு குழுக்களும் அடித்துக்கொண்டார்கள் தெரியுமா? புனிதப்பயணம் மேற்கொள்ளும் செல்வந்தர்கள் ஒரு குறிப்பிட்ட குளத்தில் குளித்துவிட்டு, ஏதாவது வேண்டிக்கொண்டு அக்குளத்தில் தங்கத்தையோ அல்லது வெள்ளியையோ போட்டுவிட்டுப் போவார்களாம். அவர்கள் போனபிறகு, அவற்றை யார் எடுத்துக்கொள்வது என்று சந்நியாசிகளுக்கும் யோகிக்களுக்கும் தகராறு ஏற்பட்டிருக்கிறது. அப்போது சந்நியாசிகளை விட யோகிக்கள் இரண்டு

மடங்கு அதிகமான எண்ணிக்கையில் இருந்திருக்கின்றனர். இப்பிரச்சனையைத் தீர்த்துவைக்குமாறு அவர்கள் அக்பரிடம் முறையிட்டிருக்கிறார்கள். இருதரப்பிடமும் பேச்சுவார்த்தை நடத்தி அப்பிரச்சனையை சுமூகமாகத் தீர்க்க அக்பர் முயற்சி செய்திருக்கிறார். ஆனால், இரு துறவிக்குழுக்களும் பிடிவாதமாக இருந்தபடியால், அவர்கள் விரும்பியபடியே அடிதடி சண்டையில் இறங்கியே தீர்வு கண்டுகொள்ள அக்பர் அனுமதி வழங்கியிருக்கிறார்.[29] ஆக, இந்து துறவிகளின் கூலிப்படைகள் முகலாய மன்னர்கள் காலத்திலேயே இருந்திருக்கின்றன என்பது இதன்மூலம் உறுதியாகிறது. அதுமட்டுமில்லாமல் பதினாறாம் நூற்றாண்டில் முஸ்லிம் துறவிகளின் தொல்லை தாங்காமல் தான் மதுசூதன சரஸ்வதியின் முயற்சியால் அக்பர் மற்றும் பீர்பாலின் அனுமதி பெற்று இந்து துறவிகள் ஆயுதம் ஏந்தினார்கள் என்கிற ஃபர்குஹரின் வாதமே கூட அடிபட்டுப் போகிறது.

சைவ நாகாக்களின் தாக்குதலுக்கு பதிலடி கொடுக்கும் விதமாகத்தான் வைணவ நாகாக்களின் ஆயுதந்தாங்கிய அமைப்புகளும் உருவாகின என்று வைணவ நாகாக்களே சொல்கின்றனர். அதே போல, முஸ்லிம்களோடு சண்டையிடாமல் சைவத் துறவிகளோடு தான் வரலாறு நெடுகவே வைணவ அகாராக்கள் சண்டையிட்டிருக்கின்றன என்பதற்கும் ஆதாரங்கள் கொட்டிக்கிடக்கின்றன. இந்து மத விழாக்களை யார் தலைமையில் நடத்துவது என்பதிலும், ஆன்மிகத் தளங்களுக்கு வருகை தரும் செல்வந்தர்களிடம் யார் பணம் வசூலிப்பது என்பதிலும் தான் சைவ மற்றும் வைணவ அகாராக்களுக்கு தொடர்ந்து சண்டையும், கலவரமும், அடிதடியும் வரலாறு முழுக்கவே நடந்து வந்திருக்கின்றன.[30]

V

இருப்பினும், உண்மைகளைத் தாண்டியும் கட்டுக்கதைகள் தொடர்ந்து நீடிக்கத்தான் செய்கின்றன. அதுவே இந்திய அரசியலின் எதிர்காலத்தை வழிநடத்திவிடக்கூடிய அசைக்கமுடியாத நம்பிக்கையை நாக சாதுக்களுக்குக் கொடுத்தது. அதேபோல, அரசியல் நோக்கங்கள் இல்லாத பெரும்பாலான எளிய இந்துக்களின் நம்பிக்கையும் தங்களுடைய

நம்பிக்கையும் வேறு வேறல்ல என்று இந்துமத மடங்களால் பொய்யாகப் பிரச்சாரம் செய்யவும் இக்கட்டுக்கதைகள் உதவுகின்றன. இந்து மதத்தை அரசியலாக்குவதன் மூலம், இந்துத்துவ அரசியல்செய்யும் மிகச்சிலருக்குத்தான் மறைமுகமாக உதவுகிறோம் என்பதைக் கூட அறிந்தோ அறியாமலோ, அதனை இந்துமதத்திற்கு தாங்கள் செய்யவேண்டிய கடமையாக நினைத்து இந்துமத மடாலயங்கள் செயல்படத்துவங்கின. அதனால் சாதுக்களின் உலகத்திற்குள்ளேயே கூட பெரிய அதிர்வலைகளையும் குழப்பங்களையும் அவை ஏற்படுத்தின.

இந்து வலதுசாரிக் குழுக்களுக்கும் சாதுக்களுக்கும் இடையிலான இப்புதிய வகையான உறவின் விளைவாக பாஜக வளர்ச்சியடைந்தது. 1984இல் இரண்டு மக்களவைத் தொகுதிகளில் மட்டுமே வெற்றி பெற்றிருந்த பாஜக, 2014இல் 282 இடங்களில் வெற்றி பெற்று நாடாளுமன்றத்தின் மிகப்பெரிய கட்சியாக வளர்ந்துவிட்டது. இந்த வளர்ச்சியானது, சாதுக்களிடமும் அவர்கள் சார்ந்திருக்கும் அகாராக்களிடமும் ஏற்படுத்தியிருக்கும் விளைவுகள் இன்னமும் ஆராயப்படாமலேயே இருக்கின்றன.

இந்த இணைப்பினால் சாதுக்களுக்கிடையே ஏற்பட்டிருக்கும் தாக்கத்தை அறிந்துகொள்ள விரும்பினேன். அதனை வைணவ அகாராக்களிடம் இருந்தே முதலில் ஆய்வு செய்யத் துவங்கினேன். ஆனால் வெகுவிரைவிலேயே சைவ அகாராக்களை நோக்கியும் என்னுடைய ஆய்வினை விரிவடையச் செய்ய வேண்டும் என்பதைப் புரிந்துகொண்டேன். விசுவ இந்து பரிக்ஷத் இயக்கத்துடன் ஒரு நீண்ட நெடிய பயணத்தை சைவ அகாராக்கள் தான் மேற்கொண்டிருக்கின்றன. அதிலும் மிகக்குறிப்பாக அரித்துவாரிலும் ரிசிகேசிலும் வாரணாசியிலும் அலகாபாத்திலும் வசிக்கும் சைவ அகாராக்கள் தான் கும்பமேளாவை நடத்துவதில் முக்கியப் பங்காற்றி வருகின்றன. அதனாலேயே அரசியலும் ஆன்மிகமும் இணைந்த இந்துத்துவா சந்தையில் கால்பதிக்க நினைப்போரை ஈர்க்கும் சக்தியைக் கொண்டவைகளாக சைவ அகாராக்கள் இருந்து வருகின்றன.

அகாராக்கள் இன்றைக்கு வந்தடைந்திருக்கிற குழப்பமான நிலைக்கு இந்து வலதுசாரிகளுடன் கைகோர்த்தது மட்டுமே காரணமல்ல. இந்துத்துவா உருவாக்கிய புதிய சூழ்நிலைகளின்

காரணமாக அதிக செல்வத்தையும் அதிகாரத்தையும் சேர்க்கும் பேராசை ஏற்பட்டிருக்கிறது.

அடுத்த சில ஆண்டுகளில் சைவ மற்றும் வைணவ அகாராக்களின் ஒவ்வொரு அடுக்கையும் தாண்டி உள்ளே நுழையும் வழிகளைக் கண்டறிந்தேன். இந்துத்துவ அரசியலுடன் இவர்கள் ஏற்படுத்திக்கொண்ட உறவினால் அடைந்திருக்கும் பாதிப்புகளையும் நான் அலசி ஆராய்ந்தேன்.

இந்து வாக்குவங்கியை உருவாக்கியதில் அகாராக்களுக்கு பெரியளவிலான பாதிப்புகள் ஏற்பட்டிருக்கின்றன. சில பத்தாண்டுகளாக இந்துத்துவ அரசியலுடன் பயணித்த அகாராக்களுக்கு பல புதிய வசதிவாய்ப்புகள் உருவாகி இருந்த போதிலும், அவர்களுடைய உலகிற்குள் பல பிரச்சனைகளும் உருவாகாமல் இல்லை. அதிகாரத்தை அடைவதில் இருக்கிற சிக்கல்கள், தங்களுடைய ஆன்மிக பிம்பத்தைக் கட்டிக்காப்பதற்காக கும்பமேளாவை நடத்துவது உள்பட அவர்கள் செய்யும் சூழ்ச்சிகள், அகாராக்களின் இலட்சியங்கள், அவைகளுக்கிடையே இருக்கிற போட்டிகள் மற்றும் முன்விரோதங்கள் போன்ற பலவற்றையும் ஆய்வு செய்யவேண்டும் என்று ஆரம்பத்தில் நான் சிந்திக்கவே இல்லை. அகாராக்களைப் பற்றி அதிகமாக அதற்கு முன்னர் வெளியே தெரியாமலும், எவரும் எதையும் எழுதியும் வைக்காமலும் இருந்ததே அதற்கு முக்கியமான காரணமாக இருந்தது.

நாக சாதுக்கள் குறித்தும் அகாராக்கள் குறித்தும் இதுவரை எழுதப்பட்டிருக்கும் இலக்கியங்களை இரண்டு வகையாகப் பிரித்துவிடலாம். அவர்களுடைய வரலாறு, சடங்குகள் மற்றும் நம்பிக்கை முறைகள் ஆகியவை குறித்து எழுதப்பட்ட நூல்கள் முதல் வகை. முழுக்க முழுக்க கொஞ்சம் பயம் கலந்த பக்தியினால் எழுதப்பட்ட ஆன்மிக இலக்கியமே இரண்டாம் வகையாகும். ஆக, இவ்விரண்டு வகையான எழுத்துக்களிலுமே அகாராக்களின் உண்மையான உள்ளுலகம் குறித்து எதுவுமே எழுதப்பட்டிருக்கவில்லை என்பது தான் உண்மை.

அவர்களுடைய உலகிற்குள் நுழைந்து ஆழமாக ஆய்வுசெய்யத் துவங்கியதும் பல திடுக்கிடும் தகவல்கள் எனக்குக் கிடைத்தன. தங்களுடைய ஆன்மிக முகத்தை காட்டிக்கொள்ள முயற்சி செய்வதைத் தாண்டியும், பல அதிர்ச்சிகரமான

வேலைகள் எல்லாம் அங்கே செய்யப்படுவதை அறிந்தேன். இந்துத்துவ அரசியலின் தேவைகளுக்காக அகாராக்களின் வேலைத்திட்டத்தையும் அமைப்பு முறைகளையுமே கூட மாற்றியமைக்கும் வழிகளை இந்துத்துவவாதிள் கண்டறிந்திருந்தனர். இப்படியாக அகாராக்களுக்குள் மாறியிருந்த சூழலைத் தாக்குப்பிடிக்கமுடியாமல், தானுண்டு தன்வேலையுண்டு என்று வாழ்ந்துவந்த ஒருசில சாதுக்கள் கூட இந்துத்துவா உருவாக்கிய ஆன்மிக அரசியல் விளையாட்டுகளில் ஈடுபடவேண்டி இருந்தது.

இதுவரையிலும் அகாராக்களின் அகோரமான மறுபக்கத்தை ஆய்வு செய்வதற்கான முயற்சியை எவரும் மேற்கொள்ளவில்லை. நாக சாதுக்கள் குறித்து பொதுவெளியில் தீவிரமான விவாதங்களே கூட நடைபெறவில்லை. இந்து மதத்தை அரசியலாக்கும் திட்டத்தினால், இந்து மடாலயங்களே இல்லாமல் போகிற நிலையில் இருப்பது கூட எவருக்கும் தெளிவாகத் தெரியாமல் தான் இருக்கிறது.

அதனை பொறிவைத்துப் பிடித்து வெளியுலகிற்கு எடுத்துக்காட்டுவதே இந்நூலின் முக்கிய நோக்கமாகும். இருளில் மறைத்துவைக்கப்பட்டிருக்கிற உண்மைகளையும், அவையெல்லாம் ஏன் மறைக்கப்பட்டிருக்கின்றன என்பதற்கான காரணங்களையும், அதனால் யாரெல்லாம் பலன் அடைகிறார்கள் என்பதையும், யாரெல்லாம் இதற்குள் சிக்கித் தவிக்கிறார்கள் என்றும், அவர்கள் ஏன் அந்த சிக்கலில் இருந்து வெளியே வரமுடியாமல் தவிக்கிறார்கள் என்பதையும் விரிவாக ஆய்வு செய்து இந்நூலில் எழுதியிருக்கிறேன்.

1. புனித 'கொலை' நகரம்

"ஒருநாள் இறுதியாக அந்த தருணம் வந்தது. என்னை அழுத்தியிருந்த அதிகப்படியான எடையினைத் தாங்கமுடியாமல் எனது வாயும் மூக்கும் உடைந்து நொறுங்கிப் போயின. தாங்கமுடியாத உடல்வலியுடன் இறுதியாக ஒருமுறை மூச்சுவிட முயற்சி செய்து பார்த்தேன்" என்றார் அயோத்தியைச் சேர்ந்த இராம் அசர தாஸ் என்கிற நாக வைராகி.

அந்நிகழ்வு நடந்து இரண்டு ஆண்டுகள் கழித்து நான் அவரை சந்தித்த போது தான் அதனை என்னிடம் விளக்கிக்கூறினார்.

"பிறகு?" என்று அடுத்ததாக என்ன நடந்ததென ஆர்வமாகக் கேள்வி எழுப்பினேன்.

"உயிர் பிழைப்பது சாத்தியமே இல்லை என்ற முடிவுக்கு வந்ததும், பகவான் அனுமனை வேண்டிக்கொண்டேன். அவரே என் கண் முன் தோன்றினார். என்னைக் காப்பாற்றுமாறு அவரிடம் மன்றாடினேன். அப்போதே எனக்கு அதிகபலம் கிடைத்ததை உணர்ந்தேன். உடனே பலம் மொத்தமாக சேர்த்து, என்னைக் கொல்வதற்காகப் பிடித்திருந்தவனைத் தள்ளிவிட்டு, கட்டிலில் இருந்து குதித்து, உரக்கக் குரல் எழுப்பியபடியே கோவிலில் இருந்தே வெளியே ஓடினேன்"[1] என்றார் இராம் அசர தாஸ்.

2011ஆம் ஆண்டில் எண்பத்தி எட்டு வயதான இராம் அசர தாஸுக்கு பலம் கிடைத்து தப்பித்தது எப்படியென்று தெளிவாகத் தெரியவில்லை.

அந்த இருட்டு அறையில் அவரைக் கொல்ல வந்தவர் குறித்தும் தகவல் கிடைக்கவில்லை. முழுக்க இருட்டாக இருந்தபடியால், இராம் அசர தாஸை மூச்சுவிடக்கூட முடியாத நிலைக்குத் தள்ளிய அந்த மர்ம மனிதரை அடையாளம் காணவும் முடியவில்லை. கொலைசெய்வதைத் தொழிலாகக் கொண்டிருக்கும் ஏதோவொரு கூலிப்படையைச் சேர்ந்தவனாகத் தான் இருக்க வேண்டும் என்று மட்டும் இராம் அசர தாஸ் கருதினார். இராம் அசர தாஸின் சீடரும், சௌபுர்ஜி கோவிலின் மகந்த் பதவியில் இருந்து அவரை வலுக்கட்டாயமாக வெளியேற்றியவருமான பிரிஜ்மோகன் தாஸ் தான் தன்னைக் கொல்வதற்கு ஒரு கொலைகாரனை அனுப்பியிருக்கக் கூடும் என்று இராம் அசர தாஸ் உறுதியாக நம்பினார். (ஒரு கோவிலின் மகந்த் பதவியென்பது மிகுந்த முக்கியத்துவம் வாய்ந்த பதவியாகும். இன்றைக்கு உத்தரப்பிரதேசத்தின் முதல்வராக இருக்கும் யோகி ஆதித்யநாத் கூட கோரக்நாத் கோவிலின் மகந்தாக இருக்கிறார் என்பது குறிப்பிடத்தக்கது.) அயோத்தியின் விசுவ இந்து பரிஷத் தலைவராகவும் அதிகாரமிக்க மனிதராகவும் பிரிஜ்மோகன் இருந்தார். இராம் அசர தாஸை அப்பதவியில் இருந்து விரட்டியதில் இருந்தே, அவர் மீண்டும் அப்பதவியைப் பெறுவதற்கு வந்துவிடுவாரோ என்று அஞ்சியே அவரை முற்றிலுமாக ஒழித்துவிட வேண்டும் என்று பிரிஜ்மோகன் தாஸ் விரும்பினார். சௌபுர்ஜி கோவிலில் இருந்து வெளியேற்றப்பட்டதில் இருந்தே, அயோத்தியில் நிரந்தரமாகத் தங்குவதற்கு இராம் அசர தாஸுக்கு இடமில்லாமல் போனது. இருப்பினும் உயிருக்கு பயந்தே, அவர் பல பத்தாண்டுகளாக மகந்தாக இருந்த சௌபுர்ஜி கோவிலுக்குத் திரும்பி வரவும் விரும்பவில்லை.

இராமர் கோட்டை இருக்கும் பகுதியில் 7.5 ஏக்கர் நிலப்பரப்பில் சௌபுர்ஜி கோவில் அமைந்திருக்கிறது. அயோத்தியில் இருக்கும் மிகமுக்கியமான இந்து கோவில்களில் சௌபர்ஜியும் ஒன்று. கோடிக்கணக்கான ரூபாய் மதிப்பிலான நிலங்களும் அக்கோவிலுக்கு சொந்தமாக இருக்கின்றன. அக்கோவிலில், உறங்குவது போன்று வடிவமைக்கப்பட்டிருக்கும் அனுமார் சிலை மிகப்பிரசித்தமானது. அயோத்தியின் மன்னராக இருந்ததாக புராணங்கள் வழியாக நம்பப்படுபவரும், இராமரின் தந்தையுமான தசரதரால் நீதிவழங்கும் இடமாக

அந்தக் கோவில்தளம் இருந்ததாக பிரிஜ்மோகன் தாஸ் கூறுகிறார். அக்கோவிலின் அதிகாரப்பூர்வ பெயரே தசரத கட்டி என்பது தான். இதுபோன்ற கதைகள் அங்கே பரவிக்கிடப்பதாலேயே, அக்கோவிலின் ஒரு பகுதியில் இராமர் பிறந்ததாகவும், இன்னொரு பகுதியில் குழந்தைப் பருவத்தில் இராமர் விளையாடியதாகவும், மற்றுமொரு பகுதியைத் தான் புஷ்பக விமானத்தைத் தரையிறக்கப் பயன்படுத்தியதாகவும் இராமனாண்டி வைராகிகள் சொல்லிக்கொண்டிருக்கிறார்கள். அக்கோவிலுக்கு வருகிறவர்களிடம் காசு வாங்கிக்கொண்டு இதுபோன்ற கட்டுக்கதைகளை அவர்கள் சொல்லிவருகிறார்கள்.

சௌபுர்ஜி கோவிலை விட்டு வெளியேற்றப்படும் வரையிலும் இராம் அசர தாஸும் இப்படியான கதைகளை சொல்லிக்கொண்டு தான் இருந்தார். ஆனால் இப்போதோ, 'தசரத மன்னர் அங்கே தான் நீதி வழங்கினாரா?' என்று கேட்டால், அவரே வாய்விட்டு சிரிக்கிறார்.

'மோசடிப் பேர்வழிகள் இவ்வளவு பேர் இருக்கிற ஒரு இடத்தில் வந்தா இராமர் பிறந்திருப்பார்? அதற்கெல்லாம் வாய்ப்பே இல்லை. ஒருவேளை இவர்களைப் போன்ற நிறைய பாவிகள் இருக்கும் இடத்தில் தான் கடவுள்கள் பிறப்பார்களோ!' என்கிறார் இராம் அசர தாஸ்.

1950களின் இறுதியில் பீகாரின் கோபால்கஞ்ச் என்னும் ஊரில் இருந்து அயோத்திக்கு வந்து சேர்ந்தார் இராம் அசர தாஸ்.

"வந்தநாள் முதலாக அனுமார் கோவிலில் தான் என்னுடைய குருவான மகந்த் சீத்தாராம் தாஸுடன் தங்கிவந்தேன். அப்படியே நாக வைராகியாக மாறினேன். பின்னர் குருவுடன் இணைந்து இராமர் கோட்டைப் பகுதியில் இருக்கும் ஒரு பழைய கோவிலுக்கு என்னுடைய தங்குமிடத்தை மாற்றிக்கொண்டேன். ஒரு பாழடைந்த கட்டடமாக அது இருந்தபோதும், தானமாக வழங்கப்பட்ட ஏராளமான நிலங்கள் அக்கோவிலுக்கு சொந்தமாக இருந்தன. என்னுடைய குருதான் அக்கோவிலுக்கு முதலில் மகந்தாக இருந்தார். அவர் மறைந்தபின்னர் நானே மகந்தானேன்" என்றார் இராம் அசர தாஸ்.

1984இல் அயோத்தியில் ஒரு பிரம்மாண்டமான கோவிலைத் தன்னுடைய மேற்பார்வையிலேயே முன்நின்று கட்டியதாகவும் அக்கோவிலுக்கு தசரத கட்டி என்று தானே பெயரிட்டதாகவும் இராம் அசர தாஸ் கூறுகிறார். அயோத்தியில் அக்கோவிலை சௌபுர்ஜி கோவில் என்றுதான் அழைக்கின்றனர். அங்கிருக்கும் சுவர்களின் நான்கு மூலைகளிலும் காணப்படும் வட்டவடிவிலான கோபுரங்களின் நினைவாகவே அப்பெயர் வைக்கப்பட்டதாகவும் சொல்லப்படுகிறது.

'2010ஆம் ஆண்டில் பிரிஜ்மோகன் தாஸுக்கு அக்கோவிலின் சொத்துக்களுக்கான அதிகாரப் பத்திரத்தை எழுதிக்கொடுத்தேன். அதற்கான ஆவணங்களில் கையெழுத்திடுகையில், அக்கோவில் மகந்தாக பிரிஜ்மோகனை நான் நியமனம் செய்தது போன்று எழுதப்பட்டிருந்த ஆவணத்தையும் இடையில் வைத்து என்னிடம் கையெழுத்து வாங்கிவிட்டான். ஆனால் அது எனக்கு அப்போது தெரியாது. அதன்பிறகு அடுத்த ஓராண்டு வரையிலும் எனக்கு அதுகுறித்து சொல்லவும் இல்லை. அக்கோவிலில் இருப்பதற்கே எனக்கு உரிமையில்லை என்றும் உடனடியாக நான் வெளியேறவேண்டும் என்றும் ஒருநாள் என்னிடம் கூறினான். நான் அதைக்கேட்டு அதிர்ச்சியில் இருக்கையிலேயே என்னைக் கொல்வதற்கு யாரோ அந்த இரவில் முயற்சி செய்தார்கள். அதன்பிறகு அக்கோவிலில் இருந்து நிரந்தரமாக வெளியேற முடிவு செய்துவிட்டேன்' என்றார் இராம் அசர தாஸ்.

கோவிலையும் அதன் சொத்துக்களையும் தன்னுடைய முழுக்கட்டுப்பாட்டில் எடுத்துக்கொண்டிருக்கும் பிரிஜ்மோகன் தாஸோ இதையெல்லாம் முற்றிலுமாக மறுக்கிறார்.

'இராம் அசர தாஸ் இக்கோவிலில் இருந்த கடைசி காலத்தில் அயோத்தியின் நில மோசடியாளர்களுடைய வலைக்குள் சிக்கிவிட்டார். இக்கோவிலுடைய சொத்துக்கள் அனைத்தையும் விற்றுவிடவும் ஆசைப்பட்டார். அதனை நான் அனுமதிக்காமல் அவரைத் தடுத்தேன். அதனால் தான் அவர் என் மீது கொலைப்பழியையும் போடுகிறார், மகந்த் பதவியைப் பறித்துக்கொண்டதாகவும் பொய்யான பிரச்சாரத்தையும் செய்கிறார்' என்று தன்மீதான குற்றத்தை மறுத்து இராம் அசர தாஸ் மீதே பதிலுக்கு குற்றஞ்சாட்டுகிறார் பிரிஜ்மோகன் தாஸ்.[2]

பிரிஜ்மோகன் தாஸின் கருத்தை இராம் அசர தாஸிடம் கூறியபோது, அது பொய்யென்று அவரும் மறுத்தார்.

“அக்கோவிலைக் கட்டியதே நான் தான். நானே எப்படி அதனை நில மோசடியாளர்களிடம் கொடுக்க நினைப்பேன்? அந்த குற்றச்சாட்டே எந்த அடிப்படையும் இல்லாமல் இருக்கிறது. அவன் செய்த குற்றங்களை மறைப்பதற்காகத் தான் இப்படியெல்லாம் பிரச்சனையை திசை திருப்பப் பார்க்கிறான்” என்றார் இராம் அசர தாஸ்.

மகந்த் பதவியைப் பறிப்பதற்கும் கோவில்களையும் மடங்களையும் ஆக்கிரமிப்பதற்கும், குருவென்றும் பாராமல் கொன்று விடுவது அயோத்தியில் வழக்கமாக நடப்பது தான். அதனால் எப்படிப்பார்த்தாலும் இராம் அசர தாஸ் உயிர் பிழைத்திருப்பதே மிகப்பெரிய அதிசயம் தான். அதன்பிறகு சௌபுர்ஜி கோவிலுக்கு ஏன் திரும்பிப் போகவில்லை என்று இராம் அசர தாஸிடம் நான் கேட்டேன். அதற்கு அவரோ, ‘கடந்தமுறை எப்படியோ பகவான் அருளால் உயிர் பிழைத்துவிட்டேன். ஆனால் இன்னொருமுறை அப்படிக் காப்பாற்றப்படுவேனா என்று தெரியாது. அதனால் தான் போகவில்லை’” என்றார்.

சௌபுர்ஜி கோவிலில் இருந்து வெளியேறியதும், வேறு பல கோவில்களின் மகந்த்களிடம் எல்லாம் சென்று முறையிட்டிருக்கிறார். அவர்கள் உதவுவார்கள் என்று அவர் நம்பியிருக்கிறார். ஆனால் அயோத்தியைப் பொறுத்தவரையில் ஒருகோவிலின் மகந்தாக ஒருவர் இருக்கும்வரை தான் அவருக்கு மதிப்பும் மரியாதையும் கொடுக்கப்படும். முன்னாள் மகந்த் என்றொரு பட்டமும் இல்லை, அது செல்லுபடியும் ஆகாது. அதனால் எவரொருவரும் மகந்தாக இருக்கும்வரையிலும் எல்லா கதவுகளும் திறந்திருக்கும். ஆனால் மகந்த் பதவி போனபிறகு, யாரும் கண்டுகொள்ளமாட்டார்கள். அயோத்தியில் நடந்த மத விழாக்களுக்குக் கூட இராம் அசர தாஸுக்கு அதன்பின்னர் யாருமே அழைப்பு கொடுக்கவில்லை. மிகப்பிரபலமான பந்தாரா மஞ்சள் திருவிழாவிற்கு கூட அவரை யாருமே அழைக்கவில்லை.

“நான் நிர்வானி அகாராவைச் சேர்ந்தவன். அங்கே கூட சென்று முறையிட்டேன். ஆனால் அங்கேயும் யாரும்

எனக்கு உதவவில்லை. அயோத்தியின் முக்கியமான நபர்கள் அனைவரையும் பிரிஜ்மோகன் தாஸ் விலைக்கு வாங்கிவிட்டதைப் போல் தான் எனக்குத் தெரிந்தது. அயோத்தியின் விஹெச்பி தலைவராகவும் அவன் பதவி பெற்றுவிட்டான்" என்றார் இராம் அசர தாஸ்.

எதுவுமே அவருக்கு சாதகமாக இல்லாத காரணத்தால், அயோத்தியைவிட்டே வெளியேறி, தன்னுடைய சொந்த ஊரான கோபால்கஞ்சிற்கே சென்றுவிட்டார் இராம் அசர தாஸ். இருப்பினும், அவருடைய மகந்த் பதவி என்றைக்காவது மீண்டும் கிடைத்துவிடாதா என்கிற ஆசையில், அவ்வப்போது அயோத்திக்கு சென்று, பார்த்துவிட்டு வருவதையும் வழக்கமாக வைத்திருந்தார். 2017ஆம் ஆண்டின் நடுவே தன்னுடைய 100வது வயதை நெருங்குகையில், அவர் வைத்திருந்த நம்பிக்கையை முழுவதுமாக கைவிட்டுவிட்டார். தன்னை இந்த நிலைக்கு ஆளாக்கிய பிரிஜ்மோகன் தாஸிடமே கெஞ்சிக்கேட்டு, சௌபுர்ஜி கோவிலின் ஒரு மூலையில் தங்கி வாழ்ந்துகொள்வதற்கான அனுமதியைப் பெற்று, எந்த அதிகாரமும் இல்லாத மனிதராக அந்த கோவிலுக்கு வந்தார். அடுத்த சில மாதங்களில் 2018ஆம் ஆண்டு பிப்ரவரி 8ஆம் தேதியன்று தன்னுடைய இறுதிமூச்சினை அதே கோவிலில் சுவாசித்து மரணித்தார்.

கோவில்கள் மற்றும் மடாலயங்களின் அதிகாரத்திற்காக நடத்தப்படும் கொடூரங்களெல்லாம், இரத்தம் தோய்ந்த கதைகளாக தெய்வீகம் என்கிற போர்வைக்குள்ளே மறைத்து வைக்கப்பட்டிருக்கின்றன. அதிலும் முகலாய மன்னர்களாலும் நவாபுகளாலும் தானமாக வழங்கப்பட்ட ஏராளமான சொத்துக்களைக் கொண்ட கோவில்களிலும் மடாலயங்களிலும் அதிகார சண்டைகள் அனைத்தும் வன்முறைகளால் தான் நடத்தப்படுகின்றன. அதனாலேயே சட்டங்கள் மதிக்கப்படாத சாதுக்களின் கொலைக்களமாகத் தான் அயோத்தி இருக்கிறது.

II

இராமனாண்டி அகாராக்களின் அடிநாதமாக இருந்துவந்த குரு-சீடர் உறவு கூட அதிகார வெறியினால் ஆட்டங்கண்டிருக்கிறது. மதத்தின் மீதான கண்மூடித்தனமான நம்பிக்கையின்

காரணமாக, வெளியில் இருந்து பார்க்கிறவர்களுக்கு இதெல்லாம் தெரியாமல் கூட போகலாம். ஆனால், அகாராக்களை கொஞ்சம் நெருங்கிப் பார்த்தாலே சாதுக்களின் கலவர விளையாட்டால்லாம் எளிதில் புலப்பட்டுவிடும். அயோத்தியில் பாடப்படும் ஒரு நாட்டுபுறப்பாட்டில் கூட இதுகுறித்த குறிப்பினைக் காணலாம்.

> "காலைப் பிடித்துதான் அவன் துறவியானான் - இப்போ
> கழுத்தைப் பிடித்தே மகந்த் ஆனான்.
> பாரம்பரியத்தையே மறந்துட்டாங்க,
> மதநூல்கள் சொல்வதையும் ஒதுக்கிட்டாங்க.
> பூமிக்கு வாயேன் இராமா - நீ
> திரும்பவும்தான் பூமிக்கு வாயேன் இராமா"

என்று அப்பாடலை அயோத்தியில் இன்றும் எளிய மக்கள் பாடுகிறார்கள்.

பாபர் மசூதியை இராமர் பிறந்த இடமாக விஹெச்பி பிரச்சாரம் செய்யத் துவங்கிய 1980களின் மத்தியில் தான் அயோத்தியில் சாதுக்களுக்கிடையிலான வன்முறைகள் அதிகரிக்கத் துவங்கின என்று நான் சந்தித்த பெரும்பாலான சாதுக்கள் ஒப்புக்கொள்கின்றனர். 1964இல் விஹெச்பி துவங்கப்பட்டிருந்தாலும் இந்துத்துவாவிற்கான வாக்குவங்கியை உருவாக்குவதற்கு 1980களின் துவக்கம் வரையிலும் சாதுக்களைப் பயன்படுத்த முடியவில்லை என்பது தான் உண்மை. அந்த தோல்வியை உணர்ந்துகொண்ட ஆர்எஸ்எஸ் இயக்கம், தனது அரசியல் உத்தியில் மாற்றத்தை ஏற்படுத்தி, 1980களில் விஹெச்பிக்கு புதியதொரு பணியினைக் கொடுத்தது.

1949இல் யாருக்கும் தெரியாமல் இரவோடு இரவாக இராமர் சிலையைக் கொண்டு போய் பாபர் மசூதிக்குள் வைத்த சில மாதங்களிலேயே அப்பிரச்சனை மறக்கப்பட்டுவிட்டது.[3] இராமர் சிலையை பாபர் மசூதிக்குள் வைப்பதற்கு முன்னர், மசூதியின் மையப் பகுதியில் இருந்து சுமார் 250 அடி தொலைவில் 17x21x6 அளவுடைய இராமசபுத்திரா என்கிற இடம்தான் இராமர் பிறந்த இடமென்று நம்பப்பட்டு வந்தது. இராமசபுத்திராவில் ஒரு இராமர் கோவிலைக் கட்டிவிட வேண்டும் என்கிற நாக வைராகிகளின் அனைத்து முயற்சிகளையும் ஆங்கிலேய அரசாங்கம் முறியடித்தது. பாபர்

மசூதியின் கட்டடத்தில் மட்டுமல்லாமல், அதன் ஒட்டுமொத்த வளாகத்திலும் எந்தவொரு கட்டுமானப் பணியையும் அனுமதிக்கக்கூடாது என்பதில் ஆங்கிலேய அரசாங்கம் உறுதியாக இருந்தது. அந்தக் கட்டுப்பாட்டை நீக்குவதில் தான் இந்தியாவின் விடுதலையே அடங்கியிருக்கிறது என்று இந்துமகாசபையின் சில முக்கியத் தலைவர்களும் அயோத்தியின் நாக சாதுக்களும் அப்போது பேசிவந்தனர். விடுதலைக்குப் பின்னர் வகுப்புவாத மோதல் சூழல் நிலவியது. அதனைப் பயன்படுத்தி, இராமனாண்டி நாகாக்களும் இந்து மகாசபைத் தலைவர்களும் பாபர் மசூதியை ஆக்கிரமிக்கும் முயற்சியில் வெற்றிகண்டனர். ஆனால், இராமர் சிலையை உள்ளே கொண்டு போய் வைத்தபின்னர், அது சட்டப்பிரச்சனையாக உருமாறி, இந்துத்துவவாதிகளுக்கு அதற்கடுத்த முப்பதாண்டுகள் அரசியலாக அதில் பெரிய இலாபமில்லாமல் போய்விட்டது. முப்பதாண்டுகளுக்குப் பின்னர் அதில் ஒரு புதிய வாய்ப்பினை ஆர்எஸ்எஸ் கண்டுபிடித்தபோதுதான், பாபர் மசூதி மீண்டும் முக்கியத்துவம் பெற்றது.

1984இல் இந்து மதத் தலைவர்களை எல்லாம் ஒருங்கிணைத்து ஒரு பிரம்மாண்டக் கூட்டத்தை விஹெச்பி நடத்தியது. அதில், இராமர் பிறந்த இடத்தை மீட்பதே தலையாயப் பணியென ஒரு தீர்மானம் நிறைவேற்றப்பட்டது.[4] அதே ஆண்டின் ஜூலை மாதத்தில் 'ஸ்ரீ இராம ஜென்மபூமி முக்தி யாஜனா சமிதி' என்கிற பெயரில் இராமர் பிறந்த இடத்தை மீட்பதற்கான பணிகளைச் செய்வதற்காகவே ஒரு குழுவும் அமைக்கப்பட்டது. 1980 முதலே ஆர்எஸ்எஸ் பிரச்சாரகராக இருந்துவந்த வினய் கட்டியார் என்பவரின் தலைமையில் 1984ஆம் ஆண்டு அக்டோபர் 1ஆம் தேதியன்று பஜ்ரங்தளம் என்கிற ஆயுதம்தாங்கிய அமைப்பு ஒன்றையும் விஹெச்பி உருவாக்கியது. பாபர் மசூதியை இராமர் கோவிலாக 'மீட்டெடுக்கும்' பணியை பஜ்ரங்தளத்திற்கு கொடுத்தது விஹெச்பி. அக்கோரிக்கையை மக்களிடம் கொண்டு செல்வதற்காகவே, பஜ்ரங்தளத்தை உருவாக்கி ஐந்தே நாட்களில் பீகாரில் இருக்கும் சீதாமதி என்கிற ஊரிலிருந்து அயோத்தி வரைக்குமான ஒரு ஊர்வலத்தை நடத்தினர். 'பாரத் மாதா கீ ஜே' என்கிற வாசகம் எழுதப்பட்ட லாரிகளில், இராமர் மற்றும் சீதாவின் பெரியளவிலான சிலைகளை ஏற்றிக்கொண்டு அவ்வூர்வலம் சென்றது.[5]

அந்த ஊர்வலத்திற்கு மிகப்பெரிய ஆதரவெல்லாம் இருக்கவில்லை என்று ஆய்வாளர் பீட்டர் வான் தர் வேர் கூறுகிறார்.

'நான் பார்த்தவரையிலும் அந்த ஊர்வலத்தில் பேசிய பேச்சாளர்களின் பேச்சைக் கேட்பதற்கு ஐந்தாயிரம் முதல் ஏழாயிரம் வரையிலான எண்ணிக்கையில் தான் மக்கள் வந்திருந்தனர். ஆனால், ஒரு பத்திரிக்கையில் அந்த எண்ணிக்கையை அப்படியே உயர்த்தி ஐம்பதாயிரம் பேர் வந்ததாக செய்தி வெளியிடப்பட்டிருந்தது. இன்னும் சில உள்ளூர் பத்திரிக்கைகளோ, ஒரு இலட்சம் பேர் வந்திருந்ததாக எழுதின. அப்பொய்களை தேசிய பத்திரிக்கைகளும் அப்படியே பிரதிபலித்தன.'⁶

அயோத்தியில் நடைபெற்ற கூட்டத்தில் இராமனாண்டி நாகாக்கள் பெருமளவு கலந்துகொள்ளவில்லை என்பது விஹெச்பிக்கும் பங்கேற்ற மற்ற சாதுக்களுக்கும் கடும் கோபத்தை வரவழைத்தது.

அயோத்தியில் ஒருநாள் நின்ற ஊர்வலம், அடுத்தநாள் லக்னோவை நோக்கி நகர்ந்தது. அப்படியே ஊர்வலமாக சென்று உத்தரப்பிரதேச முதல்வரை சந்தித்து மனு ஒன்றைக் கொடுக்க முடிவு செய்திருந்தனர்.

'லக்னோவில் கூட கொஞ்சம் கூட்டம் அதிகமாக இருந்தது. ஆனால் அயோத்தியில் நம் கோரிக்கைக்கு பெரியளவுக்கு ஆதரவே இல்லையே' என்று லக்னோ வரை சென்று திரும்பிய சாதுக்கள் கூறினர்.⁷

இராமர் பிறந்த இடமாக விஹெச்பி கோரும் அயோத்தியில் ஊர்வலம் நடந்தபோதே அதற்கு பெரிய வரவேற்பு இல்லையென்பது அவர்களின் கோபத்தை அதிகரிக்கத்தான் செய்தது. இப்படியே போனால் தன்னுடைய குறிக்கோளே கேள்விக்குறியாகலாம் என்பதை விஹெச்பி புரிந்துகொண்டது. அயோத்தியில் இருக்கிற சாமியார்களையும் பொதுவான இந்துக்களையும் அணிதிரட்டுவதற்காக அடுத்த சில மாதங்களாக தன்னுடைய ஒட்டுமொத்த பலத்தையும் அதிகாரத்தையும் விஹெச்பி பயன்படுத்தியது. அதிலும் மிகக்குறிப்பாக அயோத்தியில் வாழும் ஆன்மிகக் குழுக்களைத்

தான் அதிக கவனம் செலுத்தி விஹெச்பி பின்தொடர்ந்தது. விஹெச்பி இன் திட்டங்களை அயோத்தியில் இருக்கிற ஒருசில இராமனாண்டிகள் மட்டுமே முன்னின்று நடத்தினார்கள். ஆனால் மற்ற சாதுக்களிடம் இருந்தே கூட அவர்களுக்கு பெரிய ஆதரவெல்லாம் கிடைக்கவில்லை. அதனால் விஹெச்பி எதிர்பார்த்தது எதுவும் அப்போது நடக்கவில்லை.

மாதங்கள் உருண்டோடியபோதும் விஹெச்பியின் வளர்ச்சியில் முன்னேற்றம் ஏதும் இல்லாமல் தான் இருந்தது. 1984ஆம் ஆண்டு நவம்பர் மாதத்தில் மட்டும் இராமாயணத்தின் சில பகுதிகளை வாசிக்கும் மூன்று நிகழ்வுகள் அயோத்தியில் நடைபெற்றன. அவற்றில் இரண்டு நிகழ்வுகளை அரசே நடத்தியது. ஒரே ஒரு நிகழ்வை மட்டும் விஹெச்பிக்காக அயோத்தியில் வேலை செய்த துறவியான இராமச்சந்திரதாஸ் பரமஹம்சர் என்பவர் நடத்தினார். இரமானாண்டி அகாராக்களிலேயே மிகச்சிறிய அகாராவான திகம்பர அகாராவின் தலைமைப் பொறுப்பில் இருந்தவர் அவர்.

“அந்த மூன்று இராமாயண நிகழ்வுகளில், மத்திய மற்றும் மாநிலத்தில் ஆட்சியில் இருந்த காங்கிரஸ் அரசு நடத்திய இரண்டு நிகழ்வுகளில் ஓரளவுக்கு நல்ல கூட்டம் இருந்தது. ஆனால் விஹெச்பி ஆதரவுடன் இராமச்சந்திர தாஸ் நடத்திய இராமர் விழாவிலோ மிகவும் குறைவான எண்ணிக்கையிலேயே மக்கள் கலந்துகொண்டனர். அதனால் விஹெச்பியின் தோல்வி தொடரவே செய்தது” என்று எழுதியிருக்கிறார் பீட்டர் வான் தர் வேர்.[8]

அயோத்தியில் வாழும் நாக வைராகிகளை தன்வசம் இழுக்கும் தன்னுடைய முயற்சிகளெல்லாம் தோல்வியிலேயே முடிவதால், வேறொரு புதிய திட்டத்தை விஹெச்பி உருவாக்கியது. அதன்படி, ‘இராம ஜென்ம பூமி அறக்கட்டளை’ என்றொரு அமைப்பை உருவாக்கி, அதற்கு வாரணாசியில் இராமனாண்டிகளின் தலைவராக இருந்த ஜகத்குரு இராமானந்தச்சார்ய சிவராமாச்சார்யா என்பவரையே அந்த அறக்கட்டளையின் தலைவராக நியமித்தது. வைணவ நாகாக்களிடையே மிகப்பெரிய மரியாதையையும் நம்பிக்கையையும் அவர் பெற்றவர் என்பதால், அவரை தன்பக்கம் இழுக்கும் இத்திட்டம் மிகவும் சாமர்த்தியமான திட்டம் என்று தான்

சொல்ல வேண்டும். அதன்மூலம் அயோத்தியில் இருக்கும் பெருவாரியான இராமனாண்டிகளை தன் பக்கம் ஈர்க்கலாம் என்று விஹெச்பி நினைத்தது. பாஜக தலைவர்களில் ஒருவரான விஜய ராஜ சிந்தியாவும், பல பெருநிறுவனங்களின் பிரதிநிதிகளாக இருந்த ஜி.பி.பிர்லா, ஜி.ஹெச்.சிங்கானியா, கே.என்.மோடி மற்றும் ஆர்.என்.கோயன்கா ஆகியோரை அந்த அறக்கட்டளையை நிர்வகிக்கும் குழுவில் விஹெச்பி இணைத்தது. இந்த அறக்கட்டளைக் குழுவின் பெயருக்கு பாபர் மசூதி நிலத்தை மாற்றி எழுதவேண்டும் என்றும், அதன்பின்னர் அங்கே உலகின் மிகப்பெரிய இராமர் கோவிலைக் கட்டவும் அனுமதிக்க வேண்டும் என்றும் அரசுக்கு கோரிக்கை வைத்தது.[9]

இருப்பினும் அயோத்தி சாமியார்களிடம் இருந்து சிவராமாச்சார்யாவாலும் விஹெச்பி விரும்பிய ஆதரவினைப் பெற்றுவிடமுடியவில்லை. ஆனால் அயோத்திக்கு வெளியே உத்தரப்பிரதேசத்தின் வேறுசில பகுதிகளில் அந்த இயக்கத்திற்கு ஆதரவு அதிகரித்து வந்தது. பாபர் மசூதியின் கதவுகள் திறக்கப்பட்டு, இராமரின் பக்தகோடிகளுக்கு பூஜை செய்யவும் வழிபட்டு வணங்கவும் உத்தரப்பிரதேச அரசு அனுமதிக்க வேண்டும் என்று பைசாபாத் மாவட்ட நீதிமன்றம் 1986ஆம் ஆண்டு ஒரு தீர்ப்பினை வழங்கியது. அந்த பைசாபாத் மாவட்டத்தில் தான் அயோத்தியும் இருக்கிறது என்பது குறிப்பிடத்தக்கது. அப்போதும் கூட விஹெச்பி உருவாக்கிய அறக்கட்டளைகளும் அமைப்புகளும் அயோத்தியில் பெரிதாகக் காலூன்ற முடியவில்லை.[10] இவையெல்லாம் விஹெச்பியின் பொறுமையை சோதிக்கத்தான் செய்தன.

அயோத்தியின் பல முக்கியக் கோவில்களின் மகந்துகளை இராமஜென்மபூமி இயக்கத்தில் இணைப்பது அவசியம் என்பதை விஹெச்பி உணர்ந்துகொண்டது. உள்ளூர் கோவில்களைக் கட்டுப்பாட்டில் வைத்திருக்கும் சாமியார்கள் அனைவரும் தங்களுடைய பக்கம் இருப்பதை உறுதிசெய்து, இராமரின் பிறந்த இடத்தை 'மீட்கும்' போராட்டத்திற்கு தலைமையேற்கும் தகுதி தங்களுக்கு இருப்பதாகக் காட்டிக்கொள்ள விஹெச்பி விரும்பியது. அதுவே ஆர்எஸ்எஸ் மற்றும் விஹெச்பியின் அரசியல் நோக்கத்தை நிறைவேற்றுவதற்கான அடுத்தபடிக்கு அழைத்துச்செல்லும் என்று உறுதியாக நம்பினர். அயோத்தியின் மகந்துகள் தங்களுடன் கைகோர்க்காவிட்டால், ஒட்டுமொத்த

இந்திய சாதுக்களின் பிரதிநிதியாகக் காட்டிக்கொள்ளவே முடியாது என்பதை விஹெச்பி புரிந்துதான் வைத்திருந்தது.

அயோத்தியில் இருக்கும் கோவில்களின் மகந்துகளை தன்பக்கம் இழுக்க விஹெச்பி பல முயற்சிகளை மேற்கொண்டிருந்தது. மகந்தாக வேண்டும் என்றோ பணம் சம்பாதிக்க வேண்டும் என்றோ ஆசைகொண்டிருக்கிற அயோத்தி சாதுக்களை விஹெச்பியின் தேடுதல் வேட்டை ஈர்க்கத்தான் செய்தது. அந்த ஆசைகளை நிறைவேற்றிக் கொள்வதற்காக சாதுக்கள் செயல்பட்ட கதையெல்லாம் உள்ளூரில் இருப்பவர்களுக்கு மட்டுமே தெரிந்த மறைமுக வரலாறாகிவிட்டது. அதைவிட, அயோத்தியைக் கொலைக்களமாக மாற்றிய விஹெச்பியின் பங்கோ முற்றிலுமாக மறைக்கப்பட்டேவிட்டது.

'வன்முறைகளையும் குற்றங்களையும் நிகழ்த்தி, தனக்குத் தேவையான எதைவேண்டுமானாலும் அடைவதற்கான வழிகளை சாதுக்களுக்கு விஹெச்பி சொல்லிக்கொடுத்தது. அவற்றில் சிறப்புப் பயிற்சிகளையெல்லாமும் வழங்கியது' என்கிறார் அயோத்தியில் இருக்கும் சுவர்கத்வார் கோவிலோடு தொடர்புடைய சத்சங் ஆசிரமத்தின் மகந்தான ரகுநந்தன் தாஸ். 1984ஆம் ஆண்டு விஹெச்பி நடத்திய ஊர்வலத்தின்போது பீகாரின் தர்பங்கா என்னும் மாவட்டத்தில் அவ்வூர்வலத்தை தலைமையேற்று நடத்தியவர் அவர். சுமார் முப்பது ஆண்டுகளுக்குப் பிறகு விஹெச்பியுடன் இணைந்து பணியாற்றியது தவறு என்பதை அவர் உணர்ந்திருக்கிறார்.

'இராமருக்குக் கோவில் கட்டும் இயக்கத்தைத் துவங்குகிறோம் என்று சொல்லி, அயோத்தியின் அமைதியையே விஹெச்பி சிதைத்துவிட்டது. வன்முறையையும், அதிகாரத்தையும், பணபலத்தையும், அரசியல் செல்வாக்கையும் பயன்படுத்தி தனக்கு சாதகமாக செயல்படுகிற சாதுக்களையே இங்குள்ள கோவில்களின் மகந்த் பதவிகளை எடுத்துக்கொள்ளச் செய்தது விஹெச்பி. சாதுக்களின் போர்வையில் இருந்த குண்டர்கள் தான் அயோத்தியில் பலம் மிக்கவர்களாக மாறினர். வலிமையற்ற பழைய மகந்துகள் அனைவரும் இதனால் பாதிக்கப்பட்டனர். இங்குள்ள கோவில்களில் அடுத்தடுத்த மகந்துகளைத் தேர்ந்தெடுப்பதில் நேரடியாகவோ மறைமுகமாகவோ தலையீடு செய்து விஹெச்பி நிகழ்த்திய

மாற்றங்களால் அயோத்தியில் சாதுக்களுக்கு மரியாதையே இல்லாமல் போய்விட்டது. அப்படியாக இழந்த மரியாதையை இனியெப்போதும் மீட்கமுடியும் என்கிற நம்பிக்கையும் எனக்கில்லை' என்கிறார் ரகுநந்தன் தாஸ்.

இப்படியாக 1980களில் இருந்து 1990களுக்கு நகர்ந்தபோது, 1992ஆம் ஆண்டில் டிசம்பர் 6ஆம் தேதியன்று பாபர் மசூதி இடிக்கப்பட்ட அதிர்ச்சிகரமான நிகழ்வையும் அயோத்தி எதிர்கொள்ளவேண்டியிருந்தது. அயோத்தியில் இருக்கும் மகந்துகளின் அதிகாரமும் கௌரவமும் அதிவேகமாக உயர்ந்தது. அதற்கு பல காரணங்கள் இருந்தபோதும், விஹெச்பியும் அதன் சகோதர இயக்கங்களும் பாபர் மசூதியை இடிப்பதற்கு உதவும்வகையிலான சாதுக்களையே அயோத்தியின் பல கோவில்களுக்கு மகந்துகளாக மாற்றியது மிகமுக்கியமான காரணமாகும். அதே போல, பாபர் மசூதி இடிக்கும் வேலையையொட்டி, மகந்த் பதவிகளுக்கு கிடைக்கிற பலனைக் கருத்தில் கொண்டு அதிகாரப் போட்டிகள் அதிகமாகின. அதனால் அதிகாரத்தைப் பிடிக்கவோ அல்லது தக்கவைக்கவோ, சாதுக்கள் குழுக்களாகப் பிரிந்து நின்று கொலைகளையும் வன்முறைகளையும் நிகழ்த்தினர். அந்த வன்முறைகளுக்குத் தேவையான குண்டர்களை அயோத்தியில் இருந்து மட்டுமல்லாமல், உத்தரபிரதேசத்தின் மற்ற பகுதிகளில் இருந்தும், பீகாரில் இருந்தும் கூட இறக்குமதி செய்தனர் அயோத்தி சாதுக்கள். இது இரண்டாவது முக்கியக் காரணமாகும். இவையெல்லாம் சேர்ந்து, அயோத்தியின் அமைதியை மேலும் கெடுத்தன. போகப்போக, ஆயுதந்தாங்கிய குண்டர்களை அடியாட்களாக தங்களைச் சுற்றிலும் வைத்திருப்பவர்கள் மட்டுமே அயோத்தியில் மகந்தாக இருக்கமுடியும் என்கிற நிலைக்கும் அது கொண்டுவந்து விட்டிருக்கிறது. இருப்பினும், துணைக்கிருக்கும் அடியாட்களின் எண்ணிக்கையெல்லாமும் கூட கலவர பூமியாகிக் கிடக்கிற அயோத்தியில் இருக்கும் மகந்துகளின் பாதுகாப்பை உறுதிசெய்யமுடியாத நிலை தான் தொடர்ந்தது.

'இந்த மாற்றங்களில் எல்லாம் அரசியலின் பங்கு இல்லவே இல்லை என்று பேசுவதே முட்டாள்தனம் தான். கடந்த முப்பது ஆண்டுகளில் இதுபோன்ற சம்பவங்களின் எண்ணிக்கை அதிவேகமாக அதிகரித்திருக்கின்றன. முன்பெல்லாம் வயதான

மகந்துகள் மதிக்கப்பட்டனர். ஆனால் இராமஜென்மபூமி இயக்கம் துவங்கப்பட்டதில் இருந்தே, அயோத்தியில் இருக்கும் மகந்துகள் தொடர்ச்சியாக பயத்திலேயே தான் வாழ்ந்துவருகின்றனர். இங்கே மகந்த் பதவியென்பதே ஒரு வியாபாரமாக மாறியிருக்கிறது. என்னுடைய கோவிலில் மட்டுமல்லாமல், அயோத்தியில் பல முக்கியமான கோவில்களில் தன்னுடைய ஆட்களையே மகந்துகளாக அதிரடியாகப் பதவியேற்க வைத்திருக்கிறது விஹெச்பி' என்று தப்பியோடிய முன்னாள் மகந்த் இராம் அசர தாஸ் என்னிடம் பேசும்போது தெரிவித்தார்.

இதுதவிர வேறுபல பிரச்சனைகளும் கூட இராமஜென்மபூமி இயக்கத்தினால் அயோத்தியில் உருவாகின. 1950 முதல் 1984 வரையிலும் பாபர் மசூதியை இராமர் கோவில் கட்டுவதற்காகத் தரவேண்டும் என்று நீதிமன்ற வழக்குகள் வழியாக மட்டும் தான் கோரிக்கைகள் எழுப்பப்பட்டிருந்தன. அயோத்தியில் நேரடியாகக் களத்தில் எந்தப் போராட்டமும் கலவரமும் வன்முறையும் நிகழ்ந்ததில்லை. அயோத்திக்கு புனிதயாத்திரை வந்த பக்தர்கள் கூட, எவ்வித அரசியல் உள்நோக்கமும் இல்லாமல் அமைதியாகத் தான் சென்றுவந்துகொண்டிருந்தார்கள். அதனால் அப்போதெல்லாம் அயோத்திக்கு குறைவான பக்தர்கள் தான் வருகை தந்தனர். அவர்கள் வருகைக்கான காரணமும் ஆன்மிகத்தை ஒட்டியே தான் இருந்தது. ஆனால், 1980களில் இராமஜென்மபூமி இயக்கம் புத்துயிர் பெற்றபிறகு, அயோத்திக்கு வருகை தந்த பக்தர்களின் எண்ணிக்கை பலமடங்கு அதிகரித்தது. 1990களிலோ அது உச்சத்தைத் தொட்டது. பக்தர்கள் தங்குமிடங்களாக பல கோவில்கள் மாற்றப்பட்டன. மதம் தொடர்பான பணிகளைச் செய்யும் மடங்களின் நிலமதிப்பும் அதிகவேகமாக உயர்ந்தன.

'அயோத்திக்கு புதிதாக வரத்துவங்கிய ஆன்மிக பக்தர்களின் செயல்பாடுகளும் கூட, அதற்கு முன்னர் அயோத்தி பார்க்காதவையாகத் தான் இருந்தன. முன்பெல்லாம் அயோத்தியில் இருந்த மதகுருக்கள் மீதும் கோவில்கள் மீதும் நீண்டகால பற்றுகொண்டிருந்த பாரம்பரியமான பக்தர்கள் தான் அயோத்திக்கு வந்துசென்றுகொண்டிருந்தனர். ஆனால், இராமஜென்மபூமி இயக்கத்தின் அரசியல் நோக்கம் சார்ந்த நடவடிக்கைகள் வேகமெடுக்கத் துவங்கிய பின்னர், புதுவகையான

பயணிகள் மிகவும் அதிக எண்ணிக்கையில் அயோத்திக்குள் வரத்துவங்கினர். அவர்களுக்கு அயோத்தியுடன் எவ்விதப் பாரம்பரிய இணைப்பும் இல்லை. அதேபோல, காலங்காலமாக அயோத்திக்கு வந்துசென்றுகொண்டிருந்த பக்தர்களைப் போல, இப்புதியவர்கள் எளிமையான மனிதர்களாகவும் இல்லை. இவர்கள் ஏராளமான பணத்தையும் வன்முறைகளை நிகழ்த்தும் தன்மையையும் கூட தங்களுடனேயே எடுத்துக்கொண்டு வந்தனர். அயோத்தியில் இருக்கும் சாதுக்களும் இவர்களால் பாதிக்கப்பட்டனர்' என்கிறார் அயோத்தியில் வாழும் இரகுவர் சரண் என்கிற பத்திரிக்கையாளர்.

அதுதான் அயோத்தியில் விஹெச்பிக்கு திருப்புமுனையான திட்டமாக இருந்திருக்கக்கூடும். புதிதாக அயோத்திக்கு வரத்துவங்கிய பக்தர்கள் மதவழிபாடுகளில் அதிக ஆர்வம் காட்டாதவர்களாகவும் மதவாத செயல்பாடுகளில் தான் கவனம் செலுத்தியதாகவும் நான் உரையாடிய பெரும்பாலான உள்ளூர்வாசிகள் என்னிடம் தெரிவித்தனர். அவர்கள் இராமரை ஒரு கடவுளாகப் பார்த்த பழைய பக்தர்களைப் போல் அல்லாமல், இராமரை ஒரு போர்வீரனாகப் பார்த்தனர். இராமரை வெறிகொண்டு புகழ்பவர்களைத் தான் ஆதரித்தனர். பணமும் அதிகாரமும் கொண்டவர்களுக்கு பெரிய ஊக்கமாகத் தான் இவையெல்லாம் அமைந்தன. ஆன்மிகம் மிகவேகமாக மரணிக்கத்துவங்கியது. அதனைத் தொடர்ந்து அயோத்தியின் அமைதியும் சாதுக்களின் வாழ்க்கையும் நிலைகுலைந்தே போனது.

எவ்வித ஆசைகளும் பற்றும் இல்லாமல் அயோத்தியில் வாழ்ந்துகொண்டிருந்த பல சாதுக்களைக் கூட இப்புதிய சூழல் பாதித்தது. அவர்களில் ஒருசிலர் அதிகாரத்திற்கும் சொத்திற்கும் ஆசைப்படுபவர்களாக மாறினர். அப்படியாக மாறமுடியாதவர்கள் அங்கிருந்து விரட்டியடிக்கப்பட்டனர்.

III

வைணவ அகாராக்கள் உருவாவதற்கு, வரலாற்றின் மத்திய காலத்தில் வாழ்ந்த இராமானந்தா என்பவர் தான் மூலகாரணமாக இருந்தார். இன்றைக்கு வாழும் வைணவ அகாராக்களின் சாதுக்களுடைய வாழ்க்கை முறையை அவர்

கற்பனைகூட செய்து பார்த்திருக்கமாட்டார். அயோத்தியின் உள்ளூர் நீதிமன்றங்களில் வரும் வழக்குகளைப் பார்த்தாலே, சாதுக்களின் ஆன்மிக வாழ்க்கை எந்தளவுக்குத் தரம் தாழ்ந்து போயிருக்கிறது என்பதை எளிதாக அறிந்துகொள்ளமுடியும்.

'மகந்த் பதவிக்காக அடித்துக்கொள்வது தொடர்பாகவும், மடங்களின் சொத்துக்களுக்காக வன்முறைகளில் ஈடுபடுவது தொடர்பாகவும் தான் அயோத்தி நீதிமன்றங்களில் வரும் 90% வழக்குகள் இருக்கின்றன' என்கிறார் பைசாபாத்தில் நன்கு அறியப்பட்ட பிரபல வக்கீலான இரஞ்சித் லால் வர்மா.

'இந்தியாவின் மற்ற பகுதிகளில் கொடுங்குற்றம் செய்துவிட்டு, அயோத்திக்குத் தப்பியோடிவந்து, இங்கிருக்கும் கோவில்களில் சாதுக்களின் ஆதரவுடன் அடைக்கலம் புகுந்துகொள்வது வாடிக்கையாகிவிட்டது. பத்து முதல் பதினைந்து வருடங்கள் அப்படியாக கோவில்களிலேயே ஒளிந்திருக்கும் குற்றவாளிகள், அரசியல் தலைமையின் உதவிகள் கிடைத்தோ கிடைக்காமலோ, அக்கோவில்களின் மகந்தாகிவிட்டால் போதும். அதன்பின்னர் அப்படியே அங்கேயே நிரந்தரமாகத் தங்கிவிடுகிறார்கள். அப்படி ஒருவேளை மகந்தாக முடியாவிட்டால், தங்களுடைய சொந்த ஊருக்கே திரும்பி மீண்டும் புதிய வாழ்க்கையைத் துவங்கிவிடுகிறார்கள். இந்த இடைப்பட்ட காலத்தில் அவர்களுடைய குற்றங்களை விசாரிக்கவேண்டிய வழக்குகள் எல்லாம் மறைந்து காணாமலேயே போயிருக்கும்' என்கிறார் வக்கீல் இரஞ்சித் லால் வர்மா.

எங்கோ குற்றங்கள் புரிந்துவிட்டு, அயோத்தியில் அடைக்கலம் புகுந்து, சாதுக்களாக வேடமிட்டிருப்பவர்கள் தான், விஹெச்பியின் திட்டங்களை நிறைவேற்றுவதற்கு ஏற்றவர்களாக இருந்தனர். கோவில்களில் கிடைக்கிற அதிகாரத்திற்காகவும் செல்வத்திற்காகவும் எதைச் செய்வதற்கும் அவர்கள் தயாராக இருந்தனர். அதுவே சங்கப் பரிவாரத்தின் முக்கியச் சிப்பாய்களாக அவர்கள் மாறுவதற்கும் காரணமாக அமைந்தன.

இவையெல்லாம் அயோத்தி கோவில்களுடைய சொத்துக்கள் கையாளப்படும் விதத்தில் மாற்றத்தை ஏற்படுத்திவிட்டன. சட்டப்படி, கோவில்களின் சொத்துக்கள் அனைத்தும் கடவுள்களுக்கே சொந்தமாகவும், அக்கோவில்களின்

மகந்தாகப் பொறுப்பில் இருப்பவர்கள் அச்சொத்துக்களை நிர்வகிப்பவர்களாகவும் தான் இருக்கமுடியும். ஆக, கோவில்களின் சொத்துக்களை மகந்துகளால் சொந்தம் கொண்டாட முடியாது.

'உத்தரப்பிரதேச நிலவுரிமைச் சட்டப்படி, கோவில் நிலத்தை விற்பதற்கு மாவட்ட காவல் ஆணையரிடம் அனுமதி பெறவேண்டும். ஆனால் அந்த சட்டமெல்லாம் எப்போதும் பின்பற்றப்படுவதே இல்லை. கோவிலுக்கு சொந்தமான சொத்துக்களை விற்பதும் வாங்குவதும் சர்வசாதாரணமாக நடக்கிறது' என்கிறார் வர்மா.

கோவில் நிலங்களை விற்பதற்கு காவல் ஆணையரின் அனுமதியெல்லாம் எங்கும் பெறப்படுவதே இல்லை என்பது உறுதியாகத் தெரிகிறது. அது சட்டவிரோதம் என்கிற நினைப்பெல்லாம் இல்லாமல் நடந்துகொண்டே தான் இருக்கிறது.

1857 இல் நடைபெற்ற சிப்பாய்க் கலகத்திற்குப் பின்னர், முகலாய அரசுகள் வீழ்ச்சியடைந்து, ஆங்கிலேய ஆட்சியாளர்களின் கீழ் பலபகுதிகள் வந்துவிட்டன. அப்போது தான் நிலங்களின் உரிமையாளர்களைத் தீர்மானிப்பதற்கு ரிவாஸ்-ஈ-ஆசாம் என்கிற சட்டம் அயோத்தியின் வைராகிகளுக்காக உருவாக்கப்பட்டது. பொதுவாக சொத்துரிமை என்பது குடும்பங்களுக்கு தான் வரையறுக்கப்பட்டிருக்கும். ஆனால் முதன்முறையாக அயோத்தியில் இருக்கும் சாமியார்களை சிறப்புக்குடும்பங்களாக அங்கீகரித்து அச்சட்டங்கள் உருவாக்கப்பட்டன.

ஒரு குடும்பத்தின் சொத்துகளுக்கு சொந்தக்காரர் இறந்துவிட்டால், அவருக்குப் பிறகு அவருடைய குழந்தைகளுக்கோ அல்லது சகோதரகளுக்கோ செல்வதைப் போலவே, அயோத்தியில் ஒரு சாமியார் இறந்துவிட்டால் அவருடைய நேரடியான சீடராக இருப்பவருக்கே அச்சொத்துக்களை நிர்வகிக்கும் அதிகாரம் சென்றுவிடும்படியாக சட்டம் உருவாக்கப்பட்டது. குடும்பத்தில் சொத்துக்கு சொந்தக்காரர் இறந்தால், அவருக்கு ஒன்றுக்கு மேற்பட்ட குழந்தைகள் இருக்கும்பட்சத்தில், சரிசமமாகப் பங்கிடப்படும் தானே. ஆனால், ஒரு சாமியார் இறந்துவிட்டால், அவருடைய ஒரேயொரு சீடருக்குத் தான்

அதிகாரம் முழுக்க கைமாறும். இது தான் பொதுவான குடும்பங்களுக்கும் சாமியார் குடும்பங்களுக்கும் உள்ள சொத்து தொடர்பான ஒரே வேறுபாடு.

குடும்பங்களில் இருப்பவர்கள், தங்களுக்கு குழந்தைகள் இருந்தாலும் வேறொரு குழந்தையையும் தத்தெடுக்க அனுமதி உண்டுதானே. அதுபோலவே, ஒரு மகந்துக்கு சீடர்கள் இருந்தாலும் கூட, வேறு யாரையாவது புதிதாக அழைத்துவந்து அடுத்த வாரிசாக நியமிக்கவும் அனுமதி உண்டு. அப்படியாக தத்தெடுப்பதற்கென்று தனியான வழிமுறைகளும் உண்டு. தத்தெடுக்கப்படுபவரை சதக்க சேலா என்று அழைப்பார்கள். 'தத்தெடுக்கப்பட்ட வாரிசு சாமியார்' என்பதாக அது பொருள்படும்.

தனக்குப் பிறகான தன்னுடைய வாரிசை நியமிக்காமல் ஒரு மகந்த் இறந்துபோனால், இராமனாண்டி வகையைச் சார்ந்த மற்ற கோவில்களிலும் மடங்களிலும் அகாராக்களிலும் இருக்கிற சாதுக்கள் ஒன்றாகக் கூடி, இறந்துபோன மகந்தால் தத்தெடுக்கப்பட்டவர்களில் ஒருவரை அடுத்த மகந்தாகத் தேர்ந்தெடுப்பார்கள். அதனை உறுதிசெய்யும் விதமாக அதில் பங்கெடுத்த அனைத்து சாதுக்களும் மகசர்நாமம் என்கிற ஆவணத்தில் கையெழுத்திடுவார்கள். அந்த புதிய மகந்துக்கு பந்தாரா என்கிற பெயரில் ஒரு விழா நடத்தி முடிசூட்டப்படும். அவ்விழாவிற்கு வருகைதரும் அனைத்து சாதுக்களுக்கும் ஏதேனும் அன்பளிப்பினை புதிய மகந்த் வழங்குவார்.

'ஆனால் அதற்கு முற்றிலும் எதிராகத்தான் அயோத்தியில் இப்போதெல்லாம் நடக்கிறது. பணமும் அதிகாரப்பின்புலமும் இருக்கிற ஒருவர், முதலில் சாதுவாக மாறிவிடுவார். பின்னர், மற்ற சாதுக்களுக்கு பணம் கொடுத்து, அவர்களை வைத்து மகசர்நாமம் என்கிற ஆவணத்தில் கையெழுத்துபோடவைத்து, பந்தாரா விழாவையும் நடத்தி, தன்னைத்தானே புதிய மகந்தாக அறிவித்துக்கொள்வார். இது தான் இப்போதெல்லாம் நடக்கிறது. இப்படித்தான் புதிய மகந்துகள் உருவாகிறார்கள்' என்கிறார் வர்மா.

தன்னுடைய வாரிசாக யாரையும் தேர்ந்தெடுக்காமலேயே தற்செயலாக ஒரு மகந்த் இறந்தாலோ அல்லது கொல்லப்பட்டாலோ தான், பொதுவாக இதெல்லாம்

நடக்கும். ஆனால், இப்போதெல்லாம் வாரிசை அதிகாரப்பூர்வமாக நியமித்தால் கூட இப்பிரச்சனை வருகிறது. தனக்கு அடுத்த வாரிசாக ஒருவருடைய பெயருக்கு உயில் எழுதிவைத்துவிட்டால், அது மகந்துக்கே பிரச்சனையாக முடிந்துவிடக் கூடிய வாய்ப்பிருக்கிறது. தன்னுடைய பெயரில் மகந்த் உயில் எழுதிவைத்திருந்தாலும் கூட, அதனை அனுபவிக்க மகந்த் இறக்கும்வரை காத்திருக்க வேண்டியிருக்கும். அந்த இடைப்பட்ட காலத்தில், உயிலை வேறொரு சீடருக்கு மாற்றி எழுதவும் வாய்ப்பிருக்கிறது என்பதால், மகந்த் இயற்கையாக இறக்கும்வரை அமைதியாகக் காத்திருக்க உயிலில் பெயர் இருக்கும் சீடருக்கு பொறுமை இருப்பதில்லை. அதனால் தனக்கு உயில் எழுதிவைத்த குருவையே கொன்றுவிட்டு, மகந்த் பதவியை அந்த சீடர் எடுத்துக்கொள்வது இயல்பாக நடக்கிறது. அயோத்தியில் சமீபகாலங்களில் உயில் எழுதிவைத்த ஒருசில நாட்களிலோ அல்லது வாரங்களிலோ மகந்துகள் உயிரிழக்கிற சம்பவங்கள் அதிகமாகிக்கொண்டிருக்கின்றன.

'அயோத்தியைப் பொறுத்தவரையிலும் மகந்துகள் கொல்லப்பட்டால் பிரேதப்பரிசோதனை கூட செய்யப்படுவதில்லை. மகந்துகள் கொல்லப்படுவது குறித்த செய்திகள் கூட வெளிவராமல் தடுக்கப்படுகின்றன' என்கிறார் வர்மா.

அத்துடன் சாதுக்கள் இறந்துவுடன் அவர்களின் உடல்களை எரிக்காமல் அப்படியே சரயு நதியில் மிதக்கவிடவேண்டும் என்கிற நம்பிக்கையை இராமனாண்டி நாகாக்கள் கொண்டிருக்கின்றனர்.

கொலைகாரர்கள் தப்பிப்பதற்கு இவ்வளவு வாய்ப்புகள் கொட்டிக்கிடக்கும் போது, சொத்துக்களின் மீது பேராசை கொண்டிருப்பவர்கள் கொலைசெய்வதற்கு தயங்குவார்களா என்ன?

IV

அயோத்தியின் மையப்புள்ளியாக இருக்கும் அனுமார் கோவில் தான் இந்த சகோதர சண்டைகளில் முக்கியப் பங்காற்றுகிறது. 600க்கும் மேற்பட்ட நாக வைராகிகளை உள்ளடக்கிய நிர்வானி

அகாராக்களின் கட்டுப்பாட்டில் இருக்கிறது இக்கோவில். ஒரு பெருங்கூட்டமாக இருக்கிற இந்த நிர்வானி அகாராக்கள் தான், அயோத்தியின் சொத்துக்களையே தங்களுடையதாக கருதிக்கொண்டு வன்முறைகளையும் அட்டூழியங்களையும் கட்டவிழ்த்துவிடுகின்றனர். சமீபகாலம் வரையிலும் மல்யுத்தத்திற்கு பிரசித்தி பெற்ற இடமாக அனுமார் கோவில் திகழ்ந்தது. ஆனால், நிர்வானி அகாராக்களுக்கு மல்யுத்த விளையாட்டு மீது ஆர்வம் குறைந்துவிட்டது. அதற்கு பதிலாக துப்பாக்கிகளைத் தான் பலமிக்க ஆயுதங்களாக அவர்கள் கையிலெடுத்திருக்கிறார்கள். அந்த நாகாக்கள் இரக்கமே இல்லாத கொடூரர்கள். அவர்களைப் பார்த்தால் ஒட்டுமொத்த அயோத்தியே பயப்படத்தான் செய்யும்.

'அயோத்தியில் மகந்த் பதவிக்காக நடைபெறுகிற சண்டைகளில் அனுமார் கோவிலைச் சார்ந்த நிர்வானி அகாராக்களில் ஒருவரோ அல்லது ஒன்றுக்கும் மேற்பட்ட நாகாக்களோ நிச்சயமாக நேரடியாகவோ அல்லது மறைமுகமாகவோ தொடர்புடையவர்களாக இருப்பார்கள் என்பதை உறுதியாகக் கூறமுடியும்' என்கிறார் ஹரிதயாள் மிஸ்ரா என்கிற சோதிடர்.

அவர் சோதிடராக இருப்பதாலேயே, அயோத்தியில் இருக்கும் இராமனாண்டிகளுக்கு மிகநெருக்கமானவராக இருந்தார். அதிலும் மிகக்குறிப்பாக அனுமார் கோவிலைச் சேர்ந்த நாகாக்களுக்கு அவர் தேவையானவராக இருந்தார்.

'வெளியில் இருந்து அயோத்திக்கு வருகிற உங்களைப் போன்ற பக்தர்களெல்லாம், அயோத்தியை இராமனின் நிலமாகத் தான் பார்க்கிறீர்கள். ஆனால், இங்கிருக்கும் நாக்காக்களின் பார்வையில், அயோத்தியென்பது அனுமனின் நிலம் தான். நீங்கள் இங்கே எதையாவது தானமாக வழங்கிவிட்டு அருளைப் பெற விரும்புகிறீர்கள். ஆனால் சாதுக்களோ இங்கிருந்து எதுகிடைத்தாலும் சுருட்டிக்கொள்வதற்காகத் தான் இங்கு தங்கியே இருக்கிறார்கள்' என்று என்னிடம் கூறினார் ஹரிதயாள் மிஸ்ரா.

அனுமார் கோவிலின் நாகாக்கள் அவரை அழைத்துவந்து, நாள் முழுவதும் பேசிக்கொண்டே இருப்பார்களாம்.

'கோவில்களை ஆக்கிரமிப்பதற்கு அனுமார் கோவில் நாகாக்கள் என்ன செய்வார்கள் தெரியுமா? எந்த மகந்த் இறந்துபோனாலும் அந்த உடலை முதலில் கைப்பற்றுவார்கள். பின்னர் இறந்துபோனவர் எந்தக் கோவிலின் மகந்தாக இருந்தாரோ, அந்தக் கோவிலைக் கைப்பற்றுவார்கள்' என்று விளக்குகிறார் ஹரிதயாள் மிஸ்ரா.

ஏதாவதொரு கோவிலின் மகந்த் இறந்தவுடனேயே வேலையைத் துவங்கிவிடுகிறார்கள். எல்லா கோவில்களின் மகந்துகளையும் கவனமாகக் கண்காணித்துவருவதால், அனுமார் கோவிலின் நாகாக்களுக்கு எந்த மகந்த் இறந்தாலும் தெரியாமல் இருக்கவே இருக்காது. அதனால் அவர்கள் வேலையைத் துவக்குவதற்கும் நேரமெடுக்காது. இறந்துபோன மகந்தின் கோவிலுக்கு ஒரு குழுவை அனுப்புவார்கள். அந்த குழுவில் தேவைக்கு ஏற்றவாறு நாகாக்கள் இருப்பார்கள். இறந்த போன மகந்தின் கோவில் பெரிதாக இருந்தால், பெரிய குழுவை அனுப்புவார்கள். அதுவே சிறிய கோவிலாக இருந்தால், விரல்விட்டு எண்ணக்கூடிய அளவிலான நாகாக்களையே அனுப்பிவைப்பார்கள். கோவிலுக்குச் சென்றதும், அங்கே இறந்துகிடக்கிற மகந்தின் உடலைத் தங்களுடைய கட்டுப்பாட்டில் எடுத்துக்கொண்டு, இறுதிச்சடங்குகளுக்கு ஏற்பாடு செய்வார்கள். இறப்புக்கும் சடங்குக்கும் வருகிற மக்களின் பார்வையில், அனுமார் கோவில் நாகாக்கள் தான் வாரிசுகளைப் போன்று முன்நின்று அனைத்தையும் செய்வது போன்ற தோற்றத்தை அவர்கள் உருவாக்குவார்கள். இறுதிச்சடங்கு முடிந்தவுடனேயே அடுத்த மகந்தைத் தீர்மானித்து எழுதப்படும் மகஜர்நாமா என்கிற ஆவணத்தைத் தயார் செய்து, அதில் அனுமார் கோவில் நாகாக்களின் குழுவில் இருந்து ஒருவரின் பெயரை எழுதிவிடுவார்கள். இறந்துபோன மகந்தால் தத்தெடுத்தப்பட்டவராக அவரை முன்நிறுத்தி, அந்த ஆவணத்தில் பதிவு செய்துவிடுவார்கள். அந்த சாதுவையே இறந்து போன மகந்திற்கு பதிலாக புதிய மகந்தாக அறிவித்தும்விடுவார்கள். முறையாக உயில் எழுதாமல் இறந்துபோகிற மகந்துகளின் கோவில்களிலும், அனுமார் கோவிலுடன் தொடர்புடைய நாக வைராகிகளின் கோவில்களிலும் இதுபோன்று மகந்த் பதவிகளைப் பறிப்பதை எளிதாக செய்துவிடுவார்கள் அனுமார் கோவில் நாகாக்கள்.

உள்ளூர் அரசு நிர்வாகம் இதையெல்லாம் கண்டுகொள்ளாமல் பெரும்பாலும் அமைதியாக ஒதுங்கியே இருக்கும். இறந்து போன மகந்தின் உண்மையான வாரிசாக இருப்பவரே முன்வந்து தைரியமாக வழக்கு பதிவு செய்தாலும் கூட, மகஜன்நாமா ஆவணத்தைக் காட்டி அந்த வழக்கை ஒன்றுமில்லாமல் செய்துவிடுவார்கள். பைசாபாத் நீதிமன்றத்தில் இதுபோன்ற சிவில் வழக்குகள் குவிந்துகிடக்கின்றன. எதையும் செய்யமுடியாமல் உண்மையான வாரிசுகள் நிர்கதியாக இருப்பதைப் பார்க்கமுடியும். அனுமார் கோவிலின் நாகாக்கள் இதில் மிக ஒற்றுமையாக இருப்பதாலும் அதிகமான அதிகாரத்தைக் கொண்டிருப்பதாலும், அவர்களைத் சட்டப்படியோ களத்திலோ தோற்கடிப்பது மிகக்கடினம்.

உண்மையான வாரிசுக்கு மகந்த் பதவி வந்துசேர்வதற்கான ஆதாரங்கள் இருந்தாலுமே கூட, வழக்கினில் வெற்றிபெற முடியாத நிலைதான் இருக்கிறது. எண்பது வயது இராமகுருப் தாஸின் வழக்கையே நாம் உதாரணத்திற்கு எடுத்துக்கொள்ளலாம். அவர் சுமார் பத்து ஆண்டுகளுக்கு முன்னர் தன்னுடைய சீடரான இரகுநாத் தாஸ் என்பவரை வாரிசாக முன்நிறுத்தி உயில் எழுதிவைத்தார். உடனே அந்த வாரிசிடமே மகந்த் பொறுப்பைப் பார்த்துக்கொள்ளச் சொல்லிவிட்டு, அக்கோவிலின் சொத்தாக பீகாரில் சமஸ்திபூர் என்னும் ஊரில் இருக்கிற நிலத்திற்கு சென்று அமைதியாக வாழ்ந்துவந்தார். மகந்த் பதவியை அவர்விட்டுச்சென்ற அவரது சீடரான இரகுநாத் தாஸ், இதய நோயின் காரணமாக 2013ஆம் ஆண்டு பிப்ரவரி 9ஆம் தேதியன்று இறந்துவிட்டார். இறப்பதற்கு முன்னர் அவர் யாருக்கும் உயில் எழுதிவைக்கவில்லை. அவர் இறந்தவுடனே எதிர்பார்த்தபடியே, மன்மோகன் தாஸ் என்பவரின் தலைமையிலான அனுமார் கோவிலைச் சேர்ந்த நாகாக்கள் வந்துசேர்ந்தனர். இறந்த மகந்தின் உடலை முதலில் கைப்பற்றினர். பின்னர் அக்கோவிலின் மகந்த் பதவியையும் பறித்துக்கொண்டனர். கைப்பற்றப்பட்ட கோவிலுக்கு 100 ஏக்கருக்கும் அதிகமான சொத்துக்கள் இருக்கின்றன. அவையனைத்தும் அனுமார் கோவில் நாகாக்களுக்கு ஒரேநாளில் சொந்தமாகின.

அதிரடியாக மகந்த் பதவியைப் பறித்துக்கொண்ட மன்மோகன் தாஸ் வேறு யாருமல்ல, அயோத்தி பாஜகவில் முக்கியப்

பொறுப்பில் இருப்பவர்தான். இறந்துபோன இரகுநாத் தாஸ், மகந்தாக இருப்பதற்கு முன்னர், அனுமார் கோவிலில் தங்கியிருந்ததாகவும், அப்போது அவருடைய குருவாக இருந்த நிர்வாணி அகாராவின் சத்யநாராயண தாஸும் தன்னுடைய குருதான் என்றும் பாஜகவின் மன்மோகன் தாஸ் குறிப்பிட்டார். இறந்துபோன மகந்தும் தானும் ஒரே குருவின் சீடர்களாக முன்பொருகாலத்தில் இருந்ததால், இறந்தவரின் சகோதரர் என்கிற தகுதியைப் பெற்று, அவரது சொத்துக்களையும் பதவியையும் பெறும் உரிமை தனக்குண்டு என்று கோரினார் மன்மோகன் தாஸ். இறந்துபோன இரகுநாத் தாஸ் உயிலேதும் எழுதாத காரணத்தால், தானே நேரடியான வாரிசு என்றார் மன்மோகன் தாஸ். இறந்துபோன இரகுநாத் தாஸுடன் தனக்கிருந்த இந்த உறவால் தான் இறுதிச்சடங்கையே செய்ததாகவும் வாதிட்டார்.

இரகுநாத் தாஸின் மரணச்செய்தி கேள்விப்பட்டதுமே, அவரது குருவான இராம்குருப் தாஸ் அயோத்திக்கு விரைந்து வந்தார். தன்னுடைய சீடர் மறைந்ததனால், ரங்கு நிவாஸ் கோவிலின் மகந்தாக தானே மீண்டும் பொறுப்பேற்கலாம் என்று நினைத்தார். ஆனால், அவர் வந்து சேர்வதற்குள் எல்லாமும் முடிந்துவிட்டது. அவர் மகந்தாக இருந்த அக்கோவிலுக்குள் நுழையக்கூட அவருக்கு அனுமதி மறுக்கப்பட்டது. அவர் வருவதற்கு முன்னரே, அக்கோவிலை அனுமார் கோவிலின் நாகாக்கள் ஆக்கிரமித்துவிட்டனர்.

என்ன செய்வதென்றே தெரியாமல் அயோத்தியில் வாழ்ந்துவரும் அர்ஜுன் தாஸ் என்பவரைச் சந்தித்தார் இராம்குருப் தாஸ். அயோத்தியில் இருக்கிற ஸ்ரீனிவாச போதயன் இராமானுஜ சமஸ்கிருதக் கல்லூரியில் கடந்த ஐந்து ஆண்டுகளாக இந்து மதம் குறித்த பாடங்களைக் கற்றுத் தரும் ஆசிரியராக இருக்கிறார் அர்ஜுன் தாஸ். அயோத்தியில் நடப்பவற்றையெல்லாம் கவனித்துவந்த அவருக்கும் ஆன்மிகத்தின் மூலமாக ஏதாவதொரு கோவிலுக்குள் நுழைந்துவிட வேண்டும் என்கிற ஆசையும் வந்திருந்தது.

‘என்னிடம் உதவிகேட்டு இராம்குருப் தாஸ் வந்தார். அனுமார் கோவிலைச் சேர்ந்த நாகாக்களை எதிர்த்து நிற்பதென்றால் சாதாரண காரியமல்ல என்றும் அதனைச் செய்வதனால்

கிடைக்கும் கோவில் சொத்தில் கணிசமான பங்கினை எனக்கு வழங்கிவிட வேண்டும் என்று நான் இராம்குருப் தாஸிடம் உறுதியாக சொல்லிவிட்டேன்' என்றார் அர்ஜுன் தாஸ்.

இதனை அவர் என்னிடம் சொல்லும்போது, இராம்குருப் தாஸும் உடனிருந்தார். இப்படியான ஒப்பந்தத்தைப் போட்டுக்கொண்டதை என்னிடம் சொல்வதில் அவர்களுக்கு எந்தத் தயக்கமோ வெட்கமோ இருக்கவில்லை என்பது எனக்கு ஆச்சர்யமாக இருந்தது.

அந்த ஒப்பந்தத்தை ஏற்றுக்கொள்வதைத் தவிர இராம்குருப் தாஸுக்கும் அப்போது வேறுவழி இருக்கவில்லை. மறுநாளே இராம்குருப்பின் சீடராக மாறினார் அர்ஜுன் தாஸ். ரங்கு நிவாஸ் கோவிலின் மகந்தாக அர்ஜுன் தாஸை நியமிக்கும் ஆவணத்தில் கையெழுத்திட்டார் இராம் குருப்.

'அனுமார் கோவிலைச் சேர்ந்த நாகாக்களிடம் இருந்து கோவில் சொத்துகளை மீட்டபிறகு, நான் மகந்தாக இருந்தாலும் இராம்குருப்பே அறிவிக்கப்படாத மகந்தாக இருப்பார் என்று எங்களுக்குள் முடிவெடுத்துக்கொண்டோம். அவருடைய மறைவுக்குப் பின்னர், அக்கோவிலின் முழு சொத்தும் எனக்கே வந்துவிடும்' என்கிற புரிதலை இராம்குருப் தாஸுடம் ஏற்படுத்திக்கொண்டார் அர்ஜுன் தாஸ்.

இது ஒருபுறம் நடந்துகொண்டிருக்க, மற்றொரு புறமோ ரங்கு நிவாஸ் கோவிலை பல்வேறு கொலைவழக்குகளில் குற்றஞ்சாட்டப்பட்டிருக்கும் விசுவ இந்து பரிக்ஷத்தின் ஆதரவைப் பெற்ற இராம்குமார் தாஸ் என்கிற சாதுவிடம் கொடுத்துவிட்டார் மன்மோகன் தாஸ். இப்போது இது ஒரு சட்டப்பூர்வமான வழக்காக மாறிவிட்டது. விஹெச்பியின் இராஜ்குமார் தாஸை வழக்கில் தோற்கடித்தாலும் பேசியபடியே இராம்குருப் தாஸுக்கு கோவில் சொத்துக்களை எல்லாம் அர்ஜுன் தாஸ் கொடுப்பார் என்பதற்கு உறுதியான உத்தரவாதம் இருப்பதாகத் தெரியவில்லை. ஆக, அர்ஜுன் தாசோ அல்லது இராஜ்குமார் தாசோ, அவர்கள் இருவரில் யார் வழக்கில் வென்றாலும், ரங்கு நிவாசின் உண்மையான மகந்தாக இருந்திருக்க வேண்டிய இராம்குருப் தாஸுக்கு அக்கோவிலின் சொத்துக்கள் சென்று சேர்வதற்கான வாய்ப்பே இல்லை.

இப்படித்தான் பெருவாரியான சண்டைகள் நடந்துகொண்டிருக்கின்றன. இத்தகைய சொத்துத் தகராறில் இருந்து அனுமார் கோவிலின் நாகாக்களும் தப்பிக்கவில்லை. அயோத்தியின் பாதி சொத்துகள் அனுமார் கோவிலுக்குச் சொந்தமானதாகத் தான் இருக்கிறது. அயோத்தியைத் தாண்டி, வட இந்தியாவின் பல்வேறு பகுதிகளில் அக்கோவிலுக்கு சொத்துக்கள் இருக்கின்றன. அவற்றை அபகரிக்கும் ஆசையினால் தான் அவர்களுக்குள்ளேயும் கூட ஒருவருக்கொருவர் சண்டையிட்டுக்கொள்கிறார்கள். அனுமார் கோவிலின் சொத்துக்களை நிர்வகிப்பதற்காக நான்கு பிரிவுகள் உருவாக்கப்பட்டிருக்கின்றன. உஜ்ஜெயினி, பசந்தியா, சாகரியா மற்றும் ஹர்த்வாரி ஆகிய பெயர்களைக்கொண்ட நான்கு பிரிவுகளுக்கும் தனித்தனியாக மகந்துகள் இருக்கிறார்கள். அந்த நான்கு மகந்துகளும் தான் அனுமார் கோவிலின் சொத்துக்களை நிர்வகிக்கின்றனர். அவர்களுக்கு நிர்வகிக்கும் உரிமை மட்டும் தான் இருக்கிறதே தவிர, அவற்றை சொந்தம் கொண்டாடவோ அவற்றில் கிடைக்கும் வருமானத்தை பயன்படுத்திக்கொள்ளவோ உரிமை கிடையாது. ஆனால், அச்சொத்துக்களை அவர்கள் பயன்படுத்திக்கொண்டு பலனடைகிறார்கள் என்பது தான் உண்மை.

அப்படியாக பலனடைந்த ஒரு மிகப்பிரபலமான சாது தான் ஹரிசங்கர் தாஸ் என்பவர். 2017ஆம் ஆண்டும் மார்ச் மாதம் 1ஆம் தேதியன்று இறக்கும்வரையிலும், அவர் தான் அயோத்தியின் மிகப்பெரிய பணக்கார சாதுவாக இருந்தார். அவர் இறப்பதற்கு சில ஆண்டுகளுக்கு முன்னர், அவருடைய சீடரான முராரி தாஸ் என்பவரே அவரைக் கொல்ல திட்டமிட்டார்.

‘முராரி தாஸ் என்னைக் கொல்வதில் உறுதியாக இருந்தான். என்னை ஒழித்துக்கட்டிவிட்டால், ஒட்டுமொத்த சொத்துக்களுக்கும் உடனடியாகவே அதிபதி ஆகிவிடலாம் என்பதே அவன் கனவு. ஆனால் கடவுளின் கணக்கைப் பார்த்தீர்களா? முராரி தாஸுக்கு முடக்குவாதம் வந்து, படுத்த படுக்கையாகிவிட்டான்’ என்றார் ஹரிசங்கர் தாஸ்.

தன்னைக் கொல்வதற்கு யாரோ திட்டமிட்டிருக்கிறார்கள் என்பதை ஹரிசங்கர் தாஸ் முன்னரே யூகித்தார். 2008ஆம்

ஆண்டு அக்டோபர் மாதம் 28ஆம் தேதியன்று அவர் உத்தரப்பிரதேசத்தில் இருக்கும் பரபங்கி என்னும் கோவிலில் வைத்துத் தாக்கப்பட்டார். 150 ஏக்கர் விளைநிலங்களை சொந்தமாகக் கொண்டிருக்கும் அக்கோவிலும், அனுமார் கோவிலுடைய நிர்வாகத்தின் கீழ் தான் வருகிறது. பரபங்கி கோவிலை நிர்வகிப்பது ஹரிஷங்கர் தாஸ் தான்.

ஒருநாள் மாலையில் அக்கோவிலுக்கு சொந்தமான வயலில் நடந்து சென்றுகொண்டிருந்தார். திடீரென்று எங்கிருந்தோ அங்குவந்த ஒரு மாருதி வேனில் இருந்து ஐந்து பேர் வெளியே குதித்து இறங்கினார்கள். துப்பாக்கியை எடுத்து, ஹரிஷங்கர் தாஸை நோக்கி சுடத்தொடங்கிவிட்டார்கள்.

'அவர்கள் சுட்டதில் ஆறு குண்டுகள் என்னைத் துளைத்தன. சுட்டுவிட்டு அவர்கள் தப்பியதும், அவர்களை நான் பின்தொடர்ந்து ஓடினேன். ஆனால் கொஞ்ச தூரத்திற்கு மேல் ஓடமுடியாமல் கீழே விழுந்துவிட்டேன்' என்றார் ஹரிஷங்கர் தாஸ்.

அவர் லக்னோவில் இருக்கும் மருத்துவனைக்கு அழைத்துச்செல்லப்பட்டார். சௌபர்ஜி கோவிலின் மகந்தாக இருந்த இராம் அசர தாஸைப் போலவே தானும் இறந்துவிடப்போவதாகவே அவர் நினைத்தார்.

'ஹரிசங்கர் தாஸைக் கொல்ல வந்த ஐந்து பேரில் முராரி தாஸ் இல்லை என்பதால், அவர் மீது காவல்துறை வழக்கு பதிவு செய்யவில்லை. ஆனால் பின்னர் விசாரணையில் கிடைத்த தகவலின்படி, குற்றப்பத்திரிக்கை தயாரிக்கப்பட்ட போது முராரி தாஸின் பெயரை காவல்துறையினர் இணைத்தனர். முராரி தாஸ் தான் இதையெல்லாம் திட்டமிட்டான் என்பதற்கான ஆதாரங்கள் காவல்துறைக்குக் கிடைத்திருக்கலாம். அந்த வழக்கு இன்றும் நடந்துகொண்டு தான் இருக்கிறது. ஆனால் எங்கள் குருவுக்குத் தான் அவ்வழக்கில் பெரிய நம்பிக்கையோ ஈடுபாடோ இல்லை' என்றார் ஹரிஷங்கர் தாஸின் மற்றொரு சீடரான பலராம் தாஸ்.

1958ஆம் ஆண்டில் பஸ்தி என்னும் ஊரில் இருந்து அயோத்திக்கு வந்தார் ஹரிசங்கர் தாஸ். அப்போதெல்லாம் மல்யுத்தத்திற்கு மிகப்பிரபலமான இடமாக அனுமார் கோவில் இருந்தது.

'எனக்கு அப்போது பனிரெண்டு வயது இருக்கும். நான் ஒரு மல்யுத்த வீரனாக வேண்டும் என்று ஆசைப்பட்டேன். அதற்காகத் தான், நான் அயோத்திக்கே வந்தேன். ஆனால் நாக சாதுவாக மாறினால் மட்டுமே மல்யுத்தத்தில் கலந்துகொள்ள முடியும் என்று அனுமார் கோவிலில் கூறிவிட்டார்கள். அதனால் அப்போது தேசிய அளவில் புகழ்பெற்றிருந்த அவத்பிகாரி தாஸ் என்கிற சாதுவிடம் சீடராக சேர்ந்தேன்' என்றார் ஹரிசங்கர் தாஸ்.

குருவின் வழிகாட்டுதலின்படி அனுமார் கோவிலின் வரலாற்றிலேயே வலிமையான மல்யுத்த வீரராக உயர்ந்தார் ஹரிசங்கர் தாஸ். அவர் பிரபலமாகும்போதே அனுமார் கோவிலின் சொத்துக்களும் கொஞ்சம் கொஞ்சமாக அவருடைய கட்டுப்பாட்டிற்கு சென்றன.

'என்னைக் கொல்ல முயற்சி செய்தவன் அவனுடைய சிறுவயது முதலே என்னுடன் வாழ்ந்துவந்தவன் தான். அவனுக்கு நான் தான் மல்யுத்தம் சொல்லிக் கொடுத்தேன். அவனும் மல்யுத்தத்தில் சிறந்தவனாகத் தான் வளர்ந்து வந்தான். ஆனால், பின்னர் ஒரு பெண்ணுடன் பழக்கம் ஏற்பட்டு நாக சாதுக்களின் தூய வாழ்க்கையில் இருந்து விலகிப் போய்விட்டான். அவனை நான் பலமுறை எச்சரித்தும்விட்டேன். அப்படியே தொடர்ந்தால், என்னுடைய ஆன்மிக வாரிசாக அவனை அறிவிக்கமாட்டேன் என்றும் கூறிவிட்டேன். அதுதான் என்னைக் கொலைசெய்ய அவனைத் தூண்டியிருக்கும் என்று நினைக்கிறேன். மற்றபடி அவன் நல்லவன் தான்' என்றார் ஹரிசங்கர் தாஸ்.

அனுமார் கோவில் சொத்துக்களை நாகாக்கள் நிர்வகிக்கும் முறையினாலேயே அவர்களுடைய சாது வாழ்க்கையே கொடூரமான வன்முறை நிகழ்ந்ததாக மாறியிருக்கிறது. ஒரு சிறு துண்டு நிலத்திற்காகவே இரத்தம் பார்க்கத்துடிக்கிற அளவிற்கு வெறிகொண்டவர்கள் ஆகிவிட்டனர். தொடர்ச்சியாக இதுதொடர்பான ஏராளமான வழக்குகள் நீதிமன்றத்தை நோக்கி படையெடுத்துக்கொண்டே இருக்கின்றன. அதனால், 2013ஆம் ஆண்டு, அனுமார் கோவிலை நிர்வகிப்பதற்கென்றே அரசு சார்பாக ஒரு அதிகாரியை நியமிக்குமாறு உத்தரப்பிரதேச அரசிடம் அலகாபாத் உயர்நீதிமன்றமே கோரிக்கை

வைத்தது. வாரணாசியில் இருக்கும் விசுவனாத கோவிலில் இருப்பதைப் போன்று, அயோத்தியின் அனுமார் கோவிலுக்கும் ஒரு அறக்கட்டளையை நியமிக்குமாறும் அரசைக் கேட்டுக்கொண்டது அலகாபாத் உயர்நீதிமன்றம். நீதிமன்றத்தின் இந்த ஆலோசனையை அனுமார் கோவிலின் நாகாக்களும் விசுவ இந்து பரிக்ஷத் இயக்கத்தினரும் மிகக்கடுமையாக எதிர்த்தனர். இந்து மதத்தின் நிறுவனங்களுக்குள் மத்திய காங்கிரஸ் அரசு மூக்கை நுழைக்க முயல்வதாக விஹெச்பி குற்றஞ்சாட்டியது. உடனடியாக உச்சநீதிமன்றத்தை அணுகி, அலகாபாத் உயர்நீதிமன்றத்தின் உத்தரவுக்குத் தடைவாங்கிவிட்டனர் அனுமார் கோவில் நாகாக்கள். அந்த வழக்கு இன்னமும் தொடர்ந்து நடந்துகொண்டு தான் இருக்கிறது.

V

அனுமார் கோவிலைப் போன்றே அயோத்தியில் இருக்கும் 'மணி இராம் தாஸ் கி சவானி' என்கிற கோவிலும் கொடூரமான சாதுக்களுக்குப் பெயர்போன கோவிலாக இருந்துவருகிறது. 'சோட்டீ சவானி' என்று அக்கோவில் அழைக்கப்படுகிறது. திகம்பர அகாராவைச் சேர்ந்த சுமார் இருநூறுக்கும் மேற்பட்ட நாக வைராகிகள் அக்கோவிலின் வளாகத்தில் தங்கி வாழ்கின்றனர். அக்கோவிலின் மகந்தான நிருதய கோபால் தாஸ் என்கிற சாதுதான் அயோத்தி விஹெச்பியின் தவிர்க்கமுடியாத முக்கியத் தலைவராக இருக்கிறார். 1986இல் விஹெச்பி இயக்கத்தால் 'இராமஜென்மபூமி நியாஸ்' என்கிற தன்னிச்சையான அறக்கட்டளை உருவாக்கப்பட்டது. பாபர் மசூதி இடிக்கப்பட்ட இடத்திலேயே இராமர் கோவில் கட்டுவதை நோக்கமாகக் கொண்டு, அந்த இயக்கம் மறுசீரமைக்கப்பட்டது. அதன் தலைவராக ஆரம்ப நிலையிலேயே விஹெச்பியால் நியமிக்கப்பட்டவர் தான் நிருதய கோபால் தாஸ். பாபர் மசூதி விவகாரம் நீதிமன்றத்தில் நிலுவையில் இருந்த காலகட்டத்திலேயே கூட, அந்த அறக்கட்டளை அமைதியாக இருக்கவில்லை. பாபர் மசூதியில் இருந்து சுமார் மூன்று கிலோமீட்டர் தொலைவில் இருக்கிற கரசேவகபுரம் என்கிற ஊரில் இராமர் கோவில் கட்டுவது தொடர்பான பயிற்சிப்பட்டறைகளை தொடர்ச்சியாக நடத்திக்கொண்டே இருந்தது. இந்தியாவின் பல மாநிலங்களில்

இருந்தும், சிற்பிகளும் கட்டடக்கலை வல்லுநர்களும் அங்குவந்து இராமர் கோவிலுக்குத் தேவையான சிலைகளையும் கட்டட வேலைப்பாடுகளையும் தயார் செய்துகொண்டே தான் இருந்தனர். பாபர் மசூதி இருந்த இடத்தில் இராமர் கோவில் கட்டுவதற்கான அனுமதி கிடைத்த அடுத்த நாளே, கரசேவகபுரத்தில் ஏற்கனவே அதுவரை செய்துவைத்திருக்கிற அனைத்து சிலைகளையும் கட்டடப் பொருட்களையும் எடுத்துக்கொண்டு போய் அயோத்தியில் கோவில் கட்டுவதற்கு தயாராகவே இருந்தனர்.

அனுமார் கோவில் நாகாக்களைப் போன்றே, சோட்டி சவானி கோவிலில் வாழும் நாகாக்களும் அயோத்தியில் இருக்கிற கோவில்களின் மகந்த் ஆவதற்கும் பல கோவில்களின் சொத்துக்களை ஆக்கிரமிப்பதற்குமான செயல்பாடுகளில் ஆர்வமாக ஈடுபட்டுக்கொண்டு தான் இருக்கின்றனர். தங்களது அதிகார எல்லையை விரிவுபடுத்துதற்கான வேலைகளை தொடர்ச்சியாக செய்துகொண்டே இருந்தனர். அனுமார் கோவில் நாகாக்களும் சோட்டி சவானி கோவில் நாகாக்களும் அயோத்தியை இரண்டாகப் பிரித்துக்கொண்டு, தங்களுக்குள் சண்டை வராதபடி ஆளுக்கொரு பகுதியில் நிலம்பிடிக்கும் வேலையை செய்துகொண்டிருந்தனர். இருப்பினும், அபூர்வமாக ஒருசில தருணங்களில், அயோத்தியின் மிகப்பெரிய அதிகார மையங்களான அந்த இருசாதுக்குழுக்களுக்கும் சண்டை வந்திருக்கின்றன. அப்போதெல்லாம், மிகக்கொடூரமான வன்முறைகளிலும் உயிர்சேதங்களிலும் தான் அச்சண்டைகள் முடிந்திருக்கின்றன. அந்த ஒருசில நிகழ்வுகள் தவிர, மற்ற நேரங்களிலெல்லாம் நேருக்கு நேரான போட்டியில்லாமல் மறைமுகப் போட்டியாகத்தான் இருந்திருக்கின்றன.

2012ஆம் ஆண்டில், பான்பூரில் இருக்கும் இராமர்-ஜானகி கோவிலின் மகந்தாக இருந்த இராம்பாலக் தாஸ் என்பவர் அயோத்திக்கு அருகாமையில் இருக்கும் பஸ்தி மாவட்டத்திற்கு சென்றபோது, எதிர்பாராதவிதமாக திடீரென இறந்துவிட்டார். அப்போது, அயோத்தியின் இருபெரும் நாகா குழுக்களுக்கும் இடையில் ஒரு பெரிய சண்டை வரும் சூழல் உருவானது.

'இறந்துபோன இராமபாலக் தாஸின் உடல் வந்து சேர்வதற்கு முன்னரே, சோட்டி சவானியைச் சேர்ந்த ஐம்பது நாகாக்கள்

அதிரடியாக இராமர்-ஜானகி கோவிலுக்குள் நுழைந்து அவர்களது கட்டுப்பாட்டில் கோவிலை எடுத்துக்கொண்டனர். அவர்களில் பஜ்ரங் தாஸ் மற்றும் விஜயராம் தாஸ் ஆகிய இருவரும் கோவிலின் முற்றத்தில் அமர்ந்துகொண்டு, இறந்துபோன எங்களுடைய மகந்தின் இறுதிச்சடங்கை நடத்துவது குறித்து அவர்களுடைய மற்ற நண்பர்களுடன் பேசிக்கொண்டிருந்தனர். அங்கே நான் இருப்பதை அவர்கள் கண்டுகொள்ளக்கூட இல்லை. உடல் வந்துசேர்ந்ததும், என்னைத் தள்ளி இருக்கும்படி கூறினர். என்னைப் புறக்கணித்துவிட்டு, அவர்களே உடலை சரயு நதிக்கு எடுத்துச்சென்று இறுதிச்சடங்கை முடித்துவிட்டனர். எல்லாம் முடிந்தபின்னர், அக்கோவிலை விட்டே என்னை வெளியேறச்சொல்லினர். மகந்தாக இருந்த இராம்பாலக் தாஸ் இறப்பதற்கு முன்னர், என்னைத்தான் அவரது வாரிசாகத் தேர்ந்தெடுத்து அறிவித்திருந்தார் என்றுகூறி அங்கிருந்து வெளியேற மறுத்தேன். அக்கோவிலைப் பொறுத்தவரையில் அவர்கள் தான் வெளியாட்கள் என்றும், அவர்கள் தான் வெளியேற வேண்டும் என்றும் கூறினேன்' என்றார் நந்தினி தாஸ்.

இராமர்-ஜானகி கோவிலில் முப்பது ஆண்டுகளுக்கும் மேலாக தங்கியிருந்து இராம்பாலக் தாஸின் நேரடி வாரிசாகவும் இருந்தவர் அவர்.[11]

பிரச்சனை பெரிதானதும், சுற்றுவட்டாரத்தில் இருந்த தன்னுடைய நண்பர்களை உதவிக்கு அழைத்தார் நந்தினி தாஸ்.

'சோட்டி சவானி நாகாக்களுடன் தனியாக சண்டையிடுவது ஆபத்தானது என்பதை நான் அறிந்திருந்தேன். அதனால் என்னுடைய நண்பர்களை துணைக்கு அழைத்தேன். எனது நண்பர்களில் ஒருவர் காவல்துறைக்கும் தகவல் கொடுத்தார். ஆனால், யாராலும் சோட்டி சவானி நாகாக்களைத் தடுக்கமுடியவில்லை. காவல்துறையினர் இருக்கும்போதே கூட, நான் இருக்கவேண்டிய மகந்த் அறையை அவர்கள் பூட்டுப் போட்டுப் பூட்டினர். அதுமட்டுமில்லாமல், கோவிலுக்குள் இருந்த நகைகளையும், சொத்துக்கள் தொடர்பான பத்திரங்களையும் வங்கி ஆவணங்களையும் எடுத்துச் சென்றுவிட்டனர்' என்றார் நந்தினி தாஸ்.

இதுகுறித்து சோட்டி சவானியின் தலைமைச் சாதுக்களில் ஒருவரான விஜய்ராம் தாஸை சந்தித்து விளக்கம் கேட்டேன். அவரோ, நந்தினி தாஸ் சொல்வதை முற்றிலுமாக மறுத்தார்.

'இராமர்-ஜானகி கோவிலின் மகந்தாக இருந்த இராம்பாலக் தாஸின் குரு யார் தெரியுமா? இராம ரத்தின தாஸ் என்பவர் தான். அவர் யார் தெரியுமா? எங்களுடைய சோட்டி சவானி கோவிலில் சாதுவாக இருந்தவர். அங்கிருந்து தான் இராம்பாலக் தாஸ் வெளியே வந்து, இராமர்-ஜானகி கோவிலில் தங்கி வாழ்ந்தார். ஆக, அவருடைய குரு எங்களுடைய கோவிலைச் சேர்ந்தவர் என்பதாலும், அவருக்கு முறையான சீடர்கள் யாருமில்லை என்பதாலும், இராமர்-ஜானகி கோவில் இனி சோட்டி சவானி கோவிலுக்குத் தான் சொந்தம்' என்றார் விஜய்ராம் தாஸ்.

2012ஆம் ஆண்டு அக்டோபர் மாதம் 29ஆம் தேதியன்று இராம்பாலக் தாஸ் மரணமடைந்தார். அதன்பின்னர் சோட்டி சவானியைச் சேர்ந்த நாகாக்களின் கட்டுப்பாட்டில் அனைத்தும் சென்றுவிட்டன. நந்தினி தாஸ் அக்கோவிலில் இருந்து எந்த நிமிடமும் வெளியேற்றப்படலாம் என்கிற பதட்டமான சூழலே நிலவியது. ஆனால், நாகாக்கள் எதிர்பார்க்காதவையெல்லாம் அப்போது நடந்தேறின. அனுமார் கோவிலைச் சேர்ந்த நாக வைராகியான பவனத் தாஸ் என்பவர், அப்போது ஆட்சியில் இருந்த சமாஜ்வாடி கட்சியில் தனக்கு நெருக்கமான சில தலைவர்களை அழைத்துக்கொண்டு நேராக இராமர்-ஜானகி கோவிலுக்கு விரைந்து வந்தார். நந்தினி தாஸ் தான் இராம்பாலக் தாஸின் அதிகாரப்பூர்வ வாரிசு என்றும், அவர் தான் இனி அக்கோவிலின் மகந்த் என்றும் அதிரடியாக அறிவித்துவிட்டார். மகந்தாக பதவியேற்பதற்கான சதார் சடங்கையும் உடனடியாக அங்கேயே அப்போதே நடத்தியும் விட்டார்.

சோட்டி சவானியின் நாகாக்கள் அதிர்ந்தே போய்விட்டனர். பவனத் தாஸின் நடவடிக்கைகளை உடனே எதிர்க்காமல் அமைதியாக நின்று, நடப்பதை வேடிக்கை மட்டும் பார்த்தனர் சோட்டி சவானி நாகாக்கள். அந்த நிலைமையில் ஏதாவது எதிர்ப்பு தெரிவித்தால், ஒட்டுமொத்த அனுமார் கோவில் நாகாக்களும் படையெடுத்து சம்பவ இடத்திற்கு உடனடியாக

வந்துவிடுவார்கள் என்பதை சோட்டி சவானி நாகாக்கள் புரிந்தே வைத்திருந்தனர். அப்படியேதும் நடந்துவிட்டால், தங்களுக்கு அது மிகமோசமான தோல்வியாக மாறிவிடும் என்றும் நினைத்தனர். பவனத் தாஸின் உதவியுடன் நீதிமன்றத்தையும் நாடிவிட்டார் நந்தினி தாஸ். ஆக, இனிமேல் நந்தினி தாஸை வலுக்கட்டாயமாக வெளியேற்ற முயன்றால், அது சட்டப்படி பெரிய பிரச்சனையில் போய் முடியக்கூடும் என்பதால் அனுமார் கோவில் நாகாக்கள் வேறு வழியின்றி அமைதியாகினர். நீதிமன்றத்தில் நடப்பதைப் பார்த்துவிட்டு அடுத்தகட்ட நடவடிக்கைகளை எடுக்கலாம் என்று அவர்கள் முடிவெடுத்துவிட்டனர்.

VI

எந்தப் பிரச்சனையும் இல்லாமல் இறக்க வேண்டும் என்று ஒருசில மகந்துகள் கடுமையான முயற்சிகளை எல்லாம் கூட எடுப்பதுண்டு. அயோத்தியின் பேகம்பூரில் இருக்கும் சீத்தாராம் வைகுந்த விகார் குஞ்ச் என்கிற கோவிலின் மகந்தாக இராம்லகன் தாஸ் என்பவர் இருந்தார். அவர் 2012ஆம் ஆண்டு முதலே, சுமார் ஓராண்டாகவே நோய்வாய்ப்பட்டிருந்தார். 2013ஆம் ஆண்டு ஜனவரி முதல் வாரத்தில் தான், அவருக்கு வயிற்றுப் புற்றுநோய் இருப்பது கண்டுபிடிக்கப்பட்டது. அப்போதிலிருந்து அவருடைய உடல் பலவீனமடையத் துவங்கியது. நீண்ட காலம் அவர் உயிரோடு இருக்கமாட்டார் என்பதும் தெரியவந்தது.

‘எனக்கு புற்றுநோய் இருப்பது தெரியவந்ததுமே, அனுமார் கோவிலில் இருக்கும் நிர்வானி அகாராவைச் சேர்ந்த நாகாக்கள், என்னுடைய மறைவுக்குப் பின்னர் என் கோவிலை வலுக்கட்டாயமாக எடுத்துக்கொள்ளத் திட்டமிடுகின்றனர் என்பது எனக்குத் தெரியவந்தது. இத்தகவலை அனுமார் கோவிலில் இருக்கும் என்னுடைய நண்பர்கள் சிலர் இரகசியமாக என்னிடம் தெரிவித்தனர். இந்த புற்றுநோயை எதிர்த்து ஒரு வாரமானாலும் சரி, ஒரு வருடமானாலும் சரி, நான் போராடாமல் இருக்கமாட்டேன். என்னுடைய கோவிலை இவர்கள் எடுத்துக்கொள்ளும்படியாக என்னால் விட்டுவிட்டுப்

போகமுடியாது' என்றார் புற்றுநோய் பாதிக்கப்பட்ட இராம்லகன் தாஸ்.[12]

ஆனால், இதைச் சொல்லிய இரண்டே வாரங்களில் அவர் இறந்துவிட்டார். இருப்பினும் அதுவரை எந்த மகந்துமே செய்யாத ஒன்றை, அவர் இறப்பதற்கு முன்னர் செய்துவிட்டுத்தான் சென்றிருக்கிறார். அயோத்தியை உள்ளடக்கிய பைசாபாத் நீதிமன்றத்தின் தலைமை நீதிபதிக்கு ஒரு விரிவான மனுவை எழுதி அனுப்பியிருந்தார். அந்த மனுவில் தன்னுடைய கோவிலின் சொத்துக்களைப் பட்டியலிட்டு, அவற்றுக்கெல்லாம் தனக்குப்பிறகான வாரிசையும் குறிப்பிட்டு எழுதியிருந்தார்.

'என்னுடைய மரணத்திற்குப் பிறகு, என்னுடைய கோவிலை, அனுமார் கோவிலின் உஜ்ஜெயினி பிரிவினுடைய மகந்தும் (சாந்தாராம் தாஸ்) அவருடைய சீடர்களும் வன்முறையைப் பயன்படுத்தி வலுக்கட்டாயமாக எடுத்துக்கொள்ளத் திட்டமிட்டிருப்பதாகத் தெரிகிறது. அவர்கள் என்னுடைய உடலைக் கைப்பற்றி, என்னுடைய சொத்துக்களையும் களவாடிவிடுவார்களோ என நான் அஞ்சுகிறேன்' என்று அந்த மனுவில் குறிப்பிட்டிருந்தார் இராம்லகன் தாஸ்.

அம்மனுவில் தன்னுடைய கடைசி ஆசையையும் சேர்த்தே எழுதியிருந்தார்.

'என்னுடைய மரணத்திற்குப் பின்னர், என்னுடைய உடலை ஆற்றுத் தண்ணீரில் மூழ்கவிடுதற்கு பதிலாக, எரித்துவிடவேண்டும் என்று விரும்புகிறேன். அத்துடன் என்னுடைய இறுதிச்சடங்கை எனக்குப் பிடித்த சீடரான அவதேஷ் தாஸ் தான் செய்ய வேண்டும்' என்று அம்மனுவில் எழுதியிருந்தார்.

மாவட்ட நீதிமன்ற அலுவலகத்திற்கு, தானே நேரில் சென்று நீதிபதியின் முன்னிலையிலேயே அந்த மனுவை வாசித்துக்காட்ட வேண்டும் என்று அவர் விரும்பியதாகவும், ஆனால் அவரது உடல்நிலை அதற்கு ஒத்துழைக்காத காரணத்தால்தான், கடித மனுவாக மட்டுமே அனுப்புவதாகவும் அம்மனுவிலேயே குறிப்பிட்டிருக்கிறார்.

இராம்லகானும் சாந்தாராம் தாஸும் அனுமார் கோவிலில் இருந்த சரயு தாஸின் சீடர்களாகத் தான் முன்னொரு காலத்தில் இருந்தனர். அதனால் இருவருமே சகோதரர் சீடர்களாவர். சாந்தாராம் தாஸ் அனுமார் கோவிலிலேயே தங்கிவிட்டார். ஆனால், இராம்லகான் தாஸ் அங்கிருந்து வெளியேறி, வைகுந்த தாஸிடம் சீடராக சேர்ந்தார். வைகுந்த தாஸின் மறைவுக்குப் பின்னர், சீத்தாராம் வைகுந்த விகார் குஞ்ச் கோவிலின் சொத்துக்களும் மகந்த் பதவியும் இராம்லகனுக்கு வந்து சேர்ந்தது. அதை வைத்துக்கொண்டு, காலப்போக்கில் பல நிலங்களை ஆக்கிரமித்து தன்னுடைய சொத்துக்களை விரிவுபடுத்தினார் இராம்லகான். அவருடைய உடல்நிலை மோசமாவதைக் கேள்விப்பட்டதுமே, சாந்தாராம் தாஸ் தனக்கென ஒரு திட்டத்தை உருவாக்கிக்கொண்டார்.

'இப்போது இராம்லகான் தாஸின் சகோதர சீடராக தன்னை முன்னிறுத்துகிறார் சாந்தாராம் தாஸ். இராம்லகான் தாஸ் மறைந்தபின்னர், அவருடைய அனைத்து சொத்துக்களும் அனுமார் கோவிலுக்கே வரவேண்டும் என்றும் அவர் கோருகிறார்' என்று இராம்லகான் தாஸ் உயிருக்குப் போராடிக்கொண்டிருந்த காலகட்டத்தில் அவருக்கு நெருக்கமான சீடராக இருந்த பிரகலாத சரண் என்பவர் என்னிடம் தெரிவித்தார்.

இராம்லகான் தாஸின் இறுதிக்காலம் அவருக்கு மிகமோசமானதாக இருந்தது. ஒருபுறம் புற்றுநோயுடன் போராட வேண்டியிருந்தது. மறுபுறம், கோவில் சொத்துக்களைப் பாதுகாப்பதற்கு அதிககாலம் வாழ்வதற்காகப் போராட வேண்டியிருந்தது. இறுதியாக 2013ஆம் ஆண்டில் பிப்ரவரி 4ஆம் தேதியென்று அமைதியாக மரணித்துவிட்டார்.

'காலையில் அவரை எழுப்புவதற்காக அவர் அருகில் சென்றேன். அவருடைய உடல் ஒரு பனிக்கட்டியைப் போன்று சில்லென்று இருந்தது. சன்னல் வழியாக அறையின் உள்ளே வந்திருந்த சூரிய ஒளி, திறந்திருந்த அவருடைய கண்களில் பட்டு வெளிச்சத்தை வெளியேற்றியது அவருடைய மறைவுக்குப் பின்னர் பல்வேறு வதந்திகள் பரவிக்கொண்டிருந்த போதும், அனுமார் கோவிலின் நாகாக்கள் எங்களுடைய கோவிலுக்குள் நுழைவதற்கு பயந்தனர். இறப்பதற்கு முன்னரான கடைசிகாலத்தில்

தன்னையே அவர் வருத்திக்கொண்டபோதும் கூட, அவரால் நிம்மதியாக இறக்கமுடிந்தது' என்று அவர் இறந்தபின்னர் சரண் என்னிடம் கூறினார்.

VII

அயோத்தியில் மாறிக்கொண்டிருந்த சூழலினால் பெரும் விலையினை அம்மக்கள் கொடுக்க வேண்டியிருந்தது. மகந்த் பதவிகளைப் பறிப்பதற்காக சாதுக்களிடையே நடக்கிற வன்முறைகளுக்கும் சண்டைகளுக்கும் அவர்கள் வெளியிலிருந்தும் உதவி கோரத்துவங்கினர். அரசியல் ஆதாயத்தை எதிர்பார்த்தவர்களிடம் இருந்தே அத்தகைய உதவிகள் கிடைத்தன. அதன்மூலம் அயோத்தியில் காலங்காலமாக நம்பிக்கைக்குரியதாக இருந்துவந்த குரு-சீடர் உறவின் அடித்தளமே ஆட்டங்கண்டது. இந்தியாவின் மற்ற பகுதிகளில் இருக்கிற பெரும்பாலான இந்து மத அமைப்புகளுக்கே கூட, அயோத்தியில் நடப்பவை குறித்து பெரிய புரிதல் இல்லை என்பது தான் உண்மை.

குரு-சீடர் உறவின் அடிப்படையில் தான் இந்து மதத்தின் ஆன்மிக உலகமே பல நூற்றாண்டுகளாக இயங்கி வந்திருக்கிறது. குருவுடனான பிணைப்பிலும், குருவுக்கு கொடுக்கப்படுகிற மரியாதையிலும் தான் சாதுக்களின் சமூக வாழ்க்கையே அடங்கியிருக்கிறது. ஒரு குருவை சந்திக்கிற அந்த நொடியில் இருந்துதான் ஒரு சாதுவின் துறவற வாழ்க்கையே துவங்குகிறது. துறவியாக மாறிய ஒருவரின் வாழ்வின் மையமாகவும் ஆன்மிக எழுச்சிக்கான பாதையைக் காட்டுபவராகவும் குருவே இருக்கிறார். துறவற வாழ்க்கையில் நுழைகிற எந்தவொரு சாதுவுக்கும் புதிய பெயரை வைப்பது, மதசடங்களைக் கற்றுத்தருவது, ஆன்மிகத்தைக் கற்பதற்கான திட்டத்தை வகுப்பது என அனைத்திற்கும் குருதான் உதவியாக இருக்கிறார். சாதுவாக வாழ்கிற அந்த வாழ்க்கைப் பயணத்தின் அடிப்படையாகவே கூட குருதான் இருக்கிறார்.

கடவுளுக்கும் ஆன்மிகத்தில் ஈடுபட்டிருக்கும் எந்தவொரு சாதுவுக்கும் இடையில் இருக்கிற மிகமுக்கியமான பாலமாகவே குரு பார்க்கப்படுகிறார். அதனாலேயே கடவுளுக்கு இணையாக குருக்களும் சாதுக்களால் வணங்கப்படுகின்றனர்.

அப்படியான மரியாதையைப் பெறுவதற்கு, ஆன்மிகத்தில் எவ்வித சாதனைகளையும் கூட செய்திருக்க வேண்டிய அவசியம் குருக்களுக்கு இல்லை.[13] இந்து மதத்தைப் பொறுத்தவரையிலும் குருவின் பாதையில் பயணிக்கிற சாதுக்களால் மட்டும்தான் ஆன்மிக உச்சத்தை அடையமுடியும் என்று சொல்லப்படுகிறது. அதுவே 'குருதத்துவம்' என்றும் அழைக்கப்படுகிறது. உண்மையான ஆன்மிக அறிவினைப் பெறுவதற்கு எந்தவொரு சாதுவும் தன்னை முழுமையாக குருவிடம் ஒப்படைத்துவிடவேண்டும் என்பதே அதன் அடிப்படையான அம்சமாகும்.

இப்படியாக தங்களை முழுமையாக ஒப்படைக்கும் சீடர்களின் பாதுகாப்பு உள்ளிட்ட அனைத்திற்கும் குருவே பொறுப்பாகும். சீடராக ஏற்றுக்கொள்ளப்படும் சாதுக்களை தன்னுடைய ஆன்மிக வம்சத்தின் வாரிசாக குருவே இணைத்துக் கொள்கிறார். அதன்பிறகு, சாது சமூகத்தின் ஒரு அங்கமாக அவர்கள் மாறுகிறார்கள். அந்த சமூகத்துடன் இணைந்து செயல்படுவதாக இருந்தாலும், அல்லது தனித்து செயல்படுவதாக இருந்தாலும், எந்தவொரு சாதுவுக்கும் அவரது குருதான் சாதுவாகத் தொடர்வதற்கான ஒரே ஆதாரமான மையப்புள்ளியாக இருக்கிறார்.[14]

அப்படிப்பட்ட உறவின் அடிப்படையே அயோத்தியில் பாதிக்கப்பட்டுவிட்டது. மகந்த் பொறுப்பிற்காக வலுக்கட்டாயமாக வன்முறையின் மூலம், குருவையே விரட்டிவிடும் சூழல்கள் உருவானது. அதனால், பெற்றோருக்கும் குழந்தைகளுக்குமான உறவுக்கு இணையாகப் பார்க்கப்பட்ட குரு-சீடர் உறவே சந்தேகத்திற்கு உள்ளாகிவிட்டது. முன்பெல்லாம் எந்தவொரு மகந்தும் தன்னுடைய சீடர்களிலேயே தனக்குப் பிடித்தமான ஒருவரைத் தேர்ந்தெடுத்து, தனது நேரடி வாரிசாக அறிவிப்பார். அப்படித் தேர்ந்தெடுக்கப்பட்ட வாரிசுக்குத் தான் அடுத்த மகந்த் பதவியும், கோவிலின் சொத்துக்களை நிர்வகிக்கும் பொறுப்பும் சென்று சேரும். அதனை மற்றனைத்து சீடர்களும் ஏற்றுக்கொள்வார்கள். வேறெந்த சிக்கலும் அதில் இருக்காது. ஆனால், இப்போதெல்லாம் ஒரு மகந்துக்குப் பின்னால், அமைதியான முறையில் அடுத்த மகந்த் பொறுப்பேற்கவே முடிவதில்லை. போட்டிகளும் சண்டைகளும் நிறைந்ததாகவே அது இருக்கிறது. ஏதாவதொரு கோவிலின் மகந்த் இறந்தாலே,

அவர் இயற்கையாக இறந்தாரா அல்லது மகந்த் பதவிக்காக யாராலாவது கொல்லப்பட்டாரா என்று சந்தேகிக்கிற அளவிற்கு பல்வேறு கதைகளும் பரவத்துவங்கிவிடுகின்றன. அந்தக் கதைகளில் எல்லாம் ஓரளவுக்கு உண்மைகளும் இல்லாமல் இல்லை.

இந்தப் பின்னணியில் தான், அயோத்தியில் இருக்கிற பெரும்பாலான மகந்துகள், கடைசிகாலத்தில் பாதுகாப்பிற்காகவும் யாரையும் நம்பமுடியாமல் போவதாலும், தங்களுடைய உறவினர்களின் உதவியை நாடுகின்றனர். இராமனாண்டி பாரம்பரியத்தைப் பொறுத்தவரையிலும் கடுமையான பிரம்மச்சரியத்தைப் பின்பற்றவேண்டும் என்பதும் தன்னுடைய குடும்ப உறவுகளைவிட்டு முழுக்க தள்ளியே இருக்கவேண்டும் என்பதும் வழக்கமாகும்.[15] சாதுவாவதற்கு முந்தைய வாழ்க்கையில் அவர்களுக்கிருந்த அனைத்து உறவுகளையும் துண்டித்துவிடவேண்டும். அதனால் தான் இந்துகுடும்பங்களில் இறந்தவர்களை எரிப்பது போலல்லாமல், அயோத்தியில் இறக்கும் இராமனாண்டி சாதுக்களை சரயு நதியில் மூழ்கவிடுவதே வழக்கமாக இருந்துவருகிறது.

ஒரு நாக வைராகி எப்படி வாழவேண்டும் என்கிற வரைமுறைக்கு கொஞ்சமும் தொடர்பில்லாத ஒரு வாழ்க்கையைத் தான் அவர்கள் வாழ்ந்துகொண்டிருக்கிறார்கள். விஹெச்பியின் வருகைக்கு முன்னரும் கூட அந்த இடைவெளி இருந்தது தான் என்றாலும், விஹெச்பியால் அது மிகப்பெரியதாக மாறியிருக்கிறது.

‘அயோத்தியில் விஷ்ணு கடவுளுக்காக மக்களால் வழங்கப்படும் தானங்களையும் நிதியையும் கொண்டு, பெரும் நிலத்தினையும் சொத்துக்களையும் தங்களுக்காகவே இராமனாண்டி சாதுக்கள் சேர்த்துக்கொள்கிறார்கள். தங்களுடைய சீடர்களல்லாத பலருக்கும் அச்சொத்துக்களில் சிலவற்றை எழுதியும் வைக்கிறார்கள். அப்படியாகப் பெறும் நிலங்களை ஆன்மிக நோக்கத்திற்கு பயன்படுத்தாமல், தங்களது சுய இலாபத்திற்கே அவர்கள் பயன்படுத்திக் கொள்கிறார்கள். இப்படியே போனால், சாதுக்களின் வாழ்க்கையில் திருமணங்கள் கூட அங்கீகரிக்கப்பட்டு, சீடர்களின் திருமணங்களுக்கு சீர் செய்யும் வழக்கமும் கூட வெளிப்படையாக வந்துவிடும் போலத்

தெரிகிறது' என்கிறார் சாதுக்கள் குறித்து ஆய்வு செய்யும் ஜான் கோலின்சொன் நெஸ்ஃபீல்ட்.[16]

திருமணம் செய்வதை இன்னமும் நாக வைராகிகள் அதிகாரப்பூர்வமாக அங்கீகரிக்கவில்லை என்றாலும் கூட, 1980 களுக்குப் பிறகு தங்களுடைய உறவினர்களுடன் தொடர்பில் இருப்பது சாதுக்கள் மத்தியில் இயல்பான ஒன்றாக மாறியிருக்கிறது. அது அயோத்தியில் அனைவருக்கும் தெரிந்த வெளிப்படையான இரகசியமாகத்தான் இருக்கிறது. இன்றைக்கு இருக்கிற பெரும்பாலான மகந்துகள், தங்களுடைய ஆன்மிக வாரிசாக அவர்களுடைய உறவினர்களையே நியமிக்கிறார்கள் என்று இளைய சாதுக்களெல்லாம் கவலையுடன் என்னிடம் கூறினார்கள். இதன்மூலம் இளைய சாதுக்களின் எதிர்காலமே கேள்விக்குறியாகத் தான் ஆகியிருக்கிறது.

'குருக்களிடம் இருந்து ஆன்மிக அறிவைப் பெறத்தான் நாங்கள் சாதுக்களாக மாறினோம். நாங்கள் மகந்தாக பதவிபெறவோ அல்லது கோவிலை ஆக்கிரமிக்கவோ இங்கே வரவில்லை. ஆனால் இப்போதெல்லாம் அறிவுக்கு இங்கே முக்கியத்துவம் இல்லை என்பதையும் சொத்துக்கள் தான் முன்னுரிமை பெறுகின்றன என்பதையும் அறிந்துகொண்டோம். எப்படியாவது தன்னுடைய மாமனையோ மச்சானையோ அடுத்த வாரிசாக நியமிப்பதிலேயே இன்றைய மகந்துகள் கவனமாக இருக்கின்றனர். அதன்மூலம் தங்களது மூத்த சீடர்களைக் கூட அவர்கள் புறக்கணிக்கத் துவங்கியிருக்கிறார்கள்' என்கிறார் இராம் மிலன் சரண் சரஸ்வதி. அயோத்தியில் இருக்கும் சர்யகுஞ்ச் கோவிலின் மகந்தான யுகல் கிஷோர் சாஸ்திரியுடைய சீடர் அவர்.

கோவில்களை ஆக்கிரமிக்கவும் மகந்த் பதவிக்காகவும் வன்முறையைக் கூட கையிலெடுக்கத் தயாராக இருக்கும் சாதுக்களல்லாமல், உணவுக்காகவும் ஆன்மிக போதனைக்காகவும் மட்டுமே கோவில்களில் தங்கியிருக்கும் சாதுக்களும் இருக்கத்தான் செய்கிறார்கள். அயோத்தியின் வன்முறை வெறியாட்டங்களுக்கு, சாதுக்களாக இருக்கும் சீடர்களை மட்டுமல்லாமல் குருக்களையும் சேர்த்தே தான் அவர்கள் குற்றஞ்சாட்டுகிறார்கள்.

‘அயோத்தியில் நடக்கிற பெரும்பாலான நிகழ்வுகளில் சீடர்கள் தான் கொடூரமான வன்முறையாளர்களாக நடந்துகொள்கிறார்கள் என்பது உண்மையே. ஆனால், குருக்கள் மட்டும் என்னவாம்? தங்களது சீடர்களுக்குத் தேவையான அடிப்படைத் தேவைகளை பூர்த்தி செய்கிறார்களா? குருவே சரணம் என்று கோவில்களிலேயே விழுந்துகிடக்கிற சீடர்களிடம் இருந்து எல்லா வேலைகளையும் வாங்கிக்கொள்கிறார்கள். ஆனால், வாரிசைத் தேர்ந்தெடுக்கையில் மட்டும், எங்கிருந்தோ உறவினர்களைக் கொண்டுவந்து மகுடம் சூட்டிவிடுகிறார்கள் குருக்கள். எங்களின் குடும்பங்களையும் உறவினர்களையும் முழுவதுமாக விலக்கிவைத்துவிட்டு ஆன்மிகப் பயணத்திற்கான பாதையை குருவே காட்டுவார் என்று நம்பி வந்த எங்களின் நிலையை எப்பொழுதாவது இந்த குருக்கள் நினைத்துப் பார்த்திருக்கிறார்களா?’ என்று கேட்கிறார் இராம் மிலன் சரண் சரஸ்வதி.

அயோத்தி கோவில்களில் நடக்கிற பிரச்சனைகளெல்லாம், மகந்த் பதவிக்கான சண்டையையும் கூட தாண்டிச் செல்ல ஆரம்பித்துவிட்டது. இரகுவீர் தாஸ் என்கிற ஐம்பது வயது வைராகிக்கு நேர்ந்ததையே உதாரணமாக எடுத்துக்கொள்வோம். தன்னுடைய இளவயதிலேயே இயல்பு வாழ்க்கையைத் துறந்து, அயோத்தியில் இராமர் கோட்டைப் பகுதியில் இருக்கும் சியாமா சதன் என்கிற பிரபல கோவிலின் மகந்தான கோபால் தாஸிடம் சீடராக இணைந்தார். இரகுவீர் தாஸையே தன்னுடைய ஆன்மிக வாரிசாகவும் அடுத்த மகந்தாகவும் இருபத்தியோராம் நூற்றாண்டின் துவக்கத்திலேயே மகந்தாக இருந்த கோபால் தாஸ் அறிவித்துவிட்டார். சில ஆண்டுகளுக்கு பிறகு, தன்னுடைய சகோதரரின் பேரனான ஸ்ரீதர் துபே என்பவரை அழைத்துவந்து, துறவறம் மேற்கொள்ளவைத்து, இராமனாண்டியாக்கி, ஸ்ரீதர் தாஸ் என்று பெயரும் சூட்டினார் கோபால் தாஸ். அதன்பின்னர் கோவிலுக்காக ஒரு அறக்கட்டளையை உருவாக்கி, சமீபத்தில் அழைத்து வந்த தன்னுடைய பேரனான ஸ்ரீதர் தாஸையே கோவிலின் அடுத்த மகந்தாக அறிவித்துவிட்டார். ஏற்கனவே வருங்கால மகந்தாக அறிவிக்கப்பட்டிருந்த இரகுவீர் தாஸ் இதற்கு கடுமையான எதிர்ப்பைத் தெரிவித்தார். ஆனால், போகப்போக அவருடைய

குரலுக்கு எந்த மரியாதையும் அங்கே இல்லாமல் போனதால், சியாம சதன் கோவிலில் இருந்தே வெளியேறிவிட்டார்.

'குரு என்பவர் கடவுளைப் போன்றவர். ஒருவேளை, எனக்கு விதிக்கப்பட்டது இதுதானோ என்னவோ' என்று கூறுகிறார் இரகுவீர் தாஸ்.

ஆனால், அயோத்தியில் இருக்கிற மகந்துகள் தங்களது குடும்பத்தை சார்ந்திருப்பதை ஆதரித்துப் பேசுகிறார் அஜித் தாஸ். அவர், நிர்வானி அகாராவின் மகந்தாக இருக்கிற தரம் தாஸின் சீடராவார்.

'சாதுக்களுக்கு பாதுகாப்பான இடமாக அயோத்தி இல்லை. சாதுக்களாக இருக்கிற சீடர்கள் பதவி வெறிபிடித்த கொடூரர்களாக மாறியிருக்கும் இந்த காலகட்டத்தில், மகந்துகள் என்ன தான் செய்ய வேண்டும் என்று நினைக்கிறீர்கள்? கடந்தகாலத்தை மறைத்து சீடர்களாக இருப்பவர்களை நம்புவதைக் காட்டிலும், தனக்கு நன்கு தெரிந்த உறவினர்களை நம்புவது தானே ஒரு மகந்துக்கு அதிக பாதுகாப்பினைத் தரும்?' என்று கேட்டார் அஜித் தாஸ்.

அவர் சொன்னது உண்மை தான். ஆனால், முற்றும் துறந்தவராக இருக்க வேண்டிய ஒரு மகந்த், தன்னுடைய குடும்பத்திற்கே கோவில் சொத்துக்களை கையளிப்பது சரியா என்று அவரிடமே கேட்டேன்.

'அயோத்தியில் இருக்கும் அனைத்து சொத்துக்களுக்கும் இராமரும் ஜானகியும் தான் உண்மையான உடமையாளர்கள். வேறு யாரும் அவற்றை சொந்தம் கொண்டாட முடியாது' என்று சொல்லிவிட்டுச் சிரித்தார் அஜித் தாஸ்.

VIII

அயோத்தியின் இப்புதிய நடைமுறைகளால் பலவற்றையும் இழந்திருக்கிற சாதுக்களின் எதிர்காலம் கேள்விக்குறியாகவே மாறியிருக்கிறது. தாங்கள் இழந்த மகந்த் பதவிகளை திரும்பப்பெறும் வழிமுறைகளைக் கூட கண்டறியமுடியாமல், குழப்பமான மனநிலையிலேயே ஒருசிலர் வாழ்கிறார்கள். வேறு சிலரோ, நீதிமன்றத்திற்கும், அரசியல் அதிகாரம்

படைத்தவர்களிடமும் சென்று தாங்கள் இழந்தவற்றை மீட்டுக்கொடுக்குமாறு கேட்டு அலைந்துகொண்டிருக்கிறார்கள். ஆனால், இப்போதெல்லாம் பதவி பறிக்கப்பட்ட மகந்துகள், அனைத்தையும் தலைவிதியென்று ஏற்றுக்கொண்டு, எந்தக்கேள்வியும் கேட்காமல் வெளியேறிவிடுகின்றனர். அவர்களில் பெரும்பாலானோரின் பதவிகளைப் பறித்தவர்கள் அவர்களுடைய சீடர்களே என்பது குறிப்பிடத்தக்கது.

துரத்தப்பட்ட மகந்துகளில் பெரும்பாலானோர் அயோத்தியின் ஒரு மூலையில் சரயு நதிக்கரையின் ஒதுக்கப்பட்ட பகுதியான வாசுதேவ கத் மஞ்சா என்னுமிடத்தில் குடிசைகளைப் போட்டு வாழ்ந்துகொண்டிருக்கின்றனர். அயோத்தியின் சித்திரகோடி அஸ்தன கோவிலில் மகந்தாக பத்தாண்டுகளுக்கு முன்புவரை வாழ்ந்துவந்த சித்திரகோடி பாபாவும் அப்படியான ஒரு குடிசையில் வாழ்ந்து வருகிறார். அவர் மகந்தாக இருந்த கோவிலில் இருந்து விரட்டியடிக்கப்பட்டவுடன், ஒரு குடிசையில் போய் தங்கிக்கொண்டார். யாருடனும் பேசுவதும் இல்லை. குடிசையை விட்டு வெளியே மிக அபூர்வமாகத் தான் வருகிறார். நான் அவரிடம் பேச முயன்ற சிலசமயங்களில் அமைதிகாத்தார். எதுவுமே பேசவில்லை. ஆனால் அதன்பிறகு, தன்னுடைய நிலையை நினைத்து அமைதியைக் கலைத்து என்மீது கோபத்தையாவது வெளிக்காட்டினார்.

தாங்கள் துரத்தப்பட்டதை ஏற்றுக்கொள்ளமுடியாத மனநிலையில் இருக்கும் ஒருசில மகந்துகளோ, அயோத்தியை விட்டே நிரந்தரமாக வெளியேறிவிடுகின்றனர். யுகல் பிகாரி தாஸ் என்பவர் அயோத்தி அனுமார் கோவிலின் ஒரு பிரிவுக்கு மகந்தாக இருந்தார். அவர் அயோத்தியை விட்டு வெளியே ஏதோ வேலையாக சென்றிருக்கிறார். அவர் திரும்பி வருவதற்குள், அவருடைய சீடரான இராமாக்ய தாஸ் என்பவர், தன்னுடைய குரு இறந்துவிட்டதாகச் சொல்லி, இறந்தவருக்கு செய்கிற இறுதிச்சடங்குகளை எல்லாம் நடத்திமுடித்துவிட்டு, தன்னையே புதிய மகந்தாக அக்கோவிலுக்கு முடிசூட்டிக்கொண்டார். சில நாட்கள் கழித்து, உயிரோடு இருக்கிற உண்மையான மகந்தான யுகல் பிகாரி தாஸ் அயோத்திக்கு திரும்ப வந்திருக்கிறார். அங்கே தனது மகந்த் பதவி பறிபோனதோடு மட்டுமல்லாமல், தான் இறந்துவிட்டதாகவும் சொல்லப்படுவதைக் கேட்டு அதிர்ச்சியடைந்திருக்கிறார். தான் உயிரோடு இருப்பதாகவும்,

இறக்கவில்லை என்றும் அவர் நிரூபிக்க முயற்சி செய்திருக்கிறார். ஆனால் ஒருவரும் நம்பத்தயாராக இல்லை, அல்லது நம்புவதற்கு விரும்பவில்லை. அரசு அதிகாரிகளிடம் எல்லாம் கூட முறையிட்டுப் பார்த்தார். ஆனால் அவர் பேச்சு எங்கேயும் எடுபடவில்லை. வெறுத்துப்போன அவர், அயோத்தியில் இருந்து வெளியேறி, பீகாரில் சென்று வாழ்ந்துவருகிறார்.

மேலோட்டமாகப் பார்த்தால் பிரச்சனையில்லாத ஒரு ஊராகத் தான் அயோத்தி தெரியும். இன்னும் சொல்லப்போனால், புனிதமான நகரமாகவும் கூட காட்சியளிக்கும். ஆனால், ஆன்மிக நம்பிக்கை என்கிற மிகப்பெரிய தொப்பையின் பின்னால் அதன் இரத்தம் தோய்ந்த அடிவயிறு ஒளிந்துகொண்டிருக்கிறது என்பது தான் உண்மை. இராமர் பிறந்ததாக நம்பப்படும் ஊரில்லையா.

2. அயோத்தி குண்டர்கள்

ஒரு வயதான நாக சாதுவின் பிணத்தை தரையில் கிடத்திவைத்துக்கொண்டு, அயோத்தி நாக வைராகிகளின் இருபிரிவுகளுக்கிடையில் நடக்கும் சண்டைக்கு நடுவில் மாட்டிக்கொண்ட அஜித் தாஸிடம் கைவசம் ஆயுதங்கள் ஏதுமில்லை. அருகில் இருந்த அப்பிணத்தைப் பார்த்தார். அதன் அடியில் இருக்கவேண்டிய மூங்கில் படுக்கையும் கூட காணாமல் போயிருந்தது. சண்டையிட்டுக் கொண்டிருந்தவர்களின் கைகளில் தான் அந்த மூங்கில் கட்டைகள் இருந்தன. பிணத்தை ஒருமுறை நிதானமாகப் பார்த்தார் அஜித் தாஸ். சண்டைக்கு மத்தியில் மாட்டிக்கொண்டுவிடுவோம் என்கிற அச்சம் மூளைக்கு ஏறியதுமே, அந்த பிணத்தை கால்களோடு தூக்கி, அதனையே ஆயுதமாக மாற்றி, சுழற்றி அடித்து சண்டையில் இணைந்துகொண்டார் அஜித் தாஸ்.[1]

அனுமார் கோவில் தான் நிர்வானி அகாராவின் புண்ணிய பூமி. வைணவத்தைப் பொறுத்தவரையிலும் நிர்வானி, நிர்மோகி மற்றும் திகம்பரா ஆகிய மூன்று ஆனிக்கள் இருக்கின்றன. அவற்றில் நிர்வானி ஆனி தான் மிகமுக்கியமான ஆனியாகும். அயோத்தியின் மையப்பகுதியில் சிவப்புக் கற்களால் கட்டப்பட்ட கோட்டை போன்ற கட்டடத்தில்தான் 600க்கும் மேற்பட்ட சாதுக்கள் தங்கியிருக்கிறார்கள். அவர்கள் தான் அயோத்தியிலேயே அதிகம் செல்வாக்குமிக்க சாதுக்களாவர். அவர்களுக்கு அனுமார் கோவிலில் மட்டுமல்லாமல், நிர்வானி அகாராவின் பல்வேறு சிறுகோவில்களிலும் பெரும் அதிகாரமுண்டு. அதுமட்டுமல்லாமல், அயோத்தியின்

பொருளாதாரத்தையே தங்கள் கட்டுப்பாட்டில் வைத்திருப்பவர்களும் அதே சாதுக்கள் தான்.

அந்த பிரம்மாண்டமான கோட்டைக் கோவிலைப் பார்த்தால் கடந்த சில பத்தாண்டுகளுக்கு முன்னர் கட்டியது போன்று தான் தெரியும். ஆனால் சுமார் இருநூறு ஆண்டுகளாக கட்டியெழுப்பப்பட்டு, இன்றைக்கு மிகப்பொலிவான தோற்றத்துடன் காட்சியளிக்கிறது. மிக உயரமான சுவரினைக்கொண்ட அக்கட்டடத்தின் மையப்பகுதியில் அற்புதமான தோற்றத்தைக் கொண்ட ஒரு அனுமார் கோவில் இருக்கிறது. அக்கோவிலைச் சுற்றிலும் நாக வைராகிகள் தங்குவதற்காகவே கட்டப்பட்டதைப் போன்ற பல அறைகள் இருக்கின்றன. அவற்றில் ஒரு சில அறைகளோ அளவில் பெரியதாக இருந்தபோதும், இருள் சூழ்ந்தவையாக காணப்படுகின்றன. அவற்றில் பெரும்பாலானவை பத்தொன்பதாம் நூற்றாண்டின் கட்டடக்கலையை வெளிக்காட்டுவதாக தோற்றமளிக்கின்றன. மிகச்சில அறைகள் மட்டுமே சமீபத்தில் மாற்றம் செய்யப்பட்டவையாக இருக்கின்றன. கட்டடத்தின் வெளியே நூற்றுக்கணக்கான கடைகள் போடப்பட்டிருக்கின்றன. அனைத்தும் அனுமார் கோவிலுக்கு சொந்தமானவை. வாடகைக்கும் குத்தகைக்கும் அவை விடப்பட்டிருக்கின்றன. கட்டடத்தின் தெற்குப்பகுதியில் இருக்கிற இம்லி பாகியா என்கிற மிகப்பெரிய புளியந்தோப்பும் அனுமார் கோவிலுக்குச் சொந்தமானது தான். முன்பெல்லாம் இம்லி பாகியா முழுவதுமே உள்ளூர் வைராகிகளின் தோட்டமாக இருந்தது. ஆனால் இப்போது அதன் பெரும்பகுதியில் ஒரு இரண்டடுக்கு கட்டடம் கட்டப்பட்டிருக்கிறது. அதில் 1990களில் இருந்தே பலம்பொருந்திய நாக வைராகியாக இருந்துவரும் கியான் தாஸ் தான் அக்கட்டடத்தில் வாழ்ந்து வருகிறார்.

அனுமார் கோவிலின் மையப்பகுதியில் இருந்து கியான் தாஸின் வீட்டிற்கு நடுவே இருக்கும் புழுதி நிறைந்த பாதையில் தான் 2005ஆம் ஆண்டு நவம்பர் 25ஆம் தேதியன்று காலையிலேயே ஒரு சண்டை நடந்தது. அனுமார் கோவில் விவகாரங்களில் விஹெச்பியின் தலையீட்டை கொஞ்சமும் விரும்பாத கியான் தாஸின் சீடர்களும், சங்கப் பரிவாரின் பேராதரவைப் பெற்ற அதிகார வெறிபிடித்த தரம் தாஸின் சீடர்களும்

அடித்துக்கொண்டனர். இந்த இரண்டு நாகசாதுக்களின் குழுக்களும் சிறுவயதில் மூத்த நாக வைராகியான ஹரிசங்கர் தாஸிடம் மல்யுத்தம் கற்றுக்கொண்ட காலத்திலேயே பகையை வளர்த்து தான் வைத்திருந்தனர்.

அன்று காலை அந்த சண்டை துவங்கும் வரையிலும் அனுமார் கோவிலுக்கு மட்டுமல்லாமல் ஒட்டுமொத்த நிர்வானி ஆனிக்கும் முடிசூடா மன்னராகத் திகழ்ந்துவந்தார் கியான் தாஸ். அவருடைய விசுவாசிகள் நிறைந்த படையொன்று அவரைச் சுற்றிலும் கோட்டைச் சுவர் போன்று நின்று அவரைக் காப்பாற்றியது.

அதேவேளையில், சிறிய படையினை வைத்திருந்தபோதும் வி ஹெச் பியின் உதவியோடு அயோத்தியில் அகாராக்களின் அதிகாரத்தை தட்டிப்பறிக்கிற வேலையில் முன்னேறிக்கொண்டிருந்தார் தரம் தாஸ். அயோத்தியின் அதிகாரமிக்க பதவியான நிர்வானி ஆனியின் மகந்த் பதவியைக் கைப்பற்றுவதற்கு வெறிகொண்டு அலைகிற தரம் தாஸுக்கு எக்காரணங்கொண்டும் விட்டுக்கொடுக்கவே கூடாது என்பதில் உறுதியாக இருந்தார் கியான் தாஸ்.

அந்த பதவிக்கு அயோத்தியில் மிகப்பெரிய மரியாதையும் முக்கியத்துவமும் இருக்கிறது. நிர்வானி அகாரா மட்டுமல்லாமல், மற்ற அகாராக்களும் மரியாதை செலுத்துவார்கள். அரித்துவாரில் நடைபெறும் கும்பமேளோ மற்றும் அலகாபாத்தில் நடைபெறும் அர்த்தகும்பமேளா ஆகிய நிகழ்வுகளின் போது, கடைகள் ஒதுக்குவதில் நிர்வானி அகாராவின் மகந்த் தான் முக்கியப்பங்காற்றுவார். நிறைய பணத்தை தனிப்பட்ட முறையில் வசூல் செய்துகொள்ளும் வாய்ப்பினையும் அது கொடுக்கிறது. அதிகாரத்தையும் செல்வத்தையும் மரியாதையையும் வாரிவழங்குகிற ஒரு பதவியாக அது பார்க்கப்படுகிறது.

வைணவ ஆனி

அனுமார் கோவிலின் நிர்வாகக் கிளைகள்

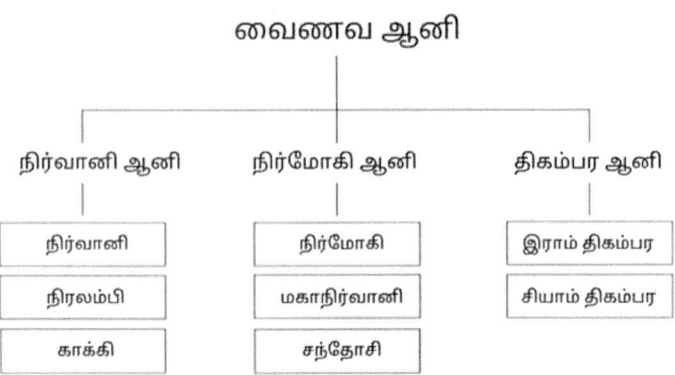

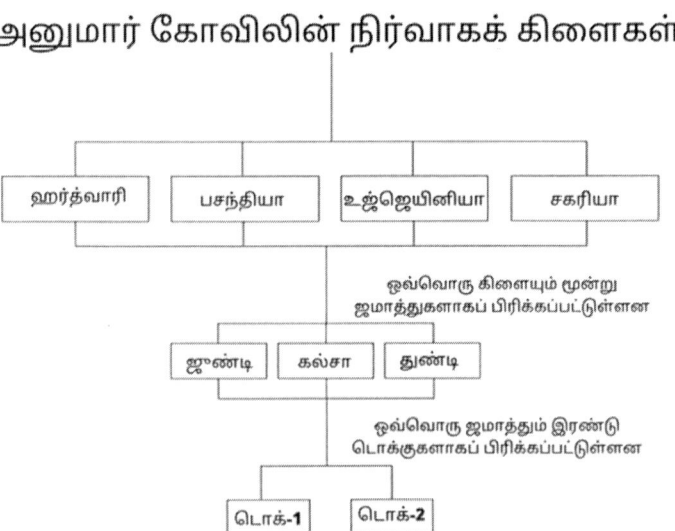

நிர்வானி அகாராவின் மகந்தாக ஒருவர் முடிசூட வேண்டுமென்றால், அதனுள் இருக்கிற பல்வேறு பிரிவுகளில் உள்ளவர்கள் பரிந்துரைக்க வேண்டும். சுழற்சிமுறையில் ஒவ்வொரு முறையும் ஒவ்வொரு பிரிவில் இருந்தும் யாராவது ஒருவர் மகந்தாக பரிந்துரைக்கப்பட்டு தேர்ந்தெடுக்கப்படுவார். அப்பதவியை அடைய வேண்டும் என்கிற ஆசையில் இருப்பவர்கள் அதிகமாக இருப்பதால், அதனை அடைவதற்கு நீண்டகாலம் காத்திருக்க வேண்டியிருக்கும். அடுத்த மகந்தாவதற்கான வரிசையில் கியான் தாஸ் இல்லாதபோதும், அவருக்கு வேண்டியவர்களையே நிர்வானி அகாராவின் பல பிரிவுகளின் பதவிகளுக்கும் நியமித்து வைத்திருந்தார். பின்னாளில் அவர்களை வைத்தே, நிர்வானி அகாராவின் மகந்தாக தன்னை பரிந்துரை செய்யவைத்துவிடலாம் என்கிற திட்டத்தோடு செயல்பட்டார் கியான் தாஸ்.

கியான் தாஸுக்கு அயோத்தியில் இருக்கும் செல்வாக்கு குறித்து தரம் தாஸுக்கு நன்றாகவே தெரியும். அதனால் கியான் தாஸுடன் சரிக்கு சமமாக நின்று மகந்தாகும் போட்டியில் குதிக்க தரம் தாஸ் விரும்பவில்லை. இன்னும் சொல்லப்போனால், கியான் தாஸைப் பார்த்து, தரம் தாஸ் அஞ்சினார் என்று தான் சொல்லவேண்டும். ஆனால், எப்படியாவது தரம் தாஸை நிர்வானி அகாராவின் மகந்தாக்கியே தீரவேண்டும் என்பதில் விஹெச்பி உறுதியாக இருந்தது. இராமஜென்மபூமி போராட்டமெல்லாம் உச்சத்தில் இருந்த 1990 களில் கூட, அனுமார் கோவிலின் மகந்தாக தனக்கு சாதகமான ஒருவரை விஹெச்பியால் கொண்டுவரமுடியவில்லை. அப்படிக் கொண்டுவந்தால், அயோத்தியின் அனைத்து ஆன்மிக மடங்களையும் கோவில்களையும் சொத்துக்களையும் தன்னுடைய கட்டுப்பாட்டில் கொண்டுவந்துவிட முடியும் என்பதை விஹெச்பி புரிந்துதான் வைத்திருந்தது. அப்போது மகந்தாக இருந்தவரின் காலம் முடிவடைந்தபோது, வேறு யாரையும் அந்த மகந்த் பதவியின் அருகாமையில் வரக்கூட கியான் தாஸ் விடமாட்டார் என்பதை விஹெச்பியின் அடியாளான தரம் தாஸுக்கு நன்கு தெரிந்தது.[2]

நவம்பர் மாதத்தின் ஒரு காலைவேளையில் நேருக்கு நேரான சண்டையாக அது உருவெடுத்தது. அடுத்த மகந்த் யாரென்பதைத் தீர்மானிக்கிற வேலையை மட்டுமே

செய்யாமல், அயோத்தியின் மிகப்பெரிய ஆன்மிக அமைப்பில் விஹெச்பியின் கால்தடத்தையும் அது பதிய வைத்தது.

II

1991ஆம் ஆண்டு இந்தியாவின் பிரதமரானார் பி.வி.நரசிம்ம ராவ். அவருக்கு நெருக்கமானவராக இருந்தபடியால், அனுமார் கோவிலின் அதிகாரத்தை கொஞ்சம் கொஞ்சமாக 1990களில் முதல் பாதியில் தனதாக்கிக் கொண்டிருந்தார் கியான் தாஸ். அவருக்கு அயோத்தியில் ஏராளமான இளம் நாகாக்கள் உறுதுணையாக இருந்தனர்.

நரசிம்மராவின் குருவாகப் பார்க்கப்பட்ட சந்திராசாமியின் ஆசீர்வாதமும் கியான் தாஸுக்கு இருந்தது. அயோத்தியில் வாழும் சாதுக்களுக்கும் விஹெச்பிக்கும் இடையில் உருவாகிக் கொண்டிருந்த உறவினைத் துண்டிக்கிற வேலையைச் செய்து, அரசியல் ஆதாயத்திற்காக பாபர் மசூதி விவகாரத்தில் சங்கப் பரிவாரம் செய்யும் முயற்சிகளைத் தோற்கடிக்கவும் சந்திராசாமிக்கு உத்தரவு பிறப்பிக்கப்பட்டிருந்தது.

இளைஞர் காங்கிரசின் தலைவராக தன்னுடைய அரசியல் பயணத்தைத் துவக்கினார் சந்திராசாமி. ஆனால் திடீரென்று சில காலம் அரசியல் வானிலிருந்து காணாமல் போனார். பின்னர், 1970களில் ஒரு தாந்திரீக ஆன்மிக குருவாக தன்னை இந்த உலகுக்கு அடையாளப்படுத்திக்கொண்டார். அதன்பின்னர் ஒரு சர்வதேச ஆன்மிக இராச்சியத்தை உருவாக்கிக் கொண்டார். 1980களில் தென்னமெரிக்காவில் இருக்கிற நிகாரகுவா என்கிற நாட்டில் ஆட்சியில் இருந்த இடதுசாரிகளை வீழத்துவதற்காக அமெரிக்கா முயற்சி செய்தது. ஆனால் அதனை நேரடியாக செய்யமுடியாத சூழல் இருந்தபடியால், மறைமுகமாக ஈரான் அரசுக்கு ஆயுதங்களை வழங்கியது அமெரிக்கா. அந்த ஆயுதங்களை நிகாரகுவாவில் செயல்பட்டுக்கொண்டிருந்த கோந்திரா என்கிற அதிதீவிர வலதுசாரி பயங்கரவாத அமைப்புகளிடம் ஈரான் அரசு வழங்கியது. இப்படியாக அமெரிக்காவிலிருந்து ஈரானுக்கும், பின்னர் ஈரானிலிருந்து அமெரிக்காவிற்கு சட்டவிரோதமாகவும் மறைமுகமாகவும் ஆயுதங்களை கைமாற்றிவிடுவதற்கு பல இடைத்தரகர்கள் தேவைப்பட்டனர். அந்த தேவையை பூர்த்தி

செய்து கோடிக்கணக்கில் பணம் அள்ளியவர்களில் அட்னன் கஷோகி என்கிற சர்வதேச இடைத்தரகரும் ஒருவராவார். அட்னன் கஷோகியின் ஆன்மிக குருவாக இருந்தவர் வேறுயாருமல்ல. இந்தியாவின் சந்திராசாமியே தான்.

தனக்கிருந்த சர்வதேச தொடர்புகளைப் பயன்படுத்தி இந்த ஆயுதக்கடத்தலில் ஈடுபட்டதாக சந்திராசாமி மீது குற்றச்சாட்டுகள் எழுந்தன. 1988 இல் அவர் கைதும் செய்யப்பட்டு, பின்னர் விடுவிக்கப்பட்டார்.[3] அந்த காலகட்டத்தில் வாழ்ந்த சாமியார்களையெல்லாம் விஞ்சி சர்வதேசத் தொடர்புகளுடன் பலநாடுகளுக்குப் பறந்துகொண்டிருந்தார் சந்திராசாமி. சர்வதேசக் குற்றவாளிககளுடன் மட்டுமல்லாமல், இந்தியாவின் மிகப்பெரிய அரசியல்வாதிகளுடனும் அவருக்கு நெருங்கிய தொடர்பு இருந்தது. 1993ஆம் ஆண்டு சந்திராசாமியின் தாயார் மரணமடைந்தார். அவரின் இறுதிச்சடங்கில், அப்போதைய பிரதமராக இருந்த நரசிம்மராவின் மகனான பி.வி.இராஜேஸ்வர் ராவ், வி.சி.சுக்லா, கமல்நாத், சந்திர சேகர், தேவி லால் உள்ளிட்ட பல முக்கிய அரசியல்வாதிகள் கலந்துகொண்டு அஞ்சலி செலுத்தினர்.[4]

நரசிம்மராவ் கொடுத்த பணியினை நிறைவேற்றுவதன் முதல்படியாக, 1993ஆம் ஆண்டு ஏப்ரல் மாதத்தில் 300 சாதுக்களையும் தர்மாச்சார்யாக்களையும் ஒருங்கிணைத்து ஒரு கூட்டத்தை நடத்தினார் சந்திராசாமி. அந்த நிகழ்வை நடத்துவதில் அயோத்தியின் கியான் தாஸ் முக்கியப்பங்காற்றினார். அயோத்தியில் வாழும் நாக வைராகிகளின் ஏகோபித்த ஆதரவைப் பெற்றிருந்த இராமனாண்டி சாதுவான ஜகத்குரு இராமானந்தாச்சார்ய ஹரியாச்சார்யாவும் அந்த நிகழ்வில் கலந்துகொண்டார். அயோத்தி அனுமார் கோவில் சாதுக்களின் ஆதரவும் அவருக்கு இருந்தது. அந்தக் கூட்டத்தில் பல தீர்மானங்கள் நிறைவேற்றப்பட்டன. அவற்றில், இந்து மதத்தைச் சேர்ந்த சாதுக்களும் மகந்துகளும் அரசியலில் இருந்து ஒதுங்கியே இருக்கவேண்டும் என்கிற முக்கிய தீர்மானமும் நிறைவேற்றப்பட்டது.[5]

அதே ஆண்டின் ஜூன் மாதத்தில் அயோத்தியில் சோம யாக்கியா என்கிற மதச்சடங்கையும் சந்திராசாமி நடத்தினார். கோவில் நகரமான அயோத்தியில் கால்தடம் பதித்திருக்கிற

ஒரே இயக்கமாக சங்கப் பரிவார் மட்டுமே இருந்துவிடக்கூடாது என்பதற்காகவே சந்திராசாமி செய்த வேலை அது. தங்களுக்கும் வைராகிகளின் கணிசமான ஆதரவு இருப்பதை வெளியுலகிற்கு காட்டுவதே அவரது நோக்கமாக இருந்தது. அதற்கு அப்போதிருந்த மத்திய காங்கிரஸ் அரசின் ஆதரவும் இருந்தது என்பது அனைவரும் அறிந்தது தான்.

'அந்த நிகழ்வுக்கு இரண்டு கோடி ரூபாயை காங்கிரஸ் கட்சி நன்கொடையாக வழங்கி இருக்கிறதோ என்கிற சிறிய சந்தேகம் இருக்கத்தான் செய்கிறது' என்று தலைப்பிட்டு, அப்போது இந்தியா டுடே இதழில் ஒரு மிகவிரிவான கட்டுரைகூட வெளியாகி இருந்தது. 'மூத்த அரசியல் தலைவர்கள்' அந்த நிகழ்வில் கலந்துகொண்டதோடு அல்லாமல், புது தில்லியின் தாளத்திற்கு ஏற்ப மாநில அரசும் நடனமாடி அந்நிகழ்வுக்கு பல உதவிகளை செய்துகொடுத்தது. பாதுகாப்புக் காரணங்களைக் குறிப்பிட்டு சோம யாக்கியா நிகழ்வுக்கு அனுமதி மறுத்த பைசாபாத் மாவட்ட நீதிபதியான வி.என். பாண்டே, உடனடியாக இடமாற்றம் செய்யப்பட்டார். அவருக்கு பதிலாக வேறொருவர் நியமிக்கப்பட்டார். மூத்த காவல்துறை அதிகாரியான ஹர்பஜன் சிங்கும் பாதுகாப்புக் காரணங்களை முன்வைத்தார். ஆனால் அவருடைய குரலும் கண்டுகொள்ளப்படவில்லை.[6] அந்த நிகழ்விலும் கியான் தாஸ் முக்கியப்பங்காற்றினார். அரசியல் ஆதாயத்தை எதிர்நோக்கி, சங்கப் பரிவாருக்குப் போட்டியாக நடத்தப்பட்ட அந்த நிகழ்வு பெரிதாக வெற்றியடையவில்லை. அயோத்தியின் சாதுக்கள் அதிகமாகக் கலந்துகொள்ளாத காரணத்தால், திட்டமிடப்பட்டதற்கு ஒருநாள் முன்னரே சோம யாக்கியா நிறுத்தப்பட்டுவிட்டது. இருப்பினும், விஹெச்பிக்கு எதிரான நிலைப்பாட்டில் இருக்கிற சாதுக்களுக்கெல்லாம், அனுமார் கோவிலின் முக்கியப் புள்ளியாக கியான் தாஸை ஏற்றுக்கொண்டனர்

தன்னுடைய நலனுக்காக சாதுக்களை ஒருங்கிணைத்துக் கொண்டிருந்த பாஜகவின் திட்டத்தை முறியடிப்பதற்காக நரசிம்மராவ் ஒரு புதிய திட்டத்தை அமல்படுத்த முடிவெடுத்தார். அதிலும் கியான் தாஸ் உற்சாகமாகப் பங்கெடுத்தார். இம்முறை சந்திராசாமியை நம்பாமல், ஆதி சங்கரரால் உருவாக்கப்பட்ட நான்கு மடங்களின் சங்கராச்சாரியார்களையுமே நம்பிக்

களமிறங்கினார் நரசிம்மராவ். வடக்கில் உத்தரகாண்டில் இருக்கும் ஜோதிர் மடம், தெற்கில் கர்நாடகாவில் இருக்கும் சிருங்கேரி மடம், கிழக்கில் ஒரிசாவில் இருக்கும் கோவர்த்தன மடம், மேற்கில் குஜராத்தில் இருக்கும் துவாரகை மடம் என நான்கு மடங்கள் இருந்தபோதும் துவாரகை மடத்தின் சங்கராச்சாரியான சுவரூபானந்த் சரஸ்வதி தான் சங்கப் பரிவாரத்தை மிகத்தீவிரமாக எதிர்த்து வந்தார்.

1993ஆம் ஆண்டு ஜூன் மாதம் 23ஆம் தேதியன்று சிருங்கேரியில் அவருடைய முயற்சியினால் தான் நான்கு மடங்களின் சங்கராச்சியார்களும் சந்திக்கும் நிகழ்வு சாத்தியமானது.[7] தன்னிச்சையாக செயல்படக்கூடிய அரசியல்சார்பற்ற ஆன்மிக அமைப்பொன்றை உருவாக்கி, அயோத்தியில் இராமர் கோவில் கட்டுவதை மேற்பார்வையிட அக்கூட்டத்தில் முடிவு செய்யப்பட்டது. அயோத்தியில் பிரச்சனைக்குரிய இடத்தை அந்த அமைப்பிடமே ஒப்படைக்க வேண்டும் என்றும் கோரிக்கை வைக்கப்பட்டது.[8] பாபர் மசூதி இடிக்கப்பட்டதுமே, அந்த நிலம் முழுவதையும் அரசு கையக்கப்படுத்தி இருந்தது. 1993ஆம் ஆண்டு இராஜஸ்தானில் இருக்கும் ஃபத்தேபூர் என்கிற ஊரில் மூன்று சங்கராச்சாரியார்களும் இணைந்து ஒரு மாநாடு நடத்தினர். அதில் ஏராளமான சாதுக்கள் கலந்துகொண்டனர். இராமர் கோவிலைக் கட்டியேதீருவோம் என்று பிரச்சாரம் செய்துகொண்டிருந்த விஹெச்பிக்குப் போட்டியாக காங்கிரஸ் கட்சியின் பின்னணியைக் கொண்ட இராமாலயா அறக்கட்டளை உருவாக்கப்பட்டது.[9]

இம்முறையும் அந்த அமைப்பிற்கான உள்ளூர் ஆதரவைப் பெறுவதற்கான பணிகளைச் செய்தது கியான் தாஸ் தான். இருப்பினும் வெகுவிரைவிலேயே, செயல்படாத ஒரு அமைப்பாக அது மாறியது. சங்கராச்சாரியார்களுக்கு இடையிலான கருத்து முரண்பாடுகளும், பாபர் மசூதி வழக்கில் அப்போதைக்கு முடிவு தெரியாமல் தள்ளிப்போனதினாலும் தான் அந்த அமைப்பே பயனற்றுப் போனது. ஆனாலும், அயோத்தியில் இருக்கும் சாதுக்களை விஹெச்பி ஆதரவு சாதுக்களாகவும், விஹெச்பி எதிர்ப்பு சாதுக்களாகவும் இருகுழுக்களாகப் பிரிக்க இம்முயற்சிகள் உதவின. விஹெச்பிக்கு எதிரான சாதுக்களின் முக்கியப் புள்ளியாக கியான் தாஸ் உருவெடுத்தார். அவருடைய செல்வாக்கு அதிகரித்துக்கொண்டே போனது. இருபதாம்

நூற்றாண்டின் இறுதியில், அனுமார் கோவிலின் முடிசூடா மன்னராக மாறினார் கியான் தாஸ். 2004ஆம் ஆண்டு மார்ச் மாதத்தில், அகில இந்திய அகாரா பரிஷத்தின் தலைவராக அவர் தேர்ந்தெடுக்கப்பட்டதும், சாதுக்கள் மத்தியில் அவருக்கான இடம் மேலும் வலுவானது.

2005ஆம் ஆண்டு தனக்கு சாதகமான தரம்தாஸ் என்கிற சாதுவைக் கொண்டு கியான் தாஸைத் தாக்குவதன் மூலம், நிர்வானி அகாராவைக் கைப்பற்றுவதையே தன்னுடைய முக்கியப் பணியாக மாற்றியிருந்தது ஆர்எஸ்எஸ்.

III

இராமனாண்டி வகையறாவைத் துவங்கிய இராமானந்தா வாழ்ந்த காலகட்டம் குறித்தெல்லாம் வரலாற்று ஆய்வாளர்களால் ஒரேமாதிரியான முடிவிற்கு வரமுடியவில்லை. ஆனால், அவருடைய பெயரால் உருவாக்கப்பட்ட வகையறாவில் தான் இந்தியாவிலேயே அதிகமான நாகாக்கள் இன்றளவும் இருக்கிறார்கள். இன்றைக்கு இந்தியாவிலேயே மிகப்பெரிய சாதுக்குழு என்றால் அது இராமனாண்டி வகையறா தான். ஜி.எஸ்.குர்யே என்கிற வரலாற்று ஆய்வாளரின்படி, 1300ஆம் ஆண்டில் அலகாபாத்தில் இருக்கும் பிரயாக் என்னும் ஊரில் பிறந்து, வைணவ சாதுவாக வாரணாசியில் இராமானந்தா வாழ்ந்தார் என்று சொல்லப்படுகிறது.[10] அதேபோல, இராமனாண்டி அகாராக்கள் உருவாகி வளர்ந்த காலம் குறித்து வேறுசில வரலாற்று ஆதாரங்களும் இருக்கின்றன. எதுவாகினும், 1650 முதல் 1700ஆம் ஆண்டிற்குள் தான் இராமனாண்டி அகாராக்கள் ஒரு கட்டமைப்பிற்கும் வடிவத்திற்கும் வந்திருக்கின்றன என்பதை நம்மால் உறுதிசெய்துகொள்ள முடிகிறது.[11] இராமனாண்டி அகாராக்கள் உருவாவதற்கு முன்னர் 1600ஆம் ஆண்டிலேயே தசநாமி அகாராக்கள் உருவாக்கப்பட்டிருக்கின்றன.[12] அதனால், தசநாமி அகாராக்களைப் போன்றே ஒரு இராணுவ நிர்வாகக் கட்டமைப்பை இராமனாண்டி அகாராக்களும் கொண்டிருக்கின்றன. சைவப் பிரிவைச் சார்ந்த சந்நியாசிகளிடம் இருந்த நிர்வாகத் திறனைப் பார்த்து ஈர்க்கப்பட்டே, அதே

கட்டமைப்பை வைணவ இராமனாண்டி அகாராக்களும் உருவாக்கியிருக்கலாம் என்று யூகிக்கவும் முடிகிறது.

சைவ சந்நியாசிகளின் கொடூரமான வன்முறைத் தாக்குதல்களில் இருந்து வைணவ வைராகிகளைப் பாதுகாக்கவும், வைணவ கோவில்களை அவர்களிடமிருந்து மீட்கவும் தான் மிகமுக்கியமாக இராமனாண்டி அகாராக்கள் தோற்றுவிக்கப்பட்டன. பல நூற்றாண்டுகளாகவே சைவ சாதுக்களும் வைணவ சாதுக்களும் எப்படியெல்லாம் அடித்துக்கொண்டு மிகப்பெரிய எண்ணிக்கையில் ஒருவரையொருவர் கொன்றார்கள் என்பதற்கான உறுதியான வரலாற்று ஆதாரங்களெல்லாம் நம்மிடம் இருக்கின்றன. ஜி.எஸ்.குர்யேவும் அப்படியான பல சம்பவங்களைப் பட்டியலிட்டிருக்கிறார். ஒரு நாளைக்கு ஒரேயொரு வைணவ வைராகியையாவது கொல்லவில்லை என்றால், அன்றைய தினம் எந்த உணவையும் உண்ணமாட்டேன் என்று பைரவ கிரி என்கிற சைவ சந்நியாசி சபதம் எடுத்து கொலைசெய்துகொண்டே வாழ்ந்திருக்கிறார். வைணவ வைராகியான இராம தாஸுக்கும் இதேபோன்றதொரு கதை சொல்லப்படுகிறது. வரலாறெங்கிலும் இப்படியான ஆழமான விரோதத்தைக் கொண்டிருப்பதாலேயே, மத சடங்குகளும் விழாக்களும் நடக்கும்போதெல்லாம் இரத்தவெறிபிடித்த சண்டைகளும் வன்முறைகளும் எப்போது தவிர்க்கமுடியாமல் இடம்பெறுகின்றன. அவற்றுள் சில நிகழ்வுகள் வரலாற்றில் உறுதியாக ஆவணப்படுத்தப்பட்டிருக்கின்றன. 1690ஆம் ஆண்டில் நாசிக்கில் சைவ சாதுக்களால் வைணவ சாதுக்கள் கொத்துக்கொத்தாகக் கொல்லப்பட்ட சம்பவமும், 1760ஆம் ஆண்டில் அரித்துவாரில் இரண்டு குழுக்களுக்கு இடையில் நடைபெற்ற கலவரச் சண்டைகளும் ஆதாரங்களுடன் உறுதிப் படுத்தப்பட்டிருக்கின்றன.[13]

இந்தப் பின்னணியில் தான், பதினேழாம் நூற்றாண்டில் வைணவ சாதுக்கள் ஒன்றுகூடி ஜெய்பூரில் ஒரு மாநாட்டை நடத்தியிருக்கின்றனர். வலிமையான ஆயுதந்தாங்கிய இராணுவக் கட்டமைப்பைக் கொண்டிருக்கிற சைவ சந்நியாசிகளை எதிர்கொள்வதற்கு, வைணவ வைராகிகளின் நாகாக்களை ஒருங்கிணைத்து இராணுவமயமாக்கவேண்டும் என்று முடிவெடுக்கப்பட்டது. பாலானாந்த் என்கிற வைணவ இராமனாண்டியிடம் அந்தப் பொறுப்பு ஒப்படைக்கப்பட்டது.

அப்போது தான் வைணவத்தில் நிர்வானி, நிர்மோகி மற்றும் திகம்பரா ஆகிய மூன்று ஆனிக்களை உருவாக்கினார் பாலானாந்த்.[14] அந்த மூன்று ஆனிக்களிலும் பல்வேறு உட்பிரிவுகளாக அகாராக்கள் உருவாக்கப்பட்டன. அந்த அகாராக்களில் தான் சண்டைகளுக்காக தயார்நிலையில் ஆயுதந்தாங்கிகள் என்கிற பொருளைக்கொண்ட ஆஸ்திரதாரிக்கள் இருப்பார்கள். இராணுவப் பயிற்சிகள் கொடுக்கவும், எந்த சண்டைக்கும் தயாராக அவர்களை தங்கவைப்பதற்குமான ஒரு இடமே அகாரா என்பதாகும்.

இராமனாண்டி அகாராக்களின் கட்டமைப்பு இன்றுவரையிலும் அப்படியே தொடர்கிறது. நிர்வானி ஆனியில் நிர்வானி, காக்கி மற்றும் நிரலம்பி அகாராக்களும், நிர்மோனி ஆனியில் நிர்மோகி, மகாநிர்வானி (தசநாமி அகாராவில் இருக்கும் மகாநிர்மானிக்கும் இதற்கும் வேறுபாடு உண்டு) மற்றும் சந்தோசி அகாராக்களும், திகம்பர ஆனியில் இராம் திகம்பர மற்றும் சியாம் திகம்பர அகாராக்களும் இருக்கின்றன.

இன்றைக்கு வைணவர்களின் கட்டுப்பாட்டில் இருக்கிற அனுமார் கோவிலின் ஒட்டுமொத்த கட்டடம் இடமும், பதினெட்டாம் நூற்றாண்டின் துவக்கம் வரையிலும் சைவ சாதுக்களின் ஜூனா அகாராவின் கட்டுப்பாட்டில் தான் இருந்தது. பதினெட்டாம் நூற்றாண்டு வரையிலும் அனுமார் தில்லா என்கிற பெயரிலேயே அறியப்பட்டிருந்த இடத்தை, வைணவ நாகாக்கள் நிர்வானி அகாராவினுடைய மகந்தாக இருந்த பாபா அபய் இராம் தாஸின் தலைமையில் போராடி சண்டையிட்டு கைப்பற்றினர்.[15] சைவ நாகாக்களும் முஸ்லிம் பக்கிரி சாமியார்களும் இணைந்து அனுமார் தில்லாவில் ஒரு மரத்திற்கு கீழிருந்த சிலையை வழிபட்டனர் என்று ஒரு புராணக்கதையும் கூட இன்று சொல்லப்படுகிறது. சைவ சாதுக்களோ அந்த சிலையை அனுமார் என்று சொல்லி கும்பிட்டனர். முஸ்லிம்களோ அதே சிலையை அப்பகுதியில் வாழ்ந்த ஹத்திலே என்கிற சூஃபி துறவியின் சிலை என்று நம்பினர். அபய் இராம் தாஸின் தலைமையில் வைணவ நிர்வானி அகாராவைச் சேர்ந்த நாகாக்கள் அங்கே வந்தபோது, அச்சிலையை வணங்க அவர்களுக்கு அனுமதி வழங்கப்படவில்லை. சரயு நதியோரத்தில் அவர்கள் அமைத்திருந்த கூடாரங்களுக்கு வலுக்கட்டாயமாக

திருப்பியனுப்பப்பட்டனர். அதன்பின்னர் அன்றிரவே அபய் இராம் தாஸின் கனவில் அனுமார் வந்ததாகவும், அயோத்தியை இராமர் ஆண்டபோது அனுமார் தில்லாவில் தான் அனுமார் தங்கியிருந்து இராமருக்கு உதவியதாகவும், அதனால் அந்த இடத்தில் இருந்து சைவர்களையும் முஸ்லிம்களையும் அடித்துவிரட்டிவிட்டு, அங்கேயே ஒரு அனுமார் கோவிலைக் கட்டவேண்டும் என்று அனுமாரே கனவில் உத்தரவிட்டதாகவும் அபய் இராம் தாஸ் கூறியதாக ஒரு புராணக்கதை இன்றும் சொல்லப்படுகிறது. அதுமட்டுமல்லாமல், அனுமாரே நேரில் தோன்றி அபய் இராம் தாஸுக்கு மந்திர சக்திகளைக் கொடுத்து, சைவ சந்நியாசிகளை அனுமார் தில்லாவில் இருந்து அடுத்தநாளே துரத்துவதற்கும் உதவியதாக அப்புராணக்கதை முடிகிறது.[16]

பதினெட்டாம் நூற்றாண்டின் பிரம்மாண்டமான பேரரசாக அவத் ஆட்சிப்பகுதி இருந்தது. அப்பகுதியை ஆண்ட நவாப்புகளின் ஆதரவுடன் ஒரு கோவிலாகவும், பின்னர் கோட்டையாகவும் அனுமார் தில்லா மாற்றப்பட்டது. அன்றிலிருந்து அயோத்தியின் முக்கியக்கட்டடமாக அனுமார்கோவில் மாறியது.[17] அதன்பின்னர் வடஇந்தியாவின் பல பகுதிகளில் இருந்தும் நாகாக்கள் இடம்பெயர்ந்து அனுமார் கோவிலுக்கு சென்று அங்கேயே தங்க ஆரம்பித்தனர். பத்தொன்பதாம் நூற்றாண்டின் மத்தியில் அனுமார்கோவிலை மையமாகக்கொண்டு அயோத்திக்குள் வன்முறைகள் அதிகமாக நடந்துகொண்டிந்தன. அதனால் அனுமார்கோவிலை காப்பாற்றும் நோக்கில், நிர்வானி அகாராவின் அமைப்புமுறையை அப்போது ஆறாவது மகந்தாக இருந்த பலராம் தாஸ் மாற்றியமைத்தார். அகாராவின் அனைத்து அதிகாரமும் ஒற்றை நபரிடமே குவிந்து கிடப்பதற்கு பதிலாக, வயதும் அனுபவமும் முதிர்ந்தவர்களில் சிலரை ஒரு குழுவாக நியமித்து அவர்களிடம் நிர்வாகத்தை ஒப்படைக்கிற திட்டத்தை உருவாக்கினார். அதற்கு பஞ்சாயத்து முறை என்றும் பெயர் வைத்தார். அத்துடன் அனுமார்கோவிலின் நிர்வாகப் பதவிகள் எதிலும் நிரந்தரமாக எவரும் இருந்துவிடாமல் தடுப்பதற்கு, சுழற்சிமுறையில் தேர்ந்தெடுக்கப்படும் முறையையும் கொண்டுவந்தார்.

IV

சுழற்சி முறையைப் பின்பற்றினால் விஹெச்பியின் கையாளான தரம் தாஸை மகந்தாக நியமிக்க வேண்டியது வரலாம் என்று அஞ்சியே, தனக்கு வேண்டிய நபரையே மகந்தாக நியமிக்க முயன்றார் கியான் தாஸ். அதனால் தான் 2005ஆம் ஆண்டில் வன்முறை வெடித்தது. ஒரு ஆனியில் மொத்தமாக மூன்று அகாராக்கள் இருகின்றன. புதிய மகந்தைத் தேர்ந்தெடுப்பதற்கு மூன்று அகாராக்களும் ஒன்றாகக் கூடி ஓட்டுப்போடவேண்டும். தேர்தலில் எந்த அகாராவைச் சேர்ந்தவர் வேண்டுமானாலும் போட்டியிடலாம் என்றாலும் கூட, இருப்பதிலேயே மிகப்பெரிய அகாராவினால் பரிந்துரைக்கப்படும் நபருக்கே மற்ற அகாராவைச் சேர்ந்தவர்கள் ஓட்டுப்போட்டு தேர்ந்தெடுத்துவிடுவார்கள். நிர்வானி ஆனியைப் பொறுத்தவரையில் அனுமார் கோவிலை மையமாகக் கொண்டு இயங்கும் நிர்வானி அகாராவின் முடிவுக்கு மற்ற அனைவரும் கட்டுப்படுவது வழக்கம். இருப்பினும் தனிநபராக எவரொருவராலும் தன்னிச்சையாக முடிவெடுப்பதை தடுப்பதற்கு எழுத்தளவிலாவது அமைப்புமுறை உருவாக்கப்பட்டிருக்கிறது.

இந்த வகையான தேர்வுமுறை சுமூகமாக நடைபெறுவதற்காகவே அனுமார்கோவில் நாகாக்களை ஹர்த்வாரி, பசந்தியா, உஜ்ஜெய்னியா மற்றும் சாகரியா என நான்கு பட்டிகளாக பிரித்துவைத்திருக்கின்றனர். ஒவ்வொரு பட்டியும் ஜுந்தி, கல்சா மற்றும் துந்தி ஆகிய ஜமாத்துகளாக மேலும் பிரிக்கப்பட்டுள்ளன. ஒவ்வொரு ஜமாத்தின் கீழும் இரண்டு தொக்குகள் இருக்கின்றன. அந்த தொக்குகளும் கூட பல்வேறு அசன்களாக வகைப்படுத்தப்பட்டிருக்கின்றன. ஆக, ஆனிக்கள் அகாராக்களாகவும், அகாராக்கள் பட்டிகளாகவும், பட்டிகள் ஜமாத்துகளாகவும், ஜமாத்துகள் தொக்குகளாகவும், தொக்குகள் அசன்களாகவும் மேலிருந்து கீழே ஒரு கட்டமைப்பாக உருவாக்கப்பட்டிருக்கின்றன.[18] மகந்த் பதவி காலியாக இருந்தால், கட்டமைப்பின் கீழிருந்தே ஒவ்வொரு பிரிவிலும் பரிந்துரைக்கப்பட வேண்டும். அசன்களில் இருந்து பரிந்துரைக்கப்பட்டு, பின்னர் தொக்குகளில் ஏற்றுக்கொள்ளப்பட்டு, அதன்பின்னர் பட்டிகளிலும் ஒப்புக்கொள்ளப்பட்டு, பின்னர் அகாராக்களிலும்

வெற்றிபெற்று, இறுதியாக ஒட்டுமொத்த நிர்வானி ஆனியின் மகந்தாக தேர்ந்தெடுக்கப்பட வேண்டும்.

விஹெச்பியின் கையாளான தரம் தாஸ் உஜ்ஜெயினி பட்டியைச் சேர்ந்தவர் என்பதால், சுழற்சி முறைப்படி நிர்வானி ஆனியின் அடுத்த மகந்தாக வருவதற்கான வாய்ப்பு அவருக்கு அதிகமாக இருந்தது. அவர் சார்ந்திருந்த பட்டியில் மட்டுமல்ல, அவர் அங்கம் வகிந்த்த ஜமாத்திலும் தொக்கிலும் கூட அவருக்கே வாய்ப்பு அதிகமாக இருந்தது. உஜ்ஜெயினி பட்டியில் அவரைப் பரிந்துரைப்பதற்கு அனைவரும் ஒப்புக்கொண்டனர். ஆனால், சாகரியா பட்டியைச் சேர்ந்த கியான் தாஸின் முடிவையே அனைவரும் ஒருமனதாக ஏற்றுக்கொள்வார்கள் என்கிற சூழல் நிலவியதால், தரம்தாஸை மகந்தாகவே விடமாட்டார் என்பது உறுதியாகத் தெரிந்தது.

2004ஆம் ஆண்டே போட்டி துவங்கிவிட்டது. இதில் வேடிக்கை என்னவென்றால், சிவநந்தன் தாஸ் என்பவரின் பதவிக்காலம் முடிவதற்கு மேலும் மூன்றாண்டுகள் இருந்தது. அதற்குள்ளாகவே அடுத்த மகந்தாகப் போவது யார் என்கிற கேள்வி பரபரப்பாக உலவிக்கொண்டிருந்தது.

2012ஆம் ஆண்டு தரம்தாஸிடம் நான் பேசியபோது,

‘உஜ்ஜெயினி பட்டியைச் சேர்ந்தவன் என்பதால் சுழற்சி முறையின்படி, சிவநந்தன் தாஸுக்குப் பிறகு எனக்கு தான் மகந்தாகும் தகுதி இருந்தது. உஜ்ஜெயினி பட்டியில் போட்டியின்றி என்னைப் பரிந்துரை செய்வதற்கும் எல்லோரும் தயாராக இருந்தனர். மற்ற பட்டிகளிலும் கூட எனக்குப் பெரிய போட்டி இருக்கவில்லை. ஆனால், அனுமார்கோவிலின் சுழற்சிமுறைத் தேர்வினை உடைத்தெறிந்து என்னை மகந்தாக விடாமல் தடுக்கவே கியான் தாஸ் விரும்பினார். அவர் சொல்வதைக் கேட்டுக்கொண்டு பொம்மை போல் தலையாட்டும் ஒருவரையே நிர்வானி ஆனியின் மகந்த் பதவியில் உட்காரவைக்க நினைத்தார்’ என்று தரம்தாஸ் என்னிடம் கூறினார்.

நிர்வானி ஆனியில் மகந்தாக இருப்பவரின் பதவிக்காலம் பனிரெண்டு ஆண்டுகள் என்பதே காலங்காலமாக இருந்துவரும் நடைமுறையாகும். அதில் ஒருசிலர் விதிவிலக்காக அதிகமான

ஆண்டுகள் அப்பதவியில் இருந்திருக்கின்றனர். சிவநந்தன் தாஸுக்கு முன்னர் மகந்தாக இருந்த சந்த்சேவக் தாஸ் இருபது ஆண்டுகளுக்கும் மேலாக அப்பதவியில் இருந்திருக்கிறார். பொதுவாக பனிரெண்டு ஆண்டுகளுக்கு ஒருமுறை கும்பமேளா நடைபெறும். இரண்டு கும்பமேளா நடப்பதற்கு நடுவே குஜராத்தின் அலகாபாத்தில் நடக்கிற சிறிய கும்பமேளா நிகழ்வைத்தான் அர்த்தகும்பமேளா என்கிறார்கள். அப்படியாக 1995ஆம் ஆண்டு அர்த்தகும்பமேளா நடைபெற்றபோது தான் மகந்தாக தேர்வு செய்யப்பட்டார் சிவநந்தன் தாஸ். அதிலிருந்து பனிரெண்டு ஆண்டுகள் என்று கணக்கிட்டால், அவருடைய பதவிக்காலம் 2007ஆம் ஆண்டு முடிவடைந்துவிடும். அலகாபாத்தில் அந்த ஆண்டின் அர்த்தகும்பமேளா நிகழ்வுக்கு முன்னதாகவே புதிய மகந்தை தேர்வு செய்தாகவேண்டும்.

‘2004ஆம் ஆண்டு மார்ச் 19ஆம் தேதியன்று அனுமார் கோவிலில் நடைபெற்ற கூட்டத்தில் அடுத்த மகந்தாக என்னை ஒருமனதாகத் தேர்வு செய்து அறிவித்தார்கள். ஆனால் ஒருசில மாதங்களுக்குப் பிறகு, சில மூத்த நாகாக்களை தன்னுடைய வீட்டிற்கு அழைத்து, என்னுடைய தொக் உட்பிரிவைச் சேர்ந்த அவனேஷ் தாஸை அடுத்த மகந்தாக அறிவிக்க விருப்பப்படுவதாக கியான் தாஸ் தெரிவித்தார்’ என்று என்னிடம் தெரிவித்தார் தரம் தாஸ்.

இதை எதிர்த்து, அதே ஆண்டின் டிசம்பர் மாதம் 9ஆம் தேதியன்று ஒரு வழக்கைத் தாக்கல் செய்திருந்தார் தரம் தாஸ்.

மகந்த் பதவி முடிவதற்கு இரண்டாண்டுகளுக்கு முன்னரே வழக்கு தொடுக்கப்பட்டிருந்தாலும், ஒரு தெளிவான திட்டத்துடன் தான் தரம் தாஸ் அதனைச் செய்திருந்தார். இருபது ஆண்டுகளுக்கும் மேலாக நிர்வானி ஆனியின் மகந்தாக இருந்த சந்த்சேவக் தாஸை நீக்கி வெளியேற்றுவதற்காக 1995இல் அனுமார்கோவிலின் மூத்த நாகாக்களை ஒருங்கிணைத்தார் கியான் தாஸ். மகந்த் பதவியிலிருந்து தன்னை நீக்கும் முடிவினை ஏற்க மறுத்து நீதிமன்றத்தை நாடினார் சந்த்சேவக் தாஸ். இந்த பிரச்சனையெல்லாம் நடந்து இரண்டாண்டுகள் கழித்து, வழக்கு தொடுத்த சந்த்சேவக் தாஸ் எங்கு சென்றார் என்றே தெரியவில்லை. வரலாற்றிலிருந்தும் அயோத்தியிலியிருந்தும் அவர் காணாமலே போய்விட்டார். ஒரு முன்னாள் மகந்துக்கே

அயோத்தியில் இதுதான் நிலைமையாக இருந்துவருகிறது. அதனால் தான் 2004இல் கியான் தாஸுக்கு எதிரான செயல்பாடுகளில் இறங்குகிறபோது, தன்னுடைய சொந்த பாதுகாப்பைக் கருத்தில் கொண்டே கவனமாக செயல்பட்டார் தரம் தாஸ்.

'கியான் தாஸ் நினைத்தால் யாரையும் அடித்துவிரட்டி ஒழித்துவிடமுடியும் என்கிற காலமெல்லாம் மலையேறிப் போய்விட்டது. அதனை கியான் தாஸும் நன்கு உணர்ந்திருந்தார். அத்துடன் அவரால் காணாமல் ஆக்கப்பட்ட சந்த்சேவக் தாஸைப் போன்று சாதாரணமானவன் நானல்ல என்பதுவும் அவருக்குத் தெரியும். என்னை ஒழித்துக்கட்டுவது அவ்வளவு எளிதானதாக இருக்காது. இருப்பினும் அவரிடம் அளவுக்கு அதிகமான அதிகாரம் இருந்தது என்பதாலேயே என்னை நானே பாதுகாத்துக்கொள்வதும் அவசியமாக இருந்தது. எனக்கு ஒரு பாதுகாப்பு வளையமாக இருக்கும் என்று எதிர்பார்த்து தான் அந்த வழக்கை அப்போது தொடுத்திருந்தேன். அந்த காலகட்டத்தில் கொலை முயற்சிகளெல்லாம் சர்வசாதாரணமாக நடந்துகொண்டிருந்தாலும், வழக்குவரை சென்றதால், என்னுடைய கை சற்றே ஓங்கியிருந்தது. மகந்த் பதவிக்கான என்னுடைய கோரிக்கைக்கும் அது வலுசேர்த்தது.' என்று என்னிடம் பேசுகையில் தரம்தாஸ் கூறினார்.

அனுமார்கோவிலில் கியான் தாஸுக்கு எதிரான சாதுக்கள் அனைவரையும் விஹெச்பியின் உதவியுடன் தரம் தாஸ் ஒருங்கிணைத்தார். தரம் தாஸின் பூர்வீகம் பீகார் என்பதால், அந்த அடையாளத்தைப் பயன்படுத்தி, பீகாரிலிருந்து அனுமார்கோவிலில் வந்து வாழ்ந்துகொண்டிருக்கும் பெரும்பான்மையான சாதுக்களை தன்னுடன் கைகோர்க்க வைத்தார் தரம் தாஸ்.

தரம் தாஸ் தனக்கான ஆதரவு வளையத்தை பெரிதாக்கிக் கொண்டதும், கியான் தாஸை நேரடியாக சட்டப்பூர்வமாகவே எதிர்கொள்ள முடிவெடுத்தார். அனுமார்கோவிலில் விஹெச்பியின் வளர்ச்சியினைத் தடுக்கும் நோக்கில் கியான் தாஸ் ஒருசில முயற்சிகளை மேற்கொண்டார். அதனையே தனக்கு சாதகமான வழிகளில் பயன்படுத்திக்கொண்டார் தரம்தாஸ். உதாரணத்திற்கு, விஹெச்பி பரப்பிக்கொண்டிருந்த

மதவெறியை எதிர்கொள்ளும்விதமாக 2003 மற்றும் 2004ஆம் ஆண்டுகளில் இஃப்தார் விருந்திற்கு கியான் தாஸ் ஏற்பாடு செய்தார். அயோத்தியில் சமூகநல்லிணக்கத்தை ஏற்படுத்தி, விஹெச்பியின் வளர்ச்சியைத் தடுக்கும் நோக்கில் தான் கியான் தாஸ் அத்தகைய முன்னெடுப்பைச் செய்தார். ஆனால், 2005ஆம் ஆண்டு அதே போன்ற இஃப்தார் விருந்துக்கான அறிவிப்பை கியான் தாஸ் வெளியிட்டதுமே, தரம் தாஸ் அதற்கு எதிர்ப்பு தெரிவித்தார். விஹெச்பி உதவியுடன் ஆட்களைத் திரட்டி கியான் தாஸுக்கு எதிராகப் போராடினார். மற்ற மதங்களின் நிகழ்வுகளை அனுமார் கோவில் வளாகத்தில் நடத்துவதற்கு அதன் அமைப்புச்சட்டம் அனுமதிக்காது என்று கூறி நீதிமன்றத்திலும் வழக்கு தொடுத்தார் தரம்தாஸ். இஃப்தார் விருந்தினை நிறுத்துவதோடு மட்டுமல்லாமல் இந்து மத சட்டதிட்டங்களை மீறியதற்காக கியான் தாஸ் மீது ஒழுங்கு நடவடிக்கையும் எடுக்கப்பட வேண்டும் என்கிற கோரிக்கையையும் முன்வைத்தார் தரம்தாஸ்.

'கியான் தாஸுக்கு நெருக்கடி கொடுப்பதற்காகவே தரம் தாஸ் அந்த வழக்கைப் பதிவுசெய்தார். கியான் தாஸ் தன்னுடைய வீட்டில் தான் இஃப்தார் விருந்துக்கு ஏற்பாடு செய்தார் என்றாலும் கூட, அந்த வீடே அனுமார்கோவிலுடைய கோட்டை வளாகத்தில் தான் இருக்கிறது என்பதால், இவ்வழக்கு கியான் தாஸுக்கு கடினமான ஒரு சவால் தான்' என்றார் கியான் தாஸின் சட்ட ஆலோசகரும் மூத்த வழக்கறிஞருமான இரஞ்சித் லால் வர்மா.

நீண்ட நெடுங்காலமாக பலமிக்க ஒரு சாதுவாக வலம் வந்துகொண்டிருந்த கியான் தாஸுக்கு எதிராக, மிகத்தெளிவாகத் திட்டமிட்டே தான் அவ்வழக்கு தொடுக்கப்பட்டிருந்தது. அனுமார்கோவிலின் சட்டதிட்டங்களை கியான் தாஸ் மீறினார் என்பது மட்டும் உறுதிசெய்யப்பட்டுவிட்டால், அனுமார் கோவிலின் அடிப்படை உறுப்பினராகக் கூட கியான் தாசால் நீடிக்கமுடியாமல் போய்விடும்.

விஹெச்பி ஆதரவு சாதுக்களுக்கும் விஹெச்பிக்கு எதிரான சாதுக்களுக்குமான பனிப்போர், இந்த வழக்கின் மூலமாக நேருக்கு நேரான சண்டையாக வெளிச்சத்திற்கு வந்தது. அந்த சண்டையில் கியான் தாஸுக்கு சரிசமமான போட்டியாளராக

தரம்தாஸ் இல்லையென்றாலும் கூட, அவரை சாதாரணமாக எடுத்துக்கொள்ளமுடியாது என்பதை கியான்தாஸுக்கு அவ்வழக்கு உணர்த்தியது. தரம் தாஸின் ஆதரவாளர்களும் நம்பிக்கைக்குரியவர்களும் அவருக்கு பாதுகாப்பு கொடுக்கும்விதமாக எப்போதும் அவரைச்சுற்றியே இருந்தனர். அவர்கள் எப்போதும் தனியாக எங்கும் செல்லாமல், ஒரு குழுவாகவே வலம் வந்துகொண்டிருந்தனர். கியான் தாஸின் ஆட்கள் தாக்கினால் எதிர்த்தாக்குதல் நடத்துவதற்கும் அவர்கள் தயாராகவே இருந்தனர். இதுவெல்லாம் கியான் தாஸுக்கு தீர்க்கமுடியாத பெரிய பிரச்சனையாக இல்லாவிட்டாலும், அவர் தரம் தாஸை எதுவும் செய்யாமல் அமைதியாகத் தான் இருந்தார்.

'இதற்கு முன்னர், இதைவிட பெரிய பிரச்சனைகளையும் சவால்களையும் எல்லாம் கியான் தாஸ் பார்த்திருக்கிறார். ஆனாலும் நாங்கள் அனைவரும் ஒருமித்த குரலில் ஒரே குறிக்கோளோடு, அவரை எதிர்த்து மிகக்கவனமாக முன்னேறினோம்' என்றார் அஜித் தாஸ்.

நீதிமன்றத்தில் வழக்கு நிலுவையில் இருக்கும்போது தரம் தாஸுக்கு எதிராக எதையாவது செய்தால், வழக்கு தனக்கு எதிராகப் போய்விடக்கூடும் என்று நினைத்துக்கூட கியான் தாஸ் அமைதியாக இருந்திருக்கலாம். அல்லது அவருக்கு இருக்கும் ஆயிரத்தெட்டு பிரச்சனைகளின் நடுவே தரம் தாஸையெல்லாம் ஒரு பெரிய பிரச்சனையாக கண்டுகொள்ளாமல் விட்டிருக்கவும் வாய்ப்பிருக்கிறது.

2005ஆம் ஆண்டின் இறுதியில் அனுமார் கோவிலில் பதட்டமான சூழல் நிலவியது. எப்போது வேண்டுமானாலும் என்ன வேண்டுமானாலும் நிகழக்கூடும் என்பது போன்ற நிலைமை தான் இருந்தது. இருப்பினும், கியான் தாஸை நேருக்கு நேர் எதிர்கொண்டு அடிதடி சண்டையில் தரம் தாஸ் இறங்குவார் என்று யாருமே எதிர்பார்க்கவில்லை தான்.

V

இந்த பின்னணியைத் தெரிந்துகொள்ளாமல், 2005ஆம் ஆண்டு நவம்பர் மாதம் 25ஆம் தேதியன்று இரு குழுவினருக்கும்

நடந்த சண்டை குறித்த செய்தியை மட்டுமே படித்தால், சாலைகள் தட்டையாக இருப்பதால் இந்த பூமியும் தட்டையாகத் தான் இருக்கும் என்று நம்புவது போலாகிவிடும். மேலோட்டமாகப் பார்த்தால், அனுமார் கோவிலில் வாழ்ந்த ஒரு நாக வைராகியின் இறுதிச்சடங்கு நிகழ்விற்கு தரம் தாஸையும் அவரது ஆட்களையும் வரவிடாமல் கியான் தாஸ் தடுத்துவிட்டதால் நடந்த சண்டை அது, என்பது போலத் தான் தெரியும். ஆனால், அது வெறும் சாக்குப்போக்கு தான். அன்றைக்கு இல்லையென்றாலும் வேறொரு நாளில் இதேபோன்ற வேறொரு உப்புசப்பில்லாத காரணத்தைச் சொல்லி சண்டையிட்டிருப்பார்கள் என்பது தான் உண்மை.

அன்றைய தினத்தின் சண்டையை துவக்கியதற்கு, அயோத்தியில் சாகுல் பாபா என்று அழைக்கப்பட்ட மகுசூதன் தாஸ் என்கிற சாதுவின் மறைவே காரணமாக சொல்லப்பட்டது. அவர் கியான் தாஸைப் போலவே சாகரியா பட்டியைச் சேர்ந்தவர். ஆனால் அவர்கள் இருவருக்கும் சுமூகமான உறவு இருந்ததில்லை. கியான் தாஸின் வீட்டுக்கு நேர் எதிரில் தான் சாகுல் பாபாவின் இருப்பிடமும் இருந்தது.

'சாகுல் பாபா இறப்பதற்கு முந்தைய கடைசி காலகட்டத்தில் எல்லாம் அவரால் அதிகமாக வெளியே செல்லவே முடியவில்லை. அதனால் அவரது இருப்பிடத்திலேயே அமைதியாக தியானம் செய்துகொண்டிருந்தார். அப்போது எதிரே இருந்த கியான் தாஸ் தினமும் சாகுல் பாபாவை வசைபாடுவதையே வழக்கமாகக் கொண்டிருந்தார்' என்றார் அஜித் தாஸ்.

எதிர்பார்த்தபடியே கியான் தாஸுக்கு எதிரானவர்களெல்லாம் சாகுல் பாபாவிடம் மரியாதையாக நடந்துகொண்டனர்.

பொதுவாக நாக சாதுக்கள் இறந்தவுடன் அவர்களின் உடலின் மீது உப்பு தடவப்பட்டு, தியானம் செய்வது போன்ற நிலையிலேயே அப்படியே குழிதோண்டி புதைத்துவிடுவார்கள். இல்லையெனில் ஒரு பாறாங்கல்லையோ அல்லது மணல் மூட்டையையோ அந்த உடலுடன் சேர்த்துக் கட்டி, புனித ஆற்றில் இறக்கி மூழ்கவிடுவார்கள். சாதுவாக மாறியபோதே இந்த உலகின் ஆசைகளையும் விருப்பு வெறுப்புகளையும் உடைமைகளையும் அவர்கள் துறந்துவிடுவதால், இறந்தபின்னர்

நெருப்பில் எரிப்பது தேவையில்லாதது என்று கருதப்படுகிறது.[19] நாக வைராகிகளின் உடல்களை அயோத்தியில் பாயும் சரயு நதியில் மூழ்கவிடுவது வழக்கமாக பின்பற்றப்பட்டு வருகிறது.

சாகுல் பாபாவின் மறைவைத் தொடர்ந்து நடைபெற்ற அடிதடி சண்டைகள் காலை எட்டு மணியளவில் துவங்கி அடுத்த ஒரு மணிநேரத்தில் முடிவுபெற்றுவிட்டது.

காலை சுமார் எட்டு மணியளவில் அனுமார்கோவிலைச் சுற்றியுள்ள கடைகளில் வியாபாரம் பரபரப்பாக நடைபெற்றுக்கொண்டிருந்தது. அனுமாரை தரிசிக்க உத்தரப்பிரதேசத்தின் அக்கம்பக்கத்து மாவட்டத்தில் இருந்தெல்லாம் வந்தவர்கள், கடைகளிலும் அனுமார் கோவிலிலும் பெருங்கூட்டமாக சுற்றிக்கொண்டிருந்தனர். காலை வேளைகளில் அனுமார் கோவில் அத்தகைய பரபரப்புடன் இருப்பதே வழக்கம். அப்போது தான், கியான் தாஸின் ஆட்களுடன் தரம் தாஸின் ஆட்கள் வாய்ச்சண்டையில் இறங்கினர். சாகுல் பாபாவின் உடல் வைக்கப்பட்டிருந்த மூங்கிலால் செய்யப்பட்ட படுக்கையை தரம் தாஸின் ஆட்கள் தள்ளிவிட்டனர். அடுத்த சில நிமிடங்களில், அந்த பிணத்தைப் படுக்கவைத்திருந்த படுக்கையின் மூங்கில் கம்புகள் அனைத்தும் அங்கிருந்த இருதரப்பு சாதுக்களின் கைகளுக்கு மாறின. அதை வைத்துக்கொண்டு அடிதடியினை ஆரம்பித்துவிட்டனர். சாகுல் பாபாவின் உடலை நடுத்தெருவில் வீசிவிட்டு இருதரப்பும் அடித்துக்கொண்டனர். அங்கிருந்த கடைக்காரர்கள் அனைவரும் தங்களது கடைகளின் கதவுகளைக் கூட மூடாமல் இங்குமங்குமாகத் தப்பியோடினர். அனுமாரை வணங்க வந்திருந்த பக்தர்களோ, தங்களது உடைமைகளைக் கூட எடுக்காமல் அங்கிருந்து வெளியேறினர். தரம் தாஸின் மச்சானும் சீடரும் மல்யுத்தத்தில் வல்லவருமான அஜித் தாஸ் அந்த இடத்திற்கு வந்து சேர்ந்தார்.

'காலை எட்டு மணியளவில் நான் குதிரை ஓட்டிக்கொண்டு அந்தப்பக்கமாக சென்று கொண்டிருந்தேன் (அவர் தினமும் அதே நேரத்தில் குதிரை ஓட்டுவதை வழக்கமாக வைத்திருப்பதாகக் கூறினார்). அப்போது சரயு நதியில் சாகுல் பாபாவின் உடலை மூழ்கடிக்கிற சடங்கு நடக்கப்போவதாகவும், அதில் கலந்துகொள்வதற்கு வருமாறும் அனுமார்கோவிலின்

சாது ஒருவரின் மூலமாக என்னுடைய குரு எனக்கு தகவல் அனுப்பியிருந்தார். அனுமார்கோவிலில் ஒரு சாது இறந்துபோனால், அதன் இறுதிச்சடங்கில் அனைத்து பட்டி உட்பிரிகளைச் சேர்ந்த நாகாக்களும் கலந்துகொள்வது வழக்கம். இறந்த உடலென்பது அனைத்து பட்டி பிரிவுகளுக்கும் சொந்தம் என்பதே அதன் பின்னணியாகும்' என்றார் அஜித் தாஸ்.

உடனே அனுமார்கோவிலை நோக்கி குதிரையை ஓட்டி அஜித் தாஸ் அங்கு சென்று சேர்ந்தார். அங்கே தரம் தாஸும் வராண்டாவில் உட்காந்திருந்த கியான் தாஸும் வாய்ச்சண்டையில் ஈடுபட்டிருப்பதை அஜித் தாஸ் பார்த்திருக்கிறார்.

'நான் ஓட்டிவந்த குதிரையில் இருந்து இறங்கிதும் தான் அங்கே கையில் இரும்பு கம்பிகளையும் சைக்கிள் சங்கிலிகளையும் ஏந்திக்கொண்டு கியான் தாஸின் குண்டர்கள் நின்றுகொண்டிருப்பதை கவனித்தேன். ஆனால் எங்கள் குருவான தரம் தாஸும் அவருடன் இருக்கிற ஆதரவாளார்களும் நிராயுதபாணிகளாக நின்று கொண்டிருந்தனர். சாகுல் பாபாவை படுக்கவைத்திருந்த மூங்கில் படுக்கையில் இருந்து மூங்கில் கம்புகளை எனது குருவின் சீடர்கள் மின்னல் வேகத்தில் எடுத்ததைப் பார்த்தேன். நான் அவர்களுக்கு அருகில் ஓடிச்சென்ற நேரத்தில், அங்கே எனக்கென்று எந்த மூங்கில் கம்பும் மிச்சமிருக்கவில்லை. அதனால் என்னைப் பாதுகாத்துக்கொள்ள எதுவுமே கிடைக்காத சூழலில், சாகுல் பாபாவின் உடலை என்னுடைய கையால் தூக்கினேன். என்னுடைய பலம் மொத்தமும் சேர்த்து, அந்த உடலை அப்படியே சுழற்றினேன்' என்று அன்றைய நிகழ்வினை நினைவுகூர்ந்தார் அஜித் தாஸ்.

'அங்கிருந்து பயந்து ஓடாமல், பிரச்சனையை நாங்கள் தைரியமாக எதிர்கொண்டோம். அவர்களையும் பின்வாங்க வைத்தோம். பின்னர் அவர்கள் எங்களுடன் சண்டைபோட முடியாமல், கியான் தாஸின் வீட்டு வராண்டாவை நோக்கி ஓடினர். அங்கிருந்து சிறுகற்களையும் செங்கற்களையும் எங்களை நோக்கி எறிந்தனர். நாங்களும் பதிலுக்கு அவர்கள் மீது அதேபலத்துடன் கற்களை வீசினோம்' என்றார் அஜித் தாஸ்.

இதையெல்லாம் நேரில் பார்த்த கியான் தாஸ், அவரது வீட்டு வராண்டாவில் நின்று அதிர்ச்சியுடன் பார்த்துக் கொண்டிருந்தார். தரம் தாஸும் அவரது சீடர்களும் அந்த சண்டையில் ஆதிக்கம் செலுத்துவது கண்டு உறைந்துபோனவராக நின்றிருக்கிறார். பத்தாண்டுகளுக்கு முன்னர் அனுமார் கோவிலின் மகந்தாகப் பதவியேற்றது முதலே தோல்வியையே பார்க்காதவர் அவர். ஆன்மிகப் பேரரசில் தன்னுடைய ஆதிக்கம் சரியத்துவங்குகிறதோ என்று அஞ்சினார். அதுவரையிலும் தலையை நிமிர்த்தி அவருடைய கண்களை நேருக்கு நேராகப் பார்க்கும் தைரியம் கூட எவருக்கும் வந்ததில்லை. ஆனால் அன்றோ அவர் வீட்டு வாசல் வரையிலும் வந்து அவருக்கெதிராக வன்முறையை கட்டவிழ்த்துவிடுபவர்களையே ஒன்றும் செய்யமுடியாத நிலையில் அவர் இருந்தார்.

'நாங்கள் கியான் தாஸைப் பார்த்து உரக்கக் குரல் எழுப்பினோம், வசை பாடினோம், தைரியமிருந்தால் வெளியே வா என்றெல்லாம் சத்தம் போட்டு கத்தினோம். ஆனால் அவரோ ஏதோ மின்சாரம் பாய்ந்ததைப் போன்ற அதிர்ச்சியிலேயே நின்றிருந்தார்' என்றார் அஜித் தாஸ்.

அதற்கு மேலும் பொறுமை காக்கமுடியாமல், அவர் வெளியே இறங்கிவந்து சண்டை போடத் தயாரானார். ஆனால் அகில இந்திய அகாரா பரிஷத்தின் தலைமைப் பதவியில் இருந்த காரணத்தால் அரசு வழங்கியிருந்த பாதுகாவலர்கள் அவரது பாதுகாப்பினை கருத்தில்கொண்டு அவரைத் தடுத்து நிறுத்தினர்.

அந்த மோதல் குறித்த செய்தி, காட்டுத்தீ போல அயோத்தியெங்கும் அதிவேகமாகப் பரவியது. இரத்தவெள்ளத்தில் நகரத்தையே மூழ்க வைக்க பலரும் துடித்தனர். ஆனால் உடனடியாக சம்பவ இடத்திற்கு காவல்துறை வந்துசேர்ந்தது. நகரெங்கும் ஆங்காங்கே காவல்துறையினர் நிற்கவைக்கப்பட்டனர். சாகுல் பாபாவின் உடலை காவல்துறையினரே கைப்பற்றி, அவர்களே சரயு நதியில் இறக்கி மூழ்கவிட்டனர்.

அந்தக் கலவரத்தில் உயிர்பலி ஏதுமில்லையென்றாலும் கூட, இருபதுக்கும் மேற்பட்டோர் காயமுற்றனர். இருதரப்பிலும் இருந்து சுமார் இருபது பேர் கைதுசெய்யப்பட்டு பைசாபாத்

சிறைக்கு அனுப்பப்பட்டனர். கைது செய்யப்பட்டவர்களில் தரம்தாஸூம் ஒருவர். ஆனால் அந்த வழக்கில் தன்னுடைய பெயர் வராமல் பார்த்துக்கொண்டார் கியான் தாஸ். முதல் தகவல் அறிக்கையில் கூட கியான் தாஸின் பெயர் இடம்பெறவில்லை. இரண்டு குழுக்களும் ஒருவர் மாற்றி மற்றவர் மீது பிரிவு 307 இன் படி கொலைமுயற்சி வழக்கு தொடுத்தனர்.

VI

ஒரு மணிநேரமே நடைபெற்ற ஒரு சண்டையின் சட்டப்பூர்வப் போராட்டத்தில் கியான் தாஸ் வென்றார். அவருக்கான அதிகாரத்தில் ஏதும் குறைந்துவிடவில்லை. ஆனாலும் 1990களின் இறுதியில் இருந்து அயோத்தியில் கோலோச்சிவந்த அவர், இனியும் எவராலும் வெல்லமுடியாத ஒருவரல்ல என்பது உறுதியாகிவிட்டது. அப்போதும் அனுமார்கோவிலின் முடிசூடா மன்னராக அவர் கருதப்பட்டாலும், ஒரு சிறு குழுவினர் நேருக்கு நேர் சண்டையிட்டு வென்றதே அயோத்தியின் பேசுபொருளாக மாறியது. கியான் தாஸூக்கு எதிரான புதிய கருவாக தரம் தாஸ் உருவாகத் துவங்கினார். கியான் தாசால் கடந்த காலங்களில் பாதிக்கப்பட்டவர்களெல்லாம் தரம் தாஸ் பக்கமாக சாய்ந்தனர்.

‘அந்த சம்பவத்திற்கு முன்புவரை கியான் தாஸின் ஒற்றைக் குரலை எதிர்த்து எவரும் பேசியதில்லை. அதன் பின்னரும் பெரியளவுக்கு ஜனநாயகவாதியாக அவர் மாறிவிட்டார் என்று நான் சொல்லமாட்டேன். ஆனாலும் அந்த சம்பவத்திற்கு முன்னர் இருந்ததை விடவும் ஓரளவுக்கு மென்மையான போக்கினை கடைபிடிப்பவராக மாறிவிட்டார்’ என்றார் அஜித் தாஸ்.

1992இல் அஜித் தாஸ் சாதுவாக மாறியவர் என்பதால், கியான் தாஸின் வளர்ச்சியை துவக்கத்தில் இருந்தே நேரடியாகப் பார்த்து வந்திருக்கிறார்.

‘அகாராக்களைப் பொறுத்தவரை குறைந்தபட்ச ஜனநாயகத்தை உறுதிசெய்வதற்கென்று பஞ்சாயத்து முறை இருக்கிறது. ஆனால் முன்பெல்லாம் அதனை கியான் தாஸ் கண்டுகொள்ளக்கூட

மாட்டார். மற்ற எந்த அகாராக்களையும் கலந்து ஆலோசிக்காமல் தன்னிச்சையாக அவரே முடிவெடுப்பார். அவருக்கு வேண்டிய ஆட்களையே அனுமார்கோவிலின் அனைத்து முக்கிய நிர்வாகப் பொருப்பிலும் அவர் நியமித்து வைத்திருந்ததால், அவருடைய முடிவுகளை அப்படியே அமல்படுத்துவதும் அவருக்கு எளிதானதாக இருந்தது. பெரிய அதிகாரமில்லாத எளிய நாக சாதுக்களுக்கு கியான் தாஸிடம் அடிபணிந்து நடப்பதைத் தவிர வேறுவழியும் இருக்கவில்லை. அதிகாரத்தில் இருக்கும் மகந்துக்கு எதிராக நடப்பதாக யார்மீதாவது சிறிய சந்தேகம் மேலெழுந்தாலும் கூட, அவர்களுக்கு மிகக்கொடூரமான தண்டனைகள் கிடைக்கும். நாகாக்களின் வாழ்வில் அதிகபட்ச தண்டனையே அவர்கள் அங்கம்வகிக்கும் கோவிலில் இருந்து வெளியேற்றப்படுவது தான். அதன்பின்னர் அவர்களால் எந்த அகாராவிலும் இணையமுடியாமல் போகலாம்' என்றார் அஜித் தாஸ்.

அனுமார்கோவில் விதிகளிலேயே மிகவும் முக்கியமான விதியாக விதி எண் 17 பார்க்கப்படுகிறது.

'அனுமார்கோவிலைச் சேர்ந்த சாதுக்கள் திருமணம் செய்துகொள்ளக்கூடாது. பெண்களுடன் எவ்விதமான தொடர்பையும் வைத்திருக்கக் கூடாது என்பது பாரம்பரியமாகவே சொல்லப்பட்டு வருகிறது. அதனை மீறுகிறவர்களை பெரும்பான்மையினோரின் ஆதரவுடன் ஓட்டெடுப்பு நடத்தி நிரந்தரமாக வெளியேற்றிவிடுவார்கள்.'

ஒருவரை ஓரங்கட்ட வேண்டும் என்று பெரும்பான்மையோர் முடிவுசெய்துவிட்டால், அங்கே உண்மைகளுக்கும் ஆதாரங்களுக்கும் இடமே இல்லை. பெண்களுடன் தொடர்பு இருப்பதாக சந்தேகித்தே கூட, எந்தவொரு சாதுவையும் அனுமார்கோவிலில் இருந்து வெளியேற்றிவிடமுடியும்.[20]

அதனால், பெரும்பான்மையினரால் குற்றஞ்சாட்டப்பட்டு, வெளியேற்றப்பட்டால், அது பொய்யாக இருந்தாலும் நிரூபிக்கவே முடியாது. அப்படியாக நிரூபிப்பதற்கேற்ற ஆதாரங்கள் இருந்தாலும், அவை ஏற்றுக்கொள்ளப்படவும் வாய்ப்பே இல்லை.

அயோத்தியிலும் வடஇந்தியாவின் பல்வேறு பகுதிகளிலும் அனுமார் கோவிலுக்கு சொந்தமாக ஏராளமான அசையாச் சொத்துக்கள் இருக்கின்றன. அந்த சொத்துகள் அனைத்தும் நான்காகப் பிரிக்கப்பட்டு, அனுமார்கோவிலின் பிரிவுகளாக செயல்படும் நான்கு பட்டிகளுக்கும் உரிமை வழங்கப்பட்டிருக்கிறது. ஆனால் அதெல்லாம் வெறும் எழுத்தளவில் மட்டும் தான். அதன் உரிமையாளர் யார் என்பதில் ஒவ்வொரு சொத்துக்கும் பலவிதமான வழக்குகளும் நிலத்தகராறுகளும் இருந்துகொண்டே தான் இருக்கின்றன. அதனால் பெரும்பாலும், அச்சொத்துக்களை உரிமை கொண்டாடும் அதிகாரமிக்கவர்களே தொடர்ந்து ஆதிக்கம் செலுத்தி பலனடைந்து வருகிறார்கள்.

அனுமார் கோவிலின் மகந்த் பதவிக்கு இருக்கிற அதே அளவிற்கான மதிப்பும் மரியாதையும் அதிகாரமும் இருப்பதாலேயே அந்த கோவிலின் பூசாரி பதவியும் முக்கியத்துவம் வாய்ந்ததாக இருக்கிறது. அனுமார் கோவிலில் பஞ்சாயத்து முறைப்படி, ஒவ்வொரு ஆண்டும் அதன் நான்கு பட்டி பிரிவுகளில் இருந்தும் பிரிவுக்கு ஒருவர் என்று நியமிக்கப்படுகிறார்கள். ஆக, அதிகாரப்பூர்வப் பூசாரிகளாக எப்போதும் நான்கு பேர் இருப்பார்கள். அவர்களின் பதவிக்காலம் ஓராண்டாக இருக்கும். ஓராண்டு முடிந்ததும், நான்கு பட்டிகளும் தங்களுடைய சார்பில் புதிய பூசாரிகளை நியமிக்கவேண்டும். நாக சாதுகளிலேயே ஆதிக்க சாதியைச் சேர்ந்தவர்கள் மட்டும் தான் பூசாரிகளாக நியமிக்கப்பட முடியும். ஆதிக்கசாதியல்லாத ஒரு நாகசாதுவை பூசாரியாக நியமிக்கும் நிலை ஏற்பட்டால், அந்த பூசாரியால் அனுமார் கோவிலில் எந்த பூஜையும் செய்யமுடியாது. பெயரளவுக்கு அவர் பூசாரியாகவும், பூசாரிப் பதவியில் இல்லாத மற்றொரு ஆதிக்கசாதியைச் சேர்ந்த நாக சாதுவே பூஜை செய்பவராகவும் இருப்பார்கள்.

ஒவ்வொரு பட்டிக்கும் ஒரு பூசாரி ஒதுக்கப்படுவதால், பட்டிகளுக்கிடையே போட்டியில்லை. ஆனால், ஒவ்வொரு பட்டிக்குக் கீழேயும் மூன்று ஜமாத்துகள் இருப்பதால், அவர்களுக்குள் போட்டி இருக்கும். அதனைத் தீர்ப்பதற்காகவே, சுழற்சி முறையில் ஒவ்வொரு ஆண்டும் ஒவ்வொரு ஜமாத்திற்கும் பூசாரியைத் தேர்ந்தெடுத்து அனுப்பும் உரிமை

வழங்கப்பட்டிருக்கிறது. ஜமாத்துகள் தொக்குகளாகவும், தொக்குகள் அசன்களாகவும் மேலும் பல பிரிவுகளாகப் பிரித்துவைக்கப்பட்டிருப்பதால், அதில் இருப்பதிலேயே வயதில் மூத்தவரை பூசாரி நியமனத்திற்கு அனுப்பும் வழக்கம் பின்பற்றப்படுகிறது. கோவிலுக்கு வருகிற பக்தர்கள் கொடுக்கும் காணிக்கைகளை நேரடியாக வசூலித்து நிர்வகிக்கும் பதவியென்பதால், அந்த நான்கு பூசாரிகளில் ஒருவராக இருப்பது இலாபகரமான ஒன்றாகும். கோவிலின் அன்றாட செலவுகளையும், மற்ற சாதுக்களுக்கு உணவளிக்கும் சேர்-சித்தா என்கிற ரேசன் முறைக்குத் தேவையான செலவுகளையும், கோவில் கட்டடத்தில் பழுதுபார்க்கும் செலவுகளையும், வசூல் செய்யப்பட்ட நிதியில் இருந்து தான் பூசாரிகள் செய்வார்கள். இவ்வளவு செலவுகள் செய்த பின்னரும் கூட, பக்தர்கள் கொடுக்கிற காணிக்கையில் பெரும்பகுதி மீதமிருக்கும் என்பது குறிப்பிடத்தக்கது.

அனுமார் கோவிலின் சொத்துக்களை நிர்வகிப்பதாக இருந்தாலும், பூசாரிகளை நியமிப்பதாக இருந்தாலும், இறுதி முடிவினை எடுப்பவராக கியான் தாஸ் தான் இருந்தார். ஒரு பட்டியில் இருந்து அனைவராலும் ஏற்றுக்கொள்ளப்பட்டு நியமனத்திற்காக அனுப்பப்படும் ஒரு சாதுவை பூசாரியாக பதவியேற்க அனுமதிப்பதும் நிராகரிப்பதும் கூட கியான் தாஸின் விருப்பமாகவே தான் இருந்தது. ஆனால், இதெல்லாம் சாகுல் பாபா என்பவரின் சடலத்தின் முன்பாக கியான் தாஸின் ஆதரவாளர்களால் தரம் தாஸுடைய ஆட்கள் தாக்கப்பட்ட ஒரு நவம்பர் மாதத்தின் காலையுடன் முடிவடைந்துவிட்டது.

அதிகமான சாதுக்களுக்கு இருப்பிடம் கொடுத்து நிரந்தரமாகத் தங்கவைத்திருக்கிற மிகச்சில கட்டடங்களில் அனுமார் கோவிலும் ஒன்று. அவர்களில் பெரும்பாலான சாதுக்கள் மல்யுத்த வீரர்களாகவும் மூர்க்கமாக சண்டைபோடுபவர்களாகவும் இருக்கிறார்கள். அதனாலேயே இவர்களுடைய உள்விவகாரங்களில் வெளியிலிருந்து எவரும் நுழைந்து தட்டிக்கேட்டுவிட முடியாது. ஆனால், அனுமார் கோவில் சாதுக்களோ, அவர்களுடைய கோவில் மற்றும் கோட்டை வளாகத்திற்கு வெளியே அயோத்தியின் அனைத்து விவகாரங்களிலும் மூக்கை நுழைக்கிறார்கள். கியான் தாஸின் அதிகாரம் உச்சத்தில் இருந்த காலகட்டத்தில் எல்லாம்,

அயோத்தி முழுமைக்குமான அதிகார மையமாக அவரே மாறிவிட்டிருந்தார். அதனால் அனுமார்கோவிலும் உச்சபட்ச அதிகாரத்தை பெற்றிருந்தது.

ஒட்டுமொத்த அதிகாரத்தையும் ஒற்றையாளாகக் கையில் வைத்திருப்பதெல்லாம் அனுமார் கோவிலைப் பொறுத்தவரையிலும் கியான் தாஸினால் துவக்கப்பட்டதல்ல. அனுமார்கோவிலின் வரலாற்றில் பல சர்வாதிகாரிகளை அது பார்த்திருக்கிறது. அப்படியான சர்வாதிகாரிகளில் பெரும்பாலானவர்கள், அவர்களுடைய எதிரிக்குழுக்களால் தான் கொல்லப்பட்டும் இருக்கின்றனர். கடந்த 50 ஆண்டுகளில் இப்படியான சர்வாதிகாரிகளே மகந்தாக உருவெடுப்பதும், சிலகாலம் கோலோச்சுவதும், பின்னர் கொல்லப்படுவதும் இயல்பாக நடந்துவருகிறது. அவர்கள் தங்களை ஒரு கோவிலின் மகந்தாகக் கருதாமல், ஒரு ஆட்சியின் மன்னராகவே எண்ணிக்கொள்கின்றனர். தன்னுடைய அதிகார எல்லையைத் தாண்டி ஆதிக்கம் செலுத்திக்கொண்டிருந்த பஜ்ரங் தாஸ் என்பவர் 1970களின் துவக்கத்தில் கொல்லப்பட்டார். அவருக்குப்பின்னர் இராம்கேலவான் தாஸ் என்பவரின் அதிகார ஆதிக்ககாலம் துவங்கியது. மிகப்பிரபலமான மனிதர்களின் கொலை வழக்கிலெல்லாம் கூட தொடர்புகொண்டிருந்தார் என்று அவர் மீது குற்றச்சாட்டு இருக்கிறது.

அந்த சுற்றுவட்டாரப் பகுதியிலேயே திட்டமிட்ட கொலைகளின் தலைமையிடமாக அனுமார் கோவில் மாறியது. அதிகாரத்தின் அடையாளமாக குற்றங்கள் மாறின. தங்களுடைய விருப்பங்களுக்கு ஏற்றவாறு விதிமுறைகளை மாற்றிக்கொள்ளும் குழுக்களுடனும் குழுத்தலைவருடனும் இணைந்துகொண்டு, அதற்காக எந்தக் குற்றத்தையும் செய்வதற்கு அனுமார்கோவிலில் வாழும் சாதுக்கள் தயாராகவே இருந்தனர்.

பீகாரின் மிகக்கொடூரமான குண்டர்ப்படைத் தலைவராக இருந்த காம்தியோ சிங்கின் மறைவைத் தொடர்ந்து, அனுமார்கோவிலின் இயங்குமுறையில் வன்முறைகள் மேலும் அதிகரித்தன. 1980ஆம் ஆண்டில் பீகாரின் பாட்னா நகரின் அருகாமை மாவட்டத்திலிருக்கும் பெகுசாரை என்கிற ஒரு கிராமத்தில் காவல்துறையினரால் அவர் சுட்டுக்கொல்லப்பட்டார். வட இந்தியாவிலும், அயோத்தியிலும்,

மிகக்குறிப்பாக அனுமார்கோவிலிலும் இருந்துவந்த பூமிகர் என்கிற ஆதிக்க சாதியைச் சேர்ந்த மகந்துகளுடன் காம்தியோ சிங் நெருங்கிய தொடர்பில் இருந்தார். அவருடைய மறைவுக்குப் பின்னர், அவருடைய குண்டர்படையில் இருந்த குற்றப்பின்னணியைக் கொண்ட அனைவரும் பீகாரில் இருந்து தப்பித்து ஓடி, அயோத்தியில் இருக்கும் அனுமார் கோவிலில் தஞ்சம் புகுந்தனர். காலந்தோறும் கொலைகளையும் கொள்ளைகளையும் செய்வதையே வழக்கமாகக் கொண்டிருந்த குண்டர்கள் என்பதால், அவர்களின் வருகையினால் அனுமார் கோவிலில் துப்பாக்கிகள் உள்ளிட்ட புதுவகையான ஆயுதங்களும் வருகைபுரிந்தன. அனுமார்கோவிலின் ஒரு பிரிவான சாகரியா பட்டியின் தலைமைப் பதவியில் இருந்த ஹர்பஜன் தாஸை அவரது சீடர்களும் ஆதரவாளர்களும் இப்புதிய வகைத் துப்பாக்கியால் தான் சுட்டுக்கொன்றனர்.

1980களின் மத்தியில் இராமகிருபால் தாஸ் என்கிற மற்றொரு குண்டர்ப்படைத்தலைவர் அனுமார்கோவிலில் உருவானார். பீகாரின் முங்கேர் என்னும் ஊர் தான் அவரது சொந்த ஊர். அவர் நிர்வானி அகாராவின் உஜ்ஜெயினி பட்டி பிரிவைச் சேர்ந்தவர். அயோத்தியின் சாமியார் அதிகார எல்லையில் எப்படியாவது தனக்கு சாதகமான ஒரு ஆள் கிடைக்காதா என்று ஏங்கிக்கொண்டிருந்த விஹெச்பி, இராமகிருபாலை நெருங்கிச்சென்று அவருக்கு ஆதரவுக்கரம் நீட்டியது. அவருடைய காலகட்டத்தில் தான் மிரட்டுவது, மிரட்டிப் பணம் பறிப்பது, ஆள்கடத்தலில் ஈடுபடுவது, கொலை செய்வது போன்றவையெல்லாம் சர்வசாதாரணமாக அனுமார்கோவிலில் நடக்கத்துவங்கியது. ஏறத்தாழ பத்தாண்டுகளுக்கும் மேலாக நீடித்த கொடூரமான காலகட்டம் அது. அவர் 1997இல் கொல்லப்பட்டார். அனுமார் கோவிலில் இருந்த அவரது எதிரிகளில் யாரோதான், உத்தரப்பிரதேசத்தின் மிகப்பெரிய குண்டர்ப்படை ஒன்றிற்கு பணம் கொடுத்து, அவரைக் கொன்றிருக்கிறார்கள் என்று பரவலாக ஒரு பேச்சு இருக்கிறது.

அவர் இறந்தபின்னர் அவருடைய குண்டர்ப்படையைச் சேர்ந்தவர்களெல்லாம் பல சிறுகுழுக்களாகப் பிரிந்துபோயினர். இருப்பினும், அவருக்குப்பின்னர் அனுமார்கோவிலில் அவர் விட்டுச்சென்ற இடத்தை நிரப்பியவர் தான் கியான் தாஸ். அவருக்கு முன்னால் இருந்த மகந்துகள் எல்லோரையும் அனைத்து

வகையிலும் விஞ்சி நின்றார் கியான் தாஸ். இளைஞர்களையே பெரும்பான்மையாகக் கொண்ட அடியாட்களை அனுமார் கோவில் வளாகத்தின் மூலை முடுக்கெல்லாம் நிற்கவைத்தார். அனுமார் கோவில் நிர்வாகத்தின் அனைத்து பதவிகளிலும் தனக்கு வேண்டியவர்களையே முழுவதுமாக நியமித்தார். நிர்வானி அகாராவின் பிரிவுகளான நான்கு பட்டிகளுக்கான மகந்துகள், அனுமார்கோவில் பஞ்சாயத்து முறையினை கண்காணிக்கும் தலைவர், மூத்த வயதுடையவர்களைக் கொண்ட பஞ்சன் என்கிற அதிகார முக்கியத்துவம் வாய்ந்த குழு போன்ற பல பதவிகளில் இருந்தவர்களெல்லாம் வெறுமனே பெயரளவிற்கு மட்டும் தான் அப்பதவிக்கு உரியவர்களாக இருந்தனர். கியான் தாஸின் கட்டளைகளை அப்படியே நிறைவேற்றுவதைத் தவிர அவர்களுக்கு வேறு வழியில்லை. மேலிருந்து கீழ்வரையிலான அதிகார மையத்தின் ஒட்டுமொத்த படிநிலையும் அவருடைய கட்டுப்பாட்டில் வந்துவிட்டது.

'கியான் தாஸின் குழுவினருக்கும் தரம் தாஸின் குழுவினருக்கும் சாகுல் பாபா மரணத்தில் ஏற்பட்ட சண்டைக்குப் பின்னர், அனுமார் கோவிலில் தான் செலுத்திவந்த அதிகப்படியான அதிகாரத்தை கொஞ்சம் தளர்த்தினார் கியான் தாஸ். பல்வேறு நிர்வாகப் பதவிகளில் சுழற்சிமுறையும் வயதில் மூத்தவர்களுக்கான ஒதுக்கீடும் பின்பற்றப்பட்டது. பஞ்சாயத்து முறையிலான நிர்வாகக் கட்டமைப்பு மீண்டும் வழக்கத்திற்கு வர ஆரம்பித்தது' என்றார் அஜித் தாஸ்.

இருப்பினும் விஹெச்பியை கடுமையாக எதிர்க்கும் தன்னுடைய நிலைப்பாட்டில் கியான் தாஸ் உறுதியாகவே இருந்தார். அதுதான், சமாஜ்வாதி மற்றும் காங்கிரஸ் கட்சிகளிடம் இருந்து அவருக்கான ஆதரவைப் பெற்றுத்தந்தது. அதுமட்டுமல்லாமல் அவர் மீது நம்பிக்கை வைத்திருக்கும் நாக சாதுக்களும் அவரிடமிருந்து அப்படியான ஒரு நிலைப்பாட்டைத் தான் விரும்பினர். அகில இந்திய அகாரா பரிஷத்தின் தலைவராகவும் அவரே தொடர்ந்து இருந்தார். இங்குமங்குமாக சில மாற்றங்களை செய்தபோதும், தன்னிடம் இருந்த அதிகாரத்தை விட்டுக்கொடுக்காமல் அப்படியே தக்கவைத்துக்கொண்டார்.

VII

கியான் தாஸின் அடக்குமுறை அதிகாரகாலத்திலேயே அவரை எதிர்த்துநின்று தாக்குப்பிடித்ததே தரம் தாஸின் அப்போதைய சாதனையாகப் பார்க்கப்பட்டது.

யார் இந்த தரம் தாஸ்?

பீகாரின் புக்சார் மாவட்டத்தில் இருக்கும் துமாரி என்கிற கிராமத்தில் 1945இல் பிறந்தவர் தான் தரம் தாஸ். தன்னுடைய பதின்ம வயதிலேயே அயோத்திக்கு ஓடிவந்துவிட்டார். அபிராம் தாஸ் என்பவர் தான் ஆன்மிகத்தில் தரம் தாஸின் குரு. அந்த அபிராம் தாஸ் யார் தெரியுமா? 1949ஆம் ஆண்டில் பாபர் மசூதிக்குள் இரவோடு இரவாக யாருக்கும் தெரியாமல் நுழைந்து இராமர் சிலையை வைத்துவிட்டு தப்பித்து ஓடியவர் தான் அந்த அபிராம் தாஸ். அந்த அபிராம் தாஸின் சீடராகத் தான் தன்னுடைய ஆன்மிக வாழ்க்கையினை அயோத்தியில் துவங்கினார் தரம் தாஸ். அனுமார்கோவிலின் வழக்கப்படி, தரம் தாஸுக்கு மல்யுத்தம் கற்றுக்கொடுத்தார் அபிராம் தாஸ்.[21] அதன்பிறகு, நிர்வானி அகாராவின் பிரபல மல்யுத்த வீரராக வெகுவிரைவிலேயே பெயர் வாங்கினார் தரம் தாஸ். அபிராம் தாஸுக்கு வயதானபோது, அவரால் மல்யுத்தம் சொல்லித்தர இயலாமல் போனது. அப்போது ஹரிசங்கர் தாஸ் என்கிற பிரபல மல்யுத்த வீரரிடம் தரம் தாஸ் பயிற்சி எடுத்துக்கொண்டார். கியான் தாஸுக்கும் அதே ஹரிசங்கர் தாஸ் தான் மல்யுத்தம் கற்றுக்கொடுத்தார் என்பது குறிப்பிடத்தக்கது.

தரம் தாஸுக்கும் கியான் தாஸுக்கும் பிற்காலத்தில் பகைமை உருவானபோது, தரம் தாஸின் பக்கம் தான் நின்றார் ஹரிசங்கர் தாஸ். மல்யுத்தம் கற்றுக்கொடுக்கும் காலத்தில் கியான் தாஸுக்கு ஆதரவாக இருந்தவர், பின்னாளில் அதிகாரப் போட்டியின்போது மட்டும், தரம் தாஸுக்கு ஆதரவாக இருந்தார் என்பது ஆச்சர்யமாகத் தான் இருக்கிறது.

துவக்ககாலத்தில் அனுமார்கோவில் நாகாக்களின் அரசியலில் இருந்து தரம் தாஸ் ஒதுங்கித்தான் இருந்தார். அவருடைய ஆன்மிக குருவான அபிராம் தாஸுக்கு அவரைத்தவிர சத்யேந்திர தாஸ் மற்றும் இராம்விலாஸ் தாஸ் ஆகிய மேலும்

இரண்டு முக்கிய சீடர்களும் இருந்தனர். இருப்பினும் அபிராம் தாஸுக்கு தரம் தாஸைத்தான் அதிகம் பிடித்திருந்தது. மற்ற இரண்டு சீடர்களும் எப்போதும் சமஸ்கிருதத்தையும் வேதங்களையுமே படித்துக்கொண்டிருந்தனர். வேதங்களின் மீது கொண்ட பற்றின் காரணமாக, தன்னுடைய பெயருடன் வேதாந்தி என்கிற அடைமொழியையும் இணைத்துக்கொண்டார் அபிராம் தாஸின் சீடர்களில் ஒருவரான இராம்விலாஸ் தாஸ். இருப்பினும் தரம் தாஸுக்கு வேதங்களைக் கற்றுக்கொடுப்பதை விடவும், மல்யுத்தத்தைக் கற்றுக்கொடுக்கவே அபிராம் தாஸ் விரும்பினார். சந்யேந்திர தாஸைப் போலவே தனக்கும் வேதங்கள் கற்றுக்கொள்ள ஆசையாக இருக்கிறது என்று அபிராம் தாஸிடம் கூறினார் தரம் தாஸ். ஆனால் அவரது கோரிக்கைக்கு மறுப்பு தெரிவித்திருக்கிறார் அபிராம் தாஸ்.

'தொன்னூற்றி எட்டு சதவிகித இந்தியர்கள் படிக்காதவர்களாகத் தான் இருக்கிறார்கள். வெறும் இரண்டு சதவிகிதம் பேர் படித்த அறிவாளிகளாக இருக்கின்றனர். அதனால், படித்த அறிவாளிகளுடன் ஒரு முட்டாளாக சுற்றித்திரிவதை விடவும், படிக்காத பெரும்பான்மையான இந்தியர்களுக்கு தலைமையேற்பதே சிறந்தது' என்று தரம் தாஸுக்கு பதில் சொல்லியிருக்கிறார் அபிராம் தாஸ்.

1981ஆம் ஆண்டு ஜூலை 10ஆம் தேதியன்று, தன்னுடைய அதிகாரப்பூர்வ வாரிசாக தரம் தாஸை அறிவித்து உயில் எழுதி வைத்தார் அபிராம் தாஸ். உயில் எழுதிய ஐந்து மாதங்கள் கழித்து டிசம்பர் 3ஆம் தேதியன்று அபிராம் தாஸ் இறந்துவிட்டார். அவர் இறந்து பனிரெண்டு நாட்களில், அனுமார்கோவிலின் மூத்த சாதுக்களும் மகந்துகளும் ஒன்றுகூடி, அபிராம் தாஸின் வாரிசாக தரம் தாஸை அறிவித்து, அபிராம் தாஸின் உடைமைகளை தரம் தாஸுக்கு மாற்றி மகஜர்நாமா ஆவணத்தையும் எழுதிவிட்டனர்.

நிர்வாணி அகாராவின் கீழே இயங்குகிற பல அசனங்களில் ஒரு அசனத்திற்கு மக்ந்தாக இருந்தார் அபிராம் தாஸ். அவர் இறந்தபிறகு தரம் தாஸுக்கு அந்த பதவி வந்துசேர்ந்தது. அபிராம் தாஸின் பதவி தனக்குக் கிடைத்ததில் மிகப்பெருமையாகக் கருதினார் தரம் தாஸ். 1984ஆம் ஆண்டில் விஹெச்பி இயக்கம் மீண்டும் இயங்கத் துவங்கியதும், இராமர்

பிறந்ததாக அவர்கள் கோரும் இடத்தை மீட்கும் போராட்டம் மையப்புள்ளியானது. அப்போது அவ்வியக்கத்திற்கு ஆதரவு தெரிவித்து விஹெச்பியின் பக்கம் சாய்ந்தார் தரம் தாஸ். பாபர் மசூதியின் மையக் கட்டடத்தில் இராமர் பிறந்ததாக முன்பெல்லாம் கோரப்படவே இல்லை. அதற்கு பதிலாக பாபர் மசூதி கட்டடத்திற்கு வெளியே இருக்கிற இராமசபுத்திரா என்கிற இடத்தைத் தான் இராமர் பிறந்த இடமாக கருதப்பட்டுவந்தது. அந்த கருத்தை மடைமாற்றத்தான் அபிராம் தாஸ் 1949 இல் பாபர் மசூதிக்குள் இராமர் சிலையை வைத்தார். அவருடைய ஆன்மிக வாரிசான தரம் தாஸும் தன்னுடைய குருவின் பாதையிலேயே பயணிக்க நினைத்தார். அதனால் இராமசபுத்திராவை இடித்து சேதப்படுத்தினார். அதாவது இராமஜென்மபூமி என்கிற பெயரில் விஹெச்பி உருவாக்கிய திட்டத்திற்கு உதவுவதற்காக, இராமர் பெயரில் பலகாலமாக இருந்துவந்த ஒரு கட்டமைப்பையே தரம் தாஸும் அவருடைய ஆதரவாளர்களும் இடித்திருக்கின்றனர். அந்தளவிற்கு தான் இராமரின் மீது அன்பும் பக்தியும் அவர்களுக்கு இருந்திருக்கிறது. அந்த இராமசபுத்திரா நிர்மோகி அகாராவின் கட்டுப்பாட்டில் இருந்தது. தரம் தாஸின் மீது ஒரு வழக்கும் பதிவு செய்யப்பட்டது. அதனால் சில மாதங்களை அவர் சிறையில் கழிக்க வேண்டியிருந்தது. சிறையில் இருந்து வெளியே வந்ததும், விஹெச்பியின் செயல்பாடுகளில் மீண்டும் தீவிரமாக தன்னை இணைத்துக்கொண்டார். 1989இல் பாபர் மசூதி-இராமர் கோவில் வழக்கில் அவருடைய பெயரும் இருந்தது. பாபர் மசூதியை இடிப்பதிலும் தன்னை முழுமையாக அவர் ஈடுபடுத்திக்கொண்டார். விஹெச்பி தலைவர்களான ஆச்சார்யா கிரிராஜ் கிஷோர், அசோக் சிங்கல், மகந்த் அவைத்யநாத் மற்றும் பாஜக தலைவர்களான எல். கே.அத்வானி, முரளி மனோகர் ஜோஷி, உமா பாரதி உள்ளிட்ட சுமார் இருபது பேருடைய பெயர்களை மசூதி இடிப்பதற்கான திட்டமிடலை செய்ததாகக் கூறி, மத்திய புலனாய்வுத் துறையின் குற்றப்பத்திரிக்கையில் பட்டியலிடப்பட்டிருந்தது. அந்தப் பட்டியலில் தரம் தாஸின் பெயரும் இடம்பெற்றிருந்தது.

1990 களில் அரசியலில் ஈடுபடுவது தரம் தாஸுக்கு கடினமானதாக இருந்தது. அப்போது அவர் வேறொரு பாதையைத் தேர்ந்தெடுத்துக்கொண்டார். தன்னுடைய சொந்த சாதியைச்

சேர்ந்த நாக சாதுக்களை அணிதிரட்டியதோடு நிற்காமல், பீகாரிலிருந்து புலம்பெயர்ந்த சாதுக்களையும் தன்வசம் இழுத்து ஒருங்கிணைத்தார். சாதுக்களிடையே சாதி மோதல்களையும், பீகாரிகள் மற்றும் பீகாரிகள் அல்லாதவர்களுக்கு இடையிலான இனமோதல்களையும் உருவாக்கி, தனக்கான ஆதரவாளர்களை அதிகரித்துக்கொண்டார் தரம் தாஸ். பீகாரில் இருந்து வராதவர் என்கிற காரணத்தாலேயே, கியான் தாஸின் ஆதரவாளர்களாக இருந்த பெரும்பாலான பீகார் சாதுக்கள், அப்படியே தாவி தரம் தாஸின் ஆதரவாளர்களாக மாறினர்.

2005ஆம் ஆண்டு நவம்பரில் கியான் தாஸ் குழுவினருடன் நடந்த சண்டையின் விளைவாக தனக்கென ஒரு தனிஇடத்தை உருவாக்கிக் கொண்டார். மிகப்பெரிய எண்ணிக்கையிலான ஆதரவாளர்களைக் கொண்ட வலைப்பின்னலை வைத்திருந்த கியான் தாஸுக்கு இணையான குழுவாக இல்லாதபோதும் கூட, எந்த நொடியிலும் வன்முறையைக் கையிலெடுக்கும் திறனைப் பெற்றவர்களாக இருந்தனர் தரம் தாஸும் அவருடைய ஆதரவாளர்களும்.

VIII

அந்த சண்டையைத் தொடர்ந்து, இருகுழுக்களில் இருந்தும் குழுவுக்கு சுமார் இருபது பேர் கைதுசெய்யப்பட்டு சிறையில் அடைக்கப்பட்டனர். அவர்களைக் கையாள்வது பைசாபாத் சிறை அதிகாரிகளுக்கு கடினமானதாக இருந்தது. எந்த சட்டத்தையும் மதிக்கத் தயாராக இல்லாத நாகாக்களாக இருந்தபடியால், சிறைக்குள்ளும் குழப்பங்களையும் வன்முறைகளையும் கட்டவிழ்த்தனர். ஒருவருக்கொருவர் அடித்துக்கொள்வதும், உரக்கக் குரல் எழுப்பிக்கொண்டே இருப்பதுமாக சிறையின் அமைதியைக் கலைத்தனர்.

தரம் தாஸ் குழுவினரின் தலைவரான தரம் தாசே, சிறைக்குள் அக்குழுவுடன் இருந்தார். அதனால் தலைவன் இருக்கிறான் என்கிற தைரியமும் அவர்களுக்கு இருந்தது. ஆனால், கியான் தாஸ் கைதுசெய்யப்படாததினால், தலைவன் இல்லாமல் அவரது குழுவினர் மட்டுமே சிறையில் இருந்தனர்.

'அந்த சிறை வளாகத்தின் மையமுற்றத்தில் இருந்த ஆலமரத்தைச் சுற்றியுள்ள காலி மைதானத்தை நாங்கள் ஆக்கிரமித்தோம்' என்றார் அஜித் தாஸ்.

அவரும் அப்போது கைதுசெய்யப்பட்ட தரம் தாஸின் ஆதரவாளர்களில் ஒருவராக இருந்தார். அந்த ஆலமரத்தின் நிழலிலேயே அவர்கள் சமையலறையை அமைத்துவிட்டார்கள். எரிவாயு அடுப்பு, சிலிண்டர், பால், தயிர், நெய், எண்ணை, சர்க்கரை, உப்பு, மசாலா பொருட்கள் என சமையலுக்குத் தேவையான அனைத்தையும் வெளியில் இருந்து சிறைக்குள்ளே கொண்டு சென்றிருந்தனர்.

கியான் தாஸின் ஆதரவாளர்களோ அங்கிருந்து சுமார் பத்து மீட்டர் இடைவெளிவிட்டு ஒரு சிறிய கூடாரத்தில் தங்கினர். தரம் தாஸின் ஆட்களைத் தூண்டும்விதமாக எதையும் செய்துவிடக்கூடாது என்பதில் கவனமாகவே இருந்தனர். அந்த கூடாரத்தை விட்டுக்கூட பெரும்பாலும் அவர்கள் வெளியே வரவே இல்லை.

'அயோத்தியின் மிகக்கொடூரமான குண்டர்களில் ஒருவராக அறியப்பட்ட அபய் சிங்கும் கூட கியான் சிங் ஆட்கள் தங்கியிருக்கும் அதே கூடாரத்தில் தான் இருந்தார். எங்களுடைய எதிரிகளான கியான் தாஸின் ஆட்கள் அனைவரும் அபய் சிங்கின் பின்னால் ஒளிந்துகொண்டு பாதுகாப்பைத் தேடிக்கொண்டிருந்தனர்' என்றார் அஜித் தாஸ்.

அபய் சிங் 2005இல் பாஜக உறுப்பினராக இருந்தார். பின்னர் சமாஜ்வாதி கட்சியில் இணைந்து, 2012ஆம் ஆண்டில் பைசாபாத் மாவட்டத்தின் கோசைகன்ஜ் சட்டமன்றத் தொகுதியில் போட்டியிட்டு சட்டமன்ற உறுப்பினரானவர் என்பது குறிப்பிடத்தக்கது.

சில வாரங்கள் கழித்து, சிறையில் இருந்து வெளியேறியபின்னரும், கியான் தாஸின் ஆட்களிடம் முறைப்பதும் வம்புக்குப் போவதுமாகவே இருந்திருக்கின்றனர் தரம் தாஸின் ஆட்கள். ஒருசில மாதங்கள் இப்படியே சென்றுகொண்டிருந்த போது, 2007ஆம் ஆண்டு ஜனவரி மாதம் 14ஆம் தேதியன்று அலகாபாத்தில் அர்த்தகும்பமேளா நிகழ்வுக்கு இருதரப்பினரும் தயாராகினர். மகந்தாக வேண்டும் என்கிற தரம் தாஸின் ஆசை,

நீதிமன்றத்தில் நிலுவையில் இருந்தபடியால், கும்பமேளாவில் புனிதக்குளியலைத் தலைமையேற்று நடத்துவதற்கு அப்போதைய மகந்தான சிவநந்தன் தாஸ் தயாராகிக்கொண்டிருந்தார். ஆனால், சிவநந்தன் தாஸின் பதவிக்காலம் 12 ஆண்டுகளைத் தாண்டிச் சென்று கொண்டிருந்ததால், அவருக்கு புனிதக்குளியல் மரியாதை வழங்குவதற்கு எதிரான தடையை நீதிமன்றம் சென்று பெற்றுவிட்டார் தரம் தாஸ்.

கும்பமேளா மற்றும் அர்த்த கும்பமேளாக்களின் போது மகர சங்கராந்தி, மௌனி அமாவாசை மற்றும் வசந்த் பஞ்சமி ஆகிய மூன்று முக்கிய புனிதக்குளியல் நிகழ்வுகள் நடைபெறும். 2007ஆம் ஆண்டில் ஜனவரி 14, 19 மற்றும் 23 தேதிகளில் அவை நடைபெற வேண்டிய தேதிகளாக இருந்தன.

'அர்த்த கும்பமேளா நடைபெறுவதற்கான நாட்கள் நெருங்கியதுமே, பைசாபாத் குடிமையியல் நீதிமன்றத்தில் நிலுவையில் இருக்கிற வழக்கினை துரிதப்படுத்துவதற்காக அலகாபாத் உயர்நீதிமன்றத்தை நாடி, தொடர்ச்சியாக ஏராளமான மனுக்களைத் தாக்கல் செய்துகொண்டே இருந்தார் தரம் தாஸ். 2007ஆம் ஆண்டின் ஜனவரி மாதத்தில் வசந்த் பஞ்சாமி நாள் வரும்வரையிலும் அனுதினமும் ஏதாவது ஒரு வழக்கில் வாதாடிக்கொண்டே இருக்கவேண்டி இருந்தது' என்கிறார் சிவநந்தன் தாஸ் மற்றும் கியான் தாஸின் வழக்கறிஞரான வர்மா.

கியான் தாஸின் வக்கீலான வர்மாவும் நீதிமன்றத்தில் நீண்டநெடிய வாதங்களை நடத்தி, வழக்கின் தீர்ப்பு விரைவாக வந்துவிடாதபடி இழுத்தடித்துக் கொண்டே இருந்தார் என்று கியான் தாஸ் குற்றஞ்சாட்டினார். தன்னை மகந்தாக விடாமல் தடுப்பதற்கே கியான் தாஸ் இவ்வாறு செய்கிறார் என்று தரம் தாஸ் குற்றஞ்சாட்டினார். அர்த்த கும்பமேளாவின் மூன்று முக்கிய புனிதக்குளியல் நிகழ்வுகளும் முடிவடையும் வரையிலும் கூட, நீதிமன்றத்தில் வாதங்கள் நடைபெற்றுக்கொண்டே தான் இருந்தன. தீர்ப்பு வராத காரணத்தால், குளியல் நிகழ்வுகளைத் தலைமையேற்று நடத்துவதற்கு ஆசைப்பட்ட தரம் தாஸின் கனவு நிறைவேறாமலேயே போய்விட்டது.

'2007இல் நடைபெற்ற அர்த்தகும்பமேளாவின் முதல் குளியல் நிகழ்வு வரை தன்னுடைய பதவிக்காலம் இருப்பதாக சிவநந்தன்

தாஸ் தரப்பிலிருந்து வாதிடப்பட்டது. ஆனால், தரம் தாசோ 2004 இல் நிர்வானி அகாராவின் ஒரு பிரிவான உஜ்ஜெயினி பட்டியின் சார்பாக மகந்த் பதவிக்கு தன்னை பரிந்துரைத்து தீர்மானம் நிறைவேற்றப்பட்டிருப்பதை சுட்டிக்காட்டினார் தரம் தாஸ். 2007இல் முடியப்போகிற பதவிக்கு 2004லேயே தீர்மானம் நிறைவேற்றப்பட்டதை கவனத்தில் கொள்ளாமல் தரம் தாஸின் கோரிக்கையை நிராகரிக்கவேண்டும் என்று நாங்கள் வாதிட்டோம். எங்களுடைய வாதத்தை ஏற்றுக்கொண்ட நீதிமன்றம், 2007ஆம் ஆண்டு டிசம்பர் மாதம் 12ஆம் தேதியன்று தீர்ப்பு வழங்கியது. சிவநந்தன் தாஸுக்கு அடுத்தபடியாக பதவியேற்க அனுமதிக்கக்கோரிய தரம் தாஸின் மனுவை தள்ளுபடிசெய்து நீதிமன்றம் உத்தரவு பிறப்பித்தது' என்றார் வர்மா.

ஆனால் நீதிமன்றத் தீர்ப்பு வருவதற்கு முன்னரே, தரம் தாஸை மகந்தாக வரவிடாமல் தடுப்பதற்கு கியான் தாஸ் ஒரு திட்டத்தை உருவாக்கி செயல்படுத்தினார். அர்த்த கும்பமேளா முடிந்தவுடனேயே, சிவநந்தன் தாஸை மகந்த் பதவியில் இருந்து வெளியேறச்சொல்லிவிட்டு, அந்த இடத்தில் அவதேஷ் தாஸ் என்கிற தனக்கு நம்பிக்கையான சாது ஒருவரை புதிய மகந்தாக அறிவித்துவிட்டார். தரம் தாஸும் அவதேஷ் தாஸும் ஒரே தொக் உட்பிரிவைச் சேர்ந்தவர்கள் என்பதால், சட்டப்படி எந்தக் குற்றச்சாட்டையும் வைக்கமுடியாமலும் நீதிமன்றத்திற்கு செல்லமுடியாமலும் அமைதியாக இருக்க வேண்டியிருந்தது.

இருப்பினும் அதனை விட்டுக்கொடுக்க தரம் தாஸ் தயாராக இல்லை. புதிதாக நியமிக்கப்பட்ட மகந்தை எதிர்த்து எந்த நீதிமன்றம் சென்றாலும் பலனில்லை என்பதை தரம் தாஸுக்குத் தெரியும். ஆனால், அகாராவின் உச்சப்பதவியை அடைவதற்கு வேறு வழிகளை அவர் கண்டறிந்தார். சட்டப்படி கியான் தாஸ் மீதான பிடியை இறுக்குவதற்கு எல்லாவித முயற்சிகளையும் தரம் தாஸ் எடுத்தார். அனுமார் கோவில் வளாகத்தில் இஃப்தார் விருந்து கொடுத்த வழக்கு ஒருபுறமும், நவம்பர் 25ஆம் தேதியன்று நடைபெற்ற சண்டை தொடர்பான வழக்கில் கியான் தாஸின் பெயரையும் இணைப்பதை இன்னொரு புறமும் கவனமாகத் திட்டமிட்டார். இறுதியாக அலகாபாத் உயர்நீதிமன்றத்தின் வழிகாட்டுதலின்படி, கியான் தாஸின் பெயரும் குற்றப்பத்திரிக்கையில் இணைக்கப்பட்டது.

தரம் தாஸ் தொடுக்கிற ஒவ்வொரு வழக்கும், கியான் தாஸுக்கு அதிகமான நெருக்கடியைக் கொடுத்தது. அவ்விரண்டு வழக்குகளில் ஏதாவதொன்றில் தோற்றாலே கியான் தாஸ் தன்னுடைய அகில இந்திய அகாரா பரிஷத்தின் தலைவர் பதவியைவிட்டு விலகவேண்டியிருக்கும். அந்தப் பதவியில் இருப்பவர்களுக்குத் தான் இந்திய அரசின் பாதுகாப்பும் வழங்கப்படும் என்பதால், காவல்துறை பாதுகாப்பும் கியான் தாஸிடமிருந்து விலக்கிக்கொள்ளப்படும். அதேபோல இஃப்தார் விருந்து கொடுத்த வழக்கில் அவர் தோல்வியுற்றால், அனுமார்கோவிலின் சட்டத்தை மீறியதாகக் கொள்ளப்பட்டு, அக்கோவிலின் அடிப்படை உறுப்பினர் பதவியில் இருந்தே அவர் நீக்கப்படுவார். உறுப்பினர் பதவிகூட இல்லையென்றால், அக்கோவிலில் எந்தப்பதவியிலும் அவரால் இருக்கவேமுடியாது.

'ஒருகட்டத்தில் கியான் தாஸின் நிலைமை மிகவும் மோசமாகிவிட்டது. நீதிமன்றத்தில் வழக்கு நடக்கையில், தாங்கள் சிறைக்கு செல்லவும் தயார் என்றும், ஆனால் கியான் தாஸையும் சிறையில் தள்ளவேண்டும் என்றும் தரம் தாஸின் ஆட்கள் நீதிமன்றத்திலேயே குரல் எழுப்பத்துவங்கினார்கள். குறைந்தபட்சம் நாற்பத்தியெட்டு மணிநேரமாவது சிறைக்குள் கியான் தாஸை அனுப்பமுடிந்தால், அவருடைய அகில இந்திய அகாரா பரிஷத்தின் தலைவர் பதவி தானாகவே பறிபோகும் என்பதை தரம் தாஸின் ஆதரவாளர்கள் நன்கு தெரிந்துவைத்திருந்தனர். அதனால் கியான் தாஸுக்கு எவ்வித அழுத்தத்தையும் தரத்தயாராகவே இருந்தனர்' என்றார் வர்மா.

இதன் பின்னணியில் தான் 2009ஆம் ஆண்டின் துவக்கத்தில், தரம்தாஸுடன் பேச்சுவார்த்தை நடத்தி, பிரச்சனைகளை பேசித் தீர்க்கலாம் என்கிற முடிவுக்கு கியான் தாஸ் வந்திருந்தார்.

'பைசாபாத் மாவட்ட குடிமையியல் நீதிமன்றத்தின் நீதிபதியொருவரே அதற்கான முன்னெடுப்பு நடவடிக்கைகளை செய்தார். தரம் தாஸையும் கியான் தாஸையும் பேச்சுவார்த்தைக்கு அழைத்தார். பேச்சுவார்த்தையின் முடிவில், இனிமேல் அனுமார்கோவில் வளாகத்தில் இஃப்தார் விருந்து நடத்துவதில்லை என்கிற வாக்குறுதியை கியான் தாஸ் கொடுத்தார். அதேபோல, கியான் தாஸ் மீது போடப்பட்ட இருவழக்குகளையும் திரும்பப் பெற்றுக்கொள்வதாக தரம்

தாஸும் வாக்குக்கொடுத்தார். அதற்கு பதிலாக, நிர்வானி ஆனியின் மகந்தாக தரம் தாஸை நியமிக்க கியான் தாஸ் ஒப்புக்கொள்ள வேண்டும் என்கிற நிபந்தனையை முன்வைத்தார் தரம் தாஸ்' என்றார் வர்மா.

கியான் தாஸுக்கு இப்பிரச்சனைகளில் இருந்து வெளியே வருவதற்கு வேறு வழியேதும் இருக்கவில்லை. அதனால் தரம் தாஸை மகந்தாக நியமிக்க ஒப்புக்கொண்டார். தரம் தாஸிடம் தன்னுடைய தோல்வியை ஒப்புக்கொண்டால் தான், கியான் தாஸுக்கு அதிலிருந்து மீண்டுவருவதற்கு கொஞ்சமாவது கால அவகாசம் கிடைக்கும் என்று அவர் நினைத்தார். 2009ஆம் ஆண்டு ஜூலை மாதம் 15ஆம் தேதியன்று, பேச்சுவார்த்தையில் முன்வைக்கப்பட்ட அனைத்திற்கும் ஒப்புக்கொண்டார் கியான் தாஸ். பைசாபாத் குடிமையியல் நீதிபதியும் சுமூகமான தீர்ப்பினை வழங்கினார். இரு சாது தலைவர்களுக்குமான பிரச்சனை முடித்துவைக்கப்பட்டதாகவும் அறிவிக்கப்பட்டது.

ஆனால் இந்த உடன்பாட்டை அமல்படுத்துவதற்கு ஒரு தடை இருந்தது. ஏற்கனவே இரண்டாண்டுகளுக்கு முன்னர் கியான் தாசால் மகந்தாக நியமிக்கப்பட்ட அவதேஷ் தாஸை அப்பதவியில் இருந்து நீக்கினால்தான், அமைதிப்பேச்சுவார்த்தையில் ஏற்பட்ட உடன்பாட்டின்படி தரம் தாஸுக்கு அப்பதவியைக் கொடுக்கமுடியும். ஆனால் அவதேஷ் தாஸ் அதற்கு ஒப்புக்கொள்ளவில்லை. அதனால் இப்பிரச்சனையில் ஒரு உடன்பாட்டிற்கு வருவதற்காக, தரம் தாஸையும் அவதேஷ் தாஸையும் பேச்சுவார்த்தைக்கு அழைத்தார் கியான் தாஸ்.

'ஆனால் அந்த கூட்டத்தை அவதேஷ் தாஸ் புறக்கணித்தார். தான் அழைத்த கூட்டத்திற்கு வராததால், அதையே காரணமாகக்கூறி அவதேஷ் தாஸை மகந்த் பதவியில் இருந்து நீக்குவதாக அறிவித்தார் கியான் தாஸ். அப்படியே தரம் தாஸை புதிய மகந்தாகவும் நியமித்தார்' என்றார் வர்மா.

இந்த முடிவினை எதிர்த்து நீதிமன்றத்தை நாடினார் அவதேஷ் தாஸ். அந்த வழக்கில் அவதேஷ் தாஸுக்கு ஆதரவாக வர்மா தான் நீதிமன்றத்தில் வாதாடினார்.

'அவதேஷ் தாஸ் இன்னமும் போராடிக்கொண்டு தான் இருக்கிறார். ஆனால், அவரால் தரம் தாஸ் அளவிற்கு பணம் செலவு செய்ய முடியாத காரணத்தினாலேயே, ஏறத்தாழ இந்த வழக்கே வலுவிழந்து போயிருக்கிறது' என்று விளக்கினார் வர்மா.

ஒரு வழியாக தரம் தாஸுக்கு அவர் நினைத்தது கிடைத்துவிட்டது. 2010ஆம் ஆண்டு அரித்துவாரில் நடைபெற்ற கும்பமேளா நிகழ்விற்கான கூட்டங்கள் அனைத்தும் அவருடைய தலைமையில் தான் நடைபெற்றன. ஒவ்வொரு அகாராக்களுக்கும் கும்பமேளாவின் போது இடங்களை ஒதுக்கீடு செய்கிற பொறுப்பையும் அவரே கவனித்துக்கொண்டார். கும்பமேளாவின் மூன்று குளியல் நிகழ்வுகளில் முதல் குளியலை அவர்தான் முன்னின்று துவக்கி வைத்தார். அவருக்கு மிகவும் பிடித்தமான வெள்ளைக் குதிரையில் ஏறிவந்தார். நிர்வாணி ஆனியின் மற்ற அகாராக்களின் மகந்துகள் எல்லாரும் அவரைப் பின்தொடர்ந்து வந்தனர். அன்றிலிருந்து பனிரெண்டு ஆண்டுகள் கழித்து அதே அரித்துவாரில் அடுத்த கும்பமேளா நடைபெறும்வரையிலும் அவர்தான் சர்வவல்லமை படைத்த மகந்தாக இருக்கப்போகிறார் என்கிற கம்பீரமும் அவரிடம் தெரிந்தது. 2021ஆம் ஆண்டைத் தாண்டியும் அதே பதவியில் இருப்பதற்கான வாய்ப்பும் கூட இருப்பதாகத் தான் அவர் கருதியிருப்பார்.

2017ஆம் ஆண்டு உத்தரப்பிரதேசத்தில் பாஜக ஆட்சியைப் பிடித்து, கோரக்பூரில் இருக்கும் கோரக்நாத் கோவிலின் மகந்தான யோகி ஆதித்யநாத் முதல்வரானார். அதன்பிறகு தரம் தாஸின் அதிகாரம் மேலும் விரிவடைந்தது. யோகி ஆதித்யநாத்துடன் தரம் தாஸுக்கு நெருக்கமான நட்பும் இருந்து வந்தது. மாநிலத்தில் ஆட்சி மாற்றத்தின் காரணமாக கியான் தாஸின் அதிகாரம் சுருங்கி அவர் பலவீனம் அடைந்துவிட்டார். அதற்கு மாறாக தரம் தாசோ வளர்ச்சியடைந்து கொண்டே இருந்தார். நிர்வாணி ஆனியின் அடுத்த மகந்தாக தன்னுடைய சீடர்களில் ஒருவரை முன்னிறுத்துவதற்கான பணிகளை கியான் தாஸ் துவக்கினார். ஆனால் எந்த சூழலிலும் அந்தப் பதவியை யாருக்கும் விட்டுக்கொடுக்கும் எண்ணமே தரம் தாஸுக்கு இருப்பதாகத் தெரியவில்லை. கடந்த காலங்களிலும் ஒருசில மகந்துகள் பனிரெண்டு ஆண்டுகளுக்கும் மேலாகக் கூட

அப்பதவியில் இருந்திருக்கின்றனர். அந்த வரலாற்றையெல்லாம் தனக்கு சாதகமாகப் பயன்படுத்தி, நீண்ட நெடுங்காலம் அப்பதவியில் இருந்துவிடவேண்டும் என்று உறுதியாக இருந்தார் தரம் தாஸ்.

'நீங்கள் பனிரெண்டு ஆண்டுகள் முடிந்தபின்னர் பதவியில் இருந்து விலகிவிடுவீர்களா?' என்று ஒருமுறை தரம் தாஸிடம் கேட்டபோது,

'பனிரெண்டு ஆண்டுகள் மட்டும்தான் நான் இப்பதவியில் இருக்கமுடியும் என்று யார் சொன்னது? அப்படியெல்லாம் ஒரு கட்டாயமும் இல்லை. சந்த்சேவக் தாஸ் என்பவர் எத்தனை ஆண்டுகள் மகந்தாக இருந்தார் தெரியுமா? உங்களுக்குத் தெரியவில்லை என்றால் நானே பதில் சொல்கிறேன். இதே பதவியில் அவர் இருபத்தி நான்கு ஆண்டுகள் இருந்தார்' என்று பதில் சொன்னார் தரம் தாஸ்.

எந்த சூழலிலும் யாருடைய வற்புறுத்தலின் பேரிலும் அந்தப் பதவியை விட்டு விலகப்போவதில்லை என்பதிலும், தன்னுடைய சொந்த விருப்பத்தினால் மட்டுமே அது சாத்தியம் என்பதிலும் தரம் தாஸ் உறுதியாக இருந்தார்.

பயங்கரவாதத்தைப் பரப்புகிற எல்லா சர்வாதிகாரிகளும் அழிந்துதான் போவார்கள் என்பதை தரம் தாஸிடம் தோற்றுப்போன கியான் தாஸும் உணர்ந்திருப்பார். மிகப்பெரிய குண்டர்ப்படைத் தலைவராக இருந்த கியான் தாஸை முறியடித்து வெளியேற்றிய தரம் தாஸுமே கூட, தனக்கான பாதுகாப்பை உறுதிசெய்துகொள்ள வேண்டிய அவசியமும் வந்தது. கியான் தாஸின் மீதான அதிருப்தியும் தரம் தாஸின் குறிக்கோளும் தான் கியான் தாஸை வெல்ல வைத்தது. அதனை அப்படியே வளரவிட்டால், அதுவே தரம் தாஸை வீழ்த்திவிடலாம்.

2019ஆம் ஆண்டு மார்ச் மாதத்தில் தன்னுடைய வாழ்க்கையிலேயே மிகமுக்கியமான வழக்கொன்றினை தரம் தாஸ் எதிர்கொள்ள வேண்டியிருந்தது. எல்.கே.அத்வானி, முரளி மனோகர் ஜோஷி, உமா பாரதி மற்றும் பல்வேறு பாஜக தலைவர்களும் பாபர் மசூதியை இடித்ததாகத் தொடக்கப்பட்ட வழக்கு விசாரணைக்கு வந்தது.

3. கும்பமேளா என்னும் அரசியல் மேடை

சாதுக்களின் உலகில் ஆர்எஸ்எஸ் இயக்கத்தினர் நுழைந்தபின்னர், ஒரு புதுவகையான சாதுக்களின் வர்க்கமே உருவாகியிருக்கிறது எனச் சொல்லலாம். அவர்கள் கடந்த காலங்களில் சுயம்சேவகர்களாக இருந்திருக்கின்றனர். அதாவது ஆர்எஸ்எஸ் என்கிற இயக்கத்தில் தன்னார்வலர்களாகவோ அல்லது முழுநேர ஊழியர்களாக பணிபுரியும் பிரச்சாரகர்களாகவோ இருந்திருக்கின்றனர். இப்போது சாதுக்களாக மாறியபின்னரும் அவர்களின் வாழ்க்கையையும் அதில் கிடைக்கிற வெற்றிகளையும் தீர்மானிப்பதில் சங்கப்பரிவார இயக்கங்கள் தொடர்ச்சியாக முக்கியப் பங்காற்றுகின்றன.

இவ்வகையான சாதுக்களுக்கும் மற்ற பாரம்பரிய சாதுக்களுக்கும் இடையே இருக்கும் வேறுபாடுகள் வெளியிலிருந்து பார்ப்பவர்களுக்கு தெரியவாய்ப்பில்லை. ஆனால் இந்து ஆன்மிக உலகத்திற்குள் இருப்பவர்களுக்கு அதன் தீவிரத்தன்மை நன்றாகவே புரியும். பாரம்பரிய சாதுக்களுக்கும் தங்களுக்கும் எவ்வித வேறுபாடும் இல்லை என்று இவர்கள் சொல்லிக்கொண்டாலும், அவர்களுடைய கடந்தகால வாழ்க்கையின் தொடர்ச்சியாக, ஆர்எஸ்எஸ். இயக்கத்தின் அரசியல் தேவையைக் கருத்தில் கொண்டே ஆன்மிக உலகிலும் அவர்கள் உழைப்பதைப் பார்க்கமுடியும். அதற்காக பாரம்பரிய சாதுக்களுடன் நெருங்கிச்சென்று அவர்களுடன் ஒத்துழைப்பது போன்ற தோற்றத்தை ஏற்படுத்தவும் சங்கிசாதுக்கள் தயங்கியதில்லை.

சங்கப்பரிவாரத்தின் திட்டப்படிதான் இவர்களெல்லாம் சாதுக்களாக மாறினார்களா என்பதை நிரூபிப்பதும் கூட கடினமானது தான். நான் இதுவரை உரையாடிய எந்த சாதுவும் அதுதான் உண்மை என்று ஒப்புக்கொள்ளவே இல்லை. ஆன்மிகத் தேடலின் காரணமாகவும், தங்களுடைய வாழ்க்கைக்கான உண்மையான பொருளை அறிந்துகொள்ளவும், இயல்பான மனிதவாழ்க்கையில் இருந்து விடுவித்துக்கொள்ளவும் தான் சாதுவாக மாறியதாக அவர்கள் கூறினர். அத்தகைய மாற்றத்தை அவர்களுடைய மனதிலும் வாழ்க்கையிலும் ஏற்படுத்துவதற்கு ஆர்எஸ்எஸ் என்கிற இயக்கத்தின் 'கொள்கைகள்' தங்களுக்கு உறுதுணையாக இருந்ததாக அவர்கள் என்னிடம் தெரிவித்தனர்.

'ஆர்எஸ்எஸ் இயக்கத்தின் சுயம்சேவகர்களையும் பிரச்சாரகர்களையும் திட்டமிட்டெல்லாம் சந்நியாசிகளாக யாரும் மாற்றுவதில்லை. பிரச்சாரகருக்கும் சந்நியாசிக்கும் இடையில் ஒரு மெல்லிய கோடு தான் வேறுபட்டு இருக்கும். இருவரும் திருமணம் செய்யமாட்டார்கள். அதனால் ஆர்எஸ்எஸ் பிரச்சாரகராக இருக்கும் எவரும் எளிதாக சந்நியாசி ஆகிவிடலாம். சுயம்சேவகருக்கும் பிரச்சாரகருக்குமே பெரியளவிலான ஒற்றுமைகள் இருப்பதால் அவர்களும் சந்நியாசி ஆவதில் சிரமமேதுமில்லை' என்று என்னிடம் தன்னிலை விளக்கம் கொடுத்தார் யதீந்திரநாத் கிரி. அவர் ஆர்எஸ்எஸ் இயக்கத்தின் முக்கியப் பொருப்பாளராக இருந்து, பின்னர் சந்நியாசியாக மாறினார். அதன்பிற்கு ஜூனா அகாராவின் மகாமண்டலேசுவரர் பதவியில் இருக்கிறார்.[1]

1994ஆம் ஆண்டு சந்நியாசி ஆகும்வரையிலும், யதீந்திரநாத் சர்மா என்று தான் யதீந்திரானந்த கிரி அழைக்கப்பட்டு வந்தார். அவர் 1980 முதல் 1994 வரையிலும் ஏறத்தாழ பதினான்கு ஆண்டுகளாக ஆர்எஸ்எஸ் இயக்கத்தின் பிரச்சாரகராக இருந்திருக்கிறார்.

'1990 முதலே தியான நிகழ்வுகளுக்கு செல்ல ஆரம்பித்தேன். அதன்பின்னர் தான் கடவுளின் பார்வை எனக்குக் கிடைத்ததாக உணர்ந்தேன். அதனைத் தொடர்ந்து 1994 இல் சந்நியாசியாகவே மாறிவிட்டேன்' என்றார் கிரி.

அவருடைய குருவான சத்தியமித்ரானந்த கிரி தான் அரித்துவாரில் இருக்கும் பிரபல பாரத மாதா கோவிலைத்

தோற்றுவித்தவர். அந்த சுற்றுவட்டாரத்தில் விஹெச்பியின் நடவடிக்கைகளைத் திட்டமிடவும் ஒருங்கிணைக்கவும் பயன்படுத்தப்படும் கோவில் அது தான்.

'2007ஆம் ஆண்டில் எனது குருவான சத்யமித்ரானந்த கிரி மற்றும் அவரது சீடரும் ஜூனா அகாராவின் ஆச்சார்ய மகாமண்டலேஸ்வரருமான அவதேஷானந்த் ஆகிய இருவரின் வேண்டுகோளை ஏற்றுத்தான் நானும் ஜூனா அகாராவின் மகாமண்டலேஸ்வரர்களில் ஒருவரானேன்' என்றார் யதீந்திரானந்த கிரி.

ஆர்எஸ்எஸ் பிரச்சாரகராகவோ அல்லது சுயம்சேவகராகவோ இருப்பவர்களும் சந்நியாசியாக மாறலாம் என்று அவர் மட்டுமல்லாமல், அவரைப் போன்ற பலரும் வாதிடுகிறார்கள். 1964ஆம் ஆண்டு விஹெச்பி உருவாக்கப்பட்டது முதலே, ஆர்எஸ்எஸ் பின்னணியைக் கொண்ட மதத்தலைவர்கள், தொடர்ந்து இதனை வலியுறுத்திக்கொண்டே வருகின்றனர். காவி உடையை ஆர்எஸ்எஸ் சுயம்சேவகர்களும், வெள்ளை நிற உடையை சந்நியாசிகளும் அணிகிறார்கள் என்பதைத்தவிர, அவர்களுக்கிடையே எந்தவொரு சிறிய வேறுபாடும் இல்லையென்று விஹெச்பியின் முதல் தலைவரான சுவாமி சின்மயானந்தா கூறினார்.[2] 1990ஆம் ஆண்டில் கிரிஸ்டோஃப் ஜாஃப்ரலத் என்கிற ஆய்வாளருக்கு அளித்த நேர்காணலில் விஹெச்பியின் பிரபல தலைவர்களில் ஒருவரான அசோக் சிங்கலும் ஆர்எஸ்எஸ் பிரச்சாரகர்கள் குறித்து அதே போன்ற கருத்தைத்தான் வலியுறுத்தினார்.

'எனக்குத் தெரிந்த ஒருவர் வெள்ளை நிற ஆடைகளை அணிகிறார். அவரை சந்நியாசி என்கிறோம். அவர் மிக உயரிய பல்கலைக்கழகமான பனாரஸ் இந்து பல்கலைக்கழகத்தில் பொறியியல் படித்துப் பட்டம்பெற்றார். ஆனால் பொறியியல் தொடர்பான எந்த வேலைக்கும் அவர் சென்றதில்லை. அவருக்குத் திருமணமும் ஆகவில்லை. அவர் குடும்ப வாழ்க்கையும் வாழவில்லை. தன்னுடைய முழுவாழ்க்கையையும் இந்து தர்மத்திற்காக உழைப்பதிலேயே செலவிடுகிறார். அவரைப் போலவே இங்கே நூற்றுக்கணக்கானவர்கள் விஹெச்பியிலும் ஆர்எஸ்எஸ் இயக்கத்திலும் உழைத்துக்கொண்டிருக்கிறார்கள். அவர்களும் இந்து சமூகத்திற்காக தங்களது வாழ்க்கையை

அர்ப்பணித்திருக்கிறார்கள். அவர்கள் காவி உடையைக் கூட அணிவதில்லை. ஆனால், அவர்களும் சாதுக்களைப் போன்றவர்கள் தான்' என்று ஒரு பிரச்சாரகரைக் குறிப்பிட்டுப் பேசினார் அசோக் சிங்கல்.[3]

ஆர்எஸ்எஸ் இயக்கத்தின் ஊழியர்கள் சந்நியாசிகள் ஆகத்துவங்கிய அதே காலகட்டத்தில் தான், விஹெச்பியும் தன்னுடைய இயக்கத்தினை தூசுதட்டி, 1980களின் துவக்கத்தில் புதுப்பித்து சாதுக்களின் அதிகாரக் கோட்டைகளுக்குள் காலடியெடுத்து வைத்தது. ஆக, ஆன்மிகத் தேடுதலுக்காக சந்நியாசிகளாக மாறாமல், விஹெச்பியின் அரசியல் ஆதாயத்தை நோக்கிய பயணத்திற்கு உதவுவதற்காகவே திட்டமிட்டு சந்நியாசிகளாக மாறி, இந்து ஆன்மிக உலகிற்குள் ஆர்எஸ்எஸ் ஊழியர்கள் நுழைந்தார்கள் என்பதை எளிதாகப் புரிந்துகொள்ளமுடிகிறது. அது திட்டமிட்டுத்தான் நடந்தது என்பதை உறுதிப்படுத்தும்விதமாக, 1982இல் ஆர்எஸ்எஸ் இயக்கத்தின் அதிகாரப்பூர்வ வார இதழான ஆர்கனைசரிலும் 'வரலாறு படைக்கிறது அரித்துவார்' என்னும் தலைப்பில் ஒரு கட்டுரை வெளியாகி இருந்தது.[4]

'விஹெச்பியால் துவக்கப்பட்ட சன்ஸ்கிருதி ரக்ஷா யோஜனா என்கிற திட்டத்தின்கீழ் பயிற்றுவிக்கப்பட்ட 100 ஊழியர்களை அரித்துவாரில் இருக்கும் ஏழு முக்கியமான அகாராக்களில் சந்நியாசிகளாக மாறவைத்து சாதனை படைத்திருக்கிறது விஹெச்பி. இன்னும் சொல்லப்போனால் இது இந்து தர்ம வரலாற்றிலேயே ஒரு பெரிய சாதனை என்று கூட சொல்லலாம். ஏனெனில் காலங்காலமாக சந்நியாசிகளைத் தேடித்தான் மக்கள் வருவார்கள். ஆனால் விஹெச்பியால் சந்நியாசிகளாக்கப்பட்டவர்கள் இனிமேல் மக்களைத் தேடிச்சென்று இந்து தர்ம வாழ்வியலைப் பரப்புவார்கள். இது ஒரு புதிய மாற்றத்தை ஏற்படுத்தப் போகிறது' என்று அக்கட்டுரையில் குறிப்பிடப்பட்டிருக்கிறது.

விஹெச்பியால் சந்நியாசிகளாக்கப்பட்டவர்கள் நாட்டின் பல்வேறு பகுதிகளுக்குச் சென்று மக்களுடனும் மதத் தலைவர்களுடனும் இணைந்து பிரச்சாரம் செய்வதற்கு அனுப்பப்பட்டனர். திட்டமிட்டு தனது ஊழியர்களை சந்நியாசிகளாக்கியது குறித்து அதன்பிறகு விஹெச்பி

எங்கேயும் பேசுவதில்லை. ஆனால், தொடர்ச்சியாக நடந்த நிகழ்வுகள் அனைத்தும் நமக்கு உண்மையினை வெளிச்சம் போட்டுக் காட்டிவிடுகின்றன. 1984இல் இராமஜென்மபூமி இயக்கம் மீண்டும் புத்தெழுச்சியுடன் துவக்கப்பட்டதும், ஆன்மிக அரசியலுக்கான சந்தையும் விரிவடைந்தது. அதனை சரியாகப் பயன்படுத்திக்கொள்ளும் நோக்கில் ஆர்எஸ்எஸ் இயக்கத்தின் ஊழியர்கள் களமிறங்கி, அவ்வாய்ப்பினைப் பயன்படுத்திக்கொண்டனர் என்பது தெளிவாகவே தெரிகிறது.

ஆர்எஸ்எஸ் ஊழியர்களும் சாதுக்களும் அடிக்கடி சந்தித்துக்கொள்ளும்படியான கூட்டங்களை விஹெச்பி நடத்துவதால், பிரச்சாரகர்கள் சந்நியாசிகளாக மாறுவதெல்லாம் இயல்பாக நடக்கத்தான் செய்யும் என்கிறார் ஆர்எஸ்எஸ் பிரச்சாரகராக இருந்து பிருந்தாவனத்தில் சாதுவாக மாறிய விஜய் கௌசல் மகராஜ் என்பவர்.

'ஆர்எஸ்எஸ் ஊழியர்கள் எப்போதும் இந்து மதத்திற்காகவும் கலாச்சாரத்திற்காகவும் சேவை செய்யும் ஆவலிலேயே இருப்பார்கள். சாதுக்களுடன் அவர்களுக்கு ஒரு தொடர்பினை விஹெச்பி ஏற்படுத்திக் கொடுத்ததுமே, சாதுக்களின் வாழ்க்கையால் ஈர்க்கப்பட்டு சந்நியாசிகளாக மாறியிருக்கக்கூடும்' என்கிறார்.

அவருடைய மாற்றமும்கூட அப்படியானது தான் என்கிறார். இருபது ஆண்டுகளாக ஆர்எஸ்எஸ் பிரச்சாரகராக இருந்துவிட்டு, 1989ஆம் ஆண்டு சந்நியாசியாகி இருக்கிறார். சந்நியாசி ஆனதும், இராமரின் வாழ்க்கையை கதையாகச் சொல்லி மதபோதனைகள் செய்கிற இராமகதா நிகழ்வுகளை நடத்தும் பணியை மேற்கொள்கிறார்.[5]

II

அந்தப் பாதையைத் தேர்ந்தெடுத்தவர்களிலேயே ஆர்எஸ்எஸ் இயக்கத்திற்கு அதிகளவில் உதவிகரமாக இருந்தவர் அரித்துவாரைச் சேர்ந்த சத்தியமித்ரானந்த கிரி என்பவர் தான். ஆர்எஸ்எஸ் இயக்கத்தில் பிரச்சாரகராக அவர் இருந்ததே இல்லை. ஆனால் மாணவப் பருவத்தில் சுயம்சேவகராக இருந்து, பின்னர் ஆர்எஸ்எஸ் இயக்கத்தின் உயர்மட்டத்

தலைவர்களுடன் நெருக்கமான நட்பினைக் கொண்டிருந்தார்.[6] ஆக்ராவில் ஒரு பிராமணக் குடும்பத்தில் பிறந்து, பின்னர் சாதுவாக மாறினார். 1960ஆம் ஆண்டில், தன்னுடைய இருபத்தியெட்டாம் வயதிலேயே மத்தியப்பிரதேசத்தில் இருக்கும் பான்புரா மடத்தின் சங்கராச்சாரியானார்.[7]

ஆப்பிரிக்கா மற்றும் ஐரோப்பா போன்ற கண்டங்களில்லாம் சீடர்களையும் கிளைகளையும் உருவாக்கி, சர்வதேச அளவிலான ஒரு ஆன்மிகப் பேரரசைக் கட்டியெழுப்பினார் அவர். தசநாமி அகாராவுடைய வழக்கப்படி, ஒரு சங்கராச்சாரியார் வெளிநாடு பயணமெல்லாம் போகவே கூடாது. அந்தக் கட்டுப்பாடு பிடிக்காமல், 1969ஆம் ஆண்டு சங்கராச்சாரியார் பதவியையே அவர் துறந்தார். அதன்பிறகு இந்திய தேசியத்தை இந்து மதத்துடன் தொடர்புபடுத்தும் ஒரு மிகமுக்கியமான திட்டத்தில் அவர் இறங்கினார். இந்தியா என்கிற தேசத்தை ஒரு இந்துக்கடவுளுக்கு ஒப்பானதாக மாற்றுவதே அவரது திட்டமாகும். அந்த திட்டத்தின் முக்கியத்துவத்தை ஆர்எஸ்எஸ் இயக்கத்தின் முன்னோர்களே ஏற்றுக்கொண்டிருக்கின்றனர். உதாரணத்திற்கு, ஆரிய சமாஜத்தின் சேவகரும், இந்து மகாசபையின் தலைவருமான சுவாமி ஷ்ரத்தானந்தா தான் முதன் முதலாக பாரத மாதாவிற்கு அடையாளங்களுடன் கூடிய ஒரு கோவிலை உருவாக்க வேண்டும் என்றார். அதன்மூலம் இந்திய தேசியம் என்றாலே அது இந்து தேசியம்தான் என்கிற பிரச்சாரமும் செய்யமுடியும் என்பது அவரது வாதம். ஆர்எஸ்எஸ் இயக்கம் துவங்கி ஓராண்டுக்குப் பின்னர், இதுகுறித்து ஒரு நூலையும் அவர் எழுதியிருக்கிறார்.

'இந்து ராஷ்ட்ரிய கோவில் என்கிற பெயரைக்கொண்ட கோவில்களை நாடு முழுவதிலுமுள்ள ஒவ்வொரு மாநகரத்திலும் ஒவ்வொரு முக்கிய நகரத்திலும் உருவாக்கிட வேண்டும். அவற்றை அந்தந்த ஊரைச் சேர்ந்த இந்து அமைப்புகளின் தலைவர்களுடைய கட்டுப்பாட்டில் கொண்டுவந்து விடவேண்டும். மற்ற இந்து கோவில்களில் எல்லாம் உள்ளூர் கடவுள்களே எப்போதும் போல நிறைந்திருக்கட்டும். ஆனால், இந்து ராஷ்ட்ரிய கோவில்களோ அவற்றுக்கு மாறாக பசுமாதாவையும் சரஸ்வதி மாதாவையும் பூமி மாதாவையும் வழிபடும் இடமாக இருக்க வேண்டும்.

ஒரு சில பசுக்களையும் கோவில் வளாகத்திற்குள் நிறுத்திவிட்டால், அக்கோவில்கள் முழுமைபெற்றுவிடும். கோவிலின் நுழைவாயிலில் சாவித்திரியின் படமோ சிலையோ இருக்குமாறு அமைத்து, தங்களது அறியாமையை வெளியேற்றவேண்டிய கடமையினை ஒவ்வொரு இந்துவுக்கும் நாம் நினைவுபடுத்த வேண்டும். இந்திய வரைபடத்துடன் கூடிய பாரதமாதாவின் சிலையை அவளது அனைத்து குணநலன்களையும் தெரியும்படி வடித்து, அக்கோவிலுக்கு வரும் இந்துக்களை வணங்கவைக்க வேண்டும். அதன்மூலம் ஒருகாலத்தில் ஓகோவென வாழ்ந்த பாரதமாதா இப்போது வீழ்ந்துகிடக்கிற வரலாற்றைப் புரியவைத்து, அவளை மீட்டெடுக்க வேண்டிய அவசியத்தை இந்துக்களுக்கு உணர்த்த வேண்டும்.[8]

1920களின் துவக்கத்திலேயே பாரத மாதாவுக்கு வாரணாசியில் ஏற்கனவே ஒரு கோவில் கட்டப்பட்டுவிட்டது.[9] ஆனால் அந்த காலகட்டத்திலெல்லாம் அக்கோவிலைப் பெரிதாக யாரும் கண்டுகொள்ளவில்லை. சத்தியமித்ரானந்த கிரி அதற்கு ஒரு இந்துத்துவ முகம் கொடுத்த பின்னர்தான் அது முக்கியத்துவம் பெற்றது. 1978ஆம் ஆண்டு பெரிய ஆதரவுடன் எட்டுமாடிக் கட்டடமாக பாரத மாதா கோவிலுக்கான அடிக்கல்லை அவர் நாட்டினார். 1983ஆம் ஆண்டு மே மாதம் 15ஆம் தேதியன்று அக்கோவிலின் திறப்பு விழா குறித்து, நாடு முழுவதிலும் விளம்பரங்கள் செய்யப்பட்டன. இந்தியக் குடிமக்கள் அனைவருக்கும் அழைப்புவிடுக்கிற பத்திரிக்கை விளம்பரங்களும் கொடுக்கப்பட்டன. மதத்தலைவர்களுக்கும் அரசியல்வாதிகளுக்கும் விழாவுக்கான அழைப்பிதழ்கள் அனுப்பப்பட்டன.[10] நாடு முழுவதிலும் இருந்து வரவழைக்கப்பட்ட ஐநூறு பிராமணர்களால் வேத யாஜனா பூஜை செய்யப்பட்டு புனிதத்தளமாக அக்கோவில் அறிவிக்கப்பட்டது. பாரதமாதா சிலைக்கு ஆரத்தி எடுத்தார் அப்போதைய இந்தியப் பிரதமராக இருந்த இந்திரா காந்தி.[11]

சத்தியானந்த கிரியின் இரண்டு சீடர்களால் 'திவ்யலோக்: பரிவராஜாக் கீ திவ்ய யாத்திரா' என்னும் பெயரில் அவரைப் பற்றிய சாதுபுராணநூல் எழுதப்பட்டது. அதில் சாவர்க்கருக்கு இணையானவராக அவர் கருதப்பட்டு புகழப்பட்டிருக்கிறார்.[12]

அதில், பாரதம் தான் உலகின் மிகப்பழமையான கலாச்சாரத்தைக் கொண்டிருக்கிறது என்றும் மீண்டும் மீண்டும் அவதாரம் எடுப்பதற்கு பாரதத்தைத் தான் கடவுளே தேர்ந்தெடுக்கிறார் என்றும் கூறிய சத்தியமித்ரானந்த கிரியின் கருத்துகளையும் போதனைகளையும் அந்நூல் உள்ளடக்கியிருக்கிறது.

பாரதத்தின் மாதா என்கிற பெயரிலான கோவிலாக இருந்தபோதும், இந்தியாவின் மூவர்ணக் கொடியைப் பயன்படுத்துவதற்கு பதிலாக, விஹெச்பி கொடியை ஒத்திருக்கும் முக்கோண வடிவிலான காவிக்கொடியைப் பறக்கவிட்டனர். சாவர்க்கர் மற்றும் ஆர்எஸ்எஸ் இயக்கத்தைத் தோற்றுவித்த ஹெட்கேவர் ஆகியோரின் பெயர்களும் பாரத மாதாவின் சிறப்புமிக்க குழந்தைகள் என்கிற பட்டியலைக் கொண்ட பெயர்ப்பலகையில் இணைக்கப்பட்டிருந்தன.

பாரத மாதா கோவிலைக் கட்டுவதற்குத் தேவையான பணத்தை, ஊர்வலங்களையும் யாகங்களையும் நடத்தி விஹெச்பி வசூல் செய்துகொடுத்தது. அதேபோல சங்கப்பரிவார இயக்கங்களுடன் சத்தியமித்ரானந்த கிரிக்கு இருக்கும் தொடர்பும் அரித்துவாரில் அனைவருக்கும் தெரிந்த உண்மை தான். பொதுவாக சொகுசு வாழ்க்கை வாழும் ஆன்மிக குருக்கள், தங்களுடைய இந்து மேலாதிக்கக் கருத்துகளை பொதுவெளியில் வெளிப்படையாகத் தெரிவிப்பதை மிகவும் கவனமாகத் தவிர்ப்பார்கள். அதேபோலத்தான் அவரும் இருந்தார். 1987ஆம் ஆண்டு லிசே மெக்கீன் என்பவர் சத்தியமித்ரானந்த கிரியை நேர்காணல் செய்தார்.[13]

'அந்த நேர்காணலின் போது, அவருடைய இயக்கம் குறித்தும், பாரத மாதா கோவில் குறித்தும், அவருக்கும் விஹெச்பிக்கும் இடையிலான உறவு குறித்தும் அதிகமான கேள்விகளைக் கேட்பதற்கான வாய்ப்புகள் எனக்கு அப்போது வழங்கப்படவில்லை. ஏதோவொரு நாட்டுக்கு செல்லவேண்டி இருப்பதால், பயணத்திற்குத் தயாராகப் போவதாகக் கூறி, மிகச்சில கேள்விகளுக்கு மேல், என்னை கேட்கவே அவர் அனுமதிக்கவில்லை' என்று என்னுடன் பேசும்போது லிசே மெக்கீன் தெரிவித்தார்.

தற்போது தொன்னூறு வயதை நெருங்கிக்கொண்டிருப்பதால், செய்தியாளர்களிடமும் ஆய்வாளர்களிடமும் பேசுவதையே

முற்றிலுமாக நிறுத்திக்கொண்டார் சத்தியமித்ரானந்த கிரி. ஆனாலும், தினமும் மாலை 4 மணி முதல் 5 மணி வரையிலும், பாரத மாதா கோவிலின் அருகில் இருக்கிற தன்னுடைய வீட்டில், தனது பக்தர்களுக்குக் காட்சியளிக்கிறார்.

சாதுவாக அவர் வாழ்ந்த நீண்ட நெடுங்கால வாழ்க்கையில், இருபதுக்கும் மேற்பட்ட முக்கியமான சீடர்களை சந்நியாசிகளாக்கி இருக்கிறார். அதிலும், 1986ஆம் ஆண்டு அரித்துவாரில் நடைபெற்ற கும்பமேளாவின் போது நிரஞ்சனி அகாராவின் மகாமண்டலேஸ்வரர் பதவி கொடுத்தபிறகுதான் பெரும்பாலானவர்களை சந்நியாசிகளாக மாற்றியிருக்கிறார்.

'தேசிய உணர்வுடன் இணைந்த ஆன்மிக ஆர்வத்தோடு இருப்பவர்களுக்கு மட்டுமே சந்நியாசம் வழங்குவது என்கிற முடிவோடு அவர் இருந்தார். அதனால் தான் அவரால் சந்நியாசம் வழங்கப்பட்டவர்களில் பெரும்பாலும் சங்கப்பரிவார இயக்கப் பின்னணியில் இருந்து வந்தவர்களாக இருந்தனர். சுவாமிஜியே கூட, மாணவராக இருந்த காலத்திலேயே சுயம்சேவகராக இருந்தவர் தான். சந்நியாசியாக மாறிய பின்னர், ஆர்எஸ்எஸ் தலைவராக இருந்த கோல்வால்கருடன் நல்ல நட்பை உருவாக்கிக்கொண்டார். கோல்வால்கரில் துவங்கி இன்று இருக்கிற மோகன் பகவத் வரையிலுமான அனைத்து ஆர்எஸ்எஸ் சர்சங்சலக்குகளும் (ஆர்எஸ்எஸ் அமைப்பின் தலைமைப்பதவி) எங்கள் சுவாமிஜிக்கு மிகப்பெரிய மரியாதை கொடுத்தே வருகின்றனர்' என்கிறார் சத்தியமித்ரானந்த கிரியினால் சந்நியாசம் வழங்கப்பட்ட அகிலேஷ்வரானந்த கிரி என்பவர்.[14]

1989 இல் ஆர்எஸ்எஸ் இயக்கத்தின் பிரச்சாரகர் ஆனதில் இருந்தே விஹெச்பியுடன் நெருக்கமாகி இராமஜென்மபூமி இயக்கப் போராட்டங்களில் தொடர்ந்து பங்கெடுத்தார் அகிலேஷ்வரானந்த கிரி. பசுக்கள் கொல்லப்படுவதையும், கிருத்துவ இயக்கங்களையும் எதிர்த்து தீவிரமாக எங்கு பிரச்சாரம் நடந்தாலும் அதற்குத் துணையாக அவர் நின்றார்.

'1998இல் அரித்துவாரில் நடைபெற்ற கும்பமேளா நிகழ்வின்போது சுவாமி சத்தியமித்ரானந்த கிரி அவர்கள், என்னை சந்நியாசியாக்கினார். அதன்பிறகு அரித்துவாரில் இருந்து மத்தியபிரதேசத்தில் இருக்கும் ஜபல்பூருக்கு இடம்பெயர்ந்து

சென்றுவிட்டேன். விஹெச்பியில் என்னுடைய மரியாதையும் நிலையுமே கூட மாறிவிட்டது. அதற்கு முன்புவரையிலும், ஒரு ஆர்எஸ்எஸ் பிரச்சாரகராக எனக்களிக்கப்பட்ட வாய்ப்புகளைப் பயன்படுத்திக்கொண்டு விஹெச்பியின் நிகழ்வுகளிலும் போராட்டங்களிலும் கலந்துகொண்டிருக்கிறேன். ஆனால், சாதுவாக மாறிய பிறகு, சாது சமூகத்தின் பிரதிநியாக நான் அடையாளப்படுத்தப்பட்டேன். அந்த அடையாளத்துடனேயே விஹெச்பியின் கேந்திரிய மர்க்தர்ஷக் மண்டல் என்கிற அமைப்பிலும் உறுப்பினராக என்னை இணைத்துக்கொண்டேன். 2010 இல் சுவாமி சத்தியமித்ரானந்த கிரியின் அறிவுறுத்தலின் பேரில், நிரஞ்சன அகாராவின் மகாமண்டலேஸ்வரர் என்கிற உயரிய பதவியையும் ஏற்றுக்கொண்டேன். 2016ஆம் ஆண்டில், மத்தியப் பிரதேச மாநிலத்தின் அப்போதைய முதல்வராக இருந்த பாஜகவைச் சேர்ந்த சிவராஜ் சிங் சௌவ்கான், என்னை பசு பாதுகாப்பு வாரியத்தின் தலைவராக நியமித்தார். ஒரு மாநில அமைச்சருக்கு இணையான பதவி அது. இப்போது நான் ஜபல்பூருக்கும் போபாலுக்கும் இடையில் இங்குமங்கும் பயணித்து என்னுடைய நேரத்தை இருவிதமான வேலைகளுக்கும் பகிர்ந்து கொள்கிறேன்' என்றார் அகிலேஷ்வரானந்த கிரி.

அவரை நேர்காணல் செய்து மிகச்சரியாக ஆறு மாதங்கள் கழித்து, 2018ஆம் ஆண்டு டிசம்பர் மாதத்தில் மத்தியப்பிரதேச மாநிலத்தில் நடைபெற்ற சட்டமன்றத் தேர்தலில் பாஜக தோற்று, காங்கிரஸ் ஆட்சிக்கு வந்ததும் அப்போது, அகிலேஷ்வரானந்த கிரியின் அமைச்சருக்கு இணையான பதவி பறிபோனது.

அகிலேஷ்வரானந்த கிரி, யத்தீந்திரானந்த கிரி, அவதேஷானந்த கிரி மற்றும் கோவிந்த தேவகிரி ஆகிய நால்வரும் சத்தியமித்ரானந்த கிரியின் நான்கு முக்கியமான சந்நியாசி சீடர்களாவர். வட இந்தியாவிலும் மேற்கு இந்தியாவிலும் பல்வேறு பகுதிகளில் வேதங்கள் குறித்த கல்வியை போதிப்பதற்காகவே வேதபாடசாலைகளை உருவாக்கி கோவிந்த தேவ கிரி நடத்திவந்தார்.

'சந்நியாசிகளாக மாறுவதற்கு முன்னர், அவதேசானந்த கிரி ஒரு ஆர்எஸ்எஸ் சுயம்சேவகராகவும், கோவிந்த தேவகிரியோ

ஆர்எஸ்எஸ் பிரச்சாரகராகவும் இருந்திருக்கின்றனர்' என்றார் அகிலேசுவரானந்த கிரி.

இவர்கள் நால்வரும் அவரவர் சக்திக்கேற்ப, ஆர்எஸ்எஸ் இயக்கத்திற்கு ஆதரவான ஆட்களையெல்லாம் சந்நியாசிகள் ஆக்குவதும், சந்நியாசிகளின் வட்டத்திற்குள் கொண்டுசெல்வதுமாக இருந்தனர். யத்தீந்திரானந்த கிரியின் சீடர்களில் ஒருவரும் முன்னாள் ஆர்எஸ்எஸ் பிரச்சாரகருமான பிரபோதானந்த கிரி என்பவர், தற்போது இந்து ரக்ஷா சேனா என்கிற இந்து குண்டர்படையினை அரித்துவாரில் நடத்திவருகிறார்.

III

1980களின் இறுதியாண்டுகளில் தான் ஆர்எஸ்எஸ் பின்னணியைக் கொண்ட சாதுக்களின் எண்ணிக்கை கணிசமாக உயர்ந்தது என்று, நான் தொடர்புகொண்டு பேசிய பெரும்பாலான மதத் தலைவர்கள் கூறினர். அத்தகையவர்களால் சந்நியாசிகளின் குழுக்களில் பலமாற்றங்கள் ஏற்பட்டன. அப்போதிலிருந்தே கும்பமேளாக்கள் நடத்தப்படும் விதத்திலேயே பெரிய மாற்றத்தைக் காண முடிந்தது.

1966இல் அலகாபாத்தில் நடைபெற்ற கும்பமேளாவின் போதே முதன்முதலாக உலக இந்து மாநாட்டினையும் சேர்த்தே விஹெச்பி நடத்தியது. அப்போதில் இருந்தே தன்னுடைய இந்து மேலாதிக்க கருத்தியலை முன்னிறுத்தி பிரச்சாரம் செய்ய ஆரம்பித்தது விஹெச்பி. 1966ஆம் ஆண்டு ஜனவரி மாதம் 22ஆம் தேதியன்று நடைபெற்ற அம்மாநாட்டில் பல்வேறு அகாராக்களில் இருந்தும் ஏராளமான சாதுக்கள் கலந்துகொண்டனர்.[15] அதனை சாத்தியமாக்கியதில் பிரபுதத் பிரம்மச்சாரி என்கிற வைணவ சாதுவுக்கு முக்கியப் பங்குண்டு. இந்தியாவின் முதல் பாராளுமன்றத் தேர்தலின்போது புல்பர் தொகுதியில் அனைத்து இந்து மேலாதிக்கக் கட்சிகளும் இணைந்து, ஜவகர்லால் நேருவுக்கு எதிரான தேர்தல் களத்தில் பிரபுதத் பிரம்மச்சாரி இறக்கிவிடப்பட்டார். ஆனால், மிகப்பெரிய வாக்கு வித்தியாசத்தில் பிரபுதத் பிரம்மச்சாரி தோற்றார்.

உலக இந்து மாநாட்டிற்கு வந்த கூட்டத்தைப் பார்த்து விஹெச்பி உற்சாகம் அடைந்தது. அதன் தொடர்ச்சியாக மற்ற இந்து இயக்கங்களுடன் கைகோர்த்து அந்த ஆண்டின் இறுதியில் பசுவதைக்கு எதிரான இயக்கத்தை நடத்துவதற்கான முயற்சிகளையும் மேற்கொண்டது. இந்து இயக்கங்களின் ஒருங்கிணைந்த ஒரு வடிவத்திற்கு, தானே தலைமையேற்கிற நிலைக்கு போகவே விஹெச்பி விரும்பியது. 1948-1949 ஆண்டுகளிலேயே மதச்சார்பற்ற நேருவுக்கும் காங்கிரசில் இருந்த பிற்போக்காளர்களுக்கும் இடையே பசுவதை குறித்த உரையாடல்கள் நடந்திருக்கின்றன. பசுவதை குறித்து தேசியளவில் சட்டத்தை ஏதும் நிறைவேற்றாமல், அதனை மாநில அரசின் வரைமுறைக்கு விட்டுவிடுவதென முடிவெடுக்கப்பட்டது. மாநில அரசின் கொள்கை முடிவுகளைத் தீர்மானிக்கையில், பசுவதை குறித்து அக்கறையுடன் நடந்துகொள்ளவும், சட்டப்படி கட்டாயப்படுத்தாத வழிமுறைகளை உருவாக்கவும் பரிந்துரை செய்வதோடு நிறுத்திக்கொள்ளும் முடிவு எட்டப்பட்டது. ஆனால், இதெல்லாம் இந்து மேலாதிக்கக் குழுக்களுக்கு போதுமானதாக இருக்கவில்லை. அவ்வப்போது நேரம் கிடைக்கும்போதெல்லாம் இப்பிரச்சனையை அவர்கள் கையிலெடுத்தனர்.

1966ஆம் ஆண்டு செப்டம்பர் 25ஆம் தேதியன்று, பிரபுதத் பிரம்மச்சாரியின் தலைமையிலான சர்வதலிய கௌரக்ச மகா அபியன் சமிதி (எஸ்ஜிஎம்எஸ்) என்கிற அமைப்பு துவங்கப்பட்டது. விஹெச்பியில் இருந்து மட்டுமல்லாமல், ஆர்எஸ்எஸ், இந்துமகாசபை, இராம இராஜ்ஜிய பரிக்ஷத், ஆர்ய சமாஜம் உள்ளிட்ட பல அமைப்புகளில் இருந்தும், கௌரக்சா அமைப்புக்கான நிர்வாகக்குழுவில் பலர் இணைக்கப்பட்டனர். அத்துடன் இந்திரா காந்தி ஆட்சியில் உள்துறை அமைச்சராக இருந்த குல்சாரிலால் நந்தா உள்ளிட்ட காங்கிரஸ் கட்சியைச் சேர்ந்த பல வலதுசாரி இந்து ஆதரவாளர்களும் கூட சேர்த்துக்கொள்ளப்பட்டனர். குல்சாரிலால் நந்தாவின் ஆதரவுபெற்ற பாரதிய சாது சமாஜத்தின் உறுப்பினர்களும் கூட கௌரக்சா அமைப்பின் நிர்வாகக்குழுவினராக இணைந்தனர்.[16] அந்த அமைப்பின் அறைகூவலை ஏற்று, 1966ஆம் ஆண்டு நவம்பர் மாதம் 7ஆம் தேதியன்று, பாராளுமன்றத்தை முற்றுகையிடும் நோக்கில் பாராளுமன்றத்தின் முன் கூடினர்.

பாராளுமன்ற இல்லத்திலும் அனைத்திந்திய வானொலி நிலையத்திலும் நுழைய முயன்று, கண்ணில் தென்படுகிற கட்டடங்களை எல்லாம் சேதப்படுத்தியது அக்கும்பல். அதுமட்டுமல்லாமல், நூற்றுக்கும் மேற்பட்ட வாகனங்களுக்கும் பத்துக்கும் மேற்பட்ட பேருந்துகளுக்கும் தீவைத்தனர். வன்முறை வெறியாட்டத்தை அக்கும்பல் நடத்திக்கொண்டிருந்தபடியால், அவர்களைக் கலைக்க லத்திக்கம்புகளும் கண்ணீர்ப்புகை குண்டுகளும் காவல்துறைக்குப் போதுமானதாக இல்லை. அதனால், துப்பாக்கிச்சூடு நடத்தியது காவல்துறை.[17] அதில் ஏழு பேர் கொல்லப்பட்டனர்; சுமார் 140 பேர் காயமடைந்தனர். அதன்பின்னர் மதியத்திற்குள் இராணுவம் வரவழைக்கப்பட்டு ஊரடங்கு உத்தரவு அமல்படுத்தப்பட்டது.

சாதுக்களால் நிகழ்த்தப்பட்ட வன்முறைகளும் தீவைப்பும், பசுவதைக்கு எதிரான போராட்டத்திற்கு ஆதரவு கொடுத்த பலரையும் பிரச்சனையில் சிக்கவைத்தது. பாராளுமன்ற ஜனநாயகத்தை கேலிக்கு உள்ளாக்குவதற்காகவே சாதுக்கள் திட்டமிட்டு இந்தியாவின் தலைநகரில் மூன்று மணிநேரத்திற்கு கலவரம் நடத்தியிருக்கின்றனர். தன்னை இப்பிரச்சனையில் இருந்து விடுவித்துக்கொள்ளவதற்காக மக்களவையில் சுவாமி இரமேஷானந்தாவின் மீது பழியைப் போட்டார் ஒன்றிய உள்துறை அமைச்சரான நந்தா.

'பூரி மடத்தின் சங்கராச்சாரியாரான சுவாமி இரமேஷ்வரானந்தாவின் வெறுப்பூட்டும் பேச்சினால் தான், பசுவதைக்கு எதிராக அமைதியாகப் போராடிக்கொண்டிருந்த சாதுக்களும் மக்களும் கொதித்தெழுந்து பாராளுமன்றத் தெருவில் வன்முறையைக் கையிலெடுத்துவிட்டனர்' என்றார் அமைச்சர் நந்தா.[18]

இந்த ஒட்டுமொத்த பிரச்சனையிலும் உறுதியாக நின்ற இந்திரா காந்தி, அடுத்த இரண்டே நாட்களில் அமைச்சர் நந்தாவை அமைச்சர் பதவியில் இருந்து நீக்கிவிட்டார்.

இப்படியான முடிவினை சாதுக்கள் எதிர்பார்க்கவில்லை. இந்துத்துவா கொள்கைகளுக்கு மறைமுகமாகவும் மேலோட்டமாகவும் கடந்தகாலங்களில் ஆதரவு வழங்கியிருந்த போதும், இப்போது தான் முதன்முறையாக முழுபலத்தையும் பயன்படுத்தி மொத்தமாக தெருவில் இறங்கி இந்துத்துவ

இயக்கங்களுடன் கைகோர்த்தனர். தங்களது ஆசிரமங்களை விட்டு வெளியேவந்து, பாராளுமன்றத் தெருவை ஆக்கிரமித்துவிட்டாலே, இந்த தேசத்தின் தலையெழுத்தையே மாற்றி எழுதிவிடமுடியும் என்று இந்துத்துவ இயக்கங்களால் சாதுக்கள் உறுதியாக நம்பவைக்கப்பட்டனர். விஹெச்பி மற்றும் இதர இந்துத்துவ இயக்கங்கள் அனைத்தும், சாதுக்களிடம் உருவாக்கிய நம்பிக்கைக்கும், அந்த போராட்டத்தின் முடிவும் எதிரெதிராகத் தான் இருந்தன. 1967ஆம் ஆண்டு நடைபெறவிருந்த தேர்தலுக்கு சில மாதங்கள் முன்னராக, அரசியல் இலாபத்திற்காக திட்டமிட்டே நடத்தப்பட்ட ஒரு போராட்டத்தில் பகடைக்காய்களாக சாதுக்கள் சிக்கவைக்கப்பட்டனர் என்பது வெளிப்படையாகவே தெரிந்தது.

இந்திரா காந்தியின் உறுதியான நடவடிக்கைகளால் சாதுக்கள் செய்வதறியாது தவித்தனர். அவர்கள் துரத்திப் பிடிக்கப்பட்டு, வழக்கு பதியப்பட்டு, கைதும் செய்யப்பட்டனர். இந்திய வரலாற்றில் மூன்று மணிநேரமாக பாராளுமன்றத் தெருவை தங்களது கட்டுப்பாட்டில் வைத்திருந்தபோதும், அதனால் சாதுக்களுக்கு எவ்விதப் பலனும் கிடைக்கவில்லை. தங்களது மல்யுத்த உடல்பலமெல்லாம் ஜனநாயக இந்தியாவில் செல்லுபடியாகாது என்பதனை சாதுக்கள் அப்போது தான் புரிந்துகொண்டனர். பிரபுதத் பிரம்மச்சாரியும் பூரி சங்கராச்சார்யாவும் இணைந்து அரசுக்கு எதிராக உண்ணாவிரதப் போராட்டத்தில் இறங்கினர். ஆனால், பெரும்பாலான சாதுக்கள் தில்லியில் தங்கி அதிலெல்லாம் நேரத்தை வீணாக்கவிரும்பாமல், அவர்களுடைய சொந்த ஊருக்கே திரும்பிவிட்டனர். உண்ணாவிரதப் போராட்டத்தில் கலந்துகொண்ட ஒருசில சாதுக்களும் கூட, 1967ஆம் ஆண்டு ஜனவரி மாத இறுதியிலெல்லாம் அரசுக்கு எதிரான போராட்டத்தினால் அரசை வளைக்கமுடியாமல் போராட்டத்தினை கைவிட்டனர்.[19]

பசுவதைக்கு எதிரான போராட்டம் படுதோல்வியை அடைந்ததையொட்டி, அதற்கடுத்ததாக 1977ஆம் ஆண்டு அலகாபாத்தில் நடைபெற்ற கும்பமேளாவில் விஹெச்பியின் குரலை பெரும்பகுதியிலான சாதுக்கள் காதுகொடுத்துக் கேட்கவே இல்லை. அதுவும் அவசரநிலையை திரும்பப்பெற்று

தேர்தலை சந்திக்க இந்திரா காந்தி தயாராக இருந்தபோதிலும், நடந்தவற்றைப் பயன்படுத்தி விஹெச்பி மற்றும் ஆர்எஸ்எஸ் இயக்கங்களால் சாதுக்களைத் திரட்டவே முடியவில்லை. 1979ஆம் ஆண்டு இரண்டாவது சர்வதேச இந்து மாநாடு நடைபெற்றது. அதில் பங்கேற்றவர்களின் எண்ணிக்கை சொற்பமாகவே இருந்தது. விஹெச்பியின் தேவையும் இருப்பும் கேள்விக்குள்ளானது. ஜனதா கட்சியின் தலைவரான ஜெயப்பிரகாச நாராயணின் வெற்றிக்காகவே சங்கப் பரிவாரத்தின் ஆதரவுடன் தாங்கள் பயன்படுத்தப்படுவதாக சாதுக்கள் உணர்ந்தனர். அதற்கு செவிசாய்க்காமல், 1977ஆம் ஆண்டு ஜோதிர் பீடத்தினால் நடத்தப்பட்ட கும்பமேளா நிகழ்வில் இந்திரா காந்திக்கு பிரம்மாண்டமான வரவேற்பு கொடுக்கப்பட்டது. 'வரலாற்றிலேயே அதிகமான புனித சாதுக்கள் ஒன்றுகூடி ஆசீர்வதித்த இந்திரா காந்தி' என்று டைம்ஸ் ஆஃப் இந்தியா அப்போது செய்தி வெளியிட்டது.

> 'இந்து மதத்தின் புனித பாரம்பரிய மரபுகளிலும் பழக்கவழக்கங்களிலும் அரசு தலையிடாது என்று சாதுக்களுக்கு இந்திரா காந்தி உறுதியளித்தார். அதேவேளையில், மக்களிடம் இருக்கிற அறியாமையையும் மூடநம்பிக்கைகளையும் ஒழிப்பதற்கு இந்து மத சாதுக்கள் முயலவேண்டும் என்றும் இந்திரா காந்தி அவர்களிடம் வேண்டுகோள் விடுத்தார். தேர்தல் நடத்துவதற்கான அறிவிப்பு வெளியானதும் அவர் கலந்துகொண்டு நிகழ்த்திய முதல் பொதுமேடைப்பேச்சு அது என்றாலும், அரசியல் பேசுவதை கவனமாகத் தவிர்த்தார்' என்று அக்கட்டுரையில் எழுதப்பட்டிருந்தது.
>
> அரசாங்கம் முன்வைத்த 25 அம்சக் கோரிக்கைகளை அமல்படுத்துவதற்கு சாதுக்கள் ஒத்துழைப்புக் கொடுப்பதாக உறுதியளித்தனர்.
>
> ஒரு வெள்ளி மேசையின் மீது, நான்கு மத பீடங்களை உருவாக்கிய ஆதி சங்கரரின் நினைவாக மரக்கட்டையினால் செய்யப்பட்ட இரண்டு காலணிகள் வைக்கப்பட்டிருந்தன. அந்த மேசைக்குப் பின்னால், ஜோதிர் மதபீடத்தின் சங்கராச்சாரியாரான 'தர்ம சாம்ராட்' என்று அழைக்கப்படும் ஸ்ரீ சந்தானந்த

சரஸ்வதி அமர்ந்திருந்தார். தன்னுடைய ஆன்மிக அதிகாரத்தை வெளிக்காட்டும் விதமாகக் காவி உடையணிந்து, நெற்றியில் சந்தனத்தைப் பூசிக்கொண்டு, குங்குமத்தில் வெற்றித்திலகமும் இட்டிருந்தார். சைவ சாதுக்களெல்லாம் திரிபுண்டரம் என்றழைக்கப்படுகிற வகையில், நெற்றியிலே மூன்று கோடுகளால் பட்டையணிந்து, தங்களது சைவ மத அடையாளத்தை வெளிக்காட்டினர். வைணவ சாதுக்களோ அவர்களது வழக்கப்படி நெற்றியில் நாமம் போட்டுக்கொண்டு, தங்களை வைணவ நம்பிக்கையாளர்களாகக் காட்டிக்கொண்டனர். [...]

சாதுக்களையும் சந்நியாசிகளையும் வழிபடும் ஒரு முறையைக் கொண்டிருக்கும் ஒரு தனித்துவம் மிக்கதாக இந்து பாரம்பரியம் இருப்பதாகவும், உலகின் மற்ற நாடுளில் இருந்து இந்தியாவை அது தனித்து அடையாளப்படுத்துவதாகவும் தன்னுடைய உரையில் இந்திரா காந்தி குறிப்பிட்டார். [...]

உண்மையான மதசார்பு என்றால் என்னவென்று, அந்த கும்பமேளாவிற்கு சில நாட்களுக்கு முன்னர், தான் பாராளுமன்றத்தில் விளக்கிப் பேசியதாகவும், 'சர்வ தர்மா சம பவா' என்கிற வகையில் அனைத்து மதங்களுக்கும் சமமான மரியாதையை வழங்குவதையே இந்த அரசாங்கம் விரும்புவதாகவும் கும்பமேளா உரையில் பேசினார் இந்திரா காந்தி.[20]

மதசார்பு குறித்த தன்னுடைய பார்வையை கும்பமேளாவில் இந்திரா காந்தி வெளிப்படுத்தியபோதும், சாதுக்களின் பார்வையில் அதுவெல்லாம் எந்த மாற்றத்தையும் ஏற்படுத்தவில்லை. இந்து மதப் பாரம்பரியத்தை மீட்டெடுக்கும் கருத்தியலிலும், தங்களது நலன்களைப் பாதுகாத்து வளர்க்கும் அவர்களது ஆர்வமும் குறைந்தபாடில்லை. இருப்பினும் வானளாவிய வாக்குறுதிகளை வாரிவழங்கிய விஹெச்பி மற்றும் அதன் தொடர்பு இயக்கங்கள் மீதான நம்பிக்கையை சாதுக்கள் இழந்துவிட்டனர். 1977ஆம் ஆண்டு நடைபெற்ற கும்பமேளாவின் போது, விஹெச்பி ஒருங்கிணைத்த நிகழ்வுகளில் கலந்துகொள்ளாமல், பெரும்பாலான சாதுக்கள்

திரேந்திர கே.ஜா

ஒதுங்கியே இருந்தனர். அந்த காலகட்டத்தில் வடஇந்தியா முழுவதிலும் பரவியிருந்த காங்கிரஸ் கட்சிக்கு எதிரான எதிர்ப்பு மனநிலையானது, கும்பமேளாவில் கலந்துகொண்ட சாதுக்களிடம் மட்டும் காணமுடியவில்லை. வீழ்ந்துகிடந்த ஆர்எஸ்எஸ் இயக்கத்தை எழுச்சியுறச்செய்யும் முயற்சியில் உருவாக்கப்பட்ட விஹெச்பியும் தோல்வியின் விளிம்பில் இருந்தது. அது அவர்களுக்கான மோசமான அடிதான் என்றே சொல்லவேண்டும்.

பாராளுமன்றத் தெருவில் நடைபெற்ற போராட்டத்தில் தோல்வியடைந்த பத்தாண்டுகளுக்குப் பின்னரும், சாதுக்களிடம் இழந்த நம்பிக்கையை விஹெச்பியால் மீட்டெடுக்கமுடியவில்லை. இன்னும் சொல்லப்போனால், 1977ஆம் ஆண்டு நடைபெற்ற கும்பமேளாவுக்குப் பிறகு விஹெச்பியின் வீழ்ச்சி வேகமெடுத்தது என்பதே உண்மை.

IV

ஆன்மிக உலகில் உயர் பதவிகளில் ஆர்எஸ்எஸ் பிரச்சாரகர்களும் சுயம்சேவகர்களும் நுழையாமல் போனதாலேயே, விஹெச்பி எதிர்பார்த்த வெற்றிகளைப் பெறமுடியாமல் போயிருக்கிறது. 1980களின் துவக்கத்தில் அப்படியான ஊடுருவல்கள் துவங்கப்பட்டிருந்தாலும், 1980களில் இறுதியில் தான் அது வேகமெடுத்தது. சாதுக்களின் உலகின் உள்ளே நுழைந்த இந்துத்துவவாதிகள், சைவ அகாராக்களில் முக்கியமானவர்களாக மாறினர். வெளியில் இருந்து வேலை செய்வதைவிடவும், உள்ளே இருந்தே அதிகமான மாற்றங்களை அவர்கள் நிகழ்த்தினர். வெளியே அரசியல் ஆதாயத்திற்காக இந்துக்களை ஒருங்கிணைக்கும் பணியாக விஹெச்பி நடத்தும் நிகழ்வுகளை எல்லாம் வெற்றிகரமாக்குவதற்கு, ஆன்மிக உலகில் ஊடுருவிய புதுவகையான இந்துத்துவ சாதுக்கள் பெரிதும் உதவினர். அதுமட்டுமில்லாமல், கும்பமேளாவை பிரம்மாண்டமான அரசியல் வாய்ப்பாக மாற்றும் விஹெச்பியின் நீண்டகால இலட்சியத்தை நிறைவேற்றுவதற்கும் அவர்களின் ஊடுருவல் உதவியது.

‘1986ஆம் ஆண்டின் கும்பமேளாவில் அவர்களது முயற்சிக்கு பலன் கிடைக்கத் துவங்கியது. ஆனால், 1989ஆம் ஆண்டு அலகாபாத்தில் நடைபெற்ற அர்த்த கும்பமேளாவில் தான் உண்மையான பலனை அவர்கள் அடைந்தனர். இந்துத்துவ சாதுக்களின் உதவியுடன், பிரபல தசநாமி சந்நியாசியான சுவாமி வாமதேவ் என்பவரின் தலைமையில் அகில பாரத சந்த் சமிதி (ஏபிஎஸ்எஸ்) என்கிற அமைப்பு உருவாக்கப்பட்டது. இராமஜென்மபூமி இயக்கத்திலும் சங்கப்பரிவார இயக்கங்களிலும் இருந்த இராமச்சந்திர தாஸ் பரமஹம்சர், நிருத்திய கோபால் தாஸ், ஹன்ஸ்தேவாச்சார்யா ஆகியோர் அந்த புதிய அமைப்பின் நிர்வாகக்குழுவில் இடம்பெற்றனர். ஆனாலும் விஹெச்பியுடன் தொடர்பில்லாத தன்னிச்சையான இயக்கமாகவே புதிய இயக்கத்தை முன்னிறுத்தினர்’ என்று சுவாமி ஜித்தேந்திரானந்த் சரஸ்வதி தெரிவித்தார்.

அவர் 1989 முதல் 2004 வரையிலும் ஆர்எஸ்எஸ் பிரச்சாரகராக இருந்து, பின்னர் வாரணாசியில் வைணவ சாதுவாக மாறினார்.[21]

இதன்மூலம், சங்கப்பரிவார இயக்கங்களிடம் இருந்து தள்ளியிருக்க விரும்பும் சாதுக்களையும் இப்புதிய அமைப்பின் மூலம் ஈர்ப்பதே அதன் மையநோக்கமாகும்.

புதிய அமைப்பின் முக்கியமான நிர்வாகப் பொறுப்புகளில் ஆர்எஸ்எஸ் பின்னணியில் இருந்து வந்த சாதுக்களின் எண்ணிக்கை அதிகமாக இருந்தது.

‘1989இல் நடைபெற்ற அலகாபாத் கும்பமேளாவில் விஹெச்பியின் செயல்பாடுகளுக்கு எல்லாம், சந்த் சமிதி மூலமாக புகழ் வெளிச்சம் கிடைத்தது’ என்றார் ஜித்தேந்திரானந்த சரஸ்வதி. அவர் 2016ஆம் ஆண்டில் இருந்து ஏபிஎஸ்எஸ் இயக்கத்தின் தேசியப் பொதுச்செயலாளராக இருந்துவருகிறார்.

கும்பமேளா நடந்த 1989ஆம் ஆண்டு ஜனவரி மாதத்தின் கடைசி வாரத்தில், தர்ம சன்சத் என்னும் நிகழ்வினையும் மூன்று நாட்களுக்கு விஹெச்பி நடத்தியது குறிப்பிடத்தக்கது. பொதுவான ஆர்எஸ்எஸ் ஆதரவாளர்களும் சாதுக்களும் இணைந்து கலந்துகொள்ளும் நிகழ்வுதான் உலக இந்து மாநாடு. ஆனால் இந்த தர்ம சன்சத் என்கிற நிகழ்வோ, சாதுக்கள்

மட்டுமே கலந்துகொள்ளும் நிகழ்வாக நடத்தப்படுகிறது. இவ்விரண்டு நிகழ்வுகளுமே இன்றுவரையிலும் தொடர்ச்சியாக நடத்தப்பட்டுக் கொண்டே தான் வருகின்றன. ஆனால் தர்ம சன்சத் நிகழ்வுக்குத் தான் விஹெச்பி அதிக கவனம் செலுத்தி முக்கியத்துவம் கொடுக்கிறது. பெருவாரியான சாதுக்கள் கலந்துகொள்ளும் நிகழ்வாகவும், சண்டைக்கும் போராட்டத்திற்கும் தயாராகத் தன்னைக் காட்டிக்கொள்ளும் சாதுக்களின் நிகழ்வாகவும் அது உருவெடுத்திருக்கிறது.

'காஞ்சி சங்கராச்சாரியாரான ஜெயேந்திர சரஸ்வதியும், மேலும் பல இந்து மதக்குழுக்களின் தலைவர்களும் கலந்துகொண்டதோடு மட்டுமல்லாமல், மிகப்பெரிய எண்ணிக்கையிலான புனிதப் பயணிகளை அந்த கும்பமேளாவுக்கு ஈர்த்து வரவைக்கும் பொறுப்பினையும் ஏற்றுக்கொண்டனர்' என்று குறிப்பிட்டு ஸ்டேட்ஸ்மேன் பத்திரிகையில் அப்போது ஒரு கட்டுரையில் வெளியாகி இருந்தது.[22]

அந்த மேடையில் நிகழ்ந்தவை குறித்து பத்திரிகையாளர் 'மார்க் துல்லி' விரிவான கட்டுரை எழுதியிருக்கிறார்.

> பிரம்மாண்டமான மேடை அமைக்கப்பட்டிருந்த கும்பாநகரின் பிரதான சாலையில் காவி உடையணிந்தும், எலுமிச்சை மஞ்சள் கலந்த உடையணிந்தும், அடர் சிவப்பு உடையணிந்தும், வெள்ளை அங்கிகள் அணிந்தும் ஏராளமான சாதுக்கள் கூடியிருந்தனர். வயதில் மூத்தவர்களும் இருந்தனர், இளையவர்களும் இருந்தனர்.. துடிப்புடன் ஒரு சிலரும், அமைதியாக வேறுசிலரும் இருந்தனர். மேடைக்கு எதிரே வைக்கோல் பரப்பப்பட்ட தரையில் தோளோடு தோள் உரசும் அளவுக்கு நெருக்கமாக பல்லாயிரக்கணக்கானோர் அமர்ந்திருந்தனர். அந்த மைதானத்தில் இடமின்றி, அதன் வெளியே மேலும் பல்லாயிரக்கணக்கான மக்கள் நின்றுகொண்டே ஒலிப்பெருக்கிகளில் தலைவர்களின் உரைகளைக் கேட்டுக்கொண்டிருந்தனர்.[23]

விஹெச்பியின் மேடையில் தியோரக பாபா என்கிற ஒரு சாதுவின் பங்கெடுப்பு தான் மிகப்பெரிய அலையை அந்த நிகழ்வில் ஏற்படுத்தியது. அக்காலகட்டத்தில், பிருந்தாவனப் பகுதியில் வாழ்ந்த வைணவ சாதுக்களின் மத்தியில்

மிகப்பிரபலமாக இருந்தவர்.[24] அவர் விஹெச்பிக்கு ஆதரவாக அந்த மேடையில் பேச ஒப்புக்கொண்டிருக்கிறார்.

தியோரக பாபா குறித்து மிகவும் தெளிவாக அக்கட்டுரையில் மார்க் துல்லி குறிப்பிட்டு எழுதியிருக்கிறார்.

இடுப்புக்குக் கீழே, மான்தோலில் செய்யப்பட்டு காற்றில் பறக்கிற மாதிரியான மிகச்சிறிய துண்டு உடையினை மட்டும் அணிந்து ஏறத்தாழ முழுநிர்வாணமாகவே வந்திருந்தார் அந்த சாது. ஒட்டிப்போன மெல்லிய தொடைகளுடனும், சூரியனால் கருத்துப்போன தோலுடனும், வயது முதிர்வின் காரணமாக சுருங்கியும் சிவந்தும் இருந்த கண்களுடனும், சிக்கலும் சீரற்றும் கிடந்த கூந்தலுடனுமாக அவர் காணப்பட்டார். ஆனால் அவரது தாடிமட்டும் சீராக அழகுபடுத்தப்பட்டிருந்தது. அவசரமாக மேடையில் வந்தமர்ந்து இருகைகளையும் உயர்த்திக்காட்டினார். [...] பாபர் மசூதி இடிக்கப்பட்டால், அங்கே கட்டுவதற்காக விஹெச்பியினால் வடிவமைக்கப்பட்டிருக்கும் இராமர் கோவிலின் மாதிரி வடிவத்தைக் கொண்டு வந்து பாபாவிடம் காட்டுகிறார்கள். அதன் மீது தன்னுடைய இருகைகளையும் வைத்து ஆசீர்வதிக்கிறார். பின்னர் அப்படியே அமர்ந்துகொண்டு, ஒரு கையில் மைக்கை எடுக்கிறார். தெளிவான குரலில் பேசத்துவங்குகிறார். அவர் பேசத்துவங்கியதும் ஒட்டுமொத்த பார்வையாளர் கூட்டமும் அமைதியாக கவனிக்கிறது. 'இராமரின் கோவிலைப் பாதுகாப்பதென்பது ஒரு புனிதப்பணி. நீங்கள் உங்கள் மதத்தைக் காப்பாற்றினால், அது உங்களைக் காக்கும். விசுவ இந்து பரிஷத் செய்யும் காரியங்கள் அனைத்திற்கும் என்னுடைய ஆதரவும் ஆசியும் இருக்கிறது. அதனால், அவர்களுடைய செயல்பாடுகளுக்கு அனைவரும் ஆதரவளிக்க வேண்டுமென்று நான் விரும்புகிறேன்' என்றார் பாபா.[25]

இப்போதுதான் முதன்முறையாக விஹெச்பியை ஆதரித்துப் தியோரக பாபா பேசியிருப்பதாக அவரது ஆதரவாளர்கள் தெரிவித்தனர். ஆனால் அவர்களை நெருங்கிச்சென்று தீரவிசாரித்தால், வைணவ சாதுக்களும் இராமானுஜரின் ஆதரவாளர்களும் ஆர்எஸ்எஸ் இயக்கம் துவக்கப்பட்டதில் இருந்தே நெருக்கமாகத்தான் இருந்து வந்திருக்கின்றனர்

என்கிற உண்மை தெரிய வருகிறது. 1966ஆம் ஆண்டில் நடைபெற்ற உலக இந்து மாநாட்டிலேயே கூட விஹெச்பியுடன் மேடையைப் பகிர்ந்திருக்கிறார் தியோரக பாபா.[26]

எது எப்படியிருந்தாலும், 1989 கும்பமேளாவின் ஒரு அங்கமாக நடைபெற்ற தர்ம சன்சத் நிகழ்வில் கலந்துகொண்ட பெரும்பாலான சாதுக்களுடைய பார்வையும் கருத்துகளும் தியோரக பாபாவுடன் ஒத்திருந்தது. அந்த நிகழ்வில் பல்வேறு தீர்மானங்கள் நிறைவேற்றப்பட்டன. அயோத்தியில் சர்ச்சைக்குரிய இடத்தில் இராமர் கோவில் கட்டவேண்டும் என்பதுவும் ஒரு முக்கியமான தீர்மானமாக இடம்பெற்றது.

பாபர் மசூதியை இடித்துத் தள்ளவேண்டும் என்கிற ஒரு கோரிக்கையை வெளிப்படையாக சொல்லவில்லையே தவிர, ஏறத்தாழ அதற்கு நெருக்கமான கருத்துகள் அனைத்தையும் அந்த தர்ம சன்சத் கூட்டத்தில் முன்வைத்துவிட்டனர். இதனை அப்போது வெளியான ஸ்டேட்ஸ்மன் பத்திரிக்கை கட்டுரையின் வாயிலாகத் தெளிவாகப் புரிந்துகொள்ள முடிகிறது.

> அயோத்தியில் இராமர் கோவில் கட்டும்போது, அதற்குத் தேவையான கற்களை இந்தியாவின் ஒவ்வொரு கிராமத்திலிருந்தும் அனுப்பக்கோரும் தீர்மானமும் அப்போது தான் நிறைவேற்றப்பட்டது. 'இராமர் கல்' என்று பெயரிடப்பட்டு ஐந்து செங்கற்களை வைத்து கும்பிட்டு, அவற்றை செப்டம்பர் 30ஆம் தேதியன்று அந்த மேடையிலேயே வைத்தனர். அங்கே கூடியிருந்த பல்லாயிரக்கணக்கான சாதுக்களை அது ஈர்த்தது.

> அந்த செங்கற்களுக்கு முன்னே வந்து நிதிகொடுக்குமாறு ஒரு வேண்டுகோளையும் விடுத்தனர். இந்தியாவில் இருக்கும் ஒவ்வொரு இந்துவும் ஆளுக்கு 1.25 ரூபாயை நன்கொடையாகக் கொடுத்தாலே 100 கோடி ரூபாயை வசூல் செய்துவிடமுடியும் என்று அந்த மேடையிலேயே அறிவித்தனர்.

> அன்று அந்நிகழ்வில் பேசிய அனைத்து இந்துமத குருமார்களும் முஸ்லிம் மக்களுக்கும், இந்திய அரசுக்கும் எதிரான கருத்துகளையே அதிக அழுத்தம் கொடுத்துப்

பேசினர். மற்ற மதத்தினரின் வழிபாட்டுத்தலங்களில் மசூதி கட்டுவதை குரானே தடை செய்திருக்கிறது என்று கோரக்பூர் கோவிலின் மகந்தாக இருந்த அவைத்தியநாத் குறிப்பிட்டுப் பேசினார்.

'பிரச்சனையைத் தவிர்ப்பதற்காக இராமர் கோவிலை வேறொரு இடத்தில் கட்டச்சொல்வது எப்படி இருக்கிறது தெரியுமா? இராவணனுடன் போரைத் தவிர்த்துவிட்டு, அவன் கடத்திய சீதையை மறந்துவிட்டு வேறொரு பெண்ணைத் திருமணம் செய்யச்சொல்லி இராமருக்கு அறிவுரை கூறுவது போல் இருக்கிறது' என்றார் அவர்.[27] அந்த அவைத்தியநாத் வேறு யாருமல்ல. இன்றைய உத்தரப்பிரதேச முதல்வரான யோகி ஆதித்தியநாத்தின் குருதான் அவர்.

விஹெச்பி நடத்திய அந்நிகழ்வுக்கு மிகப்பெரிய வரவேற்பு இருந்தது. 1989ஆம் ஆண்டு ஜனவரி மாதம் 31ஆம் தேதியன்று தர்ம சன்சத் நிகழ்வு நிறைவுபெற்றது. அதற்கடுத்த நாளே கும்பமேளா நடந்த பகுதியில் ஒரு மிகப்பிரம்மாண்டமான பொதுக்கூட்டம் நடத்தப்பட்டது. அதில் சாதுக்கள் கூட்டங்கூட்டமாக கலந்துகொண்டனர். தர்ம சன்சத் நிகழ்ச்சியில் காணப்பட்டதை விடவும் ஆக்ரோசமானவர்களாகவும் சகிப்புத்தன்மையற்றவர்களாகவும் அப்பொதுக்கூட்டத்தில் கலந்துகொண்ட இந்து ஆன்மிகவாதிகள் தங்களைக் காட்டிக்கொண்டனர் என்று ஸ்டேட்ஸ்மன் பத்திரிக்கையில் வெளியான கட்டுரையில் குறிப்பிடப்பட்டிருக்கிறது.

'இனியும் அரசுகளை நம்பிப் பயனில்லை. அரசுகளிடம் கோரிக்கை வைத்துவிட்டு காலமெல்லாம் காத்துக்கொண்டிருக்கமுடியாது. நாமே நேரடியாகத் தேர்தல் களத்தில் குதித்து, வெற்றிபெற்றால் தான், நமக்குத் தேவையான பசு வதைக்குத் தடைவிதிப்பது, இந்து தேசமாக இந்தியாவை மாற்றுவது, சிறுபான்மையினருக்கான சலுகைகள் அனைத்தையும் ஒழித்துக்கட்டுவது என நமக்குத் தேவையான எதையும் நாமே செய்துகொள்ளலாம். அதற்கு நாமே ஆட்சிக்கு வரவேண்டும்' என்று மேடையில் அறிவித்தபோது, கைத்தட்டல் விண்ணைப் பிளந்தது. இதனையும் ஸ்டேட்ஸ்மன் கட்டுரை பதிவு செய்திருக்கிறது.[28]

1989இல் நடைபெற்ற அலகாபாத் கும்பமேளா நிகழ்வினை தன்னுடைய அரசியல் ஆதாயத்திற்காக மிகச்சிறப்பாகவே இந்துத்துவா பயன்படுத்திக்கொண்டது. அங்கு கிடைத்த ஆதரவை தனக்குச் சாதகமாகப் பயன்படுத்தி, அயோத்தியை வளைத்துப்போடும் திட்டத்திற்கு சாதுக்களையும் கடவுள் பக்திகொண்ட இந்துக்களையும் தன்வசம் ஈர்க்கத்துவங்கியது விஹெச்பி. கும்பமேளாவில் தனக்குக் கிடைத்த வெற்றியின் காரணமாகவே அதனைத் தொடர்ந்து 1990இல் அத்வானியின் இரத யாத்திரையையே விஹெச்பியினால் நடத்தமுடிந்தது. அது, பாபர் மசூதியை இடித்துத் தள்ளுவது வரை கொண்டு சென்றது. முன்பொருகாலத்தில் விஹெச்பியின் எந்த கோரிக்கையையும் பெரிதாகக் கண்டுகொள்ளாமல் இருந்த அயோத்தியின் நாக வைராகிகளெல்லாம், 1989ஆம் ஆண்டில் நடைபெற்ற கும்பமேளா நிகழ்வுக்குப் பின்னர், மிகுந்த ஆர்வத்துடன் விஹெச்பியுடன் கைகோர்க்கத்துவங்கினர். அது தான் இந்தியா என்கிற தேசத்தின் அடிப்படையையே அசைக்கத்துவங்கியது.

பாபர் மசூதி இடிக்கப்பட்டுவிட்ட பிறகு, பெரும்பாலான சாதுக்களும் அகாராக்களும், நில ஆக்கிரமிப்பில் ஈடுபவது, சொத்துக்களைப் பராமரிப்பது, சுயதேவைக்காக பலகட்சி அரசியல்வாதிகளுடன் நெருங்கிப்பழகுவது என அவர்களுடைய அன்றாட இயல்பு வாழ்க்கைக்குத் திரும்பிவிட்டனர். இருப்பினும் அக்காலகட்டத்தில் பாஜகவினருடன் தான் பெருமளவில் சாதுக்களுக்கு நெருங்கிய தொடர்பு இருந்தது. காலங்காலமாக ஆதிக்க சாதியினரின் கட்டுப்பாட்டில் இருந்த ஆன்மிக உலகில், பிற்படுத்தப்பட்ட சாதிகளைச் சேர்ந்த சாதுக்களும் தங்களுக்கான உரிமையினை வலியுறுத்தத் துவங்கியதும் அதே காலகட்டத்தில் தான். மண்டல் கமிசன் அறிக்கையின் அடிப்படையில் வேலைவாய்ப்புகளில் பிற்படுத்தப்பட்டோருக்கான இடஒதுக்கீட்டினை அறிவித்தகாலகட்டம் என்பதால், வட இந்தியா முழுவதிலும் அது பெரிய விவாதப் பொருளாக மாறியிருந்தது. சாதுக்களிடமும் அது தாக்கத்தை ஏற்படுத்தியது. தசநாமி மற்றும் இராமனாண்டி சாதுக்களில் பெரும்பான்மையானோர் பிற்படுத்தப்பட்ட சாதிகளில் இருந்து வந்தவர்கள். இன்றளவும் அது தான் நிலைமை. ஆன்மிக உலகிற்கு வெளியே பிற்படுத்தப்பட்ட

சமூக மக்களால் நடத்தப்படும் போராட்டங்களினால், ஆன்மிக உலகிற்குள்ளே இருந்த பிற்படுத்தப்பட்ட சமூகத்தைச் சார்ந்த சாதுக்கள் ஈர்க்கப்பட்டனர். உத்தரப்பிரதேச அரசியலில் பிற்படுத்தப்பட்ட சமூக மக்களின் அரசியல் கட்சியாகக் கருதப்படும் சமாஜ்வாதி கட்சி, இத்தகைய சூழலில் 'சமாஜ்வாதி சன்த் சபா' என்கிற ஒரு அமைப்பை உருவாக்கியது. அதில் பிற்படுத்தப்பட்ட சமூகத்தைச் சேர்ந்த சாதுக்கள் சிலர் இணைந்தனர். அயோத்தியின் பவநாத் தாஸ் என்பவரின் தலைமையில் இராமனாண்டி வைராகிகள் அதில் அங்கம் வகித்தனர். சமாஜ்வாதி கட்சியினால் நேரடியாக நடத்தப்படும் அமைப்பாக வெளியே காட்டிக்கொள்ளாவிட்டாலும், சமாஜ்வாதி கட்சியின் தலைவராக இருந்த முலாயம் சிங் தான் அந்த அமைப்புக்கு நிதிவழங்கிய முக்கியப் புரவலராவார். மண்டல் குழு பரிந்துரைகளை ஆதரிக்கும் பிற்படுத்தப்பட்ட சாதுக்களாக அந்த அமைப்பினர் அடையாளப்படுத்தப்பட்டனர்.

இருப்பினும் பிற்படுத்தப்பட்ட சமூகத்தைச் சேர்ந்த சாதுக்களை அந்த அமைப்பினால் பெருமளவு ஈர்க்கமுடியவில்லை. ஏற்கனவே ஆர்எஸ்எஸ் இயக்கத்தில் இருந்து பயிற்றுவிக்கப்பட்டு ஆன்மிக உலகில் சாதுக்களாக அனுப்பப்பட்டவர்கள், அப்படியொரு எழுச்சியினை நடக்கவிடாமல் தடுத்தனர். சாதுவாக மாறிய ஆர்எஸ்எஸ் ஊழியர்களில் ஏறத்தாழ அனைவருமே ஆதிக்க சாதியைச் சேர்ந்தவர்கள் தான். அதிலும் பெரும்பான்மையானோர் பார்ப்பனர்கள் தான். அதனால், மண்டல் கமிசனின் அறிக்கை வெளியானதுமே, என்ன விலைகொடுத்தேனும் பிற்படுத்தப்பட்ட சாதுக்களிடையே அது எழுச்சியை ஏற்படுத்திவிடக்கூடாது என்பதில் கவனமாக இருந்தனர். பிற்படுத்தப்பட்ட சமூகத்தைச் சேர்ந்த சாதுக்களால் ஆன்மிக உலகில் ஏற்பட்ட சிறுசலசலப்பை சரிசெய்வதற்காகத் தான், விஹெச்பி ஆதரவுபெற்ற ஆர்எஸ்எஸ் பின்னணியை கொண்ட சாதுக்களெல்லாம் திட்டமிட்டு தங்களது இந்துத்துவ அரசியலை மேலும் ஆக்ரோசமாக 2001ஆம் ஆண்டில் அலகாபாத்தில் நடைபெற்ற கும்பமேளாவில் பேசுபொருளாக்கினர். அந்த கும்பமேளாவின்போது நடைபெற்ற தர்ம சன்சத் நிகழ்வில், இராமர் கோவில் கட்டுவதற்கான தடைகளை நீக்கி அனுமதி கொடுக்கவேண்டுமென்று அரசுக்கே

அதிகாரத்தொனியில் ஆணையிட்டது விஹெச்பி.[29] பாபர் மசூதி இருந்த இடம் தொடர்பான வழக்கு அலகாபாத் உயர்நீதிமன்றத்தில் நிலுவையில் இருந்தபடியால், அவர்களின் கோரிக்கையை அரசே விரும்பினாலும் நிறைவேற்ற முடியாது. அப்போது ஒன்றிய அரசை ஆட்சிசெய்தது பாஜக என்பதால், அதற்கு மேலும் விஹெச்பி அழுத்தம் கொடுக்கவில்லை.

2013ஆம் ஆண்டு அலகாபாத் கும்பமேளாவின் போது, இந்தியாவில் இருக்கும் இந்துக்கள் அனைவரும் பாஜகவிற்கு வாக்களித்து நரேந்திர மோடியை 2014ஆம் ஆண்டின் மக்களவைத் தேர்தலில் வெற்றிபெறவைக்க வேண்டும் என்றும், அப்போது தான் இராமர் கோவில் கட்டும் புனிதப்பணியே சாத்தியமாகும் என்றும் விஹெச்பி அறைகூவல் விடுத்தது. இலட்சக்கணக்கான இந்து பக்தர்களும் ஆயிரக்கணக்கான சாதுக்களும் கலந்துகொண்ட ஒரு மிகப்பெரிய கும்பமேளா நிகழ்வை ஏறத்தாழ ஒரு அரசியல் பிரச்சார நிகழ்வாகவே விஹெச்பி மாற்றியிருந்தது. கும்பமேளா நடைபெறும் பகுதிகள் முழுவதிலும் அரசியல் வாசகங்கள் பொறித்த விளம்பரப் பலகைகளும் சுவரெழுத்துகளுமாகவே காணப்பட்டன.

'இராமர் புகழைப் பேசுபவர்கள் தான் இந்த தேசத்தை ஆளவேண்டும்' என்கிற வாசகம் தான் எங்கும் நிறைந்திருந்தது.

பாஜக தலைவரான இராஜ்நாத் சிங் மற்றும் ஆர்எஸ்எஸ் தலைவரான மோகன் பகவத் ஆகிய இருவரும் கலந்துகொண்டு பேசிய இருபெரும் கூட்டங்களை கும்பமேளாவில் மேடையமைத்து விஹெச்பி நடத்தியது. 2002இல் ஆயிரக்கணக்கான முஸ்லிம்கள் படுகொலை செய்யப்பட்ட குஜராத் கலவரத்தின் போது அம்மாநிலத்தின் முதல்வராக இருந்த நரேந்திரமோடியைத் தான் அடுத்துவரப்போகிற தேர்தலில் பிரதமர் வேட்பாளராக பாஜக அறிவித்திருந்தது. 2014 தேர்தலுக்கு முன்பு நடைபெற்ற கும்பமேளா என்பதால், நரேந்திரமோடி தான் இந்தியாவை வழிநடத்தத் தகுதியான ஒரே அரசியல் தலைவர் என்றும், அவரால் மட்டும் தான் இந்துக்களின் தெய்வீக இலக்கான இராமர் கோவில் கட்டுவதை சாத்தியமாக்க முடியும் என்றும் கும்பமேளாவுக்கு வந்த அனைவரின் மனதிலும் ஆழமாகப் பதியவைக்க அனைத்து முயற்சிகளும் மேற்கொள்ளப்பட்டன.

V

சங்கப்பரிவாரம் பயிற்சி கொடுத்து அனுப்பிய சாதுக்கள் நிகழ்த்தியதெல்லாம் சாதாரண சாதனையே அல்ல. கும்பமேளாவைப் பயன்படுத்தி அரசியல் பிரச்சாரம் செய்ய வேண்டும் என்பது பல அரசியல் குழுக்களின் நீண்ட நெடுங்காலக் கனவாகும். ஆனால் மகாத்மா காந்தி மற்றும் நேரு உள்ளிட்ட மிகப்பிரபலமான தலைவர்களால் கூட விஹெச்பியைப் போன்று அகாராக்களுடன் நெருக்கமான தொடர்பினை ஏற்படுத்திக்கொள்ள முடியவில்லை. கும்பமேளாவை அரசியலுக்குப் பயன்படுத்த முதன்முதலாக முயற்சி செய்தவர் காந்தி தான். ஆனால் இந்திய விடுதலைப் போராட்டம் உச்சத்தில் இருந்த காலகட்டத்தில் கூட அவருடைய கருத்துகளால் சாதுக்களை தன்பக்கம் ஈர்க்கமுடியவில்லை.

தென்னாப்பிரிக்காவில் இருந்து இந்தியா திரும்பிவந்ததுமே, 1915ஆம் ஆண்டு அரித்துவாரில் நடைபெற்ற கும்பமேளாவில் கலந்துகொள்ள காந்தி சென்றார். ஒரு மிகப்பெரிய மதநிகழ்வில் கலந்துகொள்வதற்கும் அரித்துவாரில் சாதுக்களை சந்திப்பதற்கும் அவர் மிகுந்த ஆர்வத்தில் தான் இருந்தார். முற்றும் துறந்த மரியாதைமிக்க சாதுக்களை சந்திக்கும் ஆவலில் இருந்த அவருக்குக் கிடைத்தது மிகப்பெரிய ஏமாற்றம் மட்டும் தான். சில ஆண்டுகளுக்குப் பிறகு 1921 இல் குஜராத்தின் கேதா மாவட்டத்திலிருந்த வட்கல் கிராமத்தில் ஏராளமான சாதுக்களின் முன்னிலையில் பேசும்போது, கும்பமேளாவில் தனக்கு ஏற்பட்ட ஏமாற்றத்தை காந்தி வெளிப்படுத்தினார்.

> சாதுக்களை சந்திக்கவேண்டும் என்று எப்போதும் நான் ஆர்வமாகவே இருந்தேன். என்னுடைய மனசுக்கு மகிழ்ச்சி தரும்வகையிலான சாதுக்களைத் தேடி ஒவ்வொரு அகாராவாக சென்று பார்த்தேன். சமூகத்தில் மதிக்கத்தக்க வகையில் பிரபலமாக இருக்கிற அனைத்து சாதுக்களையும் ஒருவரைக்கூட விடாமல் சென்று சந்தித்தேன். ஆனால் எனக்கு ஏமாற்றமே மிஞ்சியது என்பதை இங்கே குறிப்பிட்டுத்தான் ஆகவேண்டும். இந்தியா என்கிற தேசத்தை அழகுபடுத்தும் ஆபரணங்கள் சாதுக்கள் தான் என்றும் இந்தியா என்கிற தேசமே இன்றைக்கு உயிர்ப்புடன் இருக்கிறதென்றால் அதற்கு

> அவர்கள் தான் காரணம் என்றும் நினைத்திருந்தேன். ஆனால், நான் நினைத்திருந்தது போன்று எவ்வித நல்லகுணநலன்களையும் இன்றைய சாதுக்களிடம் நான் பார்க்கவில்லை. இந்தியாவில் இருக்கும் சாதுக்களை உண்மையான நல்ல சாதுக்களாக மாற்றுவதற்கு என்னதான் செய்யவேண்டும் என்று அரித்துவாரில் நான் தங்கியிருந்த கடைசி நாள் இரவில் யோசித்துக்கொண்டே இருந்தேன். அன்றைய இரவு கடினமானதொரு சபதமெடுத்தேன். அது என்னவென்று என்னால் சொல்லமுடியாது. அந்த சபதத்தை தொடர்ந்து பின்பற்றுவது கடினமென்று பலரும் கருதுகிறார்கள். ஆனால், கடவுளின் துணையால் இன்றுவரையிலும் அதனை மீறாமல் பின்பற்றிவருகிறேன்.[30]

நவீன அகாராக்கள் நடந்துகொள்ளும் விதத்தை வைத்து, காந்திக்கு அவர்கள் மீது பெரிய ஈடுபாடு இல்லாவிட்டாலும், நாக சாதுக்களுக்கு ஆரம்பத்தில் அவர் மீது ஒரு ஈர்ப்பு இருக்கத்தான் செய்தது. 1920ஆம் ஆண்டு நாக்பூரில் நடைபெற்ற இந்திய தேசிய காங்கிரசின் கூட்டத்தில், நூற்றுக்கும் அதிகமான நாக சாதுக்கள் கலந்துகொண்டனர். ஒத்துழையாமை இயக்கத்தை நடத்துவதாக அறிவிக்கப்பட்டது அந்த கூட்டத்தில் தான். அது மட்டுமல்லாமல், காங்கிரசின் முழு அதிகாரமும் காந்தியின் கைவசம் வந்ததுவும் கூட அதே நிகழ்வில் தான். இந்தியாவிற்கான முழுமையான விடுதலை மற்றும், ஒத்துழையாமை இயக்கம் குறித்த பிரச்சாரத்தை மக்களிடம் கொண்டு செல்லும் பொறுப்பு, சந்நியாசிகளிடமும் நாகாக்களிடமும் கொடுக்கப்பட்டது.

இதுகுறித்து, பிரிட்டிஷ் புலனாய்வு அமைப்பு ஒரு அறிக்கையினை அந்த நாட்டின் அரசுக்கு அனுப்பியிருந்தது. அதன்படி,

> ஏராளமான கிராமங்களுக்கும் நகரங்களுக்கும் சாதுக்கள் பயணித்தனர். அவர்களுக்கு மக்களிடையே பெரும் வரவேற்பும் கிடைத்தது. சாதுக்கள் சொல்வதை உறுதியான வாக்காக எடுத்துக்கொண்டு மக்கள் நம்பினர். அதனால், ஒத்துழையாமை இயக்கப் பிரச்சாரத்தை நாகசாதுக்கள் கையிலெடுத்தால், அவர்கள் காட்டுத்தீ

போல அதிவேகமாக மக்களிடம் பரவிவிடுவார்கள். அதுமட்டும் நடந்துவிட்டால், இந்தியாவின் 33 கோடி மக்களையும் நம்மால் கட்டுப்படுத்தமுடியாமல் போகலாம். அதன் தொடர்ச்சியாக இந்த நாட்டிற்கே விடுதலை கூட கொடுக்க நேரிடலாம்.[31]

ஆங்கிலேய இராணுவப் படைகள் இருக்கும் பகுதிகளுக்குச் சென்று, அதில் இராணுவ வீரர்களாகப் பணிபுரியும் இந்தியர்களிடம் வலியுறுத்திப் பேசி, ஆங்கிலேயர்கள் கொடுத்த இராணுவ வேலையை தூக்கியெறிந்துவிட்டு, அவர்களை வெளியேற வேண்டுமென காந்தி கேட்டுக்கொண்டதாக அக்கட்டுரையில் குறிப்பிடப்பட்டிருக்கிறது.[32] துறவிகளிடம் காந்தி தொடர்பில் இருப்பது கண்டு ஆங்கிலேயர்கள் அதிர்ச்சியடைந்தனர். அதுமட்டுமல்லாமல், அதற்கு முன்னர் ஒரு நூற்றாண்டாகவே நாக படைவீரர்களுடன் அவ்வப்போது மோதவேண்டி இருந்ததால், கவனமாக இருக்கவேண்டும் என்று ஆங்கிலேய அரசு நினைத்தது. நாக்பூரில் காந்தியின் தலைமையில் நடந்த மாநாட்டில் சாதுக்களும் கலந்துகொண்டதையடுத்து, 'அரசியல் சாதுக்கள்' என்று அவர்களுக்குப் அடைமொழிகொடுத்தே ஆங்கிலேய அரசின் புலனாய்வுத் துறை அவர்களைக் குறிப்பிட்டிருந்தது.[33] ஆனால், காந்தியுடன் நீண்ட நாட்களெல்லாம் நாகசாதுக்கள் கைகோர்த்திருக்கவில்லை. விடுதலைப் போராட்டத்திற்கு வந்த வேகத்தில் விரைந்து அவர்களது பழைய இயல்பு வாழ்க்கைக்குத் திரும்பிவிட்டனர்.

தேசிய விடுதலைப் போராட்டத்திற்கு சாதுக்களைப் பயன்படுத்தலாம் என்கிற காந்தியின் விருப்பம் நிறைவேறாமல் போனதற்கு அகாராக்களின் குறுகிய மனப்பான்மையே மிகமுக்கிய காரணமாகும். இருப்பினும், அவர்கள் நடத்திய கும்பமேளாக்களில் கோபால கிருஷ்ண கோகலே, மதன் மோகன் மாளவியா உள்ளிட இந்திய தேசிய காங்கிரசின் தலைவர்களில் சிலரே கூட தொடர்ந்து பங்கெடுத்துவந்தனர். நேரு கூட சாதுக்களைப் பயன்படுத்தி விடுதலைப் போராட்டப் பிரச்சாரத்தை நாடுமுழுக்க கொண்டு செல்லமுடியுமாவென முயற்சி செய்து பார்த்தார். ஆனால், மதக்கட்டமைப்பைத் தாண்டிய பரந்த தேசிய எண்ணமெல்லாம் இல்லாத அவர்களை வைத்து எதையும் சாதிக்கமுடியாத நிலைதான்

இருந்தது. 1930இல் உப்பு சத்தியாகிரகப் போராட்டத்திற்கான திட்டங்களை காந்தி வகுத்துக்கொண்டிருந்தபோது, அலகாபாத் கும்பமேளாவில் ஆங்கிலேயர்களுக்கு எதிரான பிரச்சாரத்தில் காங்கிரஸ் கட்சி ஈடுபட்டிருந்தது. நாளொன்றுக்கு 75000 பசுக்களை ஆங்கிலேயர்கள் கொன்று கொண்டிருக்கிறார்கள் என்றும், ஔரங்கசீப்பின் ஆட்சிக்கு இணையானவர்கள் ஆங்கிலேயர்கள் என்றும் கும்பமேளாவில் காங்கிரஸ் கட்சி செய்தி பரப்பியது.[34] தொடர் பிரச்சாரங்களை மேற்கொள்வதற்கு வசதியாக, கும்பமேளா பகுதியில் நிரந்தரமான முகாம்களை அமைத்தனர்.

1930இல் கும்பமேளா துவங்கியதும், பக்திக் கொண்டாட்ட நிகழ்வுகளைக் கூட அரசியல் ஊர்வலங்களாக சில சந்நியாசிகள் மாற்றினர். ஜனவரி 13ஆம் தேதியன்று முதல் புனிதக் குளியல் துவங்குவதற்கு முன்னர், பதினைந்து சந்நியாசிகள் தேசிய கீதம் பாடி அந்நிகழ்வினைத் துவங்கிவைத்தனர்.[35] ஆங்கிலேயர்கள் தயாரித்த ஆடைகள் உள்ளிட்ட அனைத்து அந்நிய பொருட்களையும் புறக்கணிப்பதுவே அலகாபாத் கும்பமேளா விவாதங்களின் மையக்கருவாக மாறியது. இத்தகைய பிரச்சாரத்திற்கு மதத்தலைவர்களின் ஆதரவு மிகமுக்கியமானதாகக் கருதப்பட்டது. ஆங்கிலேயர்கள் தயாரித்த ஆடைகளை மாசுபட்ட பொருட்களைப் போல் புறக்கணித்து, விடுதலை இயக்கப் பிரச்சாரத்திற்கு உதவினர்.[36]

அலகாபாத் கும்பமேளாவில் கிடைத்த ஆதரவைத் தொடர்ந்து, இந்து மதத்தின் பல்வேறு புனிதத்தலங்களிலும் அதே ஆதரவு கிடைக்கத் துவங்கியது. 1930ஆம் ஆண்டு மே மாதத்தில், அரித்துவாரின் சுவாமி முக்தானந்த் தலைமையிலான சாதுக்கள் ஒன்றிணைந்து, அந்நிய பொருட்களை புறக்கணிப்பதாக காங்கிரஸ் கட்சிக்கு வாக்குறுதி கொடுத்தனர். அதே ஆண்டின் ஆகஸ்ட் மாதத்தில் பனாரஸ் இந்து பல்கலைக்கழகத்தின் நிறுவனரான பண்டிட் மாளவியாவை ஆங்கிலேயர்கள் கைது செய்தபோது, உள்ளூர் காங்கிரஸ் கட்சியினருடன் கைகோர்த்து வாரணாசியின் சாதுக்களும் போராடினர்.[37] அதேபோல, பரிவிராஜக மகாமண்டலம் என்கிற சாதுக்களின் அமைப்பும் உப்பு சத்தியாகிரகப் போராட்டத்தின் துவக்கத்தில் இருந்தே காங்கிரசுடன் இணைந்து ஒத்துழைப்பு கொடுத்தது.[38] அலகாபாத்திலும் அரித்துவாரிலும் இருக்கிற

சாதுக்கள் மற்றும் புனிதப்பயணம் மேற்கொள்ளும் பக்தர்கள் ஆகியோரின் கவனத்தை ஈர்ப்பதற்காகவே, அவ்வப்போது பொதுக்கூட்டங்கள் ஏற்பாடு செய்து உரையாற்றி வந்தார் நேரு.[39] காங்கிரஸ் கட்சியின் இத்தனை முயற்சிகளுக்குப் பிறகும்கூட, கும்பமேளா காலகட்டத்தைத் தாண்டி, நீண்டகாலப் பயன்கள் எதையும் பெரிதாக அவை தந்துவிடவில்லை. துறவிகளின் வாக்குறுதிகளெல்லாம் வெறுமனே காற்றோடு போவதாகவும், கும்பமேளாவில் பேசியதெல்லாம் காலி குடத்திற்கு சமமானதாகவும் தான் இருந்தது. பரிவிராஜக மகாமண்டலம் கூட மத நிகழ்வுகளைத் தாண்டி காங்கிரஸ் நடத்திய எந்த வெளிப் பிரச்சாரத்திலும் பங்கெடுத்ததில்லை.[40]

காங்கிரஸ் கட்சியின் பிரச்சாரங்களில் பட்டும்படாமலும் கலந்துகொண்ட சாதுக்களை நினைத்து காங்கிரஸ் கவலைகொள்ளத் துவங்கியது. ஆனால் காந்திக்கு இதெல்லாம் அதிர்ச்சியாகவே இல்லை. அகாராக்களையும் மதநிகழ்வுகளையும் ஆரம்பத்திலேயே அவர் நன்கு புரிந்துகொண்டார். கும்பமேளாக்கள் நடைபெறும் முறையையும் அதில் கலந்துகொள்ளும் சாதுக்களின் அணுகுமுறையையும் பார்த்து, துவக்கத்திலேயே மனமுடைந்து போனார். அதனால் அதன்பின்னர் அவரது வாழ்க்கை முழுவதும் அவர் கும்பமேளாக்களில் கலந்துகொள்வதையே தவிர்த்தார். 1942ஆம் ஆண்டு அலகாபாத் கும்பமேளா நடைபெற்றுக்கொண்டிருக்கும் போது, அந்த நகரைத் தாண்டி அவர் செல்லவேண்டி இருந்தது. அப்போது காங்கிரஸ் அலுவலகமான ஆனந்த பவனில் ஓய்வெடுத்துவிட்டு, அடுத்த இரயிலில் ஏறி வர்தா என்னும் ஊருக்கு சென்றார். அப்போது கூட, காங்கிரஸ் அலுவலகத்திற்கு மிக அருகிலேயே நடைபெற்றுக்கொண்டிருந்த கும்பமேளா நிகழ்வுக்கு செல்லாமல் தவிர்த்தார் என்பது குறிப்பிடத்தக்கது.[41]

VI

ஆக, காந்தியும் நேருவுமே கூட முயன்று தோற்றுப்போன ஒன்றில், விஹெச்பி வென்றிருக்கிறது. கும்பமேளாவின் அடிப்படைத் தன்மையையே மாற்றியமைத்ததை எல்லாம் ஒரு ஆட்சிக்கவிழ்ப்புக்கு இணையானதாகப் பார்க்கலாம். ஆன்மிக உலகத்திற்குள் நுழைந்து, உள்ளிருந்தே இயங்கி, பொதுவெளியில்

பெரிய அரசியல் மாற்றங்களை உருவாக்கமுடிந்ததே விஹெச்பியின் மிகப்பெரிய சாதனைகளுள் ஒன்றாகும். சாதுக்களின் உலகில் இது என்னமாதிரியான பாதிப்புகளை ஏற்படுத்திக்கொண்டிருக்கிறது என்பதை காலப்போக்கில் தான் புரிந்துகொள்ளமுடியும். ஆனால், பெரும்பான்மையான இந்து ஆன்மிக உலகத்தின் எண்ண ஓட்டத்தை கட்டுப்பாட்டில் வைத்துக்கொள்ளும் அதிகாரத்தை ஆர்எஸ்எஸ் பின்னணியைக் கொண்ட சாதுக்கள் பெற்றிருக்கிறார்கள் என்பது மட்டும் மிகத்தெளிவாகத் தெரிகிறது.

'ஒரு சில ஆண்டுகளுக்கு முன்னர்கூட, சாதுக்களும் இந்துத்துவவாதிகளும் வெவ்வேறு கருத்தியலைக் கொண்டவர்களாக இருந்தனர். அவ்விரு குழுக்களின் பிரதான தேவைகளும் பிரச்சனைகளும் முற்றிலும் மாறுபட்டவையாகத் தான் இருந்தன. இந்து மதம் எதிர்கொள்ளும் சவால்கள் குறித்த தெளிவும், தேசிய பாதுகாப்பு மற்றும் தேசப்பெருமை குறித்த அக்கறையும் மற்ற சாதுக்களைவிட ஆர்எஸ்எஸ் பின்னணியைக் கொண்ட சாதுக்களுக்கு அதிகமாகவே இருக்கும். ஆனால், காலப்போக்கில் நிலைமை மாறிவிட்டது. இருவிதமான சாதுக்களும் சில பத்தாண்டுகளாக ஒன்றாகப் பழகி தொடர்ந்து உரையாடிக் கொண்டிருப்பதால், அவர்களுக்கிடையிலான வேறுபாடுகள் குறைந்திருக்கின்றன. இப்போதெல்லாம் ஆர்எஸ்எஸ் பின்னணியில் இருந்து வந்தாலும் வராவிட்டாலும், அனைத்து சாதுக்களும் ஒரே மொழியிலும் ஒரே கருத்தியலிலும் தான் பேசுகின்றனர்' என்கிறார் ஆர்எஸ்எஸ் பிரச்சாரகராக இருந்து சாதுவாக மாறிய பிருந்தாவனத்தைச் சேர்ந்த விஜய் கௌசல் மகராஜ்.

இந்தியாவை இந்து தேசமாக மாற்றி, ஆன்மிக அரசியலுக்குள் அதன் ஆட்சியைக் கொண்டுவந்து, ஒட்டுமொத்த தேசத்தையும் ஆளவேண்டும் என்பது தான் பெரும்பான்மையான சாதுக்களின் இன்றைய தெளிவான அரசியல் நோக்கமாக மாறி இருக்கிறது. ஒரு சில பத்தாண்டுகளுக்கு முன்னர், மதச்சார்பற்ற நாடாக உலகெங்கிலும் அறியப்பட்ட ஒரு தேசத்தில் அரசியல்மயப்படுத்தப்பட்ட இந்துமதம் பரவிக்கொண்டிருக்கிறது. அதனை செய்துகாட்டியதில் ஆர்எஸ்எஸ் இன் பங்கு மறுக்கமுடியாதது. சாதுக்களின் சமூகத்திற்குள் ஆர்எஸ்எஸ் நுழைந்து ஏற்படுத்திய மாற்றமும்,

அதன் விளைவாக ஒரு குறிப்பிட்ட எண்ணிக்கையிலான சாதுக்களெல்லாம் ஆன்மிகப் பிரபலங்களாக மாறியதுவும் கூட புறந்தள்ளிவிடமுடியாதது.

இப்படியாகப் பெற்றிருக்கும் வளர்ச்சியினை தேர்தல் அரசியலில் பரிசோதித்துப் பார்க்க சங்கப்பரிவாரம் 2013ஆம் ஆண்டில் முடிவுசெய்தது. மக்களவைத் தேர்தலில் மோடியின் பிரச்சாரத்தைத் திட்டமிடுவதற்கு, சில குறிப்பிட்ட சாதுக்களை மட்டுமே அழைத்து நாக்பூரில் மூன்று நாள் மாநாட்டினை ஆர்எஸ்எஸ் நடத்தியது. அதில், மக்களைத் தூண்டும் வகையிலான பிரச்சாரத்தை மேற்கொள்வதற்காக இந்துமதம் தொடர்புகொண்ட வாக்கியங்களைத் தேர்ந்தெடுக்கும் பணியினை செய்தனர்.

'ஆர்எஸ்எஸ் பிரச்சாரகர்களாக இருந்து சாதுக்களாக மாறிய பல அகாராக்களின் மகாமண்டேலேஸ்வரர்கள் உட்பட ஐம்பதுக்கும் மேற்பட்ட முக்கியமான சாதுக்கள் அந்த மாநாட்டில் கலந்துகொண்டனர். மேலும் முப்பத்தைந்து இந்துமதத் தலைவர்களும் அதில் கலந்துகொள்ள அழைக்கப்பட்டிருந்தனர். ஆனால், சில தனிப்பட்ட காரணங்களால் அவர்களில் சிலரால் கலந்துகொள்ள முடியாமல் போனது. அம்மாநாடு மூன்று நாட்கள் நடைபெற்றது. இந்துக்களை ஒருங்கிணைக்கவும், பழங்குடியின மக்களை சங்கப்பரிவாரத்திற்கு நெருக்கமாகக் கொண்டுவரவும் சந்நியாசிகள் செய்ய வேண்டிய பணிகள் குறித்தும் விரிவாக நாங்கள் ஆலோசித்தோம். ஆர்எஸ்எஸ் இயக்கத்தின் தலைவர் மோகன் பகவத் உள்ளிட்ட அனைத்து முக்கிய ஆர்எஸ்எஸ் பொறுப்பாளர்களும் மாநாட்டின் அனைத்து நிகழ்வுகளிலும் முழுமையாகப் பங்கெடுத்தனர்' என்றார் யத்தீந்திரானந்த கிரி. மூன்று நாட்களாக அங்கு நடைபெற்ற பல்வேறு நிகழ்வுகளில், இரு நிகழ்வுகளை தலைமையேற்று நடத்தியவர் அவர்.

ஒரு தேர்தலின் முடிவென்பது பல்வேறு காரணிகளால் தீர்மானிக்கப்படுவது என்பதால், 2014ஆம் ஆண்டு தேர்தலில் சாதுக்களின் பங்களிப்பு ஏற்படுத்திய விளைவுகள் குறித்த தெளிவான முடிவிற்கு வருவது கடினம்தான். ஆனால், அம்மாநாட்டிற்குப் பிறகு நடைபெற்ற அத்தேர்தலில் வரலாறு

காணாத பெரும்பான்மையுடன் வெற்றிபெற்று பாஜக ஆட்சியைப் பிடித்தது என்பது நமக்குத் தெரிந்த உண்மை.

சாதுக்களின் உலகில் ஆர்எஸ்எஸ் ஆட்கள் ஊடுருவுவது இன்றும் தொடர்ந்து கொண்டுதான் இருக்கிறது. நவீன கல்வி ஏராளமானோருக்குக் கிடைப்பதாலும், சுதந்திர இந்தியாவில் ஏற்பட்டிருக்கிற வளர்ச்சியின் காரணமாக பணம் சம்பாதிப்பதற்கான வழிகள் நிறைய உருவாகியிருப்பதாலும், சந்நியாசியாவதற்கு இன்றைய தலைமுறையினர் தயாராக இருப்பதில்லை. அப்படிப்பட்ட சூழலில், ஆர்எஸ்எஸ் இயக்கத்தினால் இந்துத்துவக் கருத்தியல் புகுத்தப்பட்ட பிரச்சாரகர்கள் எதற்கும் தயாராக இருப்பதால், அவர்கள் மட்டும் தான் ஆன்மிக உலகிற்குள் எவ்விதத் தயக்கமுமின்றி நுழைகிறார்கள். நிரந்தரமான இடமின்றி, ஊர்ஊராகச் சுற்றி இந்துத்துவாவைப் பரப்பும் வேலையை ஆர்எஸ்எஸ் இயக்கத்தில் பிரச்சாரகர்களாக இருக்கும்போது அவர்கள் செய்கிறார்கள். பின்னர் ஒரு கட்டத்திற்கு மேல், அப்பணியில் ஆர்வம் குறையும்போது, அவர்கள் விரும்பினால் பழையபடி குடும்பத்திற்கு சென்று இயல்புவாழ்க்கை வாழலாம். ஆனால், பல ஆண்டுகாலம் ஆர்எஸ்எஸ் இயக்கத்திலேயே பிரச்சாரகராக இருந்துவிட்டு, குடும்பவாழ்க்கைக்குத் திரும்பி, வருமானத்தை ஈட்டுவதெல்லாம் அவர்களுக்கு கடினமானதாக இருக்கும். அதனால், அவர்களுக்கு இருக்கும் ஒரே பெரிய வாய்ப்பென்றால், அது சந்நியாசியாகி ஆன்மிக உலகில் நுழைவது தான். அதில் தொடர்ச்சியான வருமானமும் கிடைக்கும். சங்கப்பரிவாரத்தில் உயர் பொருப்புகளை வகிப்பவர்களுடன் நெருங்கிய தொடர்பு இருந்தால், ஆன்மிக உலகில் பெரிய பதவிகளும் கூட வெகுவிரைவில் கிடைக்கும். அதன்பிறகு வருமானத்திற்கோ அதிகாரத்திற்கோ வசதிவாய்ப்பிற்கோ எவ்விதக்குறையும் இல்லை.

4. 'கால் உடைப்பு' பரிசோதனை

ஆடையேதும் அணியாமல், உடலெங்கும் வெறும் சாம்பலை மட்டுமே பூசிக்கொண்டு, இவர்களெல்லாம் எங்கிருந்து தான் வருகிறார்கள்?

அதிலும், சூரியனை ஒருமுறை சுற்றிவருவதற்கு செவ்வாய் கிரகத்திற்கு பனிரெண்டு ஆண்டுகள் ஆவதைப் போல, இவர்களும் பனிரெண்டு ஆண்டுகளுக்கு ஒருமுறை மகிழ்ச்சியில் துள்ளிக்கொண்டே கும்பமேளாவில் புனிதக் குளியல் போடுவதற்கு நடந்து வருகிறார்கள். அந்த கும்பமேளா முடிந்ததும் எங்கே மறைந்துபோகிறார்கள் அவர்கள்?

புராண மத நம்பிக்கைகளின்படி இமயமலையில் எங்கோவொரு குகையில் ஒளிந்து பல ஆண்டுகள் தியானத்தில் மூழ்குகிறார்களா?

அமிர்தத்தை அருந்திவிட்டு சாகாவரத்துடன் வாழ்கிறார்களா?

தீயசக்திகளிடம் சிக்காமல் அமிர்தத்தை மறைமுகமாக ஒரு கும்பத்தில் கடவுள்கள் எடுத்துச் சென்றுகொண்டிருக்கும் போது, வழியில் அலகாபாத், அரித்துவார், நாசிக் மற்றும் உஜ்ஜைன் ஆகிய நான்கு இடங்களில் கொஞ்சம் சிந்திவிட்டதாகவும், அதனால் தான் அங்கே கும்பமேளா கொண்டாடப்படுவதாகவும் புராணக்கதை சொல்லப்படுகிறது.

கும்பமேளா முடிந்து அவர்கள் காணாமல்போவதற்கு முன்னர் அவர்கள் என்ன செய்கிறார்கள் என்பதை கண்காணித்தால் எப்படி இருக்கும் என்று எனக்குத் தோன்றியது.

2013ஆம் ஆண்டு பிப்ரவரி மாதம் 4ஆம் தேதியன்று அலகாபாத் கும்பமேளா நிகழ்வு நடைபெற்றுக்கொண்டிருந்த காலகட்டத்தில், 'கும்பமேளாவில் புனிதக்குளியலுக்கான ஊர்வலத்தில் சாதுக்களல்லாத பலரையும் பல அகாராக்கள் பொய்யாகக் கலந்துகொள்ள வைத்திருக்கின்றன' என்கிற ஒரு அதிர்ச்சிகரமான செய்தி, ஊடகங்களில் வெளியானது.[1] தெய்வீக எண்ணத்துடன் ஆயிரக்கணக்கான நிர்வாண சாமியார்கள் இயல்பாக ஒன்றுகூடி, ஊர்வலமாகச் சென்று குளிக்கும் ஒரு நிகழ்வு தான் கும்பமேளாவின் வசீகரமானதாகப் பார்க்கப்படுகிறது. ஆனால், 'சாதுக்களல்லாதவர்களை அழைத்துவந்து ஒரு நாடகம் போல நடிக்கவா வைக்கிறார்கள்?' என்று அச்செய்தியைப் படித்த அனைவரையும் அதிர்ச்சியடைய வைத்தது.

எந்த அகாராவும் அச்செய்திக்கு பதிலளிக்கவே இல்லை. கும்பமேளாவில் கூடியிருந்த பக்தர்களும் அச்செய்தியைப் பெரிதாகக் கண்டுகொண்டதாகவும் தெரியவில்லை. அப்படியான செய்தி வெளியானபிறகும், இரண்டாம் மற்றும் மூன்றாம் புனிதக் குளியல்கள் இயல்பாகவே நடைபெற்றன. வழக்கம்போல சுற்றிலும் தடுப்புகள் அமைக்கப்பட்டு, அதன் நடுவே நாக சாதுக்கள் நிர்வாணமாக நடைபோட்டனர். அவர்களை தரிசிப்பதற்காக தடுப்புக்கு வெளியே பக்தர்கள் துள்ளிக்குதித்தனர்.

சுமார் அறுபது ஆண்டுகளுக்கு முன்னரும் கூட இதேபோன்ற செய்தி வெளியாகியிருக்கிறது. 1954ஆம் ஆண்டு நடைபெற்ற அலகாபாத் கும்பமேளாவின் போது, கடும் கூட்டநெரிசலில் சிக்கி, பல நூற்றுக்கணக்கான பக்தர்கள் இறந்துபோயினர். அவர்களில் பெரும்பாலானவர்கள் பெண்களும் குழந்தைகளும் தான். இறப்பு மட்டுமில்லாமல், ஆயிரக்கணக்கானவர்களும் காயமடைந்தனர். ஒருசில நாட்களுக்குப் பிறகு, அந்த சம்பவம் குறித்து விசாரிக்க ஒரு குழுவை அரசு அமைத்தது. நெரிசலுக்கான காரணத்துடன், புனிதக்குளியலில் ஈடுபட்ட சாதுக்களின் பின்னணியையும் அக்குழு விசாரித்தது. ஒருவேளை அவை திட்டமிட்ட கொலைகளாக இருக்கக்கூடுமோ என்று சந்தேகித்து, அந்த கோணத்திலும் விசாரிக்கப்பட்டது.

'ஊர்வலத்தில் கலந்துகொண்டவர்களில் ஒருசிலர் இந்த நிகழ்வுக்காக மட்டுமே பணம் வாங்கிக்கொண்டு நிர்வாணமாக நடந்துசென்றிருக்கிறார்கள். அவர்கள் உண்மையான சாதுக்களெல்லாம் இல்லை. இந்த நிகழ்வு முடிந்ததும் இயல்பாக ஆடைகள் அணிந்து, அவரவர் வேலைக்கு சென்றுவிடும் சாமானிய மனிதர்கள் அவர்கள்' என்று கும்பமேளா துன்பியல் விசாரணைக் குழுவின் அறிக்கையில் குறிப்பிடப்பட்டிருக்கிறது.[2] கும்பமேளாவில் கலந்துகொள்ளும் அகாராக்கள் ஒவ்வொன்றும் தத்தமது குழுக்களில் அதிகமான சாதுக்கள் இருப்பதாகக் காட்டிக்கொள்வதற்காகவே பொதுமக்களில் சிலருக்கு காசுகொடுத்து சாதுக்கள் போலவே நிர்வாணமாக நடந்துவரச் செய்திருக்கிறார்கள் என்கிற உண்மை தெரியவந்தது.

கும்பமேளா ஊர்வலத்தில் கலந்துகொண்டவர்களிடம் நடத்திய விசாரணையும், அவர்கள் கொடுத்த பதில்களும் அந்த அறிக்கையில் எழுதப்பட்டிருக்கின்றன. தசநாமி அகாராவால் இரகசியமாக வைக்கப்பட்டிருந்த போலி சாதுக்கள் குறித்த தகவல்கள் எல்லாம் ஊடங்கள் வரை வந்து சேர்ந்தன.

'1954 இல் நடைபெற்ற கும்பமேளாவில் மட்டுமல்ல, அதற்கு முந்தைய கும்பமேளாக்களிலும், எண்ணிக்கையை அதிகமாகக் காட்டுவதற்காக சாதுக்கள் அல்லாதவர்களுக்கு பணம் கொடுத்து இதேபோன்று நிர்வாணமாக ஊர்வலம் செல்ல வைத்த சம்பவங்கள் நடந்திருக்கின்றன' என்று அப்போதைய ஊடகச் செய்திகளைக் குறிப்பிட்டு சொல்கிறார் கமா மெக்ளேன் என்கிற ஆய்வாளர்.

இப்படியானவர்கள் அதிகமாகக் கலந்துகொண்டதால், ஒரு கட்டுக்குள் அடங்காதவர்களாகவும் ஊர்வலத்தில் வெறிகொண்டு நடப்பவர்களாகவும் இருந்திருக்கின்றனர் என்று விசாரணைக்குழுவின் அறிக்கையில் தெரிவிக்கப்பட்டிருக்கிறது.[3]

கும்பமேளாவில் நிர்வாண சாமியார்களின் அணிவகுப்பினால் யார்தான் பலனடைகிறார்கள் என்பதை வெளியில் இருந்து பார்த்தால் அறிந்துகொள்வது கடினம் தான். ஆனால், பொதுமக்களுக்கு தங்கள் மீதான மரியாதையும் நம்பிக்கையும் இருந்தால் தான், தங்களது வாழ்வாதாரத்தை உறுதிசெய்துகொள்ள முடியும் என்பதை தசநாமி அகாராக்கள் நன்கு புரிந்துவைத்திருந்தனர். அகாராக்களைப்

பொறுத்தவரையில் இலட்சக்கணக்கான பக்தர்கள் வந்துபோவதால், காலங்காலமாக பலமிக்க சாதுக்களாக இருப்பதாகக் காட்டிக்கொள்வதற்கு அதனை மிகப்பெரிய வாய்ப்பாக அகாராக்கள் எடுத்துக்கொள்கின்றன. அந்த பலம்தான் அவர்களுக்கான அதிகாரத்தையும் செல்வத்தையும் பெற்றுத்தருகிறது. அது ஏதோ பலநூற்றாண்டுகளாக இருந்த ஆன்மிக பலமாக இல்லாமல், இப்போதும் சாதுக்கள் சக்திவாய்ந்தவர்கள் தான் என்பதை மீண்டும் மீண்டும் வெளிக்காட்டவேண்டிய அவசியம் இருப்பதாகக் கருதுகிறார்கள். அதனால் தங்களது பக்தர்களை தக்கவைப்பதற்கான முயற்சிகளை அவ்வப்போது எடுத்துக்கொண்டே இருக்கிறார்கள் சாதுக்கள். நவீனகால மாற்றத்திற்கு முந்தைய வாழ்க்கையை வாழ்பவர்கள் தான் சாதுக்கள் என்கிற பிம்பத்தை தொடர்ந்து கட்டமைத்துக்கொண்டே இருக்கிற முயற்சிதான் அது.

அதனால், தீவிர பக்தர்களாலும் வேடிக்கை பார்ப்பவர்களாலும் சுற்றுலாப் பயணிகளாலும், அதிசயமாகவோ ஆச்சர்யமாகவோ பின்னணியேதும் வெளியே கசியாத புதிராகவோ கும்பமேளா புனித குளியலும் அதனை நோக்கிய நிர்வாண நடைபயணமும் இருக்கவேண்டும் என்பதில் அகாராக்கள் கவனமாக இருக்கின்றன. அதற்காக ஒட்டுமொத்த நிகழ்வையும் நாடகம் போல பொய்யாக நடத்திக்காட்டவும் அவர்கள் தயாராகவே இருக்கிறார்கள்.

II

கும்பமேளா நிகழ்வுகளைத் திட்டமிட்டு எவ்வாறு யாரால் நடத்தப்படுகிறது என்பதை அறிவதற்காக நான் அரித்துவார் சென்றிருந்தேன். 2012ஆம் ஆண்டு அக்டோபர் மாதத்தில் ஒரு வெளிச்சமான மதியவேளையில், கங்கை ஆற்றின் மையக் குளியல் பகுதியான ஹர்-கி-பௌரி என்னும் இடத்தின் ஒரு ஓரத்தில் நின்றுகொண்டிருந்தேன். அன்றிலிருந்து சுமார் இரண்டு மாதங்கள் கழித்து அங்கே நடக்கப்போகும் கும்பமேளா நிகழ்வுக்கு வருவது குறித்து, யாசகம் பெற்று வாழும் இருவர் பேசிக்கொண்டிருந்தனர். அவர்களில் இளையவராகத் தெரிந்த ஒருவர் மெல்லிய உடல்வாகுடனும், கருந்தாடியுடனும், சுருள் முடியுடனும் இருந்தார். 'கும்பமேளாவின் கடைசி வாரத்தில்

பிரயாக் நகருக்கு நாம் செல்ல வேண்டும் (அலகாபாத் நகரின் பழைய பெயர் தான் பிரயாக்)' என்று அந்த இளைய யாசகர் மற்றவரிடம் கூறினார்.[4]

அவருடன் இருந்த இன்னொருவர் உயரமாகவும், பருமனாகவும், தாடிவைத்துக்கொண்டு தலைப்பாகை அணிந்த ஐம்பது வயது மதிக்கத்தக்கவராக இருந்தார்.

'கும்பமேளாவின் முதல் குளியலுக்குப் பின்னரே நான் போக விரும்புகிறேன்' என்றார் அவர்.

'நான், இங்கு உட்காரலாமா?' என்று அவர்களிடம் கேட்டேன்.

இருவருமே என்னைக் கண்டுகொள்ளவே இல்லை. இருப்பினும் அவர்களுக்கு அருகே நான் உட்கார்ந்தேன்.

'நீங்கள் கும்பமேளாவில் கலந்துகொள்வீர்களா?' என்று நான் மீண்டும் ஒரு கேள்வியைக் கேட்டேன்

அவர்களில் மூத்தவராக இருந்தவரின் பெயர் கன்னையா என்று பிறகுதான் தெரிந்தது. அவர், தன்னுடைய தலைப்பாகையை கழட்டி தலையை சொறிந்தார். அப்போது அவருடைய வெள்ளை முடி, முகத்தில் வந்து விழுந்தது. கீழ்நோக்கி தரையிலேயே அவரது பார்வை முழுவதும் இருந்தது. எதுவும் பதில் சொல்ல விரும்பாதவராக தனக்குள்ளாகவே எதையோ சிந்தித்துக் கொண்டிருந்தவரைப் போன்று தோற்றமளித்தார். அவர் அமர்ந்திருந்த ப்ளாஸ்டிக் விரிப்பின் அடியில் இருந்து ஒரு சிறிய பையை எடுத்தார். அதில் இருந்து எடுத்த புகைக்குழாய் ஒன்றினைக் கொளுத்தி அதனை சுவாசித்து, மூச்சை இழுத்துவிட்டார். பின்னர் என்னை நேருக்கு நேராகப் பார்த்தார்.

'நிச்சயமா போவோம். நாங்கள் மட்டுமல்ல, இங்கிருக்கும் அனைவரும் பிரயாக் (அலகாபாத்) போவோம்' என்று சொல்லிவிட்டு அந்த புகைக்குழாயை மற்றவரிடம் கொடுத்தார்.

'கும்பமேளாவில் குளிக்கவா?' என்று சாதாரணமாகக் கேட்டேன்.

அவர் பதிலேதும் சொல்லாமல் அமைதியாக இருந்தார்.

‘இல்லை’ என்றார் அவர்கள் இருவரில் இளையவரான கோபால்.

‘நாகசாதுக்களுடைய விருந்தாளிகளாக நாங்கள் அங்கே செல்வோம்’ என்று மீண்டும் போதைகலந்த புகையை இழுத்துக்கொண்டே சொன்னார் கோபால்.

‘நாகசாதுக்களின் விருந்தாளிகளாகவா?’ என்று குழப்பத்துடனேயே கேட்டேன்.

ஆனால், என்னுடைய கேள்விக்கு இருவரும் எந்தபதிலையும் சொல்லவில்லை. அருகில் இருந்த ஒரு கோப்பையைக் கையில் எடுத்துக்கொண்டு அங்கிருந்து நகர்ந்துவிட்டார் கோபால். நான் இப்போது கன்னையாவைப் பார்த்தேன். ஆனால் அவரும் கிளம்புவதற்குத் தயாராக இருந்தார். எங்களுடைய உரையாடல் அத்துடன் நின்றது. அதற்குமேல் என்னுடன் பேசுவதற்கு அவர்களுக்கு விருப்பமில்லை என்பதை அறிந்துகொண்டேன். கோபால் சொன்ன பதிலைப் புரிந்துகொள்ள முடியாமல்போனதால், நாகசாதுக்களின் விருந்தாளிகளென்றால் என்னவென்று அறிந்துகொள்ள ஆர்வமானேன்.

அடுத்தநாள் காலையும் நான் அங்கு சென்றேன். அன்றும் அதே இடத்தில் அவர்கள் இருவரையும் காணமுடிந்தது. இப்போது கன்னையா என்னைப் பார்த்து ஒதுங்கிப் போகவில்லை. ஏற்கனவே முதல்நாள் அறிமுகமாயிருந்த காரணத்தால், ஓரளவுக்கு நெருக்கத்தை உணர்ந்திருப்பார் என்று நினைத்துக்கொண்டேன். ‘நாக சாதுக்களின் விருந்தாளிகள்’ என்று எதனைக் குறிப்பிட்டார் எனப் புரிந்துகொள்வதற்காக அவரிடம் இரண்டு மணிநேரத்திற்கும் மேலாக உரையாடினேன். கோபாலின் நண்பர்களான இலம் மற்றும் பல்லூ என மேலும் இருவரின் அறிமுகமும் கிடைத்தது. 2010ஆம் ஆண்டு, அதற்கு முந்தைய கும்பமேளா நடந்தபோது, நான் சந்திந்த அந்த நான்கு பிச்சைக்காரர்களும், அகாராக்கள் கொடுக்கும் பணத்தை வாங்கிக்கொண்டு நிர்வாண சாமியார்களைப் போன்று பங்கேற்றிருக்கின்றனர் என்பதை அறிந்துகொண்டேன். நான் அவர்களை சந்தித்தபின்னர் நடக்கவிருந்த கும்பமேளாவிலும் அதேபோன்று கலந்துகொள்ள அவர்கள் முடிவுசெய்திருந்தனர்.

கும்பமேளா நிர்வாண ஊர்வலத்தில் தங்களுடன் இணைந்து, சாதுக்களைப் போலவே நடைபோடுவதற்கு, பல தசநாமி அகாராக்களும் அரித்துவாரின் பிச்சைக்காரர்களைத் தேடிப்பிடித்து அழைத்துச்செல்வதாக அவர்கள் என்னிடம் தெரிவித்தார்கள்.

'முதன்முறையாக கடந்த 2010 இல் தான், தசநாமி அகாராவின் முகாமிற்குள் என்னை அழைத்துக்கொண்டு சென்றார்கள். எல்லாமே நினைத்துப் பார்ப்பதற்குள் நடந்துவிட்டது. கும்பமேளா துவங்குவதற்கு முன்னர், காவல்துறையினர் இங்குவந்து, என்னைப் போன்ற எல்லா பிச்சைக்காரர்களையும் நாங்கள் தங்கியிருந்த இடத்திலிருந்து வெளியேறச்சொல்லி அடித்துவிரட்டினர். அதேநேரத்தில் தசநாமி அகாராவைச் சேர்ந்தவர்கள் வந்து எங்களை அணுகி, அவர்களுடைய முகாமுக்கு அழைத்துச் சென்று தங்கவும் இடம் கொடுத்து, அன்னதானமும் வழங்கினர். நானும் என்னுடைய பெரும்பாலான நண்பர்களும் அதனை ஏற்றுக்கொண்டோம். எங்களுக்கு அப்போது வேறுவழியும் இருக்கவில்லை. கும்பமேளா துவங்குவதற்கு சுமார் இருவாரங்களுக்கு முன்பே அன்னதானத்தையும் தசநாமி அகாராக்கள் துவங்கிவிட்டன. நிர்வாண ஊர்வலத்தில் கலந்துகொண்டால் பணம் தருவதாகவும் எங்களிடம் கூறினர். எங்களுக்கும் அது நல்ல யோசனையாகத் தான் தோன்றியது. அப்படித்தான் நாங்களும் கும்பமேளா குளியல் ஊர்வலத்தில் தற்காலிக சாதுக்களாக மாறினோம்' என்று நினைவுகூர்ந்தார் கன்னையா.

அடுத்துவரப்போகிற கும்பமேளாவுக்கு இரண்டு முக்கியமான தசநாமி அகாராக்களிடமிருந்து அழைப்பு வந்துவிட்டதாகவும் அவர்கள் நால்வரும் என்னிடம் தெரிவித்தனர். அரித்துவார் கோவில் படித்துறையிலேயே தங்கி, கடந்த முப்பது ஆண்டுகளாக அவர்கள் பிச்சை எடுத்துக்கொண்டிருக்கிறார்கள். ஆனால் 2010 இல் தான் முதன்முறையாக கும்பமேளாவில் சாதுக்களாக நடித்து அதற்காக பணமும் பெற்றதாக என்னிடம் அவர்கள் தெரிவித்தனர்.

III

அவர்களுடன் உரையாடியதில், கும்பமேளா நிகழ்வுகளெல்லாம் நாடகமாக எவ்வாறு அரங்கேற்றப்படுகிறது என்பதைப் புரிந்துகொள்ள முடிந்தது. ஆனால், அப்போதும் அவர்கள் கூறிய அனைத்தையும் நம்புவதற்கு தயக்கமாகத் தான் இருந்தது. கன்னையாவும் அவரது நண்பர்களும் கூறிய எதற்கும் ஆதாரமெல்லாம் இல்லை என்பதுவும் அதற்கு முக்கியக் காரணமாகும். அகாராக்களின் இரகசிய உலகில் இதற்கெல்லாம் ஆதாரம் தேடுவது இயலாத காரியமாகும்.

அடுத்த இரண்டு மாதங்களில் அதே இடத்திற்குச் சென்று, மேலும் இருமுறை அவர்களை சந்தித்து, கும்பமேளா நிகழ்வுகள் குறித்து உரையாடி, பல தகவல்களை சேகரித்தேன். அவர்கள் கூறியவற்றின் உண்மைத்தன்மையை அறிந்துகொள்வதற்காக, அலகாபாத் கும்பமேளாவின் முதல் புனிதக் குளியல் நிகழ்வு துவங்குவதற்கு முன்னரே அங்கு சென்று சேர்ந்தேன். மகரசங்கராந்தி நாளில் முதல் புனிதக்குளியல் நடைபெறுவதாக இருந்தது. உத்தரப்பிரதேச அரசின் சிறப்பு ஊடக அனுமதிச்சீட்டு வாங்கிக்கொண்டு அங்கு சென்றிருந்தேன். அதனால் புனிதக் குளியலுக்கான ஊர்வலத்தை அருகில் இருந்து பார்ப்பதற்கேற்ற இடமும் எனக்குக் கிடைத்தது. கங்காவும், யமுனாவும் புராணக்கதைகளில் சொல்லப்பட்ட சரஸ்வதியும் ஒன்றுகூடும் இடமான திரிவேணி சங்கமம் நோக்கித்தான் சாதுக்கள் நடப்பார்கள். அவர்கள் நடக்கக்கூடிய வழியில் தான் நான் நின்றிருந்தேன்.

ஒவ்வொரு அகாராவின் துவக்கத்திலும் ஒருவர் மேளம் அடிக்க, மற்ற சாதுக்களெல்லாம் அணியணியாக ஆடையின்றி அவர் பின்னால் நடந்து சென்றுகொண்டிருந்தனர். அவர்களை மிக அருகில் நின்று பார்த்துக்கொண்டிருந்தேன். அவர்கள் 'ஹரஹர மகாதேவா' என்று உரக்க முழக்கமிட்டுக்கொண்டே என்னைக் கடந்து சென்றுகொண்டிருந்தனர். நான் ஹர்-கி-பௌரி படித்துறையில் சந்தித்த பிச்சைக்காரகள் ஒருவரையும் இந்த ஊர்வலத்தில் பார்க்கமுடியவில்லையே என்று பொறுமையிழந்து போனேன். அவர்கள் சொன்னதை அப்படியே உண்மையென்று நம்பி இவ்வளவு தூரம் வந்து

காத்துக்கொண்டிருக்கிறோமே என்று என்னையே நான் நொந்துகொண்டேன்.

அப்போது, ஏற்கனவே பார்த்தது போன்ற உருவத்துடன் ஒருவர் நடந்துகொண்டிருந்தார். ஆம், அவர் வேறு யாருமல்ல. கன்னையா தான். நான் அவரைப் பார்ப்பதற்கு முன்னரே, அவர் என்னைப் பார்த்துவிட்டார் என்று நினைக்கிறேன். என்னை நோக்கி கையசைத்துக்கொண்டே நடந்தார். ஆனால், எனக்கு மூன்று அல்லது நான்கு மீட்டர் தொலைவிலேயே அவர் நடந்து கொண்டிருந்தபோதும், எனக்குதான் அவரை உடனடியாக அடையாளம் கண்டுகொள்ள முடியவில்லை. நாகசாதுவாக அவர் வேறொரு அவதாரமெடுத்தது போலத் தோன்றினார். சாதுவாக வேடமிட்டு நடந்துவருவதால், அவர் கவலையுடனும் பயத்துடனும் இருப்பார் என்றுதான் நான் எதிர்பார்த்திருந்தேன். ஆனால் அதற்கு நேர்மாறாக உண்மையான சாதுவைப் போன்றே கூட்டத்தோடு கூட்டமாக மற்ற சாதுக்களுடன் இணைந்திருந்தார். அவர் நடந்த வேகத்திற்கு ஈடுகொடுப்பதற்காக, நானும் வேகமாக சில அடிகள் எடுத்துவைத்து, அவர் அருகே சென்றேன். அப்போதுதான் கோபால், இலம் மற்றும் பல்லுவும் அவருக்கு அருகிலேயே நடந்துவந்துகொண்டிருந்தனர் என்பதை கவனித்தேன். நால்வருமே ஆடையின்றி நிர்வாணமாகத்தான் இருந்தனர். அவர்கள் என்னைக் கடந்து செல்வதற்குள்ளாகவே, ‘நமோ நாராயணா மகராஜ். நீங்களெல்லாம் எங்கே தங்கியிருக்கிறீர்கள்?’ என்று உரக்கக் கேட்டுவிட்டேன்.

‘ஜூனா அகாரா முகாமின் வாசலுக்கு வாருங்கள்’ என்று எனக்கு மிக அருகில் நடந்துகொண்டிருந்த கோபால் பதில் சொன்னார்.

‘எப்போது?’ என்று கேட்டேன்.

‘மாலை நான்கு மணிக்கு வாருங்கள்’ என்று சொல்லிவிட்டு கடந்தார்கள்.

கன்னையாவும் அவரது நண்பர்களும் சொன்னது போல, நிர்வாணமாக புனிதக்குளியலுக்கு நடைபோட்டு செல்லும் அனைவரும் நாகசாதுக்கள் இல்லை என்பது உறுதியானது. சாதுக்களின் நிர்வாண நடைபயணமும் குளியலும் தான்

கும்பமேளாவின் முக்கியமான நிகழ்வாக இருந்தது. அதுவுமே நாடகமாகத் தான் நடத்தப்படுகிறதா என்று அதிர்ச்சியாகப் பார்த்துக்கொண்டிருந்தேன்.

அன்று மாலை நான்கு மணிக்கு கொஞ்சம் முன்னரே ஜூனா அகாராவின் முகாமிற்கு சென்றேன். கன்னையாவும் அவரது நண்பர்களும் என்னுடைய வருகைக்காக ஏற்கனவே அந்த முகாமின் வாசலருகே காத்திருந்தனர். யமுனை ஆற்றங்கரையில் யாருமில்லாத ஓர் இடத்திற்கு சென்று அமர்ந்தோம். இருள் சூழும்வரையிலும் அங்கேயே கதைபேசிக்கொண்டிருந்தோம்.

'இன்று நீங்கள் செய்தது குறித்து என்ன நினைக்கிறீர்கள்?' என்று பேச்சினூடே கேட்டேன். நான் என்ன கேட்க முனைகிறேன் என்று புரியாமல் முழித்தார்கள்.

'நீங்கள் நாகசாதுக்கள் இல்லை. இருந்தாலும் மற்ற சாதுக்களுடன் இணைந்து உண்மையான சாதுக்கள் போலவே தைரியமாக நடந்தீர்களே, அதைக் கேட்டேன்' என்று எனது கேள்வியை விளக்கினேன்.

'எங்களுடன் நடந்துவந்த மற்றவர்களெல்லாம் உண்மையான சாதுக்கள்தான் என்கிற முடிவுக்கு எப்படி வந்தீர்கள்?' என்று எதிர்கேள்வி கேட்டார் கன்னையா.

இப்படியாக சாதுக்களைப் போன்று நடித்ததற்கு இவர்களுக்கு என்னதான் பிரதிபலனாகக் கிடைத்திருக்கும் என்று நான் யோசித்துக்கொண்டிருந்தேன்.

'ஒவ்வொரு புனிதக் குளியலுக்கும் எங்கள் ஒவ்வொருவருக்கும் *501 ரூபாயை தட்சணையாகத் தருவார்கள்*' என்று நான் கேட்பதற்கு முன்பே கன்னையா அத்தகவலை சொல்லி முடித்தார்.

அதுமட்டுமே அவர்களுக்குக் கிடைத்த பலன் என்று சொல்லிவிட முடியாது. அரித்துவாரில் அவர்கள் பிச்சையெடுத்து தான் வாழ்கிறார்கள். நிரந்தரமாக தங்குவதற்குக் கூட இடமில்லாமல், ஹர்-கி-பௌரி இன் படித்துறையில் தான் தங்கி வாழ்கின்றனர். கும்பமேளா நடக்கிற சுமார் ஐந்து முதல் ஆறு வாரங்கள் வரையிலும் அவர்கள் பிச்சையெடுக்க வேண்டிய தேவையே இல்லை.

'நாங்கள் இங்கே ஜனவரி 13ஆம் தேதியன்று வந்தோம். கும்பமேளா முடியும்வரையிலும் இங்கு தான் இருப்போம்' என்றார் கன்னையா.

கோபால், இலம், மற்றும் பல்லூ ஆகியோரும் அதே முகாமில் தான் தங்கியிருந்தனர். அங்கே நாகசாதுக்களுக்கு வழங்கப்படும் அன்னதானத்தையே உண்டு, சிறுதொகை பணத்தினை கூலியாகவும் பெற்று, ஒருநாளைக்கு ஒரு சில மணிநேரங்கள் மட்டுமே அகாராக்கள் சொல்வதைக் கேட்டு நடந்தால் போதுமானதாக இருந்தது.

தசநாமி அகாராக்களில் அதிகமான 'தற்காலிக சாதுக்களைப்' பார்க்க முடியும் என்றார் கோபால்.

'இப்போது மட்டும் நீங்கள் ஹர்-கி-பௌரி படித்துறைக்குச் சென்று பார்த்தால், ஒருவரும் பிச்சை எடுத்துக்கொண்டிருக்க மாட்டார்கள். அடுத்த சில வாரங்களுக்கு நாகசாதுக்களாக வேடமிட்டு நடிப்பதற்காக அங்கிருந்த அனைவரும் அலகாபாத்திற்கு வந்திருப்பார்கள்' என்றார் இலம்.

IV

முதல் புனிதக் குளியல் முடிந்த அந்நாளில், இரவு சுமார் பத்து மணியளவில் இருளும் அமைதியும் ஒன்றாக கைகோர்த்திருந்தது. தெருக்களில் கூட்டம் குறைந்திருந்தது. அப்போது தான் அவசர அவசரமாக நான் தங்கியிருந்த விடுதிக்கு விரைந்து திரும்பிக்கொண்டிருந்தேன். கும்பமேளாவில் முழுக்க பக்தியால் மட்டுமே ஈர்க்கப்பட்டு வந்திருக்கும் உண்மையான சந்நியாசிகளெல்லாம், போலி சாதுக்கள் குறித்தும் இந்த நடைமுறை குறித்தும் என்னமாதிரியான கருத்தினைக் கொண்டிருப்பார்கள் என்று இரவு வேளையில் சிந்தித்துக்கொண்டே நடந்தேன். கங்கை ஆற்றின் ஒரு மிதக்கும் பாலத்தைக் கடக்கும் போது, மூன்று நாகசந்நியாசிகளைப் பார்த்தேன். அவர்கள் கஞ்சா இழுக்கத் தயாராகிக் கொண்டிருப்பதாக எனக்குத் தோன்றியது. அவர்களுக்கு அருகில் சென்று, 'ஓம் நமோ நாராயணா' என்று சொல்லிக்கொண்டே அங்கேயே அமர்ந்தேன்.

அவர்களிடம் இருந்து எந்த பதிலும் வரவில்லை. ஒரே புகைக்குழாயை ஒருவர் மாற்றி ஒருவராக அதில் இருந்த கஞ்சாவைப் புகைத்துக்கொண்டிருந்தனர்.

'நீங்கள் புகைப்பது நல்ல தரமான கஞ்சா தான் என்பதை அதில் இருந்து வரும் வாசனையே சொல்லிவிடுகிறது' என்று இன்னொரு முறை அவர்களிடம் உரையாட முயற்சி செய்தேன்.

அப்போதும் அமைதியே தொடர்ந்தது. ஆனால், இப்போது அம்மூவரில் ஒருவர் மட்டும் என்னைப் பார்த்து மெல்ல புன்னகைத்தார். அவர் புகைத்து முடித்ததும், அவருக்கு அடுத்ததாக உட்கார்ந்தவரிடம் கொடுக்காமல், கஞ்சா ஏற்றப்பட்ட புகைக்குழாயை என்னிடம் கொடுத்தார். மேலும் இரண்டு சுற்றுகள் அதுபோலவே எங்கள் நால்வரிடமும் அந்த புகைக்குழாய் சுற்றிவந்ததும், அதிலிருந்த கஞ்சா தீர்ந்துபோனது. அவர்களில் ஒருவர், கஞ்சாவினை நிரப்பும் வேளையில், நான் மீண்டும் பேச்சுக்கொடுத்துப் பார்த்தேன்.

'நான் ஒன்றைப் புரிந்துகொள்ள விரும்புகிறேன்' என்றேன்.

என்னைப் பார்த்து முதலில் புன்னகைத்த அந்த நபர், இம்முறையும் புன்னகைத்தார். ஆனாலும் எந்தபதிலையும் அவர் சொல்லவில்லை.

'புனிதக் குளியலில் பங்கெடுக்கும் அனைவரும் உங்களைப் போன்று உண்மையான நாக சாதுக்கள் தானா?' என்று நேரடியாகவே என்னுடைய கேள்வியினைக் கேட்டேன்.

'பொய்யான நாக சாதுக்கள் யாரென்று உங்களுக்குத் தெரிய வேண்டுமா? எங்களைப் போன்ற ஜூனா அகாராவைச் சேர்ந்த ஒரு நாக சாதுவிடம் இருந்து என்ன பதிலை எதிர்பார்க்கிறீர்கள்? நீங்கள் இன்றைக்கு தான் பார்த்திருப்பீர்கள் போலிருக்கிறது. ஆனால், நானோ மூன்றாண்டுகளுக்கு முன்பே போலிசாதுக்களை அடையாளம் கண்டுபிடித்திருக்கிறேன்' என்று சொல்லிக்கொண்டே கஞ்சா நிரப்பப்பட்ட புகைக்குழாயை மீண்டும் அவருக்கு அருகில் அமர்ந்திருந்தவரிடம் கொடுத்து சுற்றுக்கு விட்டார். பேசுவதை நிறுத்திவிட்டு சிறிதுநேரம் அமைதியாக யோசித்துக்கொண்டிருந்தார். அதன்பிறகு மீண்டும் பேசத்துவங்கினார்.

'அரித்துவாரில் நடைபெற்ற கும்பமேளா நிகழ்வில், எனக்கு அருகில் இருந்த ஒரு மூர்த்தியின் ஆண்குறி விறைத்து நடக்கமுடியாமல் தடுமாறியதை முதன்முதலாகப் பார்த்தேன். உடனே நான் அதிர்ச்சியடைந்தேன். நாகசாதுவாக மாறிய எந்தவொரு சந்நியாசிக்கும் ஆண்குறி விறைக்கவே விறைக்காது' என்றார்.

ஒரு பொய்யான சாதுவை அடையாளம் காண்பதற்கான விசித்திரமான வழிமுறையாகத் தோன்றியது எனக்கு. ஆனாலும் பொய் சாதுக்கள் குறித்து இதுவரை நான் கேள்விப்படாத ஒரு தகவலாகவும் அது எனக்கு இருந்தது. தசநாமி அகாராவைப் பொறுத்தவரையில், ஒருவர் நாக சாதுவாக மாறவேண்டுமென்றால் வெளியே யாருக்குமே தெரியாத சில இரகசிய சடங்குகளில் ஈடுபட்டாக வேண்டும். அவற்றில் கடைசியாக நடத்தப்படும் சடங்குதான் எங்கேயும் பேசப்படாத இரகசியமாக காக்கப்பட்டு வருகிறது. ஆண்களின் உடலில் ஒரு பெரிய மாற்றத்தை அந்த சடங்கு ஏற்படுத்திவிடுகிறது.[5]

அந்த சடங்கு குறித்த மேலதிக விவரங்களைத் தெரிந்துகொள்ளும் ஆர்வத்தில், அரித்துவாரில் இருக்கும் அவகன் அகாராவின் நாக சாதுவான சிவராஜ் கிரி என்பவரிடம் விசாரித்தேன். நான் கேட்டதும், தனக்கு அந்த சடங்கு நடைபெற்ற பழைய கதையை நினைத்துப் பார்த்தே அவர் அதிர்ந்து போனதை நான் கவனித்தேன்.

'அது வலிமிகுந்த அனுபவமாக இருந்தது. நான் ஏறக்குறைய மயங்கியேவிட்டேன். என்னுடைய கால்களுக்கு வலு வருவதற்கே பல மணிநேரங்கள் ஆகின. அதன்பிறகு தான், மற்ற சடங்குகளையே செய்யமுடிந்தது. அந்த ஒரு சடங்கு குறித்து மட்டும் எனக்கு முன்கூட்டியே தெரிந்திருந்தால், நான் சாதுவாகவே ஆகியிருக்கமாட்டேன்' என்றார் அவர்.

'ஆனால், வலிக்கத் துவங்கியதுமே நீங்கள் மறுத்திருக்கலாமே? அல்லது அங்கிருந்து தப்பித்து ஓடியாவது இருக்கலாமே? அப்படி செய்ய முடியாமல் போனதற்கு வேறு ஏதும் காரணம் இருக்கிறதா?' என்று கேட்டுப்பார்த்தேன்.

'என்னுடைய ஆண்குறியை அவர்கள் பிடித்ததுமே, என்னுடைய மூளை செயல்படுவதே நின்றுவிட்டது. பிறகு தடுத்துநிறுத்துவதெல்லாம் சாத்தியமே இல்லை. அந்த சடங்கு முடிந்து சிலமணி நேரங்கள் கழித்து மெதுவாக எழுந்து நின்றதும், மீதமுள்ள சடங்குகள் தொடர்ந்தன. அப்போதெல்லாம் எனக்குதான் அந்த சடங்குகள் நடக்கின்றன என்கிற உணர்வு கூட இல்லாமல், வேடிக்கை பார்க்கும் பார்வையாளரின் மனநிலைக்குத் தள்ளப்பட்டேன். அதுதான் அந்த வலிமிகுந்த சிலமணிநேரங்களைக் கடக்கவும் எனக்கு உதவியது' என்று கஞ்சாவை புகைத்துக்கொண்டே கண்கள் சிவக்கக் கூறினார்.

சாதுக்களின் உலகில் ஒருவர் நுழையவேண்டுமென்றால், பலகட்ட சடங்குகளைக் கொண்ட தீட்சையில் பங்கெடுக்கவேண்டும். முதலில் சாதுக்களின் பெயர்களையெல்லாம் ஆவணப்படுத்தி வைக்கிற கார்பாரி என்பவரிடம் சென்று முறையாக மனுகொடுத்து, தன்னுடைய பெயர், குருவின் பெயர், தீட்சை துவங்கப்பட்ட தினம், மடத்திற்கு செலுத்தவேண்டிய கட்டணமெல்லாம் கட்டியதற்கான இரசீது போன்ற பல தகவல்களுடன் பதிவு செய்துகொள்ள வேண்டும். தீட்சைக்கான தேதியைக் குறிப்பிட்டு அங்கே சொல்வார்கள். அந்த தேதியில் உடலில் உள்ள முடிகளை முழுக்க வழித்துவிட்டு அவர்கள் வரச்சொல்லும் இடத்திற்கு செல்லவேண்டும். அங்கே ஒரு பண்டிதர், ஒரு குரு, மற்றும் சாதுவாக விரும்புபவர் என மூவரும் முக்கோண வடிவில் அமரவேண்டும். அவர்களுக்கு நடுவே ஒரு விளக்கும் வைக்கப்பட்டிருக்கும். கடவுளுக்கு தண்ணீரையும் பூக்களின் இதழ்களையும் படைக்கவேண்டும். சாதுவாக விரும்புபவரின் அதிகாரப்பூர்வ குரு மட்டுமல்லாமல், அவர் சார்ந்திருக்கும் அகாரா மேலும் நான்கு குருக்களும் அங்கே வந்து, சாதுவாக விரும்புபவருக்கு விபூதியையும், இடுப்பில் அணியும் லங்கோடியையும், ருத்திராட்ச மாலையையும், ஜானே என்கிற பூணூலைப் போன்ற நூலையும் வழங்குவார்கள். அந்த நான்கையும் வழங்குவதாலேயே விபூதி குரு என்றும், லங்கோடி குரு என்றும், ருத்திராட்சமாலை குரு என்றும், ஜானே குரு என்றும் அந்த நான்கு குருக்களும் அழைக்கப்படுகிறார்கள். ஆகமொத்தம் அந்த ஐந்து குருக்களும் சேர்ந்து, பஞ்ச குருக்களாகிறார்கள். சாதுவாக விரும்புபவரின் உச்சிமுடியும்

வழித்தெடுக்கப்பட்டு, அவரது காதுகளில் மெதுவாக மந்திர குருவால் மூன்றுமுறை குருமந்திரம் சொல்லப்படும். அப்போது சாதுவாக விரும்புகிறவருக்கு புதிய பெயர் சூட்டப்படும். அப்பெயருடன் பத்து தசநாமி அகாரா பெயர்களில் ஏதேனும் ஒன்றும் இணைக்கப்படும். இதுவரையிலும் தீட்சை வழங்குவதன் முதல்கட்டம் தான் முடிவடைந்திருக்கும். இந்த முதல் கட்டத்தை முடித்தவர்கள், மகாபுருசர் அல்லது வஸ்திரதாரி என்று அழைக்கப்படுவர்.

'தீட்சை வழங்குவதின் இரண்டாம் கட்டம் மிகவிரிவானதாக இருக்கும். ஒருவரின் கடந்தகால வாழ்க்கையிலிருந்து அவரைத் துண்டிப்பதும், பிறப்பு மற்றும் இறப்பை அவரிடமிருந்து பிரிப்பதும் தான் இந்த இரண்டாம் கட்ட தீட்சையில் முக்கியமானதாகக் கருதப்படும்' என்று விளக்கினார் சிவராஜ் கிரி.

இந்த இரண்டாம் கட்ட தீட்சையைப் பொறுத்தவரையில் மகாபுருசர் நிலையில் இருக்கிற ஒருவரை சந்நியாசியாக மாற்றுவதற்கான வித்யா சன்ஸ்கார் என்கிற ஒரு யாகத்திற்கு முன்கூட்டியே ஏற்பாடு செய்திருப்பார்கள். அதனை, ஒரு நாயகனின் சடங்கு என்கிற பொருளில் விரஜ ஹவன் என்றும் அழைப்பார்கள். கும்பமேளா காலகட்டத்தில் அந்த யாகம் நடைபெறும். அன்று நடைபெறும் பெரும்பாலான சடங்குகளை ஒரு பார்ப்பன பண்டிதர் தான் நடத்துவார். ஒருசில சடங்குகளை மட்டுமே குருவோ அல்லது மகாமண்டலேஸ்வரரோ செய்வார்கள். சந்நியாசியாகாமல் குடும்ப வாழ்க்கைக்குத் திரும்புவதற்கு அதுதான் கடைசி வாய்ப்பு என்று சாதுவாக விரும்புபவரிடம் குரு சொல்வார். யாகம் முடிந்துவிட்டால், மீண்டும் குடும்பவாழ்க்கைக்குப் போகவே முடியாது என்பதே அதன் பொருள். சடங்கின் ஒரு பகுதியாக, சாதுவாக விரும்புபவர் தன்னுடைய உடைகளை அகற்றி, வடக்கு திசையை நோக்கி ஒரு சில அடிகள் எடுத்துவைத்து நடக்கவேண்டும். அப்போது, அவரை குரு திரும்ப அழைப்பார். உடனே அவர் திரும்பிவிடவேண்டும். அவர் எடுத்துவைத்த அந்த சில அடிகள், உணவோ தண்ணீரோ இல்லாமல் இறக்கும்வரை இமய மலைக்குப் பயணம் செய்வதற்கு ஒப்பானதாகக் கருதப்படுகிறது.

இதுபோன்ற பல அடையாளச் சடங்குகளெல்லாம் ஆற்றின் கரையோரம் அதிகாலை வேளையில் நடைபெறும். மாலை சூரியன் மறையும் வேளையில் சாதுவாக விரும்புபவர்கள் அகாராவிற்கு திரும்பிச்செல்லவேண்டும். அங்கே, நான்கு மூலையிலும் பிணங்கள் எரிவதைப் போன்றே கட்டைகள் அடுக்கப்பட்டு நெருப்பு பற்றவைத்து எரியவைக்கப்பட்டிருக்கும். அந்த நெருப்புகளைச் சுற்றி தான் விரஜ ஹவன் என்கிற யாகம் நடத்தப்படும். சாதுவாக விரும்புகிறவர் அந்த யாக நெருப்பின் முன்பு படையல் வைத்து யாகத்தை நடத்தவேண்டும். அதன்பின்னர், ரிக் வேதத்திலிருந்து புருஷ் சுக்தா என்கிற பகுதியில் இருந்து பதினான்கு வசனங்களை ஒப்பிக்கவேண்டும். பொதுவாக ஒருவர் இறந்துவிட்டால், இறுதிச்சடங்கில் பாடப்படும் வசனங்கள் அவை. இங்கே ஒருவர் சாதுவாகும் போது, அவருடைய குடும்பவாழ்க்கையின் காலகட்டம் முடிவுற்று, அவர் மரணித்துவிட்டார் என்கிற பொருளில், அதே வசனம் சொல்லப்படுகிறது. அதாவது, சாதுவாக விரும்புபவர், தானே தனக்கான இறுதிச்சடங்கை நடத்தி, கடந்தகால குடும்பவாழ்க்கை வாழ்ந்த தனக்குள் இருந்த மனிதர் இறந்துவிட்டார் என்று அறிவிப்பதே இதன் நோக்கமாகும். எவரொருவர் தனக்குத் தானே இறுதிச்சடங்கு நடத்துகிறாரோ, அவருடைய ஆவி இப்பூமியில் சுற்றிக்கொண்டிருக்காமல், மேலுலகம் சென்று முன்னோர்களின் ஆன்மாக்களுடன் இணைந்துவிடும் என்று நம்பப்படுவதால், சாதுவாகப் போகிறவரை வைத்தே அவருக்கு இறுதிச்சடங்கு நடத்தப்படுகிறது. அடுத்தநாள் சூரியன் உதயமாவதற்கு முன்னரே குருவுடன் சேர்ந்து ஆற்றங்கரைக்கு சென்று மேலும் சில சடங்குகள் செய்யவேண்டும். அதில், சூரியனையும் நிலாவையும் காற்றையும் நெருப்பையும் பூமியையும் மேகத்தையும் இதயத்தையும் மனதையும் காலையையும் மாலையையும் மற்றும் அனைத்து கடவுள்களையும் அழைத்து, குடும்ப வாழ்க்கை வாழ்ந்த மனிதராக இருந்த ஒருவர் சந்நியாசியாக மாறுவதற்கு சாட்சியாக இருக்கும்படி வேண்டுகோள் விடுக்கப்படும். அதனைத் தொடர்ந்து காயத்திரி மந்திரம், பிரைசா மந்திரம் உள்ளிட்ட பல மந்திரங்கள் ஓதப்படும். பிரைசா மந்திரத்தை மூன்று மாறுபட்ட சுருதியில் பாடவேண்டும். அதன்பின்னர் ஆற்றில் இறங்கி, இடுப்பளவு தண்ணீரில் நின்றுகொண்டே, ஒருசில சபதங்களையும் உறுதியேற்புகளையும் செய்ய வேண்டும்.

இவற்றையெல்லாம் செய்துமுடித்தபிறகு, மகாபுருசராக இருந்த ஒருவர், சந்நியாசியாகிவிட்டதாக அறிவிக்கப்படும். இனிமேல் உலகத்தைப் பொறுத்தவரையில் அவர் இறந்துவிட்டார்.

அதன்பிறகு இறுதியாக மூன்றாம்கட்ட சடங்குகள் துவங்கும். சந்நியாசி நிலையில் இருந்து நாகசாதுவாக மாற நினைப்பவர்கள் இம்மூன்றாம் கட்டத்தைத் தாண்டியே ஆகவேண்டும்.

'முன்பெல்லாம் இரண்டாம் கட்டத்திற்கும் மூன்றாம் கட்டத்திற்கும் நடுவில் பலவருட இடைவெளி இருக்கும். ஆனால், இப்போதெல்லாம் விரஜ யாகம் முடிந்த கையோடு ஒன்றிரண்டு நாட்களிலேயே மூன்றாம்கட்ட சடங்குகள் நடத்தப்படுகின்றன. உலகமே உறங்கிக்கொண்டிருக்கும் நள்ளிரவில் அகாராவின் நடுவில் இருக்கிற கீர்த்தி ஸ்தம்பா என்றழைக்கப்படும் மிக உயரமான ஒரு தூணில், சாதுவாக விரும்புகிற சந்நியாசியை நிற்கவைப்பார்கள். நான்கு மடக்குழுக்களின் மகந்துகளும் உடன் இருப்பார்கள். அவர்களுடன் மந்திரம் சொல்வதற்காக ஆச்சார்ய குருவும் வந்திருப்பார். சாதுவாக விரும்பும் சந்நியாசியின் தலையில் தண்ணீரைத் தெளித்துவிட்டு, அவருடைய ஆண்குறியை அழுத்தமாகப்பிடித்து, முழு பலத்தையும் பயன்படுத்தி குரு இழுப்பார். அதுவும் ஒருமுறையல்ல, இருமுறையல்ல. மூன்றுமுறை ஆண்குறியே கையோடு வந்துவிடுமோ என்று அஞ்சுகிற அளவுக்கு பலமாகப் பிடித்து இழுப்பார். அந்த வலியையெல்லாம் விளக்கிச்சொல்லிவிடவே முடியாது. நாம் நினைத்துப் பார்க்கவே முடியாத வலியாக இருக்கும். மிகுந்த மனவலிமை கொண்ட ஆண்களால் மட்டும் தான் அதைத் தாங்கிக்கொண்டு உயிர்பிழைக்கமுடியும்' என்றார் சிவராஜ் கிரி.

இந்த சடங்கினை 'கால் உடைப்பு' என்று அழைக்கின்றனர். சந்நியாசியின் ஆண்குறிக்கு பின்னுள்ள சவ்வுப்பகுதியை நிரந்தரமாக அறுத்துவிடும் நோக்கில் அத்தகைய 'கால் உடைப்பு' செய்யப்படுவதாக சொல்கின்றனர். அதன்மூலம், நாக சாதுவாக மாறுவதற்கு முன்னர், ஆண்மை நீக்கம் செய்வது அவசியம் என்றும் நம்புகின்றனர். ஆக, ஆண்குறியின் தன்மையை வைத்தே, உண்மையான நாகசாதுவை அடையாளம் கண்டுவிடமுடியும் என்கின்றனர். அரித்துவார் கும்பமேளா இரவில் நான் சந்தித்த

ஜூனா அகாராவின் நாகசாதுக்கள் இதனைத்தான் குறிப்பிட்டு சொன்னார்கள் என்பது பின்னர்தான் எனக்குப் புரிந்தது.

V

கும்பமேளாவுக்கு வருகைதரும் பக்தர்களின் எதிர்பார்ப்பு என்னவாக இருக்கிறது என்பதை தசநாமி அகாராக்கள் நன்கு புரிந்துவைத்திருக்கின்றனர். அவற்றை பூர்த்திசெய்தால் தான், தங்களது ஆன்மிக மையங்கள் தழைத்தோங்கும் என்பதையும் உணர்ந்துதான் இருக்கின்றனர். அதனை பூர்த்தி செய்வதும் அகாராக்களின் நிர்வாகிகளுக்கு கடினமானதாகத் தான் இருக்கிறது. 'கால் உடைப்பு' சடங்கை செய்துமுடித்தவர்கள் மட்டும் தான் தசநாமி அகாராக்களின் நிர்வாகிகளாக நியமிக்கப்படுகின்றனர். புனிதக் குளியலும் அதற்கான ஊர்வலமும் தான் கும்பமேளாவின் மீதான ஈர்ப்பு இன்றளவும் பக்தர்களிடம் தொடர்வதற்கு முக்கியமான காரணமாகும். அந்த ஈர்ப்பு குறையாமல் பார்த்துக்கொள்ள வேண்டிய கட்டாயம் அகாராக்களின் நிர்வாகிகளுக்கு இருந்துகொண்டே இருக்கிறது.

மதத்தின் மீதான நம்பிக்கையை மக்களிடம் தொடர்ச்சியாக விதைத்துக்கொண்டே இருந்தால்தான், மதம் தழைக்கமுடியும். பழங்காலத்தைப் போல அகராக்களில் சாதுக்களின் எண்ணிக்கை உயர்ந்துகொண்டிருந்தால், கும்பமேளாக்களில் பக்தர்களும் சாதுக்களும் சந்திக்கும் இயல்பான ஆன்மிக நிகழ்வுகளாக இருந்திருக்கும். ஆனால், அகாராக்களுக்கு சாதுக்களின் வரத்தும் குறைந்திருக்கிறது, அரசியல் ஆதாயத்திற்காக பலவித நாடகங்களை அரங்கேற்றும் மேடையாக கும்பமேளாக்கள் மாறியிருக்கின்றன. இவ்விரண்டு காரணங்களினால் தான், தசநாமி அகாராக்களை வேறுமாதிரியான முடிவுகளை எடுக்கத்தூண்டியிருக்கின்றன. அதனால், கும்பமேளாவில் பெருங்கூட்டத்தைக் கொண்டிருப்பதாக ஒரு போலியான பிம்பத்தைக் கட்டமைக்கவேண்டியிருக்கிறது. ஆன்மிகத்தின் பேரில் நாடகமும் நடிப்புமாகத் தான் கும்பமேளாக்களில் அரங்கேற்றப்படுகின்றன. அதனால் அகாராக்களிலும் கும்பமேளாக்களிலும் ஏற்பட்டிருக்கிற மாற்றங்களை

சகித்துக்கொண்டு புதுவகையான வாழ்க்கைக்குத் தயாராக இருக்கவேண்டியிருக்கிறது.

இந்த விளையாட்டுகளில் எல்லாம் கலந்துகொள்ள விரும்பாத நாகசாதுக்களும் இருக்கத்தான் செய்கின்றனர். அவர்களை மூன்று வகையாகப் பிரித்துவிடலாம். இந்த புதிய ஆன்மிக உலகில் தனக்கென ஓரிடத்தைக் கண்டுபிடிக்கமுடியாமல் இருப்பவர்கள் முதல் வகை. உண்மைக்கு மாறாக ஒரு நாடகத்தை நடத்திக் கொண்டிருப்பவர்களாலேயே புறக்கணிக்கப்படும் நாகசாதுக்கள் இரண்டாவது வகைப்படுவர். உலகின் எல்லா தவறுகளுக்கும் அகாராக்களே காரணம் என்று குற்றஞ்சாட்டுவதோடு அவர்கள் நின்றுவிடுகிறார்கள். வாழ்க்கையின் உண்மையான பொருளைக் கண்டறிவதற்காகவே நாகசாதுவாகி, பின்னர் கள உண்மையைப் பார்த்து கவலையும் மனஉளைச்சலும் அடைந்தவர்கள் தான் மூன்றாம் வகையினர்.

‘கும்பமேளாவின் பொலிவெல்லாம் காணாமல் போய், வெறும் காலி பாத்திரமாகி பலகாலம் ஆகிவிட்டன’ என்றார் ‘கால் உடைப்பு’ செய்யப்பட்ட ஜூனா அகாராவைச் சேர்ந்த ஆனந்த கிரி என்கிற நாக சாது.

‘இதெல்லாம் புரியத் துவங்கியபோது, கோபமும் வலியும் தான் எனக்கு வந்தது. ஆனால் அதுகுறித்தெல்லாம் இப்போது யார் கவலைகொள்கிறார்கள்? கும்பமேளாவில் நடத்தப்படும் நாடகத்தில்தான் எல்லோரும் பரபரப்பாக இயங்கிக் கொண்டிருக்கின்றனர். ஒருசிலர் அந்த நாடகத்தை நடத்துகிறார்கள். வேறு சிலரோ அந்த நாடகத்தில் பங்கெடுக்கிறார்கள். ஆன்மிகத் தத்துவங்கள் ஏதும் அகாரர்களிடம் மிச்சமிருப்பதாகவும் எனக்குத் தெரியவில்லை. அப்படியான சூழலில், இளைஞர்களெல்லாம் எப்படி இவர்களுடன் கைகோர்ப்பார்கள்? நான் கடைசியாக 2001ஆம் ஆண்டில் அலகாபாத்தில் நடந்த கும்பமேளாவில் தான் கலந்துகொண்டேன். அதன்பிறகு எனக்கு வெறுத்துப் போய்விட்டது. அப்போதிலிருந்து எந்த கும்பமேளா நிகழ்வுக்கும் நான் செல்வதில்லை’ என்றார்.[6]

நிரந்தரமாக ஒரு வசிப்பிடம் இல்லாமல், ஊர் ஊராக சுற்றித்திரியும் சந்நியாசியான ஆனந்த கிரியை 2013ஆம் ஆண்டு அலகாபாத் கும்பமேளா முடிந்த ஒருசில வாரங்கள்

கழித்து உத்தரகாண்டின் இமாலய நகரமான ஜோஷிமத்தில் சந்தித்தேன். உண்மையான நாகசாதுக்களின் எண்ணிக்கை குறைந்துகொண்டே வருகிறது என்பதே அவர்களுடைய முக்கியக் கவலையாக இருந்தது.

அகாராக்களைப் பொறுத்தவரையில், தங்களது உண்மையான பிரச்சனைகளை வெளிப்படையாகப் பேசுவதை அவர்கள் விரும்பவில்லை. எப்போதும் போல இரகசியமாகவும் ஒளிவுமறைவுடனேயே பிரச்சனைகளை அவர்களுக்குள்ளேயே வைத்துக்கொண்டு, வெளியில் இருப்பவர்களின் கவனத்தை வேறொரு பக்கமாக திசைதிருப்புவதிலேயே அகாராக்கள் அதிக கவனம் செலுத்துகின்றன. அகாராக்களை உயிர்ப்புடன் வைத்திருப்பதற்காக அவர்கள் கடுமையாகப் போராடுகிறார்கள் என்பதும் உண்மைதான். ஆனால் அதற்காக அவர்கள் அதிகமாகப் போராடப்போராட, அவர்களுடைய பிரச்சனைகளும் பெரிதாகின்றன. நம்மை மூழ்கடிக்கவரும் அலையை எதிர்த்து முன்னோக்கி நகர்ந்து, அந்த அலையுடன் மோதினால், தப்பியோடுவதைவிடவும் வெகுவிரைவிலேயே அந்த அலைகள் நம்மை மூழ்கடிக்கும் தானே. அப்படியான நிலையில் தான் அகாராக்களின் வாழ்வா சாவா போராட்டமும் இருக்கிறது. தற்போது இருள் சூழ்ந்த கலியுகத்தில் நாம் வாழ்வதாகவும், அதனால் தான் நாக சாதுக்களாவதற்கு புதிதாக யாரும் வருவதில்லை என்றும் கலியுகத்தின் மீது குற்றஞ்சாட்டுகின்றனர்.

'இந்த கலியுகம் இருக்கிறதே, அது தான் ஆன்மிக வாழ்க்கையையும் பாதிக்கிறது, குடும்ப வாழ்க்கையையும் பாதிக்கிறது. ஒரு அகாரா விடாமல், அனைத்திலும் நாக சாதுக்களின் எண்ணிக்கை குறைந்துகொண்டே இருக்கிறது. 1925 வரையிலும் மகாநிர்வானி அகாராவில் 30000 நாக சாதுக்கள் இருந்தனர். அதன்பின்னர் அந்த எண்ணிக்கை குறையத் துவங்கிவிட்டது. இப்போதோ அந்த எண்ணிக்கை மிகமிகக் குறைவாக இருக்கிறது' என்கிறார் மகாநிர்வானி அகாராவின் செயலாளராக இருக்கும் இரவீந்திர பூரி.

மகாநிர்வானி அகாராவில் இன்றைக்கு இருக்கிற சாதுக்களின் எண்ணிக்கையைக் கேட்டுப்பார்த்தேன். ஆனால் அதற்கு பதில் சொல்லாமல் அவர் தவிர்த்துவிட்டார்.[7]

ஆயினும், கும்பமேளாதான் அதிகமான இந்துக்களை ஈர்க்கும் நிகழ்வாக இருக்கிறது என்றும், அதற்கு நாகசாதுக்களின் எண்ணிக்கை மிகமுக்கியம் என்றும், நாகசாதுக்களின் வருகையை எப்படியாவது அதிகப்படுத்திவிடமுடியும் என்றும் அகாராக்கள் நம்புகின்றன. ஊடகங்களிலும் பொது இடங்களிலும் பெருமிதத்தோடும் முகங்காட்டிப் பேசினாலும், அவர்களது உண்மையான நிலையை கும்பமேளாக்கள் காட்டிக்கொடுத்துவிடுகின்றன. அதிலும், ஜூனா மற்றும் நிரஞ்சனி ஆகிய தசநாமி அகாராக்களெல்லாம் தங்களை ஆக்ரோசமும் பலமும் பொருந்திய மிகப்பெரிய அகாராக்களாகக் காட்டிக்கொள்வதற்காக, போட்டிபோட்டுக்கொண்டு செய்யும் நாடகங்களெல்லாமும் கூட, அவர்களது உண்மையான நிலையை பளிச்சென்று வெளிக்காட்டிவிடுகின்றன.

கும்பமேளாவில் அதிக எண்ணிக்கையிலான நாகசாதுக்கள் பங்கெடுப்பதை உறுதிசெய்யவேண்டிய கட்டாயத்தில் அகாராக்கள் இருப்பதை ஒப்புக்கொண்டாலும், இரவீந்திர பூரி உள்ளிட்ட பல மூத்த அகாரா நிர்வாகிகளே கூட போலி சாதுக்கள் குறித்து தங்களுக்கு எதுவுமே தெரியாதது போல நடிக்கின்றனர்.

'போலி நாகசாதுக்கள் குறித்து எனக்கு எதுவுமே தெரியாது. ஆனால், அதிகமான சாதுக்களைப் பங்கெடுக்க வைப்பதில் அகாராக்களிடையே கடும்போட்டி நிலவுகிறது என்பதை மட்டும் என்னால் உறுதியாக சொல்லமுடியும். கடந்த இரண்டு மூன்று கும்பமேளாக்களாகத் தான் இந்தப் போட்டியே நடக்கிறது. முன்பெல்லாம் இப்படியான போட்டி நிறைந்த சூழலே கும்பமேளாவில் இருந்ததில்லை' என்கிறார் இரவீந்திர பூரி.

அகாராக்களில் பெரிய பதவிகளில் இல்லாத சாதுக்களிடம் சென்று, போலி சாதுக்கள் குறித்து விசாரித்தால், யாருமே எதுவுமே சொல்லத் தயாராக இல்லை. அனைவரும் அமைதிகாக்கின்றனர். உண்மையான சாதுக்களுக்கு நடுவே, அகாராக்களின் உயர் பொறுப்புகளில் இருப்பவர்களாலேயே கும்பமேளாவில் ஏராளமான போலி சாதுக்கள் புகுத்தப்பட்டு, அந்த நிகழ்வையே கேலிக்கூத்தாக்குவது குறித்து, உண்மையான சாதுக்களுக்கு எதுவுமே தெரியாது என்பதெல்லாம்

நம்பும்படியாகவே இல்லை. அன்றாட வாழ்க்கையை ஓட்டுவதற்கு அகாராக்களையே நம்பியிருக்க வேண்டிய சூழலால் தான், உண்மையான சாதுக்களெல்லாம் அதிகாரத்தை எதிர்த்துப் பேசுவதற்குத் தயாராக இல்லை.

எது எப்படியிருந்தாலும், நாக சாதுக்களின் எண்ணிக்கை குறைந்துகொண்டே வருகிறது என்பது மறுக்கமுடியாத உண்மையாக நமக்குத் தெரியவருகிறது.

இந்தியாவில் மன்னராட்சி இருந்த காலகட்டத்தில், இந்துமன்னர்களும் முஸ்லிம் மன்னர்களும் மாறிமாறி, அகாராக்களை மொத்தமாக விலைபேசி போருக்கு சண்டையிடுவதற்காக அழைத்துச்சென்றனர். அதனால் சமூகத்தில் கடைநிலையில் வாழ்ந்துகொண்டிருந்த வடஇந்தியாவைச் சேர்ந்த இளைஞர்கள் அக்காலகட்டத்தில் சாதுக்களாக மாறி, அகாராக்களில் இணைவதற்கு ஆர்வமாக இருந்தனர். ஆங்கிலேய ஆட்சியின் துவக்க காலத்தில் கூட, ஆயுதந்தாங்கிய பல சாதுக்கள், பணம் வாங்கிக்கொண்டு போருக்கும் சண்டைக்கும் சென்றுகொண்டிருந்தார்கள். கிழக்கிந்தியக் கம்பெனியுடைய ஆட்சியின்கீழ் இல்லாத வட இந்தியப் பகுதிகளில் எல்லாம், அத்தகைய நாக சாதுக்களின் எண்ணிக்கை அதிகமாகவே இருந்தது.

ஆங்கிலேயர்களின் வருகைக்கு முன்னர் இந்தியாவில் இருந்த பல மன்னர்கள் ஒருவருக்கொருவர் சண்டையிடும் போது, குண்டர்ப்படையினை அகாராக்களிடம் வாடகைக்கு எடுப்பார்கள். ஆனால், ஆங்கிலேயர் ஆட்சியின்கீழ் ஒட்டுமொத்த இந்தியாவும் வரத்துவங்கியதும், உள்ளூர் மன்னர்களுக்கிடையில் சண்டைகள் குறைந்தன. அதனால் அகாராக்களின் குண்டர்ப்படையின் தேவையும் இல்லாமல் போனது. ஆங்கிலேயர்கள் ஆட்சியில் இருக்கும் காலத்தில், எந்த மன்னருக்குக் கீழும் இல்லாமல், ஆயுதங்களை வைத்துக்கொண்டு அகாராக்களால் தாக்குப்பிடிப்பது கடினமாக இருந்தது. 1922இல் ஜெய்பூரில் உள்ள பாழடைந்த கோவிலில் ஏராளமான பழைய ஆயுதங்கள் இருந்ததை ஜேன். என்.ஃபர்க்குகர் என்பவர் கண்டுபிடித்தார். அகாராக்களின் பின்னணியை வைத்துப்பார்க்கையில், கோவில்களில் ஆயுதங்கள் கண்டெடுக்கப்பட்டதெல்லாம் ஆச்சர்யமான

செய்தியே இல்லை.⁸ 1951ஆம் ஆண்டு ஜி.எஸ்.குர்யே என்பவரும் பல அகாராக்களில் இதுபோன்று ஆயுதங்கள் துருப்பிடித்துக் கிடந்ததைக் கண்டுபிடித்துக் குறிப்பிட்டிருக்கிறார்.⁹

ஆங்கிலேயர் ஆட்சிக்காலத்தில், உள்ளூர் குறுநில மன்னர்களும் பண்ணையார்களும் தங்களது பாதுகாப்பிற்கும் அவ்வப்போது நடைபெறுகிற உள்ளூர் சண்டைகளுக்கும் சாதுக்களை வாடகைக்கு எடுத்திருக்கின்றனர். இருபதாம் நூற்றாண்டின் துவக்கம் வரையிலும், ஆயுதங்களை தூக்கிக்கொண்டு நாடுமுழுவதும் சாதுக்கள் சுற்றிவந்திருக்கிறார்கள் என்றும், யார் அழைத்தாலும் காசுவாங்கிக்கொண்டு சண்டைக்கு சென்றிருக்கிறார்கள் என்றும் ராபர்ட் லீவிஸ் கிராஸ் என்பவர் தன்னுடைய குறிப்பில் எழுதிவைத்திருக்கிறார்.¹⁰ நாடு முழுவதிலும் கூட்டங்கூட்டமாக பயணித்து, ஆங்காங்கே கூடாரங்கள் அமைத்துத் தங்கி, தசநாமி நாக சாதுக்கள் வாழ்ந்திருப்பதாகவும், அவர்கள் தங்குமிடங்களில் எல்லாம் உள்ளூர் குறுநிலமன்னர்களும் பண்ணையார்களும் அவர்களுக்கு உணவும் பரிசுப்பொருட்களும் கொடுத்திருக்கின்றனர் என்றும் குறிப்பிட்டு எழுதியிருக்கிறார் ரோடரிக் நீல் என்பவர்.¹¹ சுதந்திர இந்தியாவில் மன்னராட்சி முறையும் முடிவுக்கு வந்தது. ஜமீந்தார் முறையும் ஒழிக்கப்பட்டுவிட்டது. அதனால் சுதந்திர இந்தியாவில் பெருங்கூட்டமாக அகாராக்களால் நாடு முழுவதும் சுற்றித்திரிவது கடினமாக மாறியது. அப்படியே திரிந்தாலும், அவர்களுக்கான வேலைவாய்ப்பும் சுதந்திர இந்தியாவில் இருக்கவில்லை. போரும் சண்டையும் தானே மன்னராட்சி காலத்தில் அவர்களுக்கு வேலைவாய்ப்பாக இருந்துவந்தது. அதற்கெல்லாம் சுதந்திர இந்தியாவில் வாய்ப்பே இல்லையே.

அந்தக் காலகட்டத்திலும் கூட துறவறத்தைத் தழுவி சாதுக்களாக மாறுவதற்கு ஒருசிலர் வரத்தான் செய்திருக்கின்றனர். ஆனால், சுதந்திரத்திற்கு முன்பிருந்தது போல, அதிக எண்ணிக்கையில் புதிய சாதுக்கள் வரவில்லை. மிகமுக்கியமாக, கங்கையாற்றைச் சுற்றியுள்ள கங்கைச் சமவெளிப் பகுதியில் வாழ்ந்த ஏழை எளிய குடும்பங்களில் இருந்துதான், வறுமை காரணமாக துறவறம் பூண்டு சாதுக்களாக அகாராக்களுக்கு முன்பெல்லாம் வந்திருக்கின்றனர். குடும்பம், குழந்தை, சாதி, கிராமம் என்று இயல்பாக வாழ்கிற வாழ்க்கையில் வெறுப்படைந்தும்

அப்பகுதிகளில் இருந்து சாதுக்களாக மாறியிருக்கின்றனர். உலக வாழ்க்கையின் பிரச்சனைகளை எதிர்கொள்ள முடியாதவர்களுக்கு, அதிலிருந்து தப்பிப்பதற்கான எளிய வழியாகவும் துறவறம் இருந்திருக்கிறது. சாது வாழ்க்கை என்பது முற்றிலும் துறக்கப்பட்ட ஒரு வாழ்க்கையென்றாலும் கூட, அதிலும் பல நன்மைகள் இருக்கவே செய்தன. நிலையான பொருளாதாரப் பாதுகாப்பினை துறவறம் வழங்கியது. சிலசமயங்களில், மற்ற தொழில்களைவிடவும் அதிகமான வருமானத்தைக் கூட துறவறம் வழங்கியது என்றே சொல்லலாம். இன்னும் சொல்லப்போனால், பிழைப்பதற்கான வழிகளைக் கொண்டிருப்பதாலேயே பலரும் துறவறத்தைத் தேர்ந்தெடுக்கிறார்கள் என்றும், அதனை மறைப்பதற்காகவே ஆளுக்கொரு தத்துவார்த்த காரணங்களை சொல்லிக்கொண்டிருக்கிறார்கள் என்றும் கிராஸ் தெரிவிக்கிறார்.[12]

ஆனால், கடந்த சில பத்தாண்டுகளில் அதிவேகமான பல மாற்றங்கள் நிகழ்ந்திருக்கின்றன. நகரமயமாக்கலினாலும், நவீனக் கல்வியென்பது பரவலாக பலருக்கும் கிடைக்கத் துவங்கியதாலும், வேலைவாய்ப்புகள் அதிகரித்திருக்கின்றன. வாழவே வழியில்லாத நிலையில் சாதுவாக மாறிக்கொண்டிருந்த அடித்தட்டுக் குடும்பங்களுக்கும், அவர்கள் சார்ந்திருக்கும் சமூகக் குழுக்களுக்கும் வாழ்வதற்கான புதிய வழிகள் திறந்திருக்கின்றன. ஆகவே, சாதுவாகவேண்டும் என்று ஏராளமானோர் ஆசைப்படுமளவுக்கு அதில் பெரிய கவர்ச்சியோ, ஈர்ப்போ, வருமான வழிமுறைகளோ முன்னொருகாலத்தில் இருந்ததைப் போன்று இல்லை என்பதைப் பலரும் உணரத் துவங்கிவிட்டனர்.

நாக சாதுக்களின் எண்ணிக்கை குறைந்துகொண்டிருப்பது இருபதாம் நூற்றாண்டின் மத்தியிலேயே அகாராக்களுக்கு கவலைதருவதாக இருந்தபோதும், இருபத்தியோராம் நூற்றாண்டை நெருங்கும் வேளையில்தான் அதன்பாதிப்பை பெரிதாக உணரத்துவங்கினர். அதே காலகட்டத்தில்தான், போலி சாதுக்களை வாடகைக்கு எடுக்கிற வழக்கமும் அதிகரித்தது. முன்னரெல்லாம் இங்கொன்றும் அங்கொன்றுமாக கும்பமேளாக்களில் இருந்த போலிசாதுக்களின் எண்ணிக்கை, இப்போதெல்லாம் அதிவேகமாக உயர்ந்திருக்கிறது.

பொதுமக்களிடையே தங்களுக்கான மரியாதையையும் பிம்பத்தையும் தக்கவைத்துக்கொள்ள வேண்டிய அவசியம் அகாராக்களுக்கு ஏன் ஏற்பட்டது? இந்த காலகட்டத்தில் தான் அகாராக்கள் மீதும் சாதுக்கள் மீதும் ஊடகவெளிச்சம் அதிகமாக பாய்ச்சப்பட்டது. கும்பமேளா என்பதே ஒரு மதநிகழ்வாகவே தொடர்ந்து நடைபெற்றுவந்தபோதும், 2001ஆம் ஆண்டு அலகாபாத்தில் நடைபெற்ற கும்பமேளாவில்தான் முதன்முதலாக சர்வதேச ஊடக வெளிச்சம் அதிகமாக அந்நிகழ்வுக்குக் கிடைத்தது. ஒரு மாதகாலத்திற்கு கும்பமேளா குறித்த சிறப்புத் தொடர் நிகழ்ச்சியினை பிபிசி தொலைக்காட்சி ஒளிபரப்பியது. உள்ளூர்ப் பத்திரிக்கையாளர்கள் முதல் உலகசெய்தியாளர்கள் வரையிலும், ஒலிவாங்கியையும் புகைப்படக் கருவிகளையும் படப்பிடிப்பு சாதனங்களையும் தூக்கிக்கொண்டு இங்குமங்குமாக அலைந்து திரிவதைப் பார்க்க முடிந்தது.[13] அது கும்பமேளா நிகழ்வுக்கே புதிதாக இருந்தது. கும்பமேளாவின் புனிதக் குளியல்கள் நடைபெற்ற நாட்களில், புனிதக்குளியலில் பங்கெடுக்கவும் பார்வையிடவும் கூடியிருந்த கூட்டத்தைக் கணக்கெடுப்பதற்காக கின்னஸ் சாதனை நிறுவனத்தில் இருந்தெல்லாம் கூட ஆட்கள் வந்திருந்தார்கள்.

கும்பமேளாவை திடீரெனக் கண்டுபிடித்தது போன்று, ஊடகங்கள் அதிக கவனம் செலுத்தத் துவங்கும் முன்னரெல்லாம், தங்களுடைய பிம்பத்தைக் கட்டிக்காக்க வேண்டிய அவசியம் அகாராக்களுக்கு பெரிதாக இருக்கவில்லை. தங்களுடைய கடந்தகாலப் பெருமைகளை எல்லாம்கூட அவர்கள் பெரியளவில் விளம்பரப்படுத்திக் கொள்ளவேண்டிய அவசியமும் இருக்கவில்லை. ஆனால், ஊடகவெளிச்சமும் அரசியல் பார்வையும் அளவுகடந்து அவர்கள்மீது படத்துவங்கியதும், அகாராக்களிடையே போட்டியும், அப்போட்டியில் வெல்லவேண்டிய நெருக்கடியும் அவர்களுக்கு ஏற்பட்டது. தசநாமி அகாராக்களில் அங்கம் வகிக்கும் பல அகாராக்களால் அந்தப் போட்டியில் கலந்துகொள்ளாமல் தப்பிக்கவே முடியவில்லை. கும்பமேளாவை முன்னிறுத்தி அகாராக்கள் செய்கிற இத்தகைய ஊழல்களின் பாதிப்புகளை அளவிடுவதென்பது இப்போதைக்கு சாத்தியமே இல்லை. அகாராக்களுக்கு பல பெரிய அரசியல் மற்றும் அதிகார மையங்களில் இருந்தெல்லாம் பாதுகாப்பும் ஆதரவும்

கிடைப்பதை வைத்துப் பார்த்தால், அவர்கள் செய்கிற ஊழலை ஆய்வு செய்வதெல்லாம் முடியாத காரியமென்பது தெளிவாகவே தெரிகிறது.

VI

சாதுக்களின் நிர்வாண ஊர்வலமெல்லாம் இயல்பாகவோ அல்லது இயற்கையாகவோ நடைபெறாமல், பணத்தாலும் அதிகாரத்தாலும் தான் தீர்மானிக்கப்பட்டு நடந்துவருகிறது என்பதற்கு போதுமான ஆதாரங்கள் இருக்கின்றன. இருப்பினும் கும்பமேளா நிகழ்வின் போது, நாக சாதுக்களை ஆடை அணிந்துகொண்டு ஊர்வலமாக வரவைப்பதற்காக, பல தரப்பிலிருந்தும் எடுக்கப்பட்ட பல்வேறு முயற்சிகளை தசநாமி அகாராக்கள் கடுமையாக எதிர்த்தே வந்திருக்கின்றன. 'மேளாவின் மன்னர்கள்' என்று மெக் க்ளேன் கூறியதைப் போல, ஊர்வலங்கள் தான் அவர்களுடைய கடந்தகால போர்ப்பெருமைகளை வெளிக்காட்டுவதற்கு இன்றைக்கு அவர்களிடம் இருக்கும் ஒரேவழிமுறை. அலங்காரங்களை செய்துகொண்டு, மாலைகளை அணிந்துகொண்டு, ஆயுதங்களைக் கையில் ஏந்திக்கொண்டு, புனிதக்குளியலுக்காக அவர்கள் நடந்துவரும்போது, கடந்தகாலத்தில் உலகையே கட்டி ஆண்ட பெருமையைக் கொண்டவர்களைப் போன்ற ஒரு மாய பிம்பத்தை, பார்க்கிறவர்களுக்கு நிச்சயமாகக் கொடுக்கும். அதுதான் நாகசாதுக்களுக்கும், அவர்கள் சார்ந்திருக்கும் அகாராக்களுக்கும் மிக அவசியமானதாக இருக்கிறது. அவர்கள் நிர்வாணமாக ஊர்வலம் செல்லும்போது, அருகே சுற்றி நின்றும், தொலைதூரத்தில் தொலைக்காட்சிகளின் வழியாகவும் பார்க்கிற கோடிக்கணக்கானவர்களும் சாதுக்களின் செயல்களை அங்கீகரித்து மரியாதை செலுத்துகிறார்கள் என்பதுவே அகாராக்களின் முயற்சிகளுக்கு கிடைக்கும் வெற்றியாகும்.

வரலாறு முழுக்கவே நிர்வாண சாமியார்களின் அணிவகுப்பென்பது, ஒரு சர்ச்சைக்குரிய பிரச்சனையாகவேதான் இருந்து வந்திருக்கிறது. 1840ஆம் ஆண்டில், பொது கண்ணியத்தை நிலைநாட்டுவதற்காக பொதுவெளியில் நிர்வாணமாக வலம்வருவதைத் தடைசெய்து சட்டம் இயற்றியது ஆங்கிலேய

அரசு. ஆனால் மத சடங்குகள் நடக்கும் இடங்களில் அச்சட்டம் பொருந்துமா என்பது குறித்து தெளிவாக அதில் ஏதும் சொல்லப்படவில்லை. காலனியாதிக்கவாதிகளும் கூட சாதுக்களின் நிர்வாண ஊர்வலத்தை தடைசெய்யாமல் தான் இருந்திருக்கின்றனர்.[14] மதப்பழக்கவழக்கங்களில் அதிகமாகத் தலையிட்டால், அது அரசுக்கு எதிரான தேவையில்லாத எதிர்ப்பினை பொதுச்சமூகத்திடம் உருவாக்கிடலாம் என்பதை முன்கூட்டியே யோசித்துதான் அவ்வாறு கண்டுகொள்ளாமல் இருந்திருக்கக்கூடும்.

'நிர்வாண சாமியார்களின் ஊர்வலத்தை தடுத்துநிறுத்தும் நோக்கில், ஆங்கிலேயர்களை பதிப்பாசிரியர்களாகக் கொண்ட பத்திரிகைகளில், அவ்வப்போது ஏதாவது கட்டுரைகள் வெளியாகிக் கொண்டே தான் இருந்தன. உள்ளூர் அரசு நிர்வாகத்தில் மனுக்களைக் கூட அவர்கள் கொடுத்துப்பார்த்தார்கள். ஆனால், அந்த மனுக்களை எல்லாம் அரசு அதிகாரிகள் பெரிதாகக் கண்டுகொள்ளவில்லை. கும்பமேளா காலகட்டத்தில், பாதுகாப்பை உறுதிசெய்வதிலும், சுகாதாரத்தை ஒழுங்குபடுத்துவதிலும் மட்டுமே தான் உள்ளூர் அரசு அதிகாரிகள் கவனம் செலுத்திவந்தனர்' என்று எழுதியிருக்கிறார் மெக் க்ளேன்.[15]

ஆங்கிலேய நிர்வாகத்திற்கும் நாக சாதுக்களுக்கும் இடையிலான பிரச்சனையாக மட்டுமல்லாமல், ஆடை அணியாமல் இருப்பதென்பது, பல்வேறு அகாராக்களுக்கு இடையிலான பிரச்சனையாகவும் இருந்தது. தசநாமி அகாராக்களைச் சேர்ந்த நாக சாதுக்கள் மட்டும் தான் நிர்வாணமாக ஊர்வலங்களில் வலம் வருகிறார்கள். அதனை தங்களுக்கு மட்டுமே சொந்தமான பெருமையாகவும் அவர்கள் நினைத்து பாதுகாக்கிறார்கள். 1861 மற்றும் 1872ஆம் ஆண்டுகளில் நடைபெற்ற கும்பமேளா நிகழ்வுகளில், சீக்கிய மதப்பின்புலத்தைக் கொண்ட நிர்மல் அகாராவைச் சேர்ந்த நாகசாதுக்கள், தாங்களும் நிர்வாணமாக நடந்துவருவோம் என்று கூறினார்கள். அதனை ஒருபோதும் அனுமதிக்கமுடியாது என்றும் நாங்கள் மட்டுமே நிர்வாணமாக ஊர்வலத்தில் நடைபோடுவோம் என்றும் தசநாமி அகாராக்கள் சண்டையில் இறங்கினர். பிரச்சனையை அமைதியாக முடிக்கவேண்டும் என்று மட்டுமே விரும்பிய ஆங்கிலேய அதிகாரிகள், தசநாமி அகாராக்களுடன் சேர்ந்துகொண்டு,

நிர்மல் அகாராவின் சாதுக்களை நிர்வாணமாக நடைபயணம் செல்ல அனுமதிக்கவில்லை. அச்சண்டை குறித்து, நாசிக் நகரின் பழைய ஆவணங்களில் விரிவான குறிப்புகள் இருக்கின்றன.[16]

பல இடையூறுகளையும் தாண்டி, நிர்வாண ஊர்வலங்கள் மட்டும் எப்போதும் தடையின்றி நடைபெற்றுக் கொண்டேதான் இருந்தன. இந்தியா விடுதலை பெற்ற பின்னர், நிர்வாண ஊர்வலம் குறித்த விவாதம் மீண்டும் துவங்கியது. 1954ஆம் ஆண்டு அலகாபாத் கும்பமேளாவில் நூற்றுக்கணக்கானோர் கும்பலில் சிக்கி இறந்த நிகழ்வைத் தொடர்ந்து, கும்பமேளா மீண்டும் பேசுபொருளானது. அதனை விசாரிக்க ஒரு குழு அமைக்கப்பட்டது. தசநாமி அகாராக்களின் நிர்வாண ஊர்வலத்திற்காக மிகப்பெரிய அளவிலான பணம் செலவாவது குறித்து அவ்விசாரணைக்குழு கவலைதெரிவித்தது.[17] அதனால் நிர்வாண ஊர்வலங்களை தடைசெய்யவேண்டும் என்று அரசுக்கு கும்பமேளா துன்பியல் விசாரணைக்குழு பரிந்துரைத்தது.

> ‘இறுதியாக, இதுபோன்ற ஊர்வலங்களில் நிர்வாண சாதுக்கள் நடந்துசெல்வதை முற்றிலுமாக தடைசெய்யவேண்டும் என்று பரிந்துரைக்கும் முடிவுக்கு நான் வந்திருக்கிறேன். யோகியாக மாறிய ஒருவர், இவ்வுலகில் இருக்கும் அனைத்தையும் முற்றிலுமாகத் துறந்துவிட்டு, ஆடைகூட தேவையில்லை என்கிற முடிவுக்கு வந்தபின்னர், ஆடை அணியாமல் நிர்வாண நிலைக்கு செல்கிறார். அந்த நிலையை அடையும் ஒரு யோகியை திகம்பரர் என்கிறோம். அதனை மேன்மையான ஒரு இலக்காகப் பார்க்கிறோம். ஆனால், ஒரு உண்மையான திகம்பரர், இதுபோன்று ஊர்வலமாக சுற்றிக்கொண்டு விளம்பரம் தேடிக்கொண்டிருக்கமாட்டார்’ என்று அவ்விசாரணக்குழுவின் அறிக்கையில் எழுதப்பட்டிருக்கிறது.[18]

இதனை உணர்ந்து தாங்களாகவே முன்வந்து நிர்வாண ஊர்வலங்களைக் கைவிடுமாறு நாகசாதுக்களையும் அகாராக்களையும் அவ்விசாரணைக்குழு கேட்டுக்கொண்டது.

‘இதுபோன்ற ஒரு ஆடம்பர நிகழ்வினை நீங்களாகவே கைவிட்டு, எளிமையாக ஆடையணிந்துகொண்டு, அமைதியாக ஆற்றை

நோக்கி, முன்னொரு காலத்தில் சாதுக்கள் நடந்துசென்றதைப் போல செல்லுமாறு பரிந்துரைக்கிறேன்' என்று நேரடியாகவே அகாராக்களிடமும் நாகசாதுக்களிடமும் கோரிக்கை வைத்தது அவ்விசாரணைக்குழு.[19]

ஆனால், விசாரணைக்குழுவின் கோரிக்கைகளையும் பரிந்துரைகளையும் அரசும் காதுகொடுத்து கேட்கவில்லை, அகாராக்களும் கண்டுகொள்ளவில்லை. 1954ஆம் ஆண்டு பல உயிர்களை பலிகொடுத்த அலகாபாத் கும்பமேளாவிற்குப் பிறகு, 1960ஆம் ஆண்டில் அலகாபாத் அர்த்தகும்பமேளா நடைபெறவிருந்தது. அந்த அர்த்த கும்பமேளா நெருங்கிக்கொண்டிருந்த வேளையில் விசாரணைக்குழுவின் அறிக்கைக்கு அரசு கொடுத்த மரியாதையை அறிந்துகொள்ள முடிந்தது. அர்த்த கும்பமேளா துவங்குவதற்கு இரண்டு ஆண்டுகளுக்கு முன்னதாக, நாகசாதுக்கள் கொடுத்த அழுத்தத்தின் பேரில் உத்தரப்பிரதேச அரசு வேறொரு குழுவினை அமைத்தது. அகாராக்களுக்கு காலங்காலமாக இருக்கிற உரிமைகள் குறித்து விசாரித்து, அந்த புதிய குழு ஒரு புதிய அறிக்கையைத் தயார் செய்தது. ஆனால், உண்மையிலேயே, அதற்கு முன்னதாக நியமிக்கப்பட்ட முதல் விசாரணைக்குழுவின் எந்த பரிந்துரையையும் எவரும் அமல்படுத்திவிடக்கூடாது என்கிற எண்ணத்தில் உருவாக்கப்பட்டதுதான் இந்த இரண்டாவது விசாரணைக்குழு. அக்குழு தயாரித்து உத்தரப்பிரதேச அரசுக்குக் கொடுத்த அறிக்கையை பொதுமக்கள் பார்வைக்கு வெளியிடவே இல்லை. அதற்கு பதிலாக, 1958ஆம் ஆண்டு நவம்பர் மாதம் 14ஆம் தேதியன்று, உத்தரப்பிரதேச அரசு ஒரு அறிவிப்பை மட்டும் வெளியிட்டது. அதன்படி, நிர்வாணமாக ஊர்வலங்கள் செல்வது சாதுக்களின் அடிப்படை உரிமை என்று குறிப்பிடப்பட்டிருந்தது.

> 'அலகாபாத் கும்பமேளாவின் போதும், அர்த்த கும்பமேளாவின் போதும், திரிவேணி சங்கமத்தில் ஆடையில்லமால் ஊர்வலம் சென்று குளிப்பது அகாராக்களின் பாரம்பரிய, மதரீதியான வழக்கமாகும். அது குறித்து விசாரிக்க வேண்டும் என்று கூறிய முந்தைய விசாரணைக் குழுவின் பரிந்துரையை ஏற்றுக்கொள்ளவோ, அகாராக்களின் உரிமைகளில்

தலையிடுவதோ கூடாது. [...] அதனால், நிர்வாணமாக திரிவேணி சங்கமத்திற்கு சாதுக்கள் செல்வதிலோ, அங்கே அவர்கள் நிர்வாணமாக குளிப்பதிலோ யாரும் தலையிடவே கூடாது' என்று உத்தரப்பிரதேச அரசு அறிவிப்பொன்றை வெளியிட்டது.[20]

முந்தைய விசாரணைக்குழுவின் விரிவான அறிக்கையைப் புறந்தள்ளிவிட்டு, இதுபோன்ற அறிவிப்பினை அரசே வெளியிட்டது தவறான ஒரு முன்னுதாரணமாகும் என்று ஒருசில ஊடகங்கள் அப்போதே சுட்டிக்காட்டின.

'கும்பமேளாவிலும் அர்த்தகும்பமேளாவிலும் சாதுக்களுக்கு கொடுக்கப்பட வேண்டிய உரிமைகள் குறித்து விசாரித்து, ஒரு அறிவிப்பை வெளியிடுவதற்கு உத்தரப்பிரதேச அரசைத் தூண்டிய காரணங்கள் எவையெனத் தெரியவில்லை. ஆனால் நியாயமான காரணங்கள் இருப்பதற்கான வாய்ப்பே இல்லை' என்று 1958ஆம் ஆண்டு நவம்பர் 21ஆம் தேதியன்று, அம்ரித பசார் பத்ரிகா என்கிற இதழில் கடும் விமர்சனத்துடனான ஒரு கட்டுரை வெளியாகி இருக்கிறது.

அரசே முடிவெடுத்து அறிவித்துவிட்டதால், அந்த விமர்சனங்களெல்லாம் கண்டுகொள்ளப்படவில்லை. நாக சாதுக்களை ஆடை அணியவைப்பதற்கு எடுக்கப்பட்ட ஒரேயொரு முயற்சியும் தோல்வியில் முடிந்தது. அனைத்து விமர்சனங்களையும் உடைத்தெறிந்து, 1960இல் நடைபெற்ற அர்த்தகும்பமேளாவிலும், அதற்கடுத்து நடைபெற்ற அனைத்து கும்பமேளாக்களிலும் ஆடையின்றி நிர்வாணமாகத் தான் ஊர்வலம் நடத்தி வந்திருக்கின்றனர் நாக சாதுக்கள்.

5. நாவல் மரமும் நாக சாதுவும்

அது ஒரு மதிய வேளை நேரம். சூரியன் உச்சத்தில் இருந்தது. வட இந்தியாவின் சமவெளிப்பகுதிகளில் இறங்கி, கங்கையின் குளிர்ந்த நீர் மெல்லப்பரவியிருந்தது. மலையும் சமவெளியும் சங்கமிக்கும் நகரான அரித்துவாரில், கங்கையாற்றின் கரையோரத்தில் விஷ்ணு படித்துறை இருக்கிறது. வழிபாட்டிற்காகவும் வேண்டுதலுக்காக கங்கையில் முங்கிக்குளிப்பதற்காகவும் அப்படித்துறையில் காலையிலேயே கூடிய கூட்டமெல்லாம் மெல்லக் குறையத் துவங்கிய வேளை அது.

கூட்டம் குறைந்து அமைதி திரும்பியதும், நூறுரூபாய் நோட்டுகள் அடங்கிய ஒரு கட்டினைக் கையிலெடுத்தார் சிவராஜ் கிரி. விஷ்ணு படித்துறையில் இருந்த நாக சாதுக்களுக்கும், கடைக்காரர்களுக்கும், பிச்சைக்காரர்களுக்கும் ஆளுக்கொரு நூறு ரூபாயைக் கொடுத்தார் சிவராஜ் கிரி. அப்படித்தான் அங்கு இருப்பவர்களுடன் சமாதானமாகப் போகமுடிந்தது என்று என்னிடம் அவர் தெரிவித்தார். அதன்மூலமே விஷ்ணு படித்துறையில் அவர் இழந்த அவரது இடத்தை மீண்டும் பெறமுடியும் என்றார்.

'எனக்கு வேறு வழியே இல்லை. அவர்களுக்கு காசு கொடுக்காமல் இருந்திருந்தால், என்னை நிச்சயமாக விரட்டி அடித்திருப்பார்கள். நான் திரும்பி வருவது அவர்களுக்குப் பிடிக்காது என்பதை நான் அறிவேன். அதனால்தான், காசுகொடுத்து அவர்களுடன் சமரசம் செய்துகொண்டேன்' என்றார்.[1]

புனித யாகம் செய்வதற்காக சிவராஜ் கிரிக்கு இருந்த அடுப்பும், அங்கு தங்கும் உரிமையும் இரண்டு ஆண்டுகளுக்கு முன்னர் அவரைவிட்டு கைநழுவிப் போய்விட்டது. தசநாமி அகாராக்களில் சிறிய அகாராவான அவகன் என்கிற அகாராவைச் சேர்ந்த சாது அவர். வெளிநாட்டு பக்தர்கள் அரித்துவாரில் இருக்கும் விஷ்ணு படித்துறைக்கு வரும்போது, சிவராஜ் கிரியின் திறமையினால் ஈர்க்கப்பட்டனர். அங்குவரும் பக்தர்கள் அனைவரும் அவரிடமே சென்றுகொண்டிருந்ததால், அவரைச் சுற்றி வாழ்ந்த மற்றவர்களெல்லாம் கடும்கோபத்தில் இருந்தனர். மிக நீண்ட தாடியும், கைவசம் பல வித்தைகளையும் கற்று வைத்திருப்பவர் என்பதால், அவரால் அங்கு வந்துசெல்லும் பக்தர்களை எளிதாக ஈர்த்துவிட முடிந்திருக்கிறது. ஒவ்வொரு கும்பமேளா நிகழ்வின் போதும், அவரை நோக்கியே அனைத்து வெளிநாட்டு பக்தர்களும் வந்திருக்கின்றனர். அவரைச் சுற்றி இருந்த மற்ற அனைவரையும் விட, அதிகமான பணமும் அவருக்கே வந்திருக்கிறது. அதனால், மற்ற நாக சாதுக்களெல்லாம் அவர் மீது கடும் பொறாமையிலும் கோபத்திலும் இருந்திருக்கின்றனர்.

‘கும்பமேளா முடிவதற்குள்ளாகவே அவர்களின் கோபம் வெளிப்படையாகவே தெரிய ஆரம்பித்தது. மூன்றாம் புனிதக் குளியல் நடந்துகொண்டிருந்த போதே, ஒருநாள் விஷ்ணு படித்துறையில் என்றும் இல்லாத அமைதி நிலவியதை நான் கவனித்தேன்’ என்றார் சிவராஜ் கிரி.

விஷ்ணு படித்துறையின் மையப்பகுதியில் ஒரு நாவல் மரம் இருக்கிறது. அந்த மரத்திற்கு கீழே தான் சிவராஜ் கிரியின் தூனி இருக்கிறது. மண்ணில் ஒரு குழிதோண்டி, ஒரு சிறிய நெருப்புத்தீயை அதில் வளர்த்து, எப்போதும் கனன்று எரிவது போல பார்த்துக்கொள்வதற்குப் பெயர் தான் தூனி. அந்த தூனி நெருப்பிற்கு அருகில் தான் சைவ சாதுக்கள் வாழ்வார்கள். தூனியில் தொடர்ந்து நெருப்பு எரிந்துகொண்டே இருப்பது, சைவ நாகாக்களின் வாழ்க்கையில் மிகவும் அவசியமானதாகும். மனதை ஒருமுகப்படுத்தி, அமைதியாக தியானம் செய்வதற்கும், குளிருக்கு ஏற்ற சூட்டினைத் தருவதற்கும், அதில் கிடைக்கிற புனித சாம்பலை எடுத்து உடம்பிலும் நெற்றியிலும் பூசிக்கொள்வதற்கும் அந்தத் தூனி பயன்படுகிறது.

2010ஆம் ஆண்டில் ஒரு முன்மாதிரி நாகசாதுவாக இருந்தார் சிவராஜ் கிரி. அரித்துவார் படித்துறைகளில் ஒன்றில் வாழ்ந்துகொண்டிருந்தார். அகாராக்களின் உயர்பதவிகளில் இருப்பவர்களின் ஆதரவோ, விஹெச்பியின் பலம்வாய்ந்த மதத்தலைவர்களின் அரவணைப்போ இல்லாத சாதுக்களின் வாழ்க்கை நிலையில்லாததாகத் தான் இருந்தது. சிவராஜ் கிரிக்கோ அகாராவின் அதிகாரத்தில் இருப்பவர்களுடன் தொடர்ந்து முரண்கள் இருந்து கொண்டே இருந்தன. அதேபோல, விஹெச்பியின் பெருந்தலைவர்களுடனும் அவரால் நெருக்கமாக முடியவில்லை. ஆனாலும், கும்பமேளா காலத்தில் தன்னுடைய பிரம்மாண்ட ஆளுமைத் திறனால், அங்கு வந்துபோன பக்தர்களை ஈர்த்து மிகப்பிரபலமான சாதுவானார்.

அவருக்கு ஏழடி கூந்தல் இருந்தது. அதாவது, அவருடைய முழு உயரத்தைவிடவும் ஒன்றரை அடி பெரிதாக இருந்தது அவருடைய கூந்தல். அதேபோல, அவர் எழுந்து நின்றால்கூட, தரையைத் தொடுகிற அளவுக்கு பெரிய தாடியும் வைத்திருந்தார். கும்பமேளா காலகட்டத்தில், உடம்பை வளைத்து நெளித்து அவர் நிகழ்த்திக்காட்டிய சாகசங்களும், அவருக்கு பெரிய வரவேற்பைக் கொடுத்தது. அவருடைய தூனிக்கு அருகில் இருந்த நாவல் மரத்தில் தலைகீழாக தொங்கிக்கொண்டே, கையில் உடுக்கையை வைத்து வாசித்துக்கொண்டிருப்பார். அல்லது, முட்டியளவு தண்ணீரில் ஒற்றைக்காலில் அசையாமல் நின்றபடியே இருகைகளையும் தலைக்கு மேலே கூப்பி வைத்திருப்பார். இவையெல்லாம் அவருக்கான ஊடக வெளிச்சத்தையும் தேடிக்கொடுத்தது. பல ஊடகங்களில் அவரது புகைப்படம் வெளிவரத்துவங்கின.

கும்பமேளாவின் இறுதிப் புனிதக் குளியல் நாளில் அவருடைய உடல்நிலையும் சீராக இல்லை. 2010ஆம் ஆண்டு கும்பமேளாவின் இறுதி புனித குளியல் நாளில், மூலநோயினால் அவதிப்பட்டிருந்தார். அதனால் அவருடைய உடலும் பலவீனமடைந்திருந்தது.

'மதிய வேளைக்கு சற்றுமுன்னர், பின்ட்டு யாதவ் என்னிடம் வந்தார். அமர்நாத் கிரி கொடுத்த முப்பத்தி ஐந்தாயிரம்

ரூபாயினைக் கொண்டுவந்திருப்பதாக தெரிவித்தார்' என்று சிவராஜ் கிரி நினைவுகூர்ந்தார்.

அமர்நாத் கிரி என்பவர் இரஷ்ய நாட்டைச் சேர்ந்தவர். இந்தியாவிற்கு வந்து, சிவராஜ் கிரியின் சீடராக சேர்ந்து, வாரணாசியில் தங்கி இந்து வேதங்களைக் கற்றிருக்கிறார். அவருடைய இரஷ்யப் பெயரை மாற்றிவிட்டு, அமர்நாத் கிரி என்று பெயர் வைத்ததே சிவராஜ் கிரி தான். கும்பமேளாவின் துவக்கத்தில் ஒருநாள் அரித்துவார் வந்து, சிவராஜ் கிரியிடன் 'ஒற்றை வாய் ருத்திராட்சக் கொட்டையை' விலைக்கு வாங்கினார். ஒற்றை வாய் ருத்திராட்சக் கொட்டையினால் செய்யப்பட்ட மாலையில் மந்திரசக்திகள் இருப்பதாக அவர்கள் நம்புகிறார்கள். அதனை சைவர்கள் மட்டுமல்லாமல், இந்து மதத்தின் மற்ற பிரிவுகளைச் சேர்ந்தவர்களும் அணிவார்கள். ருத்திராட்சத்தின் வெளிப்புறத்தில் ஒன்றோ அல்லது அதற்கு மேற்பட்ட எண்ணிக்கையிலோ வாய் போன்ற தோற்றம் இருக்கும். சிவனின் ஒரு வெளிப்பாடாகிய ருத்திரனின் கண்களில் இருந்து பிறந்தவை தான் ருத்திராட்சக் கொட்டைகள் என்று நம்பப்படுகிறது. அந்த மூன்றாம் கண்ணைத் திறந்துதான், தன்னுடைய அழிக்கும் வேலையை சிவன் செய்வதாகவும் சொல்கின்றனர். ஒற்றை வாய் ருத்திராட்சத்தில் ஒரேயொரு வெளிப்புற வாய் தான் இருக்கும். அத்தகைய ஒற்றை வாய் ருத்திராட்சத்தை சிவனின் மறுபிறவியாகக் கருதுகிறார்கள். அதனால் சந்நியாசிகளும் பக்தர்களும் அதனை அதிகம் விரும்புகின்றனர். அதேபோல அதற்கடுத்ததாக பதினோரு வாய் ருத்திராட்சமும் கூட பலராலும் விரும்பப்படுகிறது.

இரஷ்ய சீடரான அமர்நாத் கிரியிடம் சிவராஜ் கிரி விற்ற ருத்திராட்சக் கொட்டையின் விலை 50000 ரூபாயாகும். அதில் 15000 ரூபாயினை பணமாக அமர்நாத் கிரி ஏற்கனவே சிவராஜ் கிரியிடம் கொடுத்துவிட்டார். மீதமுள்ள 35000 ரூபாயினை வாரணாசிக்குத் திரும்பியதும் வங்கிக் கணக்கில் அனுப்பிவிடுவதாக அமர்நாத் கிரி சொல்லியிருக்கிறார். ஆனால், சிவராஜ் கிரியிடம் வங்கிக்கணக்கு இல்லாத காரணத்தால், அவருக்கும் அமர்நாத் கிரிக்கும் நன்கு தெரிந்த பின்ட்டு யாதவின் வங்கிக்கணக்கிற்கு பணத்தை அமர்நாத் கிரி அனுப்பி, அதனை சிவராஜ் கிரியிடம் கொண்டு சேர்க்குமாறு கூறியிருக்கிறார். அதன்படி, அந்த 35000 ரூபாய் பணத்தை எடுத்துக்கொண்டு

சிவராஜ் கிரியிடம் கொடுப்பதற்காக அவரைத் தேடி பின்ட்டு யாதவும் அரித்துவாருக்கு வந்திருக்கிறார்.

'பணத்துடன் என்னை சந்திக்க வந்த பின்ட்டு யாதவிடம், நான் பணத்தை பிறகு வாங்கிக்கொள்கிறேன் என்று கூறினேன். ஆனால் அவரோ, சாட்சியாக பலரும் பார்க்கும் வகையில் பொதுவெளியில் தான் பணத்தைக் கொடுப்பேன் என்று அடம்பிடித்தார். அதிகமான பணமாக இருப்பதால், பணத்தை வாங்கிவிட்டு பின்னர் வாங்கவில்லை என்று நான் சொல்லிவிடக்கூடுமோ என்று பின்ட்டு யாதவ் பயந்தார். அவர் பணத்தைக் கொடுக்கத் தயாராக இருந்தவேளையில், என்னுடைய தூனியைச் சுற்றி ஏராளமான பக்தர்களும், சாதுக்களும் சூழ்ந்திருந்தனர்' என்றார் சிவராஜ் கிரி.

அழகாக அடுக்கப்பட்ட ஒரு பணக்கட்டினை பையிலிருந்து பின்ட்டு யாதவ் வெளியே எடுத்தபோது, பயத்தால் நடுங்கியிருக்கிறார் சிவராஜ் கிரி.

'இப்படி அறிவில்லாமல் எதையோ செய்கிறானே என்று அப்போது நினைத்தேன். சுமார் அரைமணி நேரத்திற்கு, ஒவ்வொரு ரூபாயாக எண்ணிக் கொண்டிருந்தான் பின்ட்டு யாதவ். அப்போது அங்கே சுற்றி இருந்த அனைவரும் அந்த ரூபாய் நோட்டுக்களையே கழுத்து சுளுக்கும் அளவுக்கு எட்டிப் பார்த்துக்கொண்டிருந்தனர். எனக்கு மேலும் பதட்டமாகிவிட்டது. இப்படி வெளிப்படையாக பணத்தை எண்ணி, என்னை ஆபத்தில் சிக்கிவைத்துக்கொண்டிருக்கிறான் என்பதை அவனிடமே கூறினேன். ஆனால், அவனோ நான் சொல்வதைக் கேட்காமல், முழு பணத்தையும் எண்ணி முடித்தான். அதன்பிறகு, என்னுடைய சீடர்களில் ஒருவரை அழைத்து, அப்பணத்தை வாங்கி, சீடரின் பையிலேயே வைத்துக்கொள்ளச் சொன்னேன். அந்த நொடியில், கடந்த சில மாதங்களாகவே என்னுடைய தூனிக்கு அருகே தங்கியிருந்து, அதிகமான குடிப்பழக்கத்தைக் கொண்டிருக்கும் ஜூனா அகாராவைச் சேர்ந்த சந்நியாசி ஒருவர் என்னருகில் வந்தார். அந்தப் பணத்தைப் பார்த்துக்கொண்டே, கொஞ்சம் பணம் தருமாறு என்னிடம் கேட்டார். குடிப்பதற்கு நான் ஒருபோதும் பணம் தரவே மாட்டேன் என்று மறுத்துவிட்டேன். உடனே அந்தக் குடிகார சந்நியாசிக்கு கோபம் வந்தது. என்னுடைய

செயலுக்கான பின்விளைவுகளை நான் வெகுவிரைவில் சந்திக்கநேரிடும் என்று வெளிப்படையாகவே என்னை எச்சரித்தார்' என்று அன்றைய தினம் நடந்தவற்றை விவரித்தார் சிவராஜ் கிரி.

இருப்பினும், அடுத்த சில மணிநேரங்களில் இயல்பு நிலைக்கு வந்திருக்கிறது விஷ்ணு படித்துறை. அன்று காலை நடந்தவையெல்லாம் சிவராஜ் தூனியின் அருகே தங்கியிருந்தவர்கள் மனதிலிருந்து மறையத்துவங்கிவிட்டது. ஆனால் மாலையானபிறகும், அவரது சில சீடர்கள் பதட்டமாகத் தான் இருந்தனர். கியான கிரி மற்றும் தர்ம கிரி என்கிற இரண்டு இந்திய சீடர்களும், உமா கிரி என்று புதிதாகப் பெயர் சூட்டப்பட்ட பிரெஞ்சு பெண் சீடரும் உடன் இருந்தனர். அங்கே ஏதாவது நடந்துவிடுமோ என்கிற அச்சத்தில்தான் அவர்கள் இருந்தனர். அரித்துவார் கும்பமேளா நடக்கிற நாட்கள் முழுமைக்கும், சிவராஜ் கிரியை கவனித்துக்கொள்வதே உமா கிரியின் பணியாக இருந்தது.

'ஏதாவது ஆபத்து வருமா என்று என்னுடைய சீடர்கள் திரும்பத்திரும்ப கேட்டுக்கொண்டே இருந்தனர். உமா கிரி என்கிற என்னுடைய பெண் சீடர் சிறிது தொலைவில் ஒரு அறையை வாடகைக்கு எடுத்து தங்கி இருந்தார். அன்றிரவு அவருடன் வந்து தங்குமாறு என்னை அழைத்தார். ஆனால் அது சரியாக இருக்காது என்று மறுப்பு தெரிவித்துவிட்டேன். உமா தங்கியிருக்கும் இடத்தைத் தேடிவந்து என்னுடைய எதிரிகள் என்னைக் கொன்றுவிட்டால், ஒரு பெண்ணின் வீட்டில் தங்கியிருந்ததாக என்னுடைய பெயரும் கெட்டுவிடும். அப்பெண்ணுடன் நான் படுக்கையைப் பகிர்ந்துகொண்டதாகத் தான் மக்கள் நினைப்பார்கள். அதுவே என்னுடைய இடத்தில் என்னைக் கொல்ல வந்தார்களென்றால், அப்படியே உருண்டு தண்ணீரில் விழுந்து கங்கையில் மூழ்கிவிடுவேன். அதனால் உமாவை மட்டும் அவரது அறைக்குப் போகச் சொல்லிவிட்டேன். சூரியன் மறைந்ததும் உமா மட்டும் தனியாக அவருடைய அறைக்குக் கிளம்பினார். அப்போது, அவரிடம் அந்தப் பணத்தைக் கொடுத்து அவர் தங்கியிருந்த இடத்திலேயே பத்திரமாக வைத்துக்கொள்ளச் சொன்னேன்' என்றார் சிவராஜ் கிரி.

அச்சூழலை தன்னுடைய சீடர்கள் தேவையில்லாமல் மிகைப்படுத்திக்கொண்டு பயப்படுகிறார்கள் என்றும், தன் மேல் கோபமாக இருந்த மற்ற நாக சாதுக்களெல்லாம் அமைதியாகிவிடுவார்கள் என்றும் சிவராஜ் கிரி நினைத்தார். ஆனால், தன்னுடைய எதிரிகளின் உண்மையான நோக்கங்களை அவர் தவறாக கணித்துவிட்டார்.

இரவு நெருங்கிக் கொண்டிருக்கையில், விஷ்ணு படித்துறையில் கூட்டம் குறைந்தது. சிவராஜ் கிரியும் அவரது சீடர்களான கியான் கிரியும் தர்ம கிரியும் அன்றைய தினம் வழக்கமான நேரத்தைவிடவும் சற்று முன்கூட்டியே உறங்கச் சென்றுவிட்டனர். ரிசிகேசில் முகாமிட்டு தங்கியிருக்கும் அயல்நாட்டு பக்தர்கள் சிலரை சந்திப்பதற்காக அடுத்தநாள் விடியற்காலையில் அவர்கள் செல்லவேண்டியிருந்தது. உறங்கச் சென்றுவிட்டபோதும், சிவராஜ் கிரிக்கு உறக்கமே வரவில்லை. படுக்கையிலிருந்து எழுந்து, புகைக்குழாயை எடுத்தார். அதில் கஞ்சாவை அடைத்து இழுத்தார். அப்படியாவது வலுக்கட்டாயமாக தூக்கத்தை வரவைக்க முயற்சி செய்தார். அவர் நினைத்தபடியே தூக்கமும் அவரைத் தழுவியது. அமைதியாக உறங்கிவிட்டார்.

‘சுமார் பதினோரு மணியளவில், விஷ்ணு படித்துறை நுழைவாயிலின் ஒருமுனையில் ஏதோ பரபரப்பாக இருப்பது போன்ற சத்தம் கேட்டது. ஒரு சில நிமிடங்களிலேயே, பதினைந்து முதல் இருபது நாகாக்கள் வரையிலும் படித்துறையில் வேகவேகமாக நுழைவதைப் பார்த்தேன். தவறாக ஏதோ நடக்கப்போகிறது என்பதை உணர்ந்தவனாக, படுகையிலிருந்து எழுந்து அவர்களைப் பார்த்தேன். கியான் கிரியும் தர்ம கிரியும் அப்போது எழுந்துவிட்டனர். தூனியின் ஓரத்தில் தொங்கும் ஒரேயொரு சிறிய விளக்கின் ஒளியில் என்னுடைய சீடர்களின் முகத்தில் பயத்தையும் குழப்பமான மனநிலையையும் பார்த்தேன். அங்கு என்ன நடக்கப்போகிறதென்று என்று நாங்கள் யோசிப்பதற்கு முன்னரே, அந்த நாகாக்கள் எங்கள் அருகே வந்து தாக்கத் துவங்கினர். முதலில் அவர்கள் எங்கள் தூனியின் அருகே தொங்கிக்கொண்டிருந்த விளக்கை அடித்து உடைத்தனர். எதுவுமே தெரியாத அளவிற்கு இருள் சூழந்தது. அந்த நாகாக்களில் ஒருசிலர் கண்மூடித்தனமாக இரக்கமே இல்லாமல் எங்களை அடித்தனர். வேறு சிலரோ, என்னுடைய

தூனியையும் அதனைச் சுற்றியுள்ள அனைத்தையும் இடித்துத் தள்ளினர்.

கடைசியாக தன்னுடைய கழுத்தில் யாரோ அடித்தது தான் சிவராஜ் கிரிக்கு நினைவிருக்கிறது. அதன்பிறகு அவர் மயக்கமாகிவிட்டார். அவர் கண்விழித்துப் பார்க்கையிலும் இருட்டாகத் தான் இருந்திருக்கிறது.

'நான் கண்விழித்த ஒருசில நிமிடங்கள் வரையிலும், உறங்கி விழித்திருக்கிறேனா அல்லது மறுபிறவி எடுத்திருக்கிறேனா என்கிற குழப்பத்திலேயே தான் இருந்தேன். சுற்றிலும் இருட்டாகவே இருந்தது. எதுவுமே கண்ணுக்குத் தெரியவில்லை. எழுந்திருப்பதற்கு நான் முயற்சி செய்தபோது, உயிர்போவது போன்று உடலெல்லாம் வலித்தது. என்னுடைய பலம் முழுவதையும் ஒன்றுசேர்த்து, கியான் கிரியையும் தர்ம கிரியையும் அழைத்தேன். ஆனால் எந்த பதிலும் வரவில்லை. பிறகு படித்துறையின் ஓரத்தில் ஒரு நிழல் நடந்துசென்று விறகு பொறுக்கியெடுத்து, என்னருகில் வந்து தீ மூட்டியது. அப்போது தான் வெளிச்சத்தில் அது கியான் கிரி என்று எனக்குத் தெரிந்தது.

அந்த வெளிச்சத்திற்கு நடுவே, தாக்குதல்காரர்களால் இடித்து உடைக்கப்பட்ட தூனியை அமைதியாக சிறிதுநேரம் பார்த்தேன். தூனியும் அதனைச் சுற்றியும் அமைக்கப்பட்டிருந்த கட்டமைப்பு முழுவதும் இடித்து நொறுக்கப்பட்டிருந்தன. இங்கும் அங்குமாக இரத்தம் சிந்திக்கிடந்தது. அதிகாலை சுமார் மூன்று அல்லது நான்கு மணி இருக்கும். எமனே என்னுடைய தூனிக்கு நேரில் இறங்கி வந்ததைப் போல உணர்ந்தேன். தர்ம கிரி எங்கே போனார் என்று கியான் கிரியிடம் கேட்டேன். தாக்குதல் துவங்கியதுமே, பயத்தில் தர்ம கிரி ஓடியே போய்விட்டார் என்று கியான் கிரி கூறினார்' என்று நடந்தவற்றை கதைபோலக் கூறினார் சிவராஜ் கிரி.

கியான் கிரி குறிப்பிட்டு சொல்லும்வரையிலும், எதற்காகத் தாக்கப்பட்டோம் என்பதை அறியாதவராகவே இருந்ததாகக் கூறினார் சிவராஜ் கிரி.

'நான் அதிர்ச்சியடைந்துவிட்டேன். என்னுடைய தலையிலும் முகத்திலும் மெதுவாக என்னுடைய விரல்களை வைத்துத்

தடவிப்பார்த்தேன். அப்போது வேறு யாரையோ தொடுவதைப் போலத்தான் நான் உணர்ந்தேன். எனக்கிருந்த மிகநீளமான கூந்தலை வளர்ப்பதற்கு எனக்கு இருபது ஆண்டுகள் ஆகின. என்னுடைய கூந்தல் தான், கும்பமேளாவுக்கு வரும் பக்தர்களை ஈர்க்கும் முக்கிய அம்சமாக இருந்துவந்தது. பத்திரிக்கையாளர்களும் புகைப்படக்காரர்களும் என்னுடைய கூந்தலை விரித்துக்காட்டச் சொல்லி, படமெடுத்துச்செல்வார்கள். என்னுடைய கூந்தலைப் பார்த்து என்னுடைய சீடர்களும் பெருமைப்படுவார்கள். ஒட்டுமொத்த கும்பமேளா பகுதியிலேயே, என்னுடைய கூந்தலைவிடவும் பெரிதாகவும் அடர்த்தியாகவும் கூந்தல் வைத்திருந்தவர்கள் அரிதாகத்தான் இருந்திருப்பார்கள். எனது விலைமதிப்பற்ற செல்வமாக இருந்த என்னுடைய கூந்தலை அவர்கள் வெட்டி வீசியிருக்கின்றனர் என்பதை என்னுடைய தலையைத் தொட்டுப் பார்த்துதான் தெரிந்துகொண்டேன். கூந்தல் இல்லாமல், நான் ஒன்றுக்குமே உதவாதவனாக உணர்ந்தேன். வாழ்க்கையே எனக்கு வெறுமையாகக் காட்சியளித்தது. எனக்கு அருகில் வெட்டப்பட்ட என்னுடைய கூந்தலும் தாடியும் தரையில் கிடந்ததைப் பார்த்தேன். அதனைப் பார்க்கமுடியாமல் முகத்தை வேறுபக்கமாகத் திருப்பிக்கொண்டேன். என்னால் தாங்கிக்கொள்ளவே முடியவில்லை. நான் அடைந்திருக்கும் அதிர்ச்சியை கியான் கிரி புரிந்துகொண்டார். நான் ஏதாவது சொல்வதற்கு முன்னரே, அவரே அந்த முடியை கொத்தாக தரையில் இருந்து எடுத்து, ஆற்றில் வீசிவிட்டார்' என்றார் சிவராஜ் கிரி.

கியான் கிரியின் உதவியுடன் சிவராஜ் கிரி மெல்ல எழுந்தார். அதிகமாக பாதிக்கப்பட்ட அவரது இடது கால் வீங்கியிருந்தது. உடம்பு முழுக்க உணர்வில்லாதது போன்ற நிலையில் இருந்தார். சிவராஜ் கிரி மட்டுமல்லாமல், கியான் கிரியும் மோசமான நிலையில் தான் இருந்தார். அதற்கு மேலும் அந்த தூனிக்கு அருகே வாழ்வதென்பது பாதுகாப்பாக இருக்காது என்று கியான் கிரியும் சிவராஜ் கிரியிடம் தெரிவித்தார். விஷ்ணு படித்துறைப் பாலம் வழியாக கங்கையாற்றைக் கடந்து, ஆற்றின் மறுபுறத்தில் இருக்கும் சிறிய சிவன் கோவிலுக்கு இருவரும் சென்றனர். விஷ்ணு படித்துறையில் தனக்கென ஒரு தூனி கட்டுவதற்கு பல ஆண்டுகளுக்கு முன்னர், அதே

சிவன் கோவிலுக்குத் தான் சிவராஜ் கிரி அடிக்கடி வழிபட வருகை தந்திருக்கிறார். அப்போதெல்லாம் அங்கே ஒரு சிறிய சிவலிங்கம் மட்டும் தான் இருந்திருக்கிறது. எப்போதெல்லாம் அவர் அரித்துவார் சென்றாரோ, அப்போதெல்லாம் இதே சிவன் கோவிலில் தான் சில நாட்கள் தங்குவதை வழக்கமாக வைத்திருந்திருக்கிறார். அதன்பின்னர் விஷ்ணு படித்துறையில் தனக்கென ஒரு தூனியை உருவாக்கியதில் இருந்து தான், கங்கையாற்றின் இன்னொரு புறத்தில் இருந்த அந்த சிவன் கோவிலுக்கு செல்வதைக் குறைத்துக்கொண்டார்.

'விடிந்ததும் என்னுடைய தூனியில் நடந்த சம்பவம் குறித்து பலருக்கும் விவரம் தெரிய ஆரம்பித்திருக்கிறது. எனக்கு தினமும் காலையில் பால் விநியோகம் செய்துகொண்டிருந்த ஒரு வயதான பெண்மணி தான், அங்கு எல்லாமே உடைந்து கிடந்ததை அன்று காலையில் கவனித்திருக்கிறார். என்னைப் பார்த்ததும் அங்கிருந்து கிளம்பிச்சென்று, சிறிது நேரத்தில் எனக்காக ஒரு கோப்பைத் தேநீர் கொண்டுவந்து கொடுத்தார். அதன்பின்னர் என்னுடைய பக்தர் ஒருவர் வந்தார். என்னையும் கியான் கிரியையும் ஒரு மருத்துவமனைக்குக் கொண்டு சென்றனர். எங்களுக்கு என்ன நேர்ந்தது என்பதைக் கேட்டறிந்து கொண்டபின்னர், காவல்நிலையத்தில் புகார் அளிக்காமல் எங்களுக்கு மருத்துவம் பார்க்கமுடியாது என்று மருத்துவர் மறுத்துவிட்டார். ஆனால் காவல்நிலையத்தில் புகாரெல்லாம் அளித்தால், மிச்சமிருக்கும் உயிரையும், என்னுடைய தூனியை மீட்பதற்கான வாய்ப்பையும், மீண்டும் விஷ்ணு படித்துறையில் அமைதியான வாழ்க்கையை வாழும் என் ஆசையும் முற்றிலுமாக அழிந்துவிடும் என்பது எனக்குத் தெரியும். அரித்துவாரில் பல ஆண்டுகள் வாழ்ந்த அனுபவம் எனக்கு இருந்தபடியால், உள்ளூர் நாக சாதுக்களுக்கு எதிராக காவல்நிலையத்தில் புகார் அளித்தால், பிரச்சனைகளை விருந்துக்கு அழைப்பது போலாகும் என்பது எனக்கு நன்றாகவே தெரியும்.

நாக சாதுக்களின் வாழ்க்கையில் அவர்களின் வீழ்ச்சி எதிர்பாராமல் அதிரடியாக வந்துவிடும். எவ்வித முன்னறிவிப்பையும் வழங்காமல் அவர்களுடைய வாழ்வாதாரம் முடிவுக்கு கொண்டுவரப்பட்டுவிடும். அதனை முடிவுக்குக் கொண்டுவருபவர்களை எதிர்த்து அவர்களால் எந்த

முறையீட்டையும் எங்கேயும் செய்யமுடியாது. அவர்களது உரிமைகளைப் பாதுகாப்பதற்கான சங்கமும் அவர்களிடம் இல்லை. எந்த நீதிமன்றத்திற்கும் அவர்களால் செல்லமுடியாது. இழப்பீடும் அவர்களுக்கு கிடைக்காது. ஆன்மிக செயல்பாடுகளை வெளிப்படுத்தி செல்வத்தையும் அதிகாரத்தையும் சேர்க்கத் துடிக்கிற நாக சாதுக்களின் வாழ்க்கையெல்லாம், சிவராஜ் கிரி விவரித்த அனுபவங்களைப் போன்றே பல ஏற்ற இறக்கங்களைக் கொண்டதாகத்தான் இருக்கின்றன. துறவு வாழ்க்கையில் ஏற்ற இறக்கங்கள் இயல்பாக நடக்கக்கூடியது தான் என்றாலும் கூட, ஆன்மிகத்தை அரசியல் ஆதாயத்திற்காகவும் வியாபார நோக்கத்திற்காகவும் பயன்படுத்தத் துவங்கிய பின்னர் தான், நிலையற்ற வாழ்க்கையை ஆன்மிகத்திலும் பார்க்கமுடிகிறது. இப்புதிய மாற்றங்களினால், இல்லற வாழ்க்கையை வாழ்பவர்களைப் போன்று, பொருட்களின் மீதான ஆசையில்லாமல் வாழ்வதாக சொல்லிக்கொள்ள முடியாத நிலைக்கு சாதுக்கள் சென்றுவிட்டனர்.

II

கடவுளான சிவன்தான் தலையிட்டு தன்னைக் காப்பாற்றியதாக சிவராஜ் கிரி நம்பினார். மருத்துவமனையில் இருந்து வெளியேறி, கோவிலுக்கே மீண்டும் சென்று சேர்ந்தார். அதற்குள் சூரியன் முழுமையாக உதித்துவிட்டது. அங்கே அவருடைய இடித்துத்தள்ளப்பட்ட தூனியில் இருந்த மிச்சமீதி பொருட்களையும் அங்கிருந்த பிச்சைக்காரர்கள் எடுத்துக்கொண்டிருந்ததைப் பார்த்தார். அந்த ஒட்டுமொத்த சம்பவமும் அவரை ஒரு வெறுப்புநிலைக்குக் கொண்டு சென்றிருந்தது.

'முந்தைய நாள் நடந்தது குறித்தோ, அதனை நடத்தியவர்கள் குறித்தோ சிந்திக்க நான் விரும்பவில்லை. அன்று என்னையும் என்னுடைய தூனியையும் தாக்கியவர்களில் பெரும்பாலானவர்கள் ஜூனா அகாராவையும் அவகன் அகாராவையும் சேர்ந்தவர்கள் தான் என்பது எனக்குத் தெரியும். அவர்கள் மீது காவல்நிலையத்தில் நான் புகார் கூட அளித்திருக்க முடியும். ஆனால் அதனால் என்ன பயன்?' என்று சொல்லிவிட்டு அமைதியானார் சிவராஜ் கிரி.

முப்பது வயதை அடைவதற்கு முன்பே அவர் முற்றிலுமாக உலகைத் துறந்துவிட்டார் சிவராஜ் கிரி. இளைய வயதாக இருக்கும்போதே, அகாராக்களிலும் ஆசிரமங்களிலும் கூலித் தொழிலாளியாக வேலை பார்த்து வந்திருக்கிறார். 1992ஆம் ஆண்டு உஜ்ஜெயினில் நடைபெற்ற கும்பமேளாவில் அவர் நிர்வாண சாமியார் என்று அழைக்கப்படுகிற ஸ்ரீ திகம்பரர் ஆகிவிட்டார்.

'பாபர் மசூதி இடிப்பதற்கு சில மாதங்களுக்கு முன்னர் தான் அது நடந்தது' என்று அவர் நினைவு கூர்ந்தார்.

அப்போது அவருக்கு இருபத்தியொன்பது வயது. ஆன்மிக வாழ்க்கைக்குள் நுழைந்ததற்கான காரணங்களாக அரித்துவாரிலும் வாரணாசியிலும் அலகாபாத்திலும் இருக்கும் சாமியார்கள் எல்லாம் பொதுவாக என்னென்ன காரணங்களைச் சொல்வார்களோ, அதிலிருந்து கொஞ்சமும் மாறுபட்டதாக இல்லாமல் அப்படியே ஒத்திருந்தது சிவராஜ் கிரியின் காரணங்களும். அவருக்கு சிறுவயது முதலே பள்ளிகளைவிடவும் கோவில்களே அதிகமாகப் பிடித்திருந்ததாம். மதமும் ஆன்மிகமும் தான் அவருக்கு அதிக ஈர்ப்பைக் கொடுத்தனவாம். அதனால் ஆன்மிகவாதி ஆகிவிடவேண்டும் என்று சிறுவயதிலேயே முடிவுசெய்துவிட்டாராம்.

பொதுவாகவே சாதுவாவதற்கு முந்தைய தங்களது கடந்தகால வாழ்க்கை குறித்து பேசுவதற்கு நாக சாதுக்கள் தயக்கம் காட்டுவார்கள். ஒருவர் சாதுவாக மாறிய அந்த தருணத்தில், அவருடைய கடந்த வாழ்க்கை மட்டுமல்லாமல் அந்த மனிதரே இவ்வுலகில் இறந்தவிட்டார் என்றே அவர்கள் நம்புகிறார்கள். அதனால் அந்த கடந்தகால வாழ்க்கையே ஆன்மிக உலகைப் பொறுத்தவரையில் பொருளற்றதாகிவிடுகிறது. பொருட்கள் மீது பற்றுகொண்ட இல்லற வாழ்க்கையிலிருந்தும் இயல்பு உலகிலிருந்தும் அவர்கள் முற்றிலுமாகப் பிரிந்து, தனித்து வாழ்வது தான் ஆன்மிக உலகம் என்று நினைக்கின்றனர். கடவுளுக்குத் தொண்டு செய்து, ஆன்மிகத்தைப் பரப்புவது மட்டுமே அவர்களது ஒரே குறிக்கோள் என்றும் நினைக்கின்றனர்.

ஆனால், சிவராஜ் கிரிக்கோ அவரது கடந்தகால வாழ்க்கை குறித்து பேசுவதில் எவ்விதத் தயக்கமும் இல்லை. மிகமிக ஏழ்மையான குடும்பத்தில் பிறந்த அவர், சிறுகுழந்தையாக

இருந்த போதிலிருந்தே வேலைக்குப் போக வேண்டியிருந்தது. 1963ஆம் ஆண்டில் உத்தரப்பிரதேசத்தின் பல்லியா என்னும் ஊரில் பிறந்தார். ஆனால், ஆவணங்களின்படி, 1967ஆம் ஆண்டு மே மாதம் 1ஆம் தேதியன்று தான் அவர் பிறந்திருப்பதாகக் குறிப்பிடப்பட்டிருக்கிறது. அவருடைய பெற்றோர், அவருக்கு சம்ஷெர் பகதூர் என்று பெயர் சூட்டினர். அவருடைய அப்பாவான இராமசங்கர் இராம் என்பவர், நிலமற்ற ஒரு ஏழைக் கூலித்தொழிலாளி. ஆதிக்க சாதிப் பண்ணையார்களின் நிலத்தில் கூலிக்கு வேலைபார்த்த இராம்சங்கர் இராமுக்கு சரியான கூலியும் கிடைக்கவில்லை. அதனால் நிரந்தரமான வருமானமும் அவருக்கு இல்லை. அவருடைய தாய் இராமரதி தேவிக்கு, குடும்பத்தை நடத்துவதும் கடினமானதாக இருந்தது. அந்த ஊரில் இருக்கிற ஆற்றின் ஓரத்தில் ஒரு சிறு குடிசையைக் கட்டி, அதில் தான் அவர்கள் குடும்பமாக வாழ்ந்து வந்தனர்.

அத்தகைய வறுமையிலும், தன்னுடைய மகன் ஒழுங்காகப் பள்ளிக்குச் சென்று படிக்கவேண்டும் என்று தந்தை நினைத்தார். அதனால் அவரைப் பள்ளிக்கும் அனுப்பினார். ஆனால், சம்ஷெருக்கு படிப்பில் ஆர்வம் இல்லாமல் இருந்தது. அதனால் பள்ளிப் படிப்பை நிறுத்திக்கொண்டார்.

'எங்களுடைய சிறுகுடிசையைக் கட்டுவதற்கு எங்களுக்கு உதவிய உறவினர் ஒருவர், என்னை அழைத்துக்கொண்டு பனாரஸ் சென்றார். அப்போதிலிருந்து நான் ஆசிரமங்களிலும் அகாராக்களிலும் வேலை பார்த்தேன். ஒருசில ஆண்டுகளாக தசநாமி அகாராக்களின் பல்வேறு மத வழிபாட்டுத்தளங்களில் சொற்ப ஊதியத்திற்கு வேலைபார்த்துவிட்டு, சந்நியாசியானேன். அதன்பின்னர் நாக சாதுவானேன்' என்றார் சிவராஜ் கிரி.

மேலோட்டமாகப் பார்த்தால், சந்நியாசிகளின் வாழ்க்கையென்பது பாதுகாப்பற்றதாகத் தோன்றும். ஆனால், சம்ஷெரோ இதனை வேறுவிதமாகப் பார்த்தார். இழப்புகளைக் கொண்டிருக்கிற கடுமையான வாழ்க்கையாகத் தோன்றினாலும், துறவு வாழ்க்கையில் பல நன்மைகளும் இருக்கத்தான் செய்கின்றன என்பது அவரது கருத்து. தனிமனிதனாக இருப்பதைவிடவும், ஒரு அகாராவுடன் இணைந்திருப்பதினால், பொருளாதார பாதுகாப்பிற்கு உத்திரவாதம் கிடைத்துவிடும். அகாராக்களில் கூலிக்காக வேலை பார்த்துக்கொண்டிருந்த

அவர், அடிமையாக இருப்பதற்கு பதிலாக அடிமைகளை வேலைவாங்கும் முதலாளியாக மாற ஆசைப்பட்டார். அதாவது கடவுளின் சீடர்களுக்கு தன்னுடைய உழைப்பைக் கொடுப்பதை விடவும், கடவுளுக்கே நேரடியாக அந்த உழைப்பினைக் கொடுக்க அவர் முடிவுசெய்தார்.

சம்ஷர் தன்னுடைய ஆன்மிக குருவினை மிகுந்த கவனத்துடன் தேர்ந்தெடுத்தார். அகாராவில் எந்தவொரு சந்நியாசி அல்லது நாக சாதுவின் வளர்ச்சியென்பதும், அவர் தேர்ந்தெடுக்கும் குருவின் அதிகாரத்தையும் பதவியையும் பொறுத்தே அமையும். சம்ஷேர் என்பவரை சீடராக ஏற்றுக்கொண்டு அவருக்கு சிவராஜ் கிரி என்று 1992ஆம் ஆண்டு நடைபெற்ற உஜ்ஜைன் கும்பமேளாவில் பெயர்சூட்டிய அவரது குருவான ஸ்ரீ திகம்பரர் ஓம்கார கிரி என்பவர் சாதாரண சாதுவல்ல. அவகன் அகாராவுடைய மடத்தின் மகந்த் ஆவார். ஆன்மிகவாதியாக மாறியதுமே, வாரணாசியில் இருந்து வெளியேறி அரித்துவாரில் அவரது குருவான ஸ்ரீ திகம்பரர் ஓம்கார கிரியுடன் தங்கினார் சிவராஜ் கிரி.

தசநாமி அகாராவின் நிர்வாக அமைப்பாக அவற்றின் மர்கிகள் செயல்படுகின்றன. மர்கி என்கிற வார்த்தையே, ஒரு குருவினால் நடத்தப்படும் மத நிறுவனமான ‘மடம்’ என்பதிலிருந்து உருவாகியிருக்க வாய்ப்பிருக்கிறது.[2] ஜூனா, நிரஞ்சனி, மகாநிர்வானி, அதல், ஆனந்த் மற்றும் அவகன் ஆகிய ஆறு தசநாமி அகாராக்கள் உருவாக்கப்படுவதற்கு முன்னர் ஒட்டுமொத்தமாக ஐம்பத்தி இரண்டு மர்கிகள் இருந்திருக்கின்றன[3]. தசநாமி அகாராவின் ஏழாவது அகாராவான அக்னி அகாரா, மற்ற ஆறு அகாராக்களில் இருந்து முற்றிலும் மாறுபட்டது. அதன் உறுப்பினர்களில் எவரும் நாகாக்கள் இல்லை என்பது மட்டுமல்லாமல், அதற்கு மர்கிகளே இல்லையென்பதுவும் காரணமாகும்.

மர்கிக்கள் எதற்காக உருவாக்கப்பட்டன, ஆன்மிக உலகில் அவற்றின் பாத்திரமும் பங்கும் என்ன என்பதில் வரலாற்று ரீதியாக நம்மிடையே இருக்கிற தகவல்களில் பலவும் ஒன்றுக்கொன்று முரணாக இருக்கின்றன. புராணக்கட்டுக்கதைகளும் வரலாறும் பலநேரம் பின்னிப் பிணைந்து இருப்பதால், நமக்கு சொல்லப்படுகிற தகவல்களில்

இருக்கிற உண்மைகளைப் பகுத்து அறிவது கடினமாக இருக்கும். பரம்பரைக் குழுக்களெல்லாம் காலம்காலமாக ஒரே மாதிரி இருப்பதில்லை. ஒருசில நேரம் சில குழுக்கள் பிரிந்து பல குழுக்களாவதும், வேறு சில நேரமோ பல குழுக்கள் இணைந்து சில குழுக்களாவதுமாக நடந்துகொண்டே இருப்பதால், மர்கிகள் குறித்து சொல்லபடுபம் கதைகளில் காணப்படும் குழப்பங்கள் நீடிக்கத்தான் செய்கின்றன.[4]

இன்றைய நிலவரப்படி, இந்த மர்கிகளெல்லாம் அவை சார்ந்திருக்கிற அகாராக்களைப் பொறுத்து, நான்கு அல்லது எட்டு பிரிவுகளாகப் பிரிக்கப்பட்டிருக்கின்றன. அவை 'தவா' என்று அழைக்கப்படுகின்றன. அகாராவின் தேர்தல் மற்றும் ஓட்டெடுப்பு முறைகளில் குறிப்பிடப்பட்டுள்ள 'கோருதல்' என்கிற பொருளின் அடிப்படையில் இருந்துதான் தவா என்கிற பெயர் தேர்ந்தெடுக்கப்பட்டுள்ளது. ஆக, மர்கிகள் என்பது பரம்பரைகளையோ அல்லது தவாக்களையோ அல்லது ஒன்றுக்கும் மேற்பட்ட மர்கி குழுக்களையோ இணைக்கும் ஒரு அமைப்புமுறையாகும். அவைதான் அகாராக்களையே கூட்டாக நிர்வகிக்கும் அதிகார மையமாக இருக்கின்றன. மர்கிகளை தவாக்களாக மறுசீரமைப்பு செய்ததே பிற்காலத்தில் தான்.[5] மகாநிர்வானி அகாராவில் எட்டு தவாக்கள் இருக்கின்றன. மற்ற தசநாமி அகாராக்களில் நான்கு தவாக்கள்தான் இருக்கின்றன.

அகாராக்களில் தேர்தல்களை நடத்துவதை தவாக்கள் எளிதாக்குகின்றன. உள்ளாட்சித் தேர்தல்களில் ஒரு வார்ட் என்று நாம் குறிப்பிடுவதற்கு ஒப்பானவை தவாக்கள். ஒரு ஊரில் செயற்கையாக ஒரு எல்லைக் கோட்டினை உருவாக்கி, அதனை வார்ட் என்கிறோம். ஆனால் ஊருக்கு செயற்கையான எல்லைகள் ஏதுமில்லை. அது கொஞ்சம் கூடவோ குறையவோ செய்யலாம். தவா என்பது உள்ளாட்சி வார்டைப் போல, எல்லைகள் வகுக்கப்பட்ட ஒரு சிறிய தேர்தல் பகுதியாகும். ஆனால், மர்கிக்கள் என்பது கண்டிப்பான எல்லைகளைக் கொண்டிருக்காத ஊர் போன்றது.[6] முன்பெல்லாம் அகாராக்களுக்குள் தேர்தல் நடைபெறும் போது மட்டுமே தவாக்கள் பயன்படும். ஆனால், காலப்போக்கில், தவாக்களும் நிரந்தரமாக செயல்படும் கிளைகளாக மாறிவிட்டன. குழுவில் இருக்கிற முக்கியமான மர்கியின் பெயரையே தவாக்களுக்கும் சூட்டுகிறார்கள்.

அகாராக்களுக்குள்ளே, ஒவ்வொரு மர்கியையும் 'நான்கு மர்கி' அல்லது 'பதின்மூன்று மர்கி' ஆகியவற்றைப் போன்று, ஏதோவொரு எண்ணை வைத்தே அடையாளப்படுத்தி குறிப்பிடுகிறார்கள். எந்தவொரு அகாராவில் இருக்கும் நாகாவையும், இதே அடையாள எண்ணை வைத்துத்தான் குறிப்பிடுவார்கள். அந்த ஒரு எண்ணை வைத்தே, நாக சாதுக்கள் சார்ந்திருக்கிற தவாவையும், மர்கியையும், அவரது பரம்பரையையும் கண்டுபிடித்துவிடலாம்.

அவகன் அகாராவைப் பொறுத்தவரையிலும், பதின்மூன்று, பதினான்கு, பதினாறு மற்றும் நாற்பது ஆகிய நான்கு மர்கி குழுக்கள் இருக்கின்றன. பதின்மூன்று மற்றும் பதினான்கு ஆகிய எண்களைப் பெயர்களாகக் கொண்ட மர்கிகளை கிரி என்கிற பெயர்களைக் கொண்ட சாதுக்களும், பதினாறு என்கிற எண்ணைப் பெயராகக் கொண்ட மர்கியை பூரி என்கிற பெயர்களைக் கொண்ட சாதுக்களும், நான்கு என்கிற எண்ணைப் பெயராகக் கொண்ட மர்கியை பாரதி என்கிற பெயர்களைக் கொண்ட சாதுக்களும் ஆதிக்கம் செலுத்துகின்றனர். ஓம்கார கிரி என்பவர் பதின்மூன்று என்கிற மர்கியைச் சேர்ந்தவர். அவருடைய சீடரான சிவராஜ் கிரியும் அதே போல பதின்மூன்று என்கிற மர்கியுடன் தான் அடையாளப்படுத்தப்படுகிறார்.

அந்த அகாராவில் இருக்கும் ஒவ்வொரு மர்கியில் இருந்தும் ஒரு பிரதிநிதி தேர்ந்தெடுக்கப்படுவார். ஸ்ரீ மகந்த் என்று அவர் அழைக்கப்படுவார். அந்த நான்கு மகந்துகளும் இணைந்து கூட்டாகத்தான் அவர்கள் சார்ந்திருக்கிற ஒற்றை அகாராவுக்கான அனைத்து முடிவுகளையும் எடுப்பார்கள்.

இருப்பினும் நடைமுறையில், அதிகாரமிக்க ஒன்றோ அல்லது ஒன்றுக்கும் மேற்பட்ட குழுக்களோ தான் அனைத்தையும் தீர்மானிக்கும். அவகன் அகாராவில், நான்கு மற்றும் பதினான்கு ஆகிய எண்களைப் பெயர்களாகக் கொண்ட மர்கிக்கள் தான் அவகன் அகாராவில் ஆதிக்கம் செலுத்தும் குழுக்களாகவும், அனைத்தையும் ஒருங்கிணைத்து முடிவெடுக்கும் குழுக்களாகவும் இருக்கின்றன. அதேபோல, பதின்மூன்று மற்றும் பதினாறு எண்களைப் பெயர்களாகக் கொண்ட மர்கிக்கள் ஒருங்கிணைந்து செயல்படுகின்றன.

இவ்விரு குழுக்களுக்கும் எப்போதும் எதிலும் போட்டிதான். மேலும், ஸ்ரீ மகந்தாக இருப்பவருக்கு பணமும் அடியாள்பலமும் இருந்தால் தான், அப்பதவியில் அவரால் திறம்பட செயல்பட முடியும். அதேபோல, ஸ்ரீ மகந்த்தின் பதவிக்காலமென்பது ஆறு ஆண்டுகளாக இருக்கிறபோதும், அவருடைய பதவிக்காலம் முடிந்தபிறகும் கூட, அவரால் அகாராவில் தொடர்ச்சியாக அதிகாரம் செலுத்தி செல்வாக்காக வாழமுடியும்.

1992ஆம் ஆண்டில் பதினான்காம் மர்கியில் ஸ்ரீ மகந்தாக ஓம்கார கிரி பதவியேற்றார். அன்று முதல், ஆறாண்டுகாலம் அவருடைய பதவிக்காலம் முடிவுற்ற பிறகும் கூட, தொடர்ச்சியாக பதினான்காம் மர்கியில் மட்டுமல்லாமல் ஒட்டுமொத்த அவகன் அகாராவையே தன்னுடைய கட்டுக்குள் வைத்திருந்தார். 2004ஆம் ஆண்டில் ஓம்கார கிரியின் போட்டிக்குழுவான பதின்மூன்றாம் மர்கியுடைய புதிய ஸ்ரீ மகந்தாகத் தேர்ந்தெடுக்கப்பட்ட மதுசூதன கிரி என்பவர் பெரும் சவாலாக இருந்தார்.

'பதின்மூன்றாம் மர்கியின் ஸ்ரீ மகந்தாகப் பதவியேற்றதுமே, பதினான்காம் மர்கியைச் சேர்ந்த நாகாக்களை துன்புறுத்தத் துவங்கிவிட்டார் மதுசூதன கிரி. புதிய நிர்வாகத்தினால், ஏற்கனவே பல ஆண்டுகளாக அதிகாரமையத்தில் இருந்த பெரும்பாலானோர் விரட்டியடிக்கப்பட்டனர். புதிய மகந்துடன் சமரசம் செய்துகொண்ட மிகச்சிலரால் மட்டுமே அங்கே தொடர்ந்து இருக்கமுடிந்தது. என்னுடைய குருவான ஓம்கார கிரி, புதிய மகந்திற்கு அடிபணிந்துபோக மறுத்தார். அதனால், காரணமே இல்லாமல் பல முக்கிய நிகழ்வுகளில் இருந்தும் அவர் புறக்கணிக்கப்பட்டார். 2006ஆம் ஆண்டில், ஒரு ஒதுக்கப்பட்ட மனிதராகத்தான் அவர் இறந்துபோனார்' என்றார் சிவராஜ் கிரி.

மதுசூதன கிரி பதவியேற்றதில் இருந்தே, ஓம்கார கிரிக்கு மட்டுமல்லாமல் அவரது சீடரான சிவராஜ் கிரிக்கும் தொல்லைகள் தரப்பட்டன. புதிய மகந்துடன் சமாதானமாகப் போவதற்கு சிவராஜ் கிரி முயற்சி செய்தார். ஆனால், அவர் தன்னுடைய செயல்பாடுகளை பலவகைகளில் மாற்றிக்கொண்டு முயன்றபோதிலும், பதிமூன்றாம் மர்கியின்

புதிய மகந்துடைய நம்பிக்கையைப் பெறமுடியவில்லை என்பதை வெகுவிரைவிலேயே புரிந்துகொண்டார்.

'அகாராவின் அரசியலைப் புரிந்துகொண்டு, அதன் அதிகாரத்தில் இருப்பவர்களிடம் முழுவதுமாக ஒரு அடிமையைப் போல, நாம் சரணடைந்தால் மட்டுமே, இங்கே சாதுவாகத் தொடர்ந்து வாழமுடியும். இல்லையேல் நமக்கு எந்த எதிர்காலமும் இல்லை. அதிலும், நம்முடைய எதிரிக்குழுவில் இருந்து ஒருவர் அதிகாரத்திற்கு வந்துவிட்டால், சரணடைவதும் சமரசம் செய்வதும் கூட உதவாது. நம்மை வட்டமிட்டு, தொடர்த் தாக்குதல் நடத்தி, அழிக்கும்வரை புதிய மகந்தும் அவரது அடியாட்களும் ஓயமாட்டார்கள்' என்றார் சிவராஜ் கிரி.

III

மதத்தை மதமாகப் பார்க்காமல் வியாபாரமாகப் பார்ப்பவர்கள் தான் இன்றைக்கு அகாராக்களின் நிர்வாகப் பொறுப்புகளில் இருக்கிறார்கள். அதிகாரத்தை யாரெல்லாம் வைத்திருக்க வேண்டும், யாரெல்லாம் அடிபணிந்து நடக்கவேண்டும், யாரை அகாராவில் வைத்திருக்கலாம், யாரையெல்லாம் அடித்துவிரட்டலாம் என்பது முதற்கொண்டு அனைத்தையும் அவர்கள் தான் தீர்மானிக்கிறார்கள்.

'அப்படியான சூழலில், ஒரு நாக சாதுவின் தவ வாழ்க்கையோ அல்லது அறிவார்ந்த செயல்பாடுகளோ, அவரை அகாராவின் உயர் பதவிக்கு இட்டுச்செல்வதில்லை. அதற்கு பதிலாக யாரிடம் அதிகார வெறி அதிகமாக இருக்கிறதோ, கலகத்தை உண்டாக்கி அதன்மூலம் இலாபமடையும் திறமை இருக்கிறதோ, அவர்களால் மட்டும் தான் அகாராவின் உயர் பதவிகளையும் பொறுப்புகளையும் அடையமுடிகிறது. அடைந்தபின்னர் தங்களது சுய இலாபத்திற்காக மட்டும் தான் அப்பதவியை அவர்கள் பயன்படுத்துகிறார்கள்' என்கிறார் சிவராஜ் கிரி.

1998ஆம் ஆண்டு அரித்துவாரில் கும்பமேளா நடைபெற்றபோது, புனிதமானவர்களாகத் தங்களை வெளிக்காட்டிக்கொள்ளும் சாதுக்களெல்லாம் புனிதமற்ற அடிதடிப்போரில் இறங்கினர். ஜூனா அகாராவின் உள்ளகரப்

பூசலினால் அவர்களுக்குள்ளாகவே அடித்துக்கொண்டனர். அதேபோல, ஜூனா அகாராவின் சாதுக்களும், நிரஞ்சனி அகாராவின் சாதுக்களும் இணைந்து சண்டைபோட்டதும் கூட வெளிச்சத்திற்கு வந்தது. வெறுமனே அவர்களுக்குள் நடைபெற்ற சண்டையாக மட்டுமில்லாமல், கும்பமேளாவுக்கு வைக்கப்பட்டிருந்த கடைகளில் திருடியும், கையில் கிடைப்பதை எல்லாம் உடைத்தும், காண்பவற்றில் எல்லாம் தீவைத்தும் ஒரு பெரிய கலவரத்தையே நடத்தினார்கள் சாதுக்கள். கடவுளின் நகரமென்று உலகிற்கெல்லாம் பிரச்சாரம் செய்துவிட்டு, கலவரபூமியாக அரித்துவாரை மாற்றினார்கள் சாதுக்கள். அந்நகரில் கடந்த சில ஆண்டுகளின் மிகமோசமான கலவரமாக அது மாறியது.[7] அந்தக் கலவரத்தில் அவகன் அகாராவைச் சேர்ந்தவர்கள் நேரடியாக ஈடுபடவில்லை. இருப்பினும் அக்கலவரம் ஏற்படுத்திய பாதிப்பினால், அவகன் அகாராவில் உள்ளவர்களும் அவரவர் பகைமையைத் தீர்த்துக்கொள்ள அதேபோன்ற அடிதடியினைக் கையில் எடுக்கக் கற்றுக்கொண்டனர். அதன் ஒரு பகுதியாகத் தான் சிவராஜ் கிரியும் தாக்கப்பட்டு அடித்துவிரட்டப்பட்டார்.

1998ஆம் ஆண்டு மார்ச் மாதம் 15ஆம் தேதியன்று, இந்து மதத்தின் மங்களகரமான நாட்களில் ஒன்றான சோமாவதி அமாவாசையின் போது, கங்கையாற்றின் கரையோரத்தில் இருக்கும் ஹர்-கி-பௌரி படித்துறையில் தான் பிரச்சனை துவங்கியது. ஜோதிர் பீடத்தின் சங்கராச்சாரியார் ஆவதற்கான போட்டியில் இருக்கும் மூவரில் ஒருவரான மாதவ ஆஸ்ரம் என்பவரின் இரதத்தை ஜூனா அகாராவைச் சேர்ந்த சாதுக்கள் சிலர் உடைத்து, சூறையாடினர்.

ஆதிசங்கரரால் நிறுவப்பட்ட நான்கு பெரிய மதபீடங்களில் பத்ரிநாத்-கேதார்நாத் பகுதியில் இருக்கும் ஜோதிர் பீடமும் ஒன்றாகும். ஜோதிர் பீடத்தை தங்களுடைய கட்டுப்பாட்டில் கொண்டுவருவதற்கு கடந்த சிலகாலமாகவே மூவரும் ஒருவருக்கொருவர் சண்டையிட்டுக் கொண்டிருக்கின்றனர். மாதவ ஆஸ்ரம் தவிர, வாசுதேவானந்த சரஸ்வதியும் ஸ்வரூபானந்த சரஸ்வதியும் அதே மதபீடத்தின் சங்கராச்சாரியார் ஆவதற்கு முயற்சி செய்கின்றனர். ஜூனா அகாராவின் ஒருபிரிவினர் மாதவ ஆஸ்ரம் என்பவரை சங்கராச்சாரியாராக அங்கீகரித்துவிட்டனர். ஆனால், அதே ஜூனா அகாராவின்

மற்றொரு பிரிவினரோ, வாசுதேவானந்த சரஸ்வதியை சங்கராச்சாரியாராக ஏற்றுக்கொண்டுவிட்டனர். மூன்றாவது நபரான ஸ்வரூபானந்த சரஸ்வதிக்கு ஜூனா அகாராவின் எந்தப்பிரிவு சாதுக்களும் ஆதரவு தெரிவிக்கவில்லை. அதேவேளையில், விஹெச்பியின் முதல் எதிரியாகவும் அவர் பார்க்கப்படுகிறார். இருப்பினும், எந்த அகாராவையும் சேராத தண்டி சாதுக்களின் ஆதரவு அவருக்கு பெருவாரியாக இருக்கிறது. அதுபோலவே, நிரஞ்சனி அகாராவைச் சேர்ந்த ஏராளமான சாதுக்களின் ஆதரவும் அவருக்கு இருக்கிறது.

1998ஆம் ஆண்டு நடந்த கலவரத்தில் தாக்கப்பட்ட மாதவ ஆஸ்ரம் படுகாயமடைந்தார். தன்னைக் கொல்வதற்கு வாசுதேவானந்த சரஸ்வதியும் ஸ்வரூப்பானந்த சரஸ்வதியும் தான் திட்டமிட்டு நாக சாதுக்களை அனுப்பியிருக்கின்றனர் என்று அவர் குற்றஞ்சாட்டினார். ஆனால், அதனை அவ்விருவரும் மறுத்தனர். ஆனால் அந்த தாக்குதலும், அதனைத் தொடர்ந்து மாதவ ஆஸ்ரமம் முன்வைத்த குற்றச்சாட்டும் ஜூனா அகாராவைச் சேர்ந்த சாதுக்களிடையே சலசலப்பை உண்டாக்கியது. சம்பவ இடத்தில் கோபமாக இருந்த சாதுக்களிடம் உள்ளூர் அரசு நிர்வாகம் தலையிட்டு அமைதியை ஏற்படுத்தியது. ஆனால், புனிதக் குளியல் நடைபெற்றுக்கொண்டிருந்த அதேவேளையில், அங்கிருந்த ஜூனா மற்றும் நிரஞ்சனி அகாரர்களின் சாதுக்கள், உடனடியாக சம்பவம் நடந்த ஹர்-கி-பௌரி படித்துறைக்கு விரைந்தனர்.

பாரம்பரிய முறைப்படி, புனிதக் குளியலின் போது, அவகன் மற்றும் அக்னி அகாராக்கள் ஜூனா அகாராவுடன் சேர்ந்து குளிக்கவேண்டும். அதேபோல நிரஞ்சனி மற்றும் அடல் அகாராக்கள் மகாநிர்வானி அகாராவுடன் இணைந்து குளித்திடவேண்டும். அரித்துவார் கும்பமேளாவில், நிரஞ்சனி அகாரா முதலில் குளிக்க வேண்டும். அதனைத் தொடர்ந்து அவகன் மற்றும் அக்னி அகாராக்களை சேர்த்துக்கொண்டு ஜூனா அகாரா குளிக்கவேண்டும். இவர்களுக்குப் பிறகு, மகாநிர்வானி மற்றும் அடல் அகாராக்கள் ஒன்றாக இணைந்து குளிக்கவேண்டும். இறுதியாக, வைணவ அகாராக்களும் பிற அகாராக்களும் குளிப்பதற்கான வாய்ப்பு வழங்கப்படும்.

ஜூனா அகாராவினர் படித்துறையை நெருங்கியபோது, நிரஞ்சனி அகாராவினர் சிலர் அப்போதும் குளித்துக்கொண்டிருந்தனர். தாங்கள் வந்துவிட்டபின்னரும், நிரஞ்சனி அகாராவினர் குளித்துக்கொண்டிருப்பதைப் பார்த்து, கோபமடைந்து அவர்களைத் தாக்கத் துவங்கிவிட்டனர் ஜூனா அகாராவைச் சேர்ந்த சாதுக்கள்.

'அந்த சண்டை வளர்ந்து, பெரிய போர் போல உருவெடுத்துவிட்டது. வாள்களையும், ஈட்டிகளையும், திரிசூலங்களையும் எடுத்து சண்டையிட்டுக்கொண்டனர். அந்த படித்துறையே வன்முறையும் கலவரமும் மிகுந்து இடமாக மாறிவிட்டது. அங்கு சண்டையிட்டுக்கொண்டிருந்த அனைவரும் ஆடையின்றி நிர்வாணமாகவும் உடல்முழுவதும் திருநீரைப் பூசியிருந்ததாலும், எந்தெந்த அகாராவைச் சேர்ந்தவர்களெல்லாம் அடித்துக்கொண்டார்கள் என்பது கூட தெளிவாகத் தெரியவில்லை. படித்துறை முழுவதிலும் குழப்பமான சூழல் நிலவியதால், என்ன செய்வதென்றே எனக்குத் தெரியவில்லை. எனக்கு அருகில் நின்றுகொண்டிருந்த மூர்த்தியொருவர் எங்கிருந்தோ வந்த வாளால் தாக்கப்பட்டு கீழே விழுந்தார். நான் குனிந்து அவருக்கு உதவி செய்ய முயற்சி செய்தேன். அதனைப் பார்த்த ஏதோவொரு சந்நியாசி என்னை நோக்கி தன்னுடைய வாளை ஓங்கிக்கொண்டே ஓடிவந்தார். தப்பிப்பதற்கான வழியினை சுற்றிலும் தேடினேன். எந்தப்பக்கம் ஓடினாலும் தப்பிக்கமுடியாது என்று தெரிந்ததும், கங்கை ஆற்றில் குதித்துவிட்டேன். ஆற்றின் அலை அடித்துக்கொண்டு போனதிசையில், அந்த கலவர அபாயத்திலிருந்து தப்பித்தோம் என்று தோன்றுகிறவரையிலும் நீந்தினேன்' என்றார் சிவராஜ் கிரி. அவர் சார்ந்திருந்த அவகன் அகாராவும், ஜூனா அகாராவும் இணைந்தே குளிக்கவேண்டி இருந்ததால், அந்த கலவரம் நடக்கும் இடத்தில் அவரும் இருந்தார்.

புனிதக் குளியல் முடிந்து திரும்பும் போதும், ஜூனா அகாராவினருக்கு கோபம் அடங்கவில்லை. கண்ணில் தெரிந்த ஆசிரமங்களையும் மடங்களையும் கொளுத்தினர். நிரஞ்சனி அகாராவின் முகாம்களைக் குறிவைத்து அடித்து நொறுக்கினர். இன்னும் பல ஆசிரமங்களையும் சூறையாடினர். அன்று முழுவதும் ஜூனா அகாராவினர் நடத்திய வன்முறை வெறியாட்டத்தினால், தசநாமி அகாராக்களிலேயே

பலம்வாய்ந்த அகாராவாக ஜூனா அகாராவினர் தங்களை நிலைநிறுத்திக்கொண்டனர். அதிலும், நிரஞ்சனி அகாராவெல்லாம், ஜூனா அகாராவின் முன், ஒன்றுமே இல்லை என்கிற செய்தியை ஆழமாகப் பதியவைத்தனர்.

ஆனால், அதேவேளையில் அவகன் அகாராவும் பாதிக்கப்பட்டிருந்தது. ஜூனா அகாராவின் கொடூரமான அதிகார வெறியாட்டத்தினால், அவகன் அகாராவிற்குள்ளும் ஒரு வாதம் எழுப்பப்பட்டது. ஜூனா அகாராவுடன் இணைந்து இனியும் குளியல் நேரத்தைப் பகிர முடியாது என்றும், புனிதக்குளியலின் போது தங்களுக்குத் தனியான நேரத்தை ஒதுக்கவேண்டும் என்றும், பதின்மூன்றாம் மர்கியைச் சேர்ந்த மதுசூதன கிரி குரலெழுப்பினார். ஜூனா அகாராவினர் நடத்திய கலவரத்தை நேரில் பார்த்த அவகன் அகாராவினர் பலரும், அந்த வாதத்திற்கு ஆதரவாக நின்றனர்.

இதனால் அவகன் அகாராவிற்குள்ளேயே மர்கி வேறுபாடு இல்லாமல், மதுசூதன கிரிக்கு ஆதரவு அதிகரித்தது. சிவராஜ் கிரியும் அவரது குருவும் சார்ந்திருக்கிற பதினான்காம் மர்கிதான் அவகன் அகாராவிலேயே பெரிய மர்கி என்றாலும் கூட, மதுசூன கிரியின் புகழினால் பதிமூன்றாம் மர்கிக்கு அதிக ஆதரவும் மரியாதையும் பேரும் புகழும் அவகன் அகாராவில் கிடைக்கத் துவங்கியது. அந்த சண்டை 2004ஆம் ஆண்டு உச்சத்திற்கு சென்றது. அப்போது உஜ்ஜெயினியில் நடைபெற்ற கும்பமேளாவின் போது, ஜூனாவுடன் இணைந்து குளிக்கவேண்டிய அவகன் மற்றும் அக்னி அகாராக்கள், புனிதக்குளியலில் தங்களுக்குத் தனியான நேரம் ஒதுக்கப்பட வேண்டும் என்று வேண்டுகோள் விடுத்ததோடு, ஜூனா அகாராவிடமிருந்து தாங்கள் பிரிந்துவிட்டதாகவும் அறிவித்தனர். தங்களுக்குக் கீழே இயங்கிவந்த இரண்டு சிறிய அகாராக்கள், தனியான நேரம் கேட்கும் அளவிற்கு வளர்ந்திருப்பது கண்டு கோபமடைந்து, அதனை அனுமதிக்கக் கூடாது என்று கும்பமேளா நிர்வாகத்திடம் ஜூனா அகரா கோரிக்கை வைத்தது. பின்னர், அவகன் அகாராவும் அக்னி அகாராவும், இதுகுறித்து ஒரு முடிவினை எடுக்கக்கோரி நீதிமன்றத்தை நாடின. இருதரப்பினரும் விட்டுக்கொடுக்கத் தயாராக இல்லாத சூழலில் நீதிமன்றமும் தீர்ப்பினை வழங்க முடியாமல் தவித்தது. நீதிமன்றத் தீர்ப்பு வராத காரணத்தால்

உஜ்ஜெயினி கும்பமேளாவின் புனிதக்குளியலிலேயே அவகன் அகராவைச் சேர்ந்தவர்கள் பங்கெடுக்கவில்லை. அதற்கடுத்த ஆண்டுவரையிலும் தீர்ப்பு எட்டாத காரணத்தால், 2005 இல் நாசிக்கில் நடைபெற்ற கும்பமேளாவையும் அவகன் அகாராவினர் புறக்கணித்தனர். 2007ஆம் ஆண்டு நடைபெற்ற அலகாபாத் அர்த்த கும்பமேளாவிலும் அவர்கள் பங்கேற்கவில்லை. 2010ஆம் ஆண்டு அரித்துவார் கும்பமேளாவின் போதுதான் மீண்டும் ஜூனா அகாராவுடன் இணைந்து புனிதக்குளியலுக்குப் போக அவகன் மற்றும் அக்னி அகாராக்கள் ஒப்புக்கொண்டு கலந்துகொண்டன.

இருப்பினும் இந்த சண்டையினால், அவகன் அகாராவில் மதுசூதன கிரி முக்கியமானவராக புகழடைந்தார். 2004ஆம் ஆண்டில், ஜூனா அகாராவிடமிருந்து பிரிந்து செல்வதாக அவகன் அகாரா அறிவித்தபோது, மதுசூதன கிரி தான் பதின்மூன்றாம் மர்கியின் ஸ்ரீ மகந்தாக பதவியேற்றிருந்தார். ஒட்டுமொத்த அவகன் அகாராவிலும் அவர் முக்கியமானவராக மாறிவிட்டார்.

‘ஜூனா அகாராவிடம் இருந்து பிரிந்து, நாம் தனித்து செயல்படவேண்டும் என்று எங்களுடைய அகாராவில் இருந்த சாதுக்களிடம் அவர் பிரச்சாரம் செய்தார். அவகன் அகாராவில் பொதுவாக நிலவிய ஜூனா அகாராவுக்கு எதிரான மனநிலையை தனக்கு சாதகமாகப் பயன்படுத்திக்கொண்டு, மகந்த் பதவியை அடைந்துவிட்டார். அதுமட்டுமல்லாமல், ஒட்டுமொத்த அவகன் அகாராவின் பலம்வாய்ந்த தலைவராகவும் மாறிவிட்டார். ஆனால் அதிகாரத்தை அடைவதற்காக அவர் எங்களையெல்லாம் முட்டாள்களாக்கி இருக்கிறார் என்பதை காலம்தாழ்த்தித் தான் நாங்கள் புரிந்துகொண்டோம்’ என்றார் சிவராஜ் கிரி.

மதுசூதன கிரியின் வளர்ச்சியினால், ஓம்கார கிரி ஓரங்கட்டப்பட்டார். அதன் தாக்கத்தினால், அவரது சீடரான சிவராஜ் கிரியும் பாதிக்கப்பட்டார். அவகன் அகாராவையே பதின்மூன்றாம் மர்கி ஆதிக்கம் செலுத்தியபோது, சிவராஜ் கிரிக்கு பல சலுகைகளும் நன்மைகளும் கிடைத்துவந்தன. 1995 முதல் 1998 வரையிலான மூன்றாண்டுகளில், அவகன் அகாராவின் ‘உடைமைப் பாதுகாவலர்’ பதவியை

வகித்துவந்தார். அதுமட்டுமில்லாமல், ஏராளமான விவசாய நிலங்களைக் கொண்டிருக்கும் அவகன் அகாராவின் இரண்டு முக்கியமான கோவில்களின் மடாதிபதியாகவும் சிவராஜ் கிரி இருந்தார்.

'மத்தியப் பிரதேசத்தின் குவாலியர் மாவட்டத்தில் இருந்த இரண்டு கோவில்களின் மடாதிபதியாக 1996ஆம் ஆண்டு முதல் இருந்துவந்தேன். நான் பதவியேற்றபோது, அக்கோவில்களின் விவசாய நிலங்களை அந்தந்த ஊர்களில் இருப்பவர்கள் சிலர் ஆக்கிரமித்து வைத்திருந்தனர். அவற்றை மீட்டெடுத்து, மீண்டும் விவசாயத்திற்குத் திருப்பி, கோவிலுக்கு வருமானம் வரவைத்தேன். அகாராவின் பாதுகாவலராக என்னுடைய பதவி முடிந்தபின்னரும் கூட, அக்கோவில்களின் மடாதிபதியாக அவற்றை நானே பாதுகாத்து, அகாராவிற்காக உழைத்தேன்' என்றார் சிவராஜ் கிரி.

ஆனால், அவகன் அகாராவின் அதிகாரம் ஒட்டுமொத்தமாக மதுசூதன கிரியிடம் கைமாறியதும், சிவராஜ் கிரியின் சோதனைக் காலமும் துவங்கியது. அவருடைய குருவான ஓம்கார கிரியின் மறைவுக்குப் பின்னர், சிவராஜ் கிரியின் நிலைமை மேலும் மோசமானது. அவகன் அகாராவின் இரு கோவில்கள் சிவராஜ் கிரியின் கைவசம் இருந்தபோதும், அவரிடம் இருந்து அவற்றை வலிந்து பறிப்பதற்கான முயற்சிகள் தொடர்ச்சியாக எடுக்கப்பட்டன. கோவில்களில் இருந்து வருமானத்தின் பெரும்பகுதியை அகாராவுக்குக் கொடுக்க வேண்டும் என்று அவரிடம் கட்டளையிட்டனர். ஆனால், அகாராவின் புதிய ஆட்சியாளர்கள் கேட்கும் பங்கினைக் கொடுத்தால், சிவராஜ் கிரிக்கு பெரிதாக ஒன்றுமே மிஞ்சாது என்கிற நிலை உருவானது. மதுசூன கிரியிடம் நல்லபெயரை சம்பாதித்து, அவருக்கு நெருக்கமானவராக மாறுவதற்கு முயன்றபோது, அதுவும் சாத்தியமாகவில்லை.

அவகன் அகாரா புதிய மகந்தின் ஆணைகள் ஒவ்வொன்றையும் தன்னால் முடிந்தளவிற்கு நிறைவேற்றி வந்தார் சிவராஜ் கிரி. ஆனால், நிலைமை சீராகவில்லை.

'2010ஆம் ஆண்டு கும்பமேளா துவங்குவதற்கு நான்கு மாதங்கள் இருக்கையில், 17000 ரூபாயினை அகாராவுக்கு செலுத்துமாறு என்னிடம் தெரிவித்தார்கள். இரண்டு கோவில்களில்

மடாதிபதியாக இருப்பதற்கான வரிதான் அது என்றார்கள். அது என்னைப் பொறுத்தவரையிலும் பெரிய பணமாகும். எனக்கு கொஞ்சம் அவகாசம் கொடுத்தால், நான் எப்படியாவது ஏற்பாடு செய்து, அந்த வரிப்பணத்தை செலுத்திவிடுவேன் என்று கெஞ்சிக் கேட்டுப்பார்த்தேன். ஆனால், அவர்கள் என்னுடைய கோரிக்கையை மறுத்துவிட்டனர். அத்துடன், சரியான நேரத்திற்குள் பணத்தை செலுத்தாவிட்டால், விபரீதமான விளைவுகளை சந்திக்க நேரிடும் என்று மிரட்டினர். நான் உடனே அவசர அவசரமாக குவாலியருக்கு சென்றேன். தேவையான பணத்தை அங்கே ஏற்பாடு செய்துகொண்டுவந்து, அகாராவில் செலுத்தினேன்' என்றார் சிவராஜ் கிரி.

மதுசூதன கிரி பதவியேற்றதுமே இதுவெல்லாம் என்றாவது நடக்கும் என்பதை ஓரளவுக்கு யூகித்திருந்த சிவராஜ் கிரி, தனக்கான மாற்று வருமானத்திற்கும் வழிதேடத் துவங்கியிருந்தார். அந்த இரண்டு கோவில்களில் இருந்துதான் அவருக்கான வருமானமே வந்துகொண்டிருந்தது. ஆனால், அந்த இரண்டு கோவில்களும் அகாராவுக்கு சொந்தமானவை என்பதால், எப்போது வேண்டுமானாலும் அவரிடமிருந்து அவை பறிக்கப்படலாம் என்பது அவருக்குத் தெரியாமல் இல்லை.

'நான் விஹெச்பியுடன் கைகோர்த்திருந்தால், என்னுடைய மோசமான நிலைமையில் இருந்து தப்பித்திருக்கலாம்தான். அரித்துவார் சாதுக்களிடையே விஹெச்பி உருவாக்கிய வலைப்பின்னல் சாதாரணமானதல்ல. அதனால் விஹெச்பிக்கு நெருக்கமானாலே, அரித்துவாரில் பாதுகாப்பாக இருந்துவிடலாம் என்கிற நிலை உருவாகியிருந்தது. விஹெச்பியின் செயல்பாடுகளை சுத்தமாகப் பிடிக்காத ஒருவராகத் தான் என்னுடைய குரு இருந்தார். அதனால், அவர் மறையும் வரையிலும் நானும் விஹெச்பியிடம் இருந்து தள்ளியே இருந்தேன். ஆனால், அவர் மறைவுக்குப் பின்னர், அகாராவின் புதிய மகந்தினால் எனக்கு கொடுக்கப்பட்ட தொடர் நெருக்கடியின் காரணமாக, வேறு வழியின்றி விஹெச்பியிடம் நெருங்கிச் சென்றேன். என்னுடைய வாழ்க்கையில் முதன்முறையாக விஹெச்பியின் கூட்டங்களில் பங்கெடுத்தேன். ஏறத்தாழ ஓராண்டுவரை அவர்களுடைய கூட்டங்களுக்குச் சென்று வந்தேன். ஆனால், என்னால் அங்கே

நிரந்தரமாக இருக்கமுடியும் என்று அப்போதே எனக்குத் தோன்றவில்லை. அவர்கள் பேசும் பெரும்பாலானவை எனக்குப் புரியவே இல்லை' என்றார் சிவராஜ் கிரி.

அகாராவின் தலைமையிடமும் நட்புபாராட்ட முடியாமல், விஹெச்பியுடனும் ஒட்டமுடியாமல் இருந்தவேளையில் அவருக்கு ஒரு வழி கிடைத்தது. மதுசூதன கிரி பதவிக்கு வருவதற்கு முன்னரே, விஷ்ணு படித்துறையில் ஒரு தூனியைப் பிடித்து வைத்திருந்தார். ஆனால், அதனைப் பயன்படுத்த வேண்டும் என்று அவருக்குத் தோன்றியதே இல்லை. இப்போது வேறு வழியே இல்லாத காரணத்தால், அந்தத் தூனியை தூசு தட்டினார். அதனையே தனது தங்குமிடமாகவும் வழிபாட்டிடமாகவும் மாற்றினார்.

'தூனிக்கு அருகில் இருக்கிற நாவல் மரத்தை முன்பொரு காலத்தில் விதைத்தவர் தான் அந்த தூனியையும் உருவாக்கி இருந்தார். அவர், தசநாமி சந்நியாசி பரம்பரையில் பாரதி பிரிவைச் சேர்ந்தவராக இருந்ததால், நாவல் பாரதி தூனி என்று இன்றளவும் அது அழைக்கப்பட்டு வருகிறது' என்றார் சிவராஜ் கிரி.

தன்னுடைய உயிர்மூச்சிருக்கும் வரையிலும் அந்தத் தூனியுடனேயே வாழ்ந்து மறைந்த ஒரே சாது என்றால் நாவல் பாரதி மட்டும் தான். அவருக்குப் பின்னர் அந்தத் தூனியை உரிமை கொண்டாடிய ஒருவராலும் அதனைப் பாதுகாத்து அங்கே நீடித்து வாழமுடியவில்லை. நாவல் பாரதி இறந்தபின்னர், அவருடைய சீடரான மௌஜானந்த பாரதிக்கு அது சொந்தமானது. ஆனால், உள்ளூர் நாக சாதுக்களுடன் ஏற்பட்ட முரண்பாட்டால், அங்கிருந்து வெளியேற வேண்டியிருந்தது. அதற்குப் பிறகான ஆண்டுகளில், அந்தத் தூனியின் உரிமை பலரின் கைகளுக்கு மாறிக்கொண்டே இருந்தது. ஆனால், ஒருவராலும் அதனை நிரந்தர வாழ்விடமாக மாற்றிக்கொள்ள முடியவில்லை.

'நான் முதன்முதலாக அந்தத் தூனியைப் பார்க்கச் சென்றபோது, இராம் பூரியின் வசம் அது இருந்தது. அவகன் அகாராவின் பாதுகாவலர் பதவியைத் துறப்பதற்கு சில நாட்கள் முன்னதாக 1998ஆம் ஆண்டில் தான் அங்கு சென்றேன். அதே ஆண்டில் இன்னொரு நாள் அங்கு நான்

அரித்துவாருக்கு சென்றபோது, தற்செயலாக அந்த தூனிக்குப் பின்னால் உட்கார்ந்திருந்தேன். அப்போது உள்ளூரைச் சேர்ந்த ஏதோவொரு அடியாளுடன் இராம் பூரி வாய்ச்சண்டையில் ஈடுபட்டிருந்தார். எங்கும் மடித்து எடுத்துச்செல்லும் விதமான ஒரு கூடாரத்தை யாரோ ஒரு அயல்நாட்டு பக்தர் இராம் பூரிக்கு பரிசாகக் கொடுத்திருக்கிறார். அதனை அந்த உள்ளூர் அடியாள் திருடியிருக்கிறார் என்று இராம் பூரிக்கு சந்தேகம் ஏற்பட்டு, சண்டைபோட்டுக்கொண்டிருந்தார். அன்று இரவே, அடையாளம் தெரியாத ஒரு கூட்டத்தினர் அங்கு வந்து, அந்தத் தூனியை இடித்துவிட்டு, இராம் பூரியை அடித்துவிரட்டியிருக்கின்றனர். அத்துடன் அவர் அந்த தூனிக்குத் திரும்பி வரவே இல்லை' என்றார் சிவராஜ் கிரி.

அதற்கடுத்த ஐந்தாண்டுகளுக்கு நாவல் பாரதியின் அந்தத் தூனியைக் கைப்பற்றும் தைரியம் எவருக்கும் இருக்கவில்லை. அதனால் அது அப்படியே ஆதரவற்றுக் கிடந்தது. சிவராஜ் கிரி மட்டும் அவ்வப்போது சென்றுவந்திருக்கிறார். அவருக்கு அந்த தூனி அமைந்திருக்கும் இடம் மிகவும் பிடித்திருந்தது. அங்கு அமர்ந்து தியானம் செய்துவிட்டு மீதமுள்ள நேரங்களில் கங்கை ஆற்றினை அருகிலிருந்து பார்த்துக்கொண்டிருக்க அவர் விரும்பினார். தனக்கே தனக்கான ஒரு தூனியை அங்கே அமைத்துக்கொள்வது குறித்து அவர் யோசித்தார்.

'அவகன் அகாராவை தன்னுடைய கட்டுப்பாட்டில் மதுசூதன கிரி எடுத்துக்கொள்ளப் போகிறார் என்பது தெளிவாகத் தெரிந்ததுமே, பாதுகாப்பற்றவனாக நான் உணரத் துவங்கினேன். ஒருநாள் அந்தத் தூனிக்குப் பின்னால் அமர்ந்திருந்தபோது, இராம் பூரியை விரட்டியடித்த அதே அடியாள் அந்தப்பக்கமாக சென்றுகொண்டிருந்ததைப் பார்த்தேன். அவரை நிறுத்தி, அந்தத் தூனியை நான் எடுத்துக்கொள்ளலாமா என்று கேட்டேன். அவரும் எனக்கு அனுமதி கொடுத்தார். உடனே, இடிந்துகிடந்த அந்தத் தூனியை மறுசீரமைப்பு செய்யத் துவங்கினேன். அதற்காக ஒரு பெரிய தொகையை செலவளித்தேன். நாவல் மரத்தின் நிழலிலேயே சுவர் போன்ற ஒரு கட்டமைப்பையும் எழுப்பினேன். அதனைக் கட்டிமுடித்ததும், அவ்வப்போது அங்கு வந்து என்னுடைய பொழுதைக் கழித்தேன்' என்றார் சிவராஜ் கிரி.

ஆனாலும், விஹெச்பியிடமிருந்து உதவி கிடைக்கும் என்கிற நம்பிக்கையை முற்றிலுமாக இழக்கும்வரையிலும், அந்தத் தூனியில் நிரந்தரமாகத் தங்கிவிடும் எண்ணம் அவருக்கு இருக்கவில்லை. 2010ஆம் ஆண்டு நடைபெற்ற கும்பமேளாவிற்கு முன்பு, அந்த நாவல் தூனியிலேயே அவர் தங்கியிருக்கத் துவங்கினார்.

IV

அந்தத் தூனிக்கு இப்படியான வரலாறு இருப்பதால் தான், அங்கிருந்து சிவராஜ் கிரி துரத்தப்பட்டபோது கூட, சுற்றியிருந்தவர்கள் பெரிதாக அதிர்ச்சியடையாமல் அமைதியாக இருந்திருக்கின்றனர்.

'இப்படியொரு தாக்குதலுக்கு முன்னரே அதில் இருந்து தன்னைத் தற்காத்துக்கொள்வதற்கு, சிவராஜ் கிரி எந்த முன்னெச்சரிக்கை நடவடிக்கையும் எடுத்திருக்கவில்லை என்பது ஆச்சர்யமாகத் தான் இருக்கிறது. அவருடைய சீடர்களோ பக்தர்களோ கூட அன்றிரவு அவருடன் தங்கியிருந்து அவரைக் காப்பாற்றவில்லை என்பது அதனைவிடவும் விசித்திரமாக இருக்கிறது. அதிலும், கும்பமேளா காலத்தில் அவர் ஏராளமான எதிரிகளை சம்பாதித்திருந்த சூழலில், அவருக்குப் பாதுகாப்பாக பலரும் இரவு நேரங்களில் இருந்திருக்க வேண்டும்' என்றார் விஷ்ணு படித்துறையில் இருக்கும் ஒரு தேநீர் கடையின் உரிமையாளரான வினோத் இராவத்.[8]

சிவராஜ் கிரியை எப்போதேனும் யாரேனும் தாக்குவதற்கு வரத்தான் போகிறார்கள் என்று விஷ்ணு படித்துறையில் கடை வைத்திருக்கிற அனைவருமே எதிர்பார்த்ததுதான் இருந்திருக்கின்றனர்.

'கும்பமேளா முடிவதற்குள்ளாகவே அவரை நிச்சயமாக யாராவது தாக்கிவிடக்கூடும் என்றுதான் நாங்கள் எதிர்பார்த்தோம். அதனால், ஒவ்வொரு நாள் காலையும் ஆரோக்கியமாக அவரைப் பார்த்தபோதெல்லாம், பாதுகாப்பாக இன்னொரு நாளை அவர் கடந்திருக்கிறார் என்று தான் நினைத்துக்கொண்டேன்' என்கிறார் நாவல் பாரதி தூனிக்கு

அருகில் இருக்கிற இன்னொரு கடையின் உரிமையாளரான ஹரிஷ் சர்மா.[9]

இருப்பினும், அந்தத் தாக்குதலில், தான் கொல்லப்படாததை நினைத்து மகிழ்கிறார் சிவராஜ் கிரி. அவரைத் தாக்கியவர்கள் நினைத்திருந்தால், மிக எளிதாக அவரைக் கொன்றிருக்கலாம். ஆனால், விஷ்ணு படித்துறையில் அவருக்கான காலம் முடிந்துவிட்டதென்பது அவருக்குத் தெரியும்.

'கைவிடப்பட்டுவிட்டோமே என்கிற கவலையும், இனியும் அரித்துவாரில் அனுதினமும் பயந்துபயந்தே வாழவேண்டியதில்லை என்கிற நிம்மதியுமாக இரண்டு மாறுபட்ட உணர்வுகள் ஒரே நேரத்தில் என்னை ஆட்கொண்டன. கங்கையாற்றின் கரையைவிட்டு வெளியேறுவது என்று நான் முடிவு செய்துவிட்டேன்' என்றார் சிவராஜ் கிரி.

நாகசாதுவாக மாறி பதினெட்டு ஆண்டுகள் கழித்து, முதன்முறையாக தான் புறக்கணிக்கப்பட்டதாக அவர் மனமுடைந்து போனார்.

'என்னையே நான் முதன்முதலாக புரிந்துகொண்டதைப் போல நான் உணர்ந்தேன். ஒரு மிகநீண்ட பயணத்தை நான் துவங்கப்போகிறேன் என்று முன்பே எனக்குத் தோன்றியது. ஆனால், எப்போது நடக்குமென்றும் எப்படி நடக்கப்போகிறது என்றும் எனக்கு அப்போது தெரியவில்லை.'

சிவராஜ் கிரி தாக்கப்பட்ட அடுத்த நாள் காலையில் இப்படியெல்லாம் அவர் சிந்திந்துக் கொண்டிருந்தார். அப்போது அவரைக் காண, அவரது பிரெஞ்சு சீடரான உமா கிரி அங்கே வந்தார்.

'நான் தாக்கப்பட்ட மறுநாள் காலையில் சில அயல்நாட்டு பக்தர்களை சந்திப்பதற்கு நான் ரிசிகேசம் செல்ல வேண்டியிருந்தது. அவர்கள் வானவில் குடும்பம் என்கிற குழுவின் உறுப்பினர்களாக இருந்தனர். நான் அவர்களை சந்திக்கவராமல் இருந்ததால், அவர்கள் கவலையுற்றனர். என்னுடைய சீடரான உமா கிரியே, வானவில் குடும்ப உறுப்பினராக இருந்தபடியால், நடந்த சம்பவம் குறித்தும் என்னுடைய நிலைமை குறித்தும் அயல்நாட்டு பக்தர்களுக்கு தகவல் தெரிவித்திருக்கிறார். வானவில் குடும்பத்தின் சில

உறுப்பினர்கள் உடனடியாக ஒரு வேனில் வந்து, என்னை அவர்களுடன் ரிசிகேசத்திற்கு அழைத்துச் சென்றனர்' என்றார் சிவராஜ் கிரி.

நாடோடிகளும், இசைக்கலைஞர்களும், கூத்துக்கலைஞர்களுமாக இணைந்திருக்கும் ஒரு குழு தான் வானவில் குடும்பக்குழு. அவர்கள் இமயலை போன்ற ஓரிடத்தில் ஒன்றாகக் கூடி, தற்காலிகமாக ஒரு செயற்கை கிராமத்தை உருவாக்கி, மண்ணில் குழிதோண்டி அதனையே கழிவறையாக்கி, மரக்கட்டைகளால் சமைக்கக்கூடிய ஒரு பொது சமையலறையை உருவாக்கி, அதில் சமைத்து, ஒரு நாளைக்கு இருமுறை எல்லோரும் சுற்றி அமர்ந்து சாப்பிட, நடுவில் நெருப்பை எரியவிட்டு ஒரு நிலாக்காலத்தைக் கழித்து வாழ்வது தான் அவர்களது வாழ்க்கை. அவர்கள் உருவாக்கும் அந்தத் தற்காலிக கிராமம், ஒரு கம்யூனைப் போல இயங்கும். அதில் பங்கெடுக்கும் ஒவ்வொருவரும் அவரவருடைய சக்திக்கு ஏற்றவாறு பங்களிப்பார்கள். அவர்கள் தங்கியிருக்கும் காலம் முடிவடைந்ததும், அவர்கள் உருவாக்கிய அந்த தற்காலிக கிராமத்தை அங்கிருந்து பெயர்த்தெடுத்து, அவர்கள் கொண்டுவந்த வண்டிகளில் ஏற்றிச் சென்றுவிடுவார்கள். அங்கே ஒரு கிராமம் இருந்ததற்கான தடயமே இல்லாமல் போகும். அந்தக் குழுவிற்கு பலநாடுகளில் உறுப்பினர்கள் இருக்கிறார்கள். இந்தியாவில் இருக்கும் அக்குழுவின் பெரும்பாலான உறுப்பினர்கள் அயல்நாட்டுக்காரர்களாகத் தான் இருப்பார்கள். ஒரு சில இந்தியர்களும் உண்டு. இந்த வானவில் குடும்ப அமைப்புகளையெல்லாம் தலைமை ஏற்று நடத்துவதற்கு எந்த மைய அமைப்பும் இல்லை. அதற்கு பதிலாக பல வானவில் குடும்ப உறுப்பினர்களின் திட்டமிடலால் இது முறையாக நடைபெறுகிறது.

வானவில் குடும்ப உறுப்பினர்கள் சிலரை சிவராஜ் கிரிக்கு ஏற்கனவே தெரிந்திருந்தாலும், 2010 கும்பமேளா சம்பவத்திற்கு பிறகான மாதங்களில் தான் அவர்களுடன் நெருக்கமான நட்பு அவருக்கு ஏற்பட்டது.

'என்னுடைய சீடர்களில் சிலர் அந்த வானவில் குடும்பத்தில் உறுப்பினர்களாக இருந்தனர். ரிசிகேசுக்கு அருகில் இருந்த காட்டில்தான் அவர்கள் முகாம்கள் அமைத்து தங்கியிருந்தனர். அரித்துவார் கும்பமேளா துவங்குவதற்கு சில மாதங்களுக்கு

முன்னர், காட்டில் இருக்கும் அந்த முகாமுக்கு என்னை அழைத்துக்கொண்டு சென்றனர். அவர்களுடன் அங்கேயே சிறிது நேரம் தங்கச்சொல்லினர். நானும் பகல் முழுவதும் தங்கிவிட்டு, மாலை வேளையில் என்னுடைய தூனிக்குத் திரும்பலாம் என்று முடிவெடுத்திருந்தேன். காட்டிலிருந்து கிளம்பி திரும்பிச் சென்றுகொண்டிருக்கும் போது, 100க்கும் மேற்பட்ட காவல்துறையினர் அந்த முகாமை நோக்கி வந்துகொண்டிருப்பதைப் பார்த்தேன். உடனே வேகமாகத் திரும்பிவந்து, வானவில் குடும்ப உறுப்பினர்களுக்கு எச்சரிக்கை விடுத்தேன். அவர்களும் அவசர அவசரமாக அங்கிருந்து வெளியேறப் பார்த்தனர். ஆனால், அவர்களைத் தடுத்து அங்கேயே இருக்கச்சொன்னேன். அங்கு வந்த காவல் அதிகாரிகளிடம் பேசி, அயல்நாட்டு வானவில் குடும்ப உறுப்பினர்களுக்கு கால அவகாசம் தருமாறு கேட்டுக்கொண்டேன். அன்றிலிருந்து அந்த வானவில் குடும்பத்தினரிடம் அடிக்கடி சென்று உரையாடினேன்.

அயல்நாட்டு உறுப்பினர்களைக் கொண்ட அந்தக் குழுவினர் தான் சிவராஜ் கிரியைக் காப்பாற்ற விரைந்தனர்.

'அவர்கள் அன்றைய தினம் என்னை ரிசிகேசுக்கு அழைத்துச் சென்றனர். அங்கிருந்து, அல்மோரா என்கிற பகுதிக்கு வேனில் மாலை சென்றோம். பத்துக்கும் மேற்பட்ட வானவில் குடும்ப உறுப்பினர்கள் என்னுடன் பயணித்தனர். அதுவொரு அற்புதமான பயணமாக இருந்தது. என்னுடைய உடல் மற்றும் மனவலியைத் தாண்டி, வாழ்க்கையில் மிகவும் மகிழ்ச்சியாக இருந்த நாள் அது. அதற்கு முந்தைய நாள் தான், நாக சாதுக்கள் என்னிடம் சூறையாடினார்கள் என்பதெல்லாம் என்னை அப்போது பாதிக்கவே இல்லை. ஒருநாள் பயணித்து, அல்மோரா சென்று சேர்ந்தோம்' என்றார் சிவராஜ் கிரி.

அல்மோரா நகருக்கு வெளியே இருக்கிற காட்டுப்பகுதியில் வானவில் குடும்பத்தினர் முகாம்களை அமைத்தனர். வானவில் குடும்ப உறுப்பினர்களின் கவனிப்பினால், சிவராஜ் கிரி விரைவாக மீண்டுவந்தார். கால்களிலும் கைகளிலும் ஏற்பட்டிருந்த வீக்கங்களெல்லாம் ஒரே வாரத்தில் குறைந்தன. யாருடைய துணையுமின்றி விரைவிலேயே அவரால் நிற்கவும், உட்காரவும், நடக்கவும் முடிந்தது. அவருடைய மூலநோயும்

குணமாகிக் கொண்டிருந்தது. அவர் குணமடைந்துகொண்டே இருந்தபோது, வானவில் குடும்பத்தின் உறுப்பினர் எண்ணிக்கை 100 ஆக உயர்ந்திருந்தது. ஒருமாத காலம் அவர்களுடன் அங்கேயே தங்கியிருந்து, பிறகு அங்கிருந்து வெளியேறும் முடிவினை எடுத்தார்.

'ஒருநாள் அனைவரும் உணவருந்தி முடித்ததும், வானவில் குடும்பத்தின் அனைத்து உறுப்பினர்களும் நெருப்பைச் சுற்றி அமர்ந்திருக்கும் போதே, நான் இமய மலையில் இருக்கும் பிண்டாரி பனிப்பாறையை நோக்கி செல்லவிருப்பதாகத் தெரிவித்தேன். அந்த முடிவினைக் கைவிட்டு, ரிசிகேசுக்கு அவர்களுடனே திரும்பவரவேண்டும் என்று கோரினர். ஆனால், என்னுடைய மனதில் நான் ஏற்கனவே முடிவெடுத்துவிட்டேன். அதனால், அடுத்த நாள் காலையில் முகாமைவிட்டு வெளியேறி, பிண்டாரி பனிப்பாறையை நோக்கி நடக்கத் துவங்கினேன். காடுகள் வழியாக நடந்தேன், பின்னர் பனிகளின் ஊடாக நடந்தேன். போகிற வழியில் காட்டில் என்ன கிடைத்ததோ அவற்றையே உண்டேன். அதன்பிறகு ஒரு குகையில் நுழைந்தேன். அங்கேயே ஏழு இரவுகளும் ஏழு பகல்களும் தங்கினேன். பின்னர், மீண்டும் பனியில் நடக்கத் துவங்கினேன்.

இவ்வுலகில் அவருக்கேற்பட்ட ஏமாற்றங்களின் காரணமாக, உலகிலிருந்து வெகுதூரம் பயணித்து சென்றுவிடவேண்டும் என்று அவர் விரும்பினார்.

'எனக்கு நடந்த சம்பவம் மீண்டும் இன்னொரு முறைகூட நடக்கலாம் என்று நான் நினைத்தேன். அதனால், அதே உலகிற்கு திரும்பவும் செல்வதில் எந்தப்பயனும் இல்லாதது போலத் தோன்றியது. எனக்கு வாழ்க்கை மீது ஒருவித வெறுப்பு ஏற்பட்டது. அதனால் இறந்துவிடவேண்டும் என்று விரும்பினேன். ஆனால், இறப்பு நாம் நினைத்தபோதெல்லாம் வருவதில்லை தானே' என்று கூறினார் சிவராஜ் கிரி.

இமய மலைக்குச் சென்றபோது தான் அவரிடம் நிறைய நேரம் இருப்பதையே அவர் உணர்ந்துகொண்டார்.

'நான் அரித்துவாரில் இருந்தபோது மதம் குறித்தும் வாழ்வியல் குறித்தும் சிந்திப்பதற்கே எனக்கு நேரமிருந்ததில்லை. ஆனால்,

இங்கே எனக்கு நிறைய நேரம் இருக்கிறது. திடீரென்று எனக்கு நிறைய நேரம் கிடைத்திருக்கிறது' என்றார் சிவராஜ் கிரி.

ஆனால், அவர் கைவிடப்பட்ட பழைய கதையை கொஞ்ச காலம் மறந்து, மீண்டும் பழைய வாழ்க்கையை வாழவேண்டுமென்கிற ஆசை அவருக்குத் துளிர்விட்டது. வலுக்கட்டாயமாகவும் வன்முறையைப் பயன்படுத்தியும் எந்த இடத்தில் இருந்து அவர் துரத்தப்பட்டாரோ, அதே இடத்திற்கு திரும்பச் செல்லவேண்டும் என்கிற ஆசை அவருக்கு எப்படி வந்தது என்று அவரிடமே கேட்டுப்பார்த்தேன்.

அதற்கான அவருடைய விளக்கம் மிகவும் எளிதானதாக இருந்தது.

'என்னுடைய தூனியைக் காணாமல் என்னுடைய மனம் தவிக்கிறது. அத்துடன் கங்கை ஆற்றின் கரையோரம் வாழ்வது எனக்கு மிகவும் பிடித்திருந்தது' என்றார்.

V

ஆக, ஒருசில மாதங்களுக்குப் பிறகு அரித்துவாருக்கு திரும்பிச் செல்ல முடிவெடுத்தார் சிவராஜ் கிரி. இமயமலையிலேயே தனியாளாக சுற்றித்திரிய முடிகிற அவரால், விஷ்ணு படித்துறையில் இருக்கும் தன்னுடைய தூனிக்கு அவ்வளவு எளிதாகத் திரும்பமுடியவில்லை. அதற்கான தைரியமும் அவருக்கில்லை. அல்மோரா, நைனிதால், உத்தரகாசி, ஸ்ரீ நகர் உள்ளிட்ட உத்தரகாண்டின் பல பகுதிகளில் அடுத்த ஓராண்டிற்கு சுற்றித்திரிந்தார். அதன்பிறகு ஒருநாள் காலையில் அவருடைய தூனிக்கு சென்றார்.

'என்னுடைய தூனிக்கு சென்று பார்த்தேன். அங்கே ஜூனா அகாராவைச் சேர்ந்த பூரா பாபா என்கிற புதிய துறவி ஒருவர் என்னுடைய தூனியை ஆக்கிரமித்து வைத்திருந்தார். 2010ஆம் ஆண்டு அரித்துவார் கும்பமேளாவின் போதுதான், கஜேந்திர கிரி என்று பெயர்மாற்றம் பெற்று, சந்நியாசி ஆனார் பூரா பாபா. தூனிக்கு அருகில் கொஞ்சம் காலி இடம் இருந்தது. அந்த இடத்தில் முன்பு நான் ஒரு ஆலமரத்தை வளர்த்து வந்தேன். அந்த ஆலமரத்தையும் அதனைச் சுற்றியுள்ள இடத்தையும்,

ஜூனா அகாராவைச் சேர்ந்த சங்கர் கிரி என்கிற மற்றொரு இளம் நாக சாது ஆக்கிரமித்திருந்தார்' என்றார் சிவராஜ் கிரி.

அன்றைய தினமே அவர்கள் இருவரிடமும் சண்டைபோட்டு தன்னுடைய தூனியைப் பெற சிவராஜ் கிரி முயற்சி செய்யவில்லை. அதற்கான சாதகமான சூழலும் அவருக்கு இல்லை. அந்தத் தூனியைச் சுற்றி வாழ்ந்துகொண்டிருக்கும் உள்ளூர்வாசிகளின் ஆதரவைப் பெறாமல், எந்தவொரு முயற்சி எடுத்தாலும் தோல்வியில் தான் முடியும் என்பதை அவர் உணர்ந்திருந்தார். அதனால், பலருடைய ஆதரவைப் பெற்றுவிட்டே, அடுத்தகட்டத்திற்கு நகர்வது என்றும் முடிவெடுத்தார்.

விஷ்ணு படித்துறையில் இருந்து அன்றே வெளியேறி, ரிசிகேசத்திற்கு சென்றுவிட்டார். அடுத்த சில நாட்களுக்கு, ஒவ்வொரு தூனியாக அலைந்து திரிந்து, தனக்கான ஒரு தற்காலிக இடத்தைத் தேடினார். இறுதியாக ரிசிகேசத்தில் இருக்கும் லட்சுமணப் பாலத்திற்கு அருகே ஒரு இடத்தைக் கண்டுபிடித்தார்.

அடுத்த ஓராண்டிற்கு, லட்சுமணப் பாலத்தின் அருகே இருந்த தூனியில் தங்கியிருந்தே, அரித்துவாரில் இருக்கும் தனது பழைய தூனியைத் திரும்பப் பெறுவதற்கான அனைத்து வேலைகளையும் செய்துவந்தார். அவர் ரிசிகேசத்தில் தங்கியிருக்கும் செய்தி கிடைத்ததும், அவருடைய பழைய நண்பர்களும் பக்தர்களும் அவரைக் காண அங்கே வரத்துவங்கினர். அவரை முன்பே அறிந்திருந்த சில அயல்நாட்டு பக்தர்களும் அவரைப் பார்க்க வந்தனர். இருப்பினும், அரித்துவார் விஷ்ணு படித்துறையில் இருக்கும் அவருடைய தூனியை எப்படியாவது திரும்பப் பெற்றுவிட வேண்டும் என்பதிலேயே அவரது கவனமும் கவலையும் சிந்தனையும் எப்போதும் இருந்தன.

திட்டமிட்டபடியே ஒவ்வொன்றாக செயல்படுத்தத் துவங்கினார். முதல்கட்டமாக, விஷ்ணு படித்துறையில் கடை வைத்திருக்கிற பெரும்பாலான கடை உரிமையாளர்களின் ஆதரவைப் பெற்றார். பின்னர், விஷ்ணு படித்துறையில் இருந்த அவருடைய தூனிக்கு அடிக்கடி சென்று பார்த்துவந்தார்.

'இறுதியாக, என்னுடைய தூனியை அவருடையது என்று பூரா பாபாவால் சொல்லிக்கொள்ள முடியாத நிலைக்குத் தள்ளப்பட்டார். சுற்றியுள்ளவர்களின் பொதுக்கருத்து எனக்கு சாதகமாக இருந்தது. அந்த தூனிக்கு அருகிலேயே என்னுடைய சீடர்களையும் ஆதரவாளர்களையும் அழைத்துக்கொண்டு போய், பல இரவுகள் அங்கேயே எங்களுடைய நேரத்தை செலவிடத் துவங்கினேன். ஒருநாள், என்னுடன் பூரா பாபா ஒரு ஒப்பந்தத்திற்கு வந்தார். அதன்படி, என்னுடைய தூனி மீண்டும் எனக்கே வந்துசேர்ந்தது' என்றார் சிவராஜ் கிரி.

ஆனால், அவரும் பூரா பாபாவும் என்ன மாதிரியான ஒப்பந்தம் போட்டு சமாதானத்திற்கு வந்தனர் என்பது குறித்து கூற மறுத்துவிட்டார். பூரா பாபாவிடம் இருந்து அவருடைய தூனி அவருக்குக் கிடைத்துவிட்டது. ஆனால், அவருடைய உரிமையில் இருந்த ஆலமரமும் அதனைச் சுற்றியுள்ள இடமும் சங்கர் கிரியிடம் தான் இன்னமும் இருக்கிறது.

இரண்டு ஆண்டுகளுக்குப் பிறகு தூனி கிடைத்தவுடன், ஒரு நிமிடம் கூட வீணடிக்காமல், உடனடியாக ரிசிகேசத்தில் இருந்து தன்னுடைய தங்குமிடத்தை மாற்றிக்கொண்டு, மீண்டும் விஷ்ணு படித்துறைக்கே வந்து சேர்ந்தார் சிவராஜ் கிரி.

VI

சிவராஜ் கிரிக்கு தூனி திரும்பக் கிடைத்ததில் பெருமகிழ்ச்சியாக உணர்ந்தார். அவருடைய தூனியில் மீண்டும் கூட்டம் களைகட்ட ஆரம்பித்தது. பழைய ஆதரவாளர்கள், பக்தர்கள், சீடர்கள் என பெருங்கூட்டம் எப்போதும் இருந்தது. இலவசமாக அங்கே கஞ்சா கிடைக்கும் என்பதாலும் பலர் வரத்துவங்கினர். 2013 இல் அவருடைய தூனியை மீண்டும் புனரமைத்தார். அந்தத் தூனிக்கு மேல் ஒரு கூடாரத்தையும் அமைத்தார். அவருக்கு இப்போது தலைமுடியும்கூட கொஞ்சம் வளர்ந்து தோளைத் தொட்டிருந்தது. ஆனாலும், முன்பிருந்தது போல் தரையைத் தொடும் அளவிற்கெல்லாம் இல்லை. அவருடைய தாடியும் நெஞ்சைத் தொடும் அளவிற்கு வளர்ந்தது.

நிர்வாணா நாக சாதுவான சிவராஜ் கிரியைப் பார்க்க புதிதாக அந்தத் தூனிக்கு வருகிற எவரிடமும், மிக நீண்ட முடியினை வைத்திருந்தபோது எடுக்கப்பட்ட தன்னுடைய பழைய புகைப்படங்களை அவர் காட்டாமல் விட்டதே இல்லை.

2010ஆம் ஆண்டு சிவராஜ் கிரி துரத்தப்பட்டபோது, அவருடன் இருந்த சீடர்களான தர்ம கிரியும் கியான் கிரியும் அதன்பிறகு பொதுவெளியில் காணப்படவே இல்லை. அன்று நடந்த கொடூர வன்முறையை நேரில் பார்த்ததால், தர்ம கிரி அதன்பின்னர் எப்போதும் அந்த தூனிக்குத் திரும்பவே இல்லை. பொறாமை பிடித்த சில சாது குண்டர்களால் மோசமாக தாக்கப்பட்ட கியான் கிரியோ, மனநிலை சரியில்லாமல் சுற்றிக்கொண்டிருக்கிறார்.

தர்ம கிரி மற்றும் கியான் கிரி ஆகியோரைப் பற்றி சிவராஜ் கிரியிடம் கேட்டால், 'சீடர்கள் உள்பட இந்த உலகில் எதுவுமே நிரந்தரமில்லை' என்று தத்துவம் சொல்கிறார்.

அவருக்கு இப்போது புதிய சீடர்கள் சிலர் கிடைத்திருக்கிறார்கள். 2021ஆம் ஆண்டில் அரித்துவாரில் நடைபெறப்போகிற அடுத்த கும்பமேளாவின் போது, மகிழ்ச்சிகரமான அவருடைய கடந்தகாலத்தை திரும்பப் பெறுவதற்கான வாய்ப்பு இருப்பதாக அவர் நம்புகிறார். ஆனால், 2010ஆம் ஆண்டு ஏப்ரல் மாதம் 16ஆம் தேதியன்று நடந்த வன்முறை சம்பவம் திரும்பவும் நடக்காது என்பதற்கு எந்த உத்தரவாதமும் இல்லை தானே?

6. பெயரில் என்ன இருக்கிறது?

செல்வந்தர்களிடம் பெரும்பணத்தை வாங்கிக்கொண்டு அவர்களுக்கு பட்டத்தை வழங்கும் நடைமுறையை அகாராக்கள் பின்பற்றிவருகின்றன. அதன்மூலம் அகாராக்களுக்கும் நிறைய வருமானம் கிடைக்கிறது. பட்டப்பெயர்களை வாங்குபவர்களோ, அதனை முதலீடாக வைத்துக்கொண்டு பிரம்மாண்டமான ஆன்மிகப் பிரச்சாரகர்களாக மாறிவிடுகின்றனர். காசு கொடுப்பவர்களுக்கெல்லாம் பட்டங்களை வழங்கும் இந்த நடைமுறையினால், சிலநேரங்களில் அகாராக்கள் பிரச்சனைகளில் சிக்கிக்கொள்வதும் உண்டு.

2013ஆம் ஆண்டு அலகாபாத் கும்பமேளாவுக்கு முன்னர், நாற்பதுகளின் துவக்கத்தில் இருக்கும் 'இராதேமா' என்கிற இளம் பெண்துறவிக்கு மகாமண்டலேஸ்வரர் பட்டத்தை தசநாமி அகாராக்களிலேயே பெரிய அகாராவான ஜூனா அகாராவின் சார்பாக கொடுக்கப்பட்டது. அந்த செய்தியைக் கேள்விப்பட்ட ஜூனா அகாராவின் சாதுக்கள் கடும் கோபம் கொண்டனர். 1954ஆம் ஆண்டே ஒரு பெண் துறவிக்கு மகாநிர்வானி அகாரால் ஒரு பட்டம் வழங்கப்பட்டபோது, பெண்களுக்கு பட்டங்கள் வழங்கக்கூடாது என்று பிரச்சனை எழுந்தது.[1] ஆனால், அதன்பிறகு அந்த நிலை மாறி, ஏறத்தாழ அனைத்து அகாராக்களும் பெண் சாமியார்களுக்கு பட்டம் வழங்கத் துவங்கிவிட்டன. ஆகையால், 2013இல் பெண் என்கிற காரணத்தினால் எல்லாம் இராதேமாவுக்கு பட்டம் வழங்கியதை சாதுக்கள் எதிர்க்கவில்லை என்பதை நாம் புரிந்துகொள்ளலாம்.

வெகுமக்கள் ஊடகத்தில் இராதேமா மிகப்பிரபலமானவர். பஞ்சாபின் குர்தாஸ்பூர் என்னும் ஊரில் பிறந்த அவருக்கு, சுக்விந்தர் கௌர் என்று பிறந்தபோது பெயர்சூட்டியிருந்தனர். மும்பையைச் சேர்ந்த ஒரு விளம்பர நிறுவன உரிமையாளரைத் திருமணம் செய்ததும் அவர் மும்பைக்கு வந்து வாழத்துவங்கினார். 2012ஆம் ஆண்டு ஜூலை 31ஆம் தேதியன்று, மும்பையிலிருந்து விமானத்தில் தில்லிக்கு வந்தார். அங்கிருந்து விலைமதிப்பற்ற கார்களின் படைசூழ அரித்துவார் வந்தடைந்தார். அங்கே ஒரு சொகுசு ஓட்டலில் தங்கினார். சரியாக நள்ளிரவு மணி 12 ஆகும்போது ஒரு முகாமுக்கு அவர் அழைத்துச்செல்லப்பட்டார். அங்கே தான் அகாராவின் ஆச்சார்யாவான அவதேசானந்த கிரியிடம் ஆசீர்வாதத்தையும் மகாமண்டலேஸ்வரர் பட்டத்தையும் பெற்றுக்கொண்டார். அடுத்த நாள் காலையே, தில்லிக்குத் திரும்பி, அங்கிருந்து விமானம் மூலமாக மும்பைக்கும் சென்று சேர்ந்தார். ஜூனா அகாராவின் செல்வாக்கு மிக்க சாதுவாக இருந்த ஹரி கிரி தான் இந்த பட்டமளிப்பு விழாவுக்கான ஏற்பாடுகளை கவனித்தவர். ஜூனா அகாராவின் மர்கிகளை வழிநடத்தும் நான்கு முக்கியமான செயலாளர்களில் ஹரி கிரியும் ஒருவராவார்.

அடுத்த சில நாட்களிலேயே பெரிய சர்ச்சையாக இது உருவெடுத்தது. ஹரி கிரியின் ஆதரவாளர்களைத் தவிர, ஜூனா அகாராவின் மற்ற பெரும்பாலான நாக சாதுக்கள் கேள்வி எழுப்பினர். பெரும் பணம் கைமாறியதை உலகம் பார்த்துவிடக்கூடாது என்பதற்காகத் தான் இரவோடு இரவாக இந்த பட்டமளிப்பு விழாவே நடைபெற்றிருக்கிறது என்று அவர்கள் குற்றஞ்சாட்டினர்.[2] இராதேமாவின் ஆடம்பரமும் விசித்திர வாழ்க்கையும் கூட, தசநாமி சந்நியாசிகளின் சந்தேகத்திற்கு முக்கியமான காரணமாகும். சந்நியாசம் கூட வாங்காதவர் தான் இராதேமா என்றும் அவர்கள் குற்றம் சுமத்தினர்.

‘இராதேமா ஒரு நடமாடும் அழகுநிலையம். அவரிடம் ஒரேயொரு துளிகூட சாதுவுக்கான அடையாளமே இல்லை’ என்றார் யத்தீந்திரநாத் கிரி. அவர் ஜூனா அகாராவின் மகாமண்டலேஸ்வரராக அப்போது இருந்தவர்.

சாதுக்களின் கோபத்திற்கு ஹரி கிரி தான் காரணமென்றாலும், விஹெச்பியுடன் நெருங்கிய நட்பு வைத்திருப்பவர்கள் மீது யாரும் நேரடியாகக் குற்றமே சுமத்தவில்லை. ஜூனா அகாராவுக்கு பல திசைகளில் இருந்தும் அழுத்தம் அதிகமானது. அதனால் வேறுவழியின்றி, இராதேமாவுக்குக் கொடுத்த பட்டத்தை தற்காலிகமாக நிறுத்திவைத்தனர். அதன் முழு விபரங்களையும் விசாரிக்க ஒரு விசாரணைக் குழு அமைக்கப்படும் என்றும், அதில் இராதேமாவுக்கு எதிரான தகவல்கள் கிடைக்கப்பெற்றால், அவரது பட்டம் அன்றே பறிக்கப்பட்டுவிடும் என்றும் அறிவித்தது. சொன்னபடியே, அடுத்த மூன்று நாட்களில் ஐந்து நபர் விசாரணைக் குழு ஒன்றினை அகாரா அறிவித்தது. அடுத்த மூன்று மாதங்களுக்குள்ளாகவே அறிக்கையை சமர்ப்பிக்க வேண்டும் என்று விசாரணைக் குழுவிற்கு கெடு விதிக்கப்பட்டது. இருப்பினும், அந்த விசாரணைக் குழுவின் பெரும்பான்மையானோர் ஹரி கிரிக்கு நெருக்கமானவர்களாகத் தான் இருந்தனர். இராதேமாவுக்கு பதவியும் பொறுப்பும் கொடுக்கச்சொல்லி சிபாரிசு செய்த மகாமண்டலேஸ்வரர் பஞ்சானந்த கிரியும் அந்த விசாரணைக்குழுவில் இருந்தார் என்பது குறிப்பிடத்தக்கது.[3] அதேவேளையில், மகாமண்டலேஸ்வரர் பட்டத்தைப் பெறுவதற்கான எல்லா தகுதியும் இராதேமாவுக்கு இருக்கிறது என்று ஊடகங்களைத் தொடர்புகொண்டு சொல்லியிருக்கிறார் இராதேமாவின் செயலாளர். எந்த மாதிரியான விசாரணைக்கும் தான் தயார் என்றும் இராதேமா அறிவித்திருந்தார்.[4]

ஆனால் 2013ஆம் ஆண்டின் கும்பமேளா துவங்கும் காலம் நெருங்கியதுமே, இராதேமாவின் பட்டம் தொடர்பான பிரச்சனை பின்னுக்குப் போனது. விசாரணைக் குழுவிற்கு கொடுக்கப்பட்ட கால அவகாசமும் கூட கடந்துவிட்டது. கும்பமேளாவும் துவங்கிவிட்டது. பிப்ரவரி 9ஆம் தேதியன்று அதன் இரண்டாவது புனிதக்குளியலில் கலந்துகொள்வதற்கு ஜூனா அகாராவின் மற்ற மகாமண்டலேஸ்வரர்களுடன் இணைந்து இராதேமாவும் வரப்போகிறார் என்றொரு செய்தி முதல் புனிதக்குளியலின் போதே பரவிக்கொண்டிருந்தது. இராதேமாவின் பட்டத்தை விசாரணைக் குழு அங்கீகரித்து, ஒப்புதலும் வழங்கிவிட்டதாக உள்ளூர் ஊடகங்கள் ஜனவரி 23ஆம் தேதியன்று செய்தி வெளியிட்டன. அதன்

அதிகாரப்பூர்வ முடிவினை வெகுவிரைவிலேயே அகாராவின் உயரதிகாரிகள் அறிவிப்பார்கள் என்று ஊடகங்கள் செய்தி வெளியிட்டன.[5]

இச்செய்தி பரவலானதும், ஜூனா அகாராவின் சாதுக்களும், நிர்வாக ஊழியர்களும் இணைந்து ஒரு அவசர கூட்டத்திற்கு அடுத்தநாள் காலையிலேயே ஏற்பாடு செய்திருந்தனர். அன்றைய தினமே அகாராவின் இரண்டு செயலாளர்களான பிரேம் கிரியும் வித்யானந்த சரஸ்வதியும் கூட்டாக ஒரு அறிக்கையினை பத்திரிக்கையாளர் சந்திப்பில் வெளியிட்டனர். அதன்படி, இராதேமாவின் பிரச்சனையில் இதுவரை எந்த முடிவையும் அகாரா எடுக்கவில்லை என்றும், விசாரணக்குழுவின் முடிவு வெளிவரும்வரையிலும் வதந்திகளை எவரும் நம்பவேண்டாம் என்றும் கூறினர். பஞ்சானந்த கிரி மட்டும் தான் இப்பிரச்சனையில் தலையிட்டு இராதேமாவுக்கு ஆதரவாக கருத்து கூறியிருக்கிறார் என்றும் விசாரணைக்குழு இதுவரை எதையும் வெளியே சொல்லவில்லை என்றும் கூறினர். கும்பமேளா முடிவதற்குள் விசாரணைக் குழுவின் அறிக்கை வெளியே வர வாய்ப்பில்லை என்பதால், அலகாபாத் கும்பமேளாவின் புனிதக் குளியிலில் இராதேமாவால் பங்கெடுக்க முடியாது என்பதையும் அழுத்தமாகத் தெரிவித்தனர்.[6]

ஜூனா அகாராவுக்கு ஏற்படவிருந்த கூடுதலான சங்கடத்தை அந்த பத்திரைக்கையாளர் சந்திப்பு தவிர்த்திருந்தாலும், தனிப்பட்ட முறையில் ஹரி கிரிக்கு ஏற்பட்ட அவமானமாகத்தான் அது பார்க்கப்பட்டது. ஆறாண்டுகளாக தொடர்ந்து ஜூனா அகாராவின் செயலாளராக இருந்த காலகட்டதில், அவருடைய எந்த முடிவையும் எவரும் கேள்விகேட்டதும் இல்லை, விசாரணை வரை சென்றதும் இல்லை. இது அவருக்கு ஒரு தற்காலிகத் தோல்வி தான் என்றும், அவர் ஏதாவது வழியைக் கண்டுபிடித்து தந்திரமாக மீண்டுவருவாரென்பது அவரை நன்கு புரிந்துவைத்தவர்களுக்குத் தெரியும் என்றும் அவருக்கு மிக நெருக்கமான ஒருவர் அப்போது என்னிடம் தெரிவித்தார்.

ஆனால், இராதேமாவை கும்பமேளா புனிதக்குளியலில் அனுமதித்தாலோ அல்லது அப்பிரச்சனையை தொடர்ந்து நீடிக்கவிட்டாலோ, கும்பமேளாவில் இருந்தே வெளியேறப்போவதாக ஆச்சாரியாராக இருந்த அவதேசானந்த

கிரி தெரிவித்ததாக, அலகாபாத் கும்பமேளாவின் இறுதியில் ஜூனா அகாராவின் செயலாளரான திவ்யானந்த சரஸ்வதி கூறினார்.[7] ஹரி கிரியைப் பார்த்து அகாராவில் பெரும்பாலானோர் பயப்படுவார்கள் என்பது உண்மை தான். ஆனால், ஆச்சார்யா மகாமண்டலேஸ்வரர் தான் அகாராவின் ஆன்மிக குருவாவார். அவர் தான் ஒட்டுமொத்த அகாராவிலும் மிகப்பெரிய மரியாதைக்குரியவர்.

அலகாபாத் கும்பமேளாவுடன் ஹரி கிரியின் ஆறாண்டு கால செயலாளர் பதவிக்காலம் முடிவடைந்தது. ஆனால் தன்னுடைய செல்வாக்கைப் பயன்படுத்தி, ஜூனா அகாராவின் 'சர்வதேசப் புரவலர்' என்கிற புதிய பதவியைப் பெற்றுக்கொண்டார். இதன்மூலம் ஜூனா அகாராவின் தினசரி வேலைகளில் இருந்து முற்றிலுமாக தன்னை விடுவித்துக்கொண்டு, பெரிய முடிவுகளைத் தீர்மானிக்கும் அதிகாரத்தை மட்டும் ஹரி கிரி வைத்துக்கொண்டார் என்கிறார் அரித்துவார் ஜூனா அகாராவை பல ஆண்டுகளாக கவனித்துவரும் உள்ளூர் மூத்த பத்திரிக்கையாளரான கௌசல் சிக்கோலா. மற்ற அகாராக்களில் எல்லாம், அது வெறுமனே கௌரவப் பதவி மட்டும் தான். அதே போல சாதுக்களின் குழுக்களிலெல்லாம் சர்வதேசப் புரவலர் என்கிற பதவி இருப்பதற்கான அடிப்படை தேவைகூட கிடையாது. தனக்கென ஒரு புதிய பதவியை உருவாக்கிப் பெற்றுக்கொண்டதோடு மட்டுமல்லாமல், அகாராவின் உள்விவகாரங்கள் அனைத்திலும் முடிவெடுப்பதற்காக நடைபெறும் ஓட்டெடுப்பில் வாக்களிக்கும் உரிமையையும் பெற்றுவிட்டார்.

மற்றுமொரு பிரச்சனையில் சிக்காமல் இருந்திருந்தால், அலகாபாத் கும்பமேளா முடிந்ததுமே இராதேமா விவகாரத்தில் ஹரி கிரி வெளிப்படையாக எதையாவது செய்திருப்பார் என்கிறார் பத்திரிக்கையாளர் சிக்கோலா. 2000ஆம் ஆண்டிற்குப் பின்னர் கங்கை ஆற்றிலிருந்து 200 மீட்டர் கரையோரம் வரையிலும் சட்டத்திற்குப் புறம்பாக கட்டப்பட்ட அனைத்து கட்டடங்களையும் கடைகளையும் இடிக்கவேண்டும் என்று உத்தரகாண்ட் மாநில அரசுக்கு நைனிதால் உயர்நீதிமன்றம் உத்தரவிட்டது. அதன்படி இடிக்கப்பட்ட முதல் கட்டடமே ஹரி கிரிக்கு சொந்தமான இருபதுக்கும் மேற்பட்ட அறைகளைக் கொண்ட பிரம்மாண்டமான கோவிலுடன் கூடிய ஆசிரமம்

தான். அலகாபாத் கும்பமேளா முடிவதற்கு முன்பாகவே அக்கட்டடம் இடிக்கப்பட்டுவிட்டது. இடித்ததோடு மட்டுமில்லாமல், காவல்துறையினர் பதிவு செய்த முதல் தகவல் அறிக்கையில் ஹரி கிரியின் பெயரும் சேர்க்கப்பட்டிருந்தது.

அலகாபாத் கும்பமேளாவின் இறுதி புனிதக்குளியல் முடிந்து அனைத்து நாக சாதுக்களும் சந்நியாசிகளும் அலகாபாத்தை விட்டு வெளியேறியதுமே, ஜூனா அகாராவின் நிர்வாகிகள் அனைவரும் பிப்ரவரி 13ஆம் தேதியன்று வாரணாசியில் ஒன்றுகூடினர். அதில் இராதேமாவின் பிரச்சனையை தீர்ப்பது குறித்து ஆலோசித்தனர். அந்த கூட்டத்தில் கலந்து கொண்ட நிர்வாகிகள் அனைவரையும் தன்னுடைய கருத்தை ஏற்கவைத்து வெற்றியடைந்தார் ஹரி கிரி. ஆனாலும், அக்கூட்டத்தில் எடுக்கப்பட்ட எந்த முடிவையும் வெளியே கசியவிடவே இல்லை. பிப்ரவரியில் நடைபெற்ற கூட்டத்தின் முடிவுகளை செப்டம்பர் மாதம் ஒன்றாம் தேதியன்று தைனிக் ஜகரன் என்கிற ஒரு இந்தி நாளிதழுக்கு அளித்த நேர்காணலின் போதுதான் ஹரி கிரி குறிப்பிட்டுப் பேசினார். இராதேமா மீதான குற்றச்சாட்டின் அடிப்படையே தவறு என்றும், இராதேமாவுக்கு பட்டம் வழங்கியதில் தவறேதும் இல்லையென்றும் அக்கூட்டத்தில் அகாராவின் அனைத்து நிர்வாகிகளும் சேர்ந்து முடிவெடுத்ததாகக் குறிப்பிட்டார். அவர் அத்தகவலை காலந்தாழ்த்தி வெளியிட்டபோது, முதலில் பெரிய எதிர்ப்பேதும் எழவில்லை. தன்னுடைய முயற்சியில் வெற்றிபெற்றுவிட்டதாகவே ஹரி கிரி நினைத்தார். ஆனால், சுமார் ஒரு வாரத்திற்கு பின்னர், ஜூனா அகாராவில் எதிர்ப்பு வலுக்கத்துவங்கியது. இராதேமாவை அகாராவின் வளாகத்திற்குள் நுழையவிடமாட்டோம் என்று கையில் ஆயுதங்களை ஏந்திக்கொண்டு ஆச்சார்யா அவதேசானந்தாவும் மேலும் பல மகாமண்டலேஸ்வரர்களும் எதிர்ப்பு தெரிவித்தனர். அதுவும், அதே தைனிக் ஜகரன் நாளிதழில் 2013ஆம் ஆண்டு செப்டம்பர் 1ஆம் தேதியன்று வெளியானது.

'இராதேமா பிரச்சனை ஏறத்தாழ முடிவடைந்துவிட்டது. இதற்கு மேல் அதில் பேசுவதற்கு ஏதுமில்லை. மகாமண்டலேஸ்வரர் பட்டத்தை இராதேமாவிடம் இருந்து திரும்பப்பெறும் முடிவினை அகாரா எடுத்தால், அந்த பட்டத்தைப் பெறுவதற்காக அகாராவிற்கு இராதேமா கொடுத்த பணத்தைத்

திருப்பித்தருமாறு அவர் கேட்கிறார். ஆனால் அந்த பணம் இப்போது முழுவதுமாக செலவாகிவிட்டது. அதனை பல மர்கி குழுக்களுக்கும், பல முக்கிய நாகசாதுக்களுக்கும் பிரித்துக் கொடுத்தாகிவிட்டது. இராதேமா எங்களுக்கு கோடிக்கணக்கில் பணம் கொடுத்தார் என்பதெல்லாம் வெறுமனே வதந்தி மட்டும் தான். அவர் ஐம்பது இலட்ச ரூபாய்க்கு மேல் பெரிதாக எங்களுக்குக் கொடுக்கவில்லை. அந்த பணம் முழுவதும் செலவிடப்பட்டுவிட்டது. அதனால், இனிமேல் அப்பணத்தைத் திருப்பிக்கொடுப்பதற்கு எந்த வாய்ப்பும் இல்லை. அதேபோல, இராதேமாவிடமிருந்து மகாமண்டலேஸ்வரர் பட்டத்தை திரும்பப்பெறுவதற்கும் வாய்ப்பில்லை' என்று 2013ஆம் ஆண்டு டிசம்பர் மாதத்தில் திவ்யானந்த சரஸ்வதி என்னிடம் கூறினார்.

பின்னர் 2015ஆம் ஆண்டு, இராதேமா தொடர்பான மற்றொரு சர்ச்சை எழுந்தது. ஒரு பெண்ணின் கணவர் வீட்டாருக்கு அழுத்தம் கொடுத்து, அப்பெண்ணிடம் வலுக்கட்டாயமாக வரதட்சணை வாங்கி, அப்பணத்தை தன்னிடம் கொடுத்தால் தான் அக்குடும்பத்தின் பிரச்சனைகளைத் தீர்க்கும் ஒரு பரிகாரத்தை செய்வேன் என்று இராதேமா கட்டாயப்படுத்தியதாக இராதேமாவின் மீது அப்பெண் மகராஷ்டிராவில் வழக்கு தொடுத்தார். அதனைத் தொடர்ந்து இராதேமாவும் அவ்வழக்கில் இணைக்கப்பட்டு குற்றஞ்சாட்டப்பட்டார். அப்போது மீண்டும் ஜூனா அகாராவில் இராதேமா குறித்த பேச்சுகளும் சலசலப்புகளும் எழுந்தன.

'பணம் கொடுப்பவர்களுக்கெல்லாம் மகாமண்டலேஸ்வரர் பட்டத்தை வாரி வழங்கினால், இப்படித்தான் அவமானப்பட வேண்டியிருக்கும்' என்றார் திவ்யானந்த சரவஸ்வதி.

ஒராண்டிற்குப் பிறகு அவ்வழக்கின் குற்றப்பத்திரிக்கை தாக்கல் செய்யப்பட்டபோது, அவ்வழக்கில் இருந்து இராதேமாவை காவல்துறை விடுவித்துவிட்டது. 2017ஆம் ஆண்டில், போலி சாமியார்களின் பட்டியலை அகில இந்திய அகாரா பரிஷத் வெளியிட்டபோது, அதில் இராதேமாவின் பெயரும் இடம்பெற்றிருந்தது. அதுவரையிலும் இராதேமா செய்யும் தவறுகளெல்லாம், அவருக்கு பட்டம் வழங்கிய ஜூனா அகாராவையும் பாதித்துக்கொண்டே தான் இருந்தது.[8]

இந்த ஒட்டுமொத்த இராதேமா விவகாரமும், வேடிக்கையானதாகவே அகாராக்களுக்குள் பார்க்கப்பட்டது.

II

அகாராக்களுடைய வரலாற்றின் பெரும்பகுதியில் மகாமண்டலேஸ்வரர் பட்டமெல்லாம் கொடுக்கப்பட்டதே இல்லை. அது யாரால் எப்போது துவங்கப்பட்டது என்பதுகுறித்த தெளிவான ஆதாரமும் இல்லை. இருபதாம் நூற்றாண்டின் இறுதியில் தான், அகாராக்களுக்கு பணவரவை அப்பட்டம் கொண்டுவந்தது என்று பெரும்பாலான ஆய்வுகள் தெரிவிக்கின்றன. அதற்கு முன்னர் வரையிலும், அப்பட்டத்திற்கும் பணத்திற்கும் பெரிய தொடர்பு இல்லாமல் தான் இருந்திருக்கிறது. 1980களில் தான் முதன்முதலாக பணம் கொடுத்து மகாமண்டலேஸ்வரர் பட்டத்தை வாங்கும் வழக்கம் துவங்கியிருக்கிறது. அப்பட்டத்தை வைத்துக்கொண்டு, புதுயுக ஆன்மிக பிரச்சாரகர்கள் உருவாகினர். மெதுமெதுவாக அப்படியே வளர்ந்து, இப்போதெல்லாம் சர்வசாதாரணமாக பணத்திற்காக பலருக்கும் விற்கப்படும் ஒரு பதவியாக அது மாறியிருக்கிறது.

ஹெச்.ஹெ.வில்சன் என்பவர் 1861ஆம் ஆண்டில் தசநாமி அகாரா குறித்து விரிவாக ஒரு நூலை எழுதியிருக்கிறார். ஆனால், அதில் எங்கேயும் மண்டலேஸ்வரர் என்கிற பதவியோ அல்லது மகாமண்டலேஸ்வரர் என்கிற பதவியோ இருப்பது குறித்து சிறுகுறிப்பு கூட இல்லை.[9] ஆனால், ஆங்கிலேயர்களின் ஆட்சிக்காலத்தில் கிருத்துவ மிசனரிகளுக்கு கருத்தியல் ரீதியாக ஈடுகொடுப்பதற்கு அகாராக்களுக்கு அறிஞர்கள் தேவைப்பட்டனர். அப்படியானவர்களுக்கு அகாராக்கள் மகாமண்டலேஸ்வரர் பட்டம் கொடுக்கத் துவங்கின என்று மண்டலேஸ்வரர் மற்றும் மகாமண்டலேஸ்வரர் ஆகிய பட்டங்கள் உருவான வரலாற்றை ஜி.எஸ்.குர்யே 1953ஆம் ஆண்டில் எழுதிவைத்திருக்கிறார்.

> ‘காலங்காலமாக ஆயுதங்களோடு வலம்வந்து சண்டையிட்டுக் கொண்டிருந்த சாதுக்களுக்கும் அவர்களின் தலைவர்களுக்கும் கிருத்துவ மிசனரிகளுடன் விவாதம் செய்வது இயலாத காரியமாக இருந்தது. அதே

போல, மொழியும் அவர்களுக்குப் பெரிய பிரச்சனையாக இருந்தது. அதனால், சில அறிவார்ந்த பரமஹம்சர்களை அழைத்துவந்து, அவர்களையே அகாராக்களுக்கு தலைமை தாங்குமாறு அகாராக்கள் கேட்டுக்கொண்டன. அவர்கள் தான் மண்டலேஸ்வரர்கள் என்று அழைக்கப்பட்டனர். ஒரு பரமஹம்சர், ஏதேனும் ஒரு அகாராவின் மண்டலேஸ்வரராக மாறினால், அவருக்கு அந்த அகாராவைச் சேர்ந்த நாக சாதுக்கள் பணிவிடை செய்து, அவரை ஆன்மிக முன்னோடியாக ஏற்றுக்கொண்டனர். அந்த மண்டலேஸ்வரரின் சீடர்களில் யாரேனும் ஒருவரும் மண்டலேஸ்வரராக பட்டம் பெற்றால், அந்த நொடியே மண்டலேஸ்வரராக இருந்த குருவுக்கு மகாமண்டலேஸ்வரர் பட்டம் தானாக வந்து சேர்ந்துவிடும்.'[10]

ஆனால், கிருத்துவ மிசனரிகளுக்குப் போட்டியாகவெல்லாம் மண்டலேஸ்வரர் பட்டம் உருவாகவில்லை என்று சுர்ஜித் சின்காவும் பைத்யநாத் சரஸ்வதியும் 1978 இல் எழுதிய நூலில் குறிப்பிட்டிருக்கின்றனர். தசநாமி அகாராவில் தண்டி என்கிற ஒரு பிரிவினருக்கும், பரமஹம்சர்களும் நாகசாதுக்களும் இணைந்த இன்னொரு பிரிவினருக்கும் இடையிலான மோதலின் விளைவாகத் தான் மண்டலேஸ்வரர்கள் உருவானார்கள் என்கிறார்கள் அவர்கள்.[11] தசநாமி அகாரா என்பதே தண்டிக்களும், பரமஹம்சர்களும், நாக சாதுக்களும் இணைந்தது தான். அம்மூன்று பிரிவினரும் ஒரேமாதிரியான சந்நியாச விதிமுறைகளின்படி தான் அகாராவில் ஏற்றுக்கொள்ளப்படுகின்றனர். சந்நியாசம் பெறுவதற்கு முன்பு மூங்கிலால் செய்யப்பட்ட குச்சியொன்றை வைத்திருந்துவிட்டு, சந்நியாசம் பெற்ற பின்னரும் அக்குச்சியை வைத்திருப்பவர்கள் தண்டிகள் என்றும், அதனைக் கைவிட்டவர்களை தியாக்டா தண்டிகள் என்றும் அழைக்கப்படுகின்றனர். தசநாமி அகாராவைப் பொறுத்தவரையில் பார்ப்பனர்கள் மட்டும் தான் தண்டிகளாக இருக்கமுடியும். அவர்கள் கையில் எப்போதும் வைத்திருக்கும் மூங்கில் குச்சியில் காவி நிறத்தினாலான துணி சுற்றப்பட்டிருக்கும். தண்டி பிரிவைச் சார்ந்தவர்கள் மட்டும் தான் சங்கராச்சாரியாராகவே ஆகமுடியும். தியாக்டா தண்டிகளோ, பார்ப்பனர்கள் அல்லாத சாதியிலிருந்து

வந்திருப்பார்கள். அவர்கள் பரமஹம்சர்கள் மற்றும் நாகாக்கள் என மேலும் இருபிரிவுகளாகப் பிரிக்கப்பட்டுள்ளனர். சந்நியாசம் பெறுவதற்கு, பரமஹம்சர்களும் தண்டிகளும் முற்றிலும் ஒரேமாதிரியான சடங்குகளைத் தான் பின்பற்றுவார்கள். ஆனால், நாக சாதுக்களோ, ‘கால் உடைப்பு’ என்கிற இன்னொரு சடங்கையும் பின்பற்றியாக வேண்டும்.

இருபதாம் நூற்றாண்டின் துவக்கம் வரையிலும், மூங்கில் குச்சியை ஏந்திக்கொண்டு வலம்வரும் பார்ப்பன தண்டிக்களை குருவாக மதித்து, அதிகமான மரியாதை கொடுத்தே வந்திருக்கின்றனர். கும்பமேளா ஊர்வலங்களிலெல்லாம் பார்ப்பன தண்டிக்களை பல்லக்கில் தூக்கிக்கொண்டு நாகசாதுக்கள் சென்றிருக்கின்றனர். அவர்களை தசநாமி சந்நியாசிகள் அனைவருக்கும் ஆன்மிக குருவாகக் கருதியிருக்கின்றனர்.

‘ஆனால் ஒரு குறிப்பிட்ட கும்பமேளாவில் தன்னுடைய பார்ப்பன சாதிப்பின்புலத்தைப் பயன்படுத்தி, மற்ற சாதியைச் சேர்ந்த பரமஹம்சர்களையும் நாகசாதுக்களையும் கீழானவர்களாக கேவலப்படுத்தியிருக்கின்றனர் தண்டிக்கள். அதனால், தண்டிகளுக்கு மரியாதையே தரமுடியாது என்று பரமஹம்சர்களும் நாகசாதுக்களும் தெரிவித்திருக்கின்றனர். உடனே, அதிலிருந்து சாதுக்களாக விரும்புபவர்களுக்கு சந்நியாசம் வழங்கமாட்டோம் என்று தண்டிக்கள் மறுத்துவிட்டனர். அதனால், தங்களுடைய குழுக்களில் இருப்பவர்களை வைத்தே, சந்நியாசம் வழங்கும் ஆச்சார்யாவாக மேலுயர்த்தினர். அப்படியாக சந்நியாசம் வழங்கியவர்களை ஆச்சார்யா மண்டலேஸ்வரர் என்று அழைத்துவந்திருக்கின்றனர்.[12] பார்ப்பனர் அல்லாத சாதிகளைச் சேர்ந்த பரமஹம்சர் வகுப்பைச் சேர்ந்தவர்களில் இருந்தே மண்டலேஸ்வரர்கள் உருவாகி வந்தனர். சங்கராச்சியார்களையும் பரமஹம்சர்களையும் ஒரே மாதிரியான ஆன்மிக அறிவைக் கொண்டவர்களாகத் தான் நாக சாதுக்கள் கொண்டாடி வந்திருக்கின்றனர்.

1976ஆம் ஆண்டு சுவாமி சதானந்த கிரி என்பவரும் மண்டலேஸ்வரர் பட்டம் உருவான வரலாறு குறித்து விரிவாக எழுதியிருக்கிறார். 1976ஆம் ஆண்டுக்கு முந்தைய அறுபது ஆண்டுகளுக்குள் தான் ஆச்சார்ய மண்டலேஸ்வரர் பதவியே

உருவாகியிருக்கிறது என்கிறார். ஆரம்பத்தில் நிரஞ்சனி, ஜூனா மற்றும் மகாநிர்வானி அகாராக்களில் மட்டுமே ஆச்சார்ய குரு என்றழைக்கப்பட்ட மண்டலேஸ்வரர்கள் நியமிக்கப்பட்டார்கள். அவர்கள் சார்ந்திருந்த அகாராக்களின் சாதுக்களெல்லாம் கும்பமேளாவில் புனிதக்குளியலுக்கு நடந்துசெல்லும்போது, மண்டலேஸ்வரர்களும் உடன் செல்வார்கள்.[13] சில ஆண்டுகள் கழித்து, ஆனந்த், அவகன், அடல் போன்ற சிறிய அகாராக்களும் தனித்தனியான ஆச்சார்ய மண்டலேஸ்வரர்களை நியமித்துக்கொண்டார்கள். 1922ஆம் ஆண்டு வரையிலும் மகாநிர்வானி மற்றும் அடல் ஆகிய இரண்டு அகாராக்களுக்கும் சேர்த்தே ஒரே ஆச்சார்யா தான் இருந்தார் என்கிறார் ஸ்ரீ மகந்த் லால் பூரி. அதன்பின்னர் தான் அடல் அகாரா, தனக்கென்று தனியான ஒரு ஆச்சார்யாவை நியமித்துக்கொண்டது.[14]

ஆக, மண்டலேஸ்வரர் என்கிற பதவியே ஒரு தலைமைப் பூசாரிக்கு ஒப்பானதாகத் தான் இருந்திருக்கிறது. சந்நியாசியாக விரும்புபவர்களுக்கு சடங்குகள் நடத்தி துறவறத்தைத் துவக்கிவைக்கும் ஒரு ஆச்சார்யாவாகத் தான் மண்டலேஸ்வரர்கள் இருந்திருக்கிறார்கள். அவர்கள் வேதங்களைப் படித்தவர்களாகவும் பார்ப்பனர்களாகவும் இருந்ததனால், அவர்களுக்கு பணிவிடை செய்து நாக சாதுக்கள் மரியாதை கொடுத்திருக்கின்றனர். நாக சாதுக்களுடைய அகாராக்களின் நிர்வாகத்தில் எந்தவொரு அதிகாரமும் மண்டலேஸ்வரர்களுக்கு இருந்ததே இல்லை. மன்னராட்சி காலத்தில் மன்னர்களுக்கு ஆலோசனை வழங்கும் பார்ப்பனரைப் போன்ற பதவியை விடவும் அதிகாரம் குறைந்ததாகவே மண்டலேஸ்வரர் பதவி இருந்ததாக ஜி.எஸ்.குர்யே குறிப்பிட்டிருக்கிறார்.[15] காலப்போக்கில் அவர்களே தங்களை மகாமண்டலேஸ்வரர்கள் என்று உலகிற்கு அறிவித்திருக்கிறார்கள். அப்பட்டத்திற்கு மதிப்பும், மரியாதையும், செல்வத்தை ஈட்டும் தன்மையும் இருந்தமையால், பல பரமஹம்சர்கள் விலை கொடுத்து மகாமண்டலேஸ்வரர் பட்டத்தை வாங்கத்துவங்கினர்.[16]

இன்று, ஆச்சார்ய மகாமண்டலேஸ்வரர் மற்றும் மகாமண்டலேஸ்வரர் என இருவகையான மகாமண்டலேஸ்வரர்கள் இருக்கிறார்கள். முதலாம் வகையைச்

சேர்ந்தவர்களோ, புதிதாக சாதுவாக விரும்புபவர்களுக்கு சடங்குகளை செய்பவர்கள். இரண்டாம் வகையைச் சார்ந்தவர்களுக்கு எவ்விதப் பணியோ பொறுப்போ இல்லை. ஒரே அகாராவில் ஏராளமான மகாமண்டலேஸ்வரர்கள் இருந்தாலும், ஆச்சார்யா மகாமண்டலேஸ்வரர் என்பவர் ஒருவர் தான் இருப்பார். மற்ற அனைத்து மகாமண்டலேஸ்வரர்களும் பெரிய ஆசிரமங்களை நடத்திக்கொண்டும், பொதுமக்களிடையே இந்துமதம் தொடர்பான உரைகளை நிகழ்த்திக்கொண்டும் தான் இருப்பார்கள்.

மகாமண்டலேஸ்வரர்களின் எண்ணிக்கை இப்போதெல்லாம் அதிகமாகிக் கொண்டே இருக்கிறது. 1978ஆம் ஆண்டில், மகாநிர்வானி அகாராவின் ஒரேயொரு ஆச்சார்ய மண்டலேஸ்வரர் உள்பட ஒட்டுமொத்தமாக வெறுமனே எட்டு மகாமண்டலேஸ்வரர்களே இருந்ததாக சின்காவும் சரஸ்வதியும் குறிப்பிட்டிருக்கின்றனர்.[17] ஆனால், 2001ஆம் ஆண்டு கணக்கின்படி, அதே மகாநிர்வானி அகாராவில் இருபத்தியொன்பது மகாமண்டலேஸ்வரர்கள இருந்ததாக பூரி எழுதியிருக்கிறார்.[18] 2001ஆம் ஆண்டு அலகாபாத் கும்பமேளாவின்போது சுமார் 200 மகாமண்டலேஸ்வரர்கள் கலந்துகொண்டதாகவும், அவர்களில் பெரும்பாலானவர்கள் மகாநிர்வானி மற்றும் நிரஞ்சனி அகாராக்களைச் சேர்ந்தவர்கள் என்றும் மேத்யூ க்ளார்க் குறிப்பிட்டு எழுதியிருக்கிறார்.[19,20] 2013ஆம் ஆண்டின் அலகாபாத் கும்பமேளாவில், மற்ற தசநாமி அகாராக்களை எல்லாம் விஞ்சி அதிகமான மகாமண்டலேஸ்வரர்களை ஜூனா அகாராவே கொண்டிருந்ததாகவும் சொல்லப்படுகிறது. உத்தரப்பிரதேச கும்பமேளா நிர்வாகக்குழுவின் மூத்த அதிகாரி ஒருவரின் மதிப்பீட்டின்படி, 2013ஆம் ஆண்டின் கும்பமேளாவில் கலந்துகொண்ட 500 மகாமண்டலேஸ்வரர்களில் 125க்கும் மேற்பட்டவர்கள் ஜூனா அகாராவைச் சேர்ந்தவர்கள்.

அகாராக்களிடம் கேட்காமல், ஒருசிலர் அவர்களாகவே மகாமண்டலேஸ்வரர் பட்டத்தைப் பெற்றுவிட்டதாக பிரச்சாரம் செய்துகொள்கின்றனர் என்றும் அகாராக்கள் குற்றஞ்சாட்டுகின்றன. மகாமண்டலேஸ்வரர் பட்டங்கள் எவ்வாறு, எதன் அடிப்படையில் வழங்கப்படுகின்றன என்பதற்கான வெளிப்படையான வழிமுறைகள் ஏதும்

பின்பற்றப்படாததாலும், அதுகுறித்த ஆவணங்கள் எதையும் பராமரிக்காததாலுமே இதுபோன்ற பல போலி மகாமண்டலேஸ்வரர்கள் உருவாகிறார்கள்.

ஆனால் எப்படியிருந்தாலும், அப்பட்டத்தை பெறுவோரும் வழங்குபவர்களும் பலனடைந்துவிடுகிறார்கள். பக்தர்களின் பார்வையில் மகாமண்டலேஸ்வரர் பட்டம் பெற்ற சாதுக்களின் மதிப்பும் பிம்பமும் மிகப்பெரிய அளவிற்கு உயர்ந்துவிடுகிறது. சாதுக்களின் மதிப்பு உயர்ந்தால், அவர்களிடம் வருகிற பக்தர்களின் எண்ணிக்கையும் கூடும். அதுவே சாதுக்களின் வருமானம் உயரவும் வழிவகைசெய்துவிடுகிறது.

அதேபோல, இப்பட்டங்களை வழங்குகிற தசநாமி அகாராக்களுக்கோ, நிரந்தர வருமானத்திற்கான வழியாக இது இருக்கின்றன. மகாமண்டலேஸ்வரர் பட்டத்தைப் பெறுபவர்கள், 'புக்கார்' என்னும் பெயரில் வெளிப்படையாக ஒரு தொகையினை அகாராவிற்கு அளிக்க வேண்டும். ஆனால் அத்துடன் நிற்காமல், வெளியுலகிற்கே தெரியாமல் அவ்வப்போது ஒரு குறிப்பிட்ட தொகையினை அகாராக்களுக்கு அளித்துக்கொண்டே இருக்க வேண்டும். அதன்மூலம் மறைமுகமாக தொடர் வருமானத்திற்கு அகாராக்கள் ஒரு வழியினை உருவாக்கிவிடுகின்றன. உதாரணத்திற்கு, கும்பமேளாக்களின் போது, கணக்குப் பார்க்காமல் தாராளமாக அகாராக்களுக்கு மகாமண்டலேஸ்வரர்கள் நிதி கொடுக்கவேண்டும் என்பது எழுதப்படாத விதிமுறை. கும்பமேளா பகுதிக்கு மகாமண்டலேஸ்வரர்கள் காலடி எடுத்துவைக்கையில் கொடுக்கப்படும் பிரம்மாண்ட வரவேற்பு முதல், அவர்கள் தங்குவது, புனிதக்குளியலில் பங்கெடுப்பது வரையிலான அனைத்திற்கும் மரியாதையின் காரணமாக அகாராக்கள் தான் செலவு செய்கின்றன என்கின்ற தோற்றத்தை வெளியுலகிற்குக் கொடுக்கிறார்கள். ஆனால், அந்த மரியாதைக்கு ஒரு பெரிய விலை இருக்கிறது. அந்த விலையினைக் கொடுப்பவர்கள் மகாமண்டலேஸ்வரர்கள் தான். ஆக, கும்பமேளாவில் மகாமண்டலேஸ்வரர்களுக்கு கொடுக்கப்படும் மரியாதையே பணம் கொடுத்து வாங்கப்படுவது தான்.

நான்கு நகரங்களில் நடைபெறும் கும்பமேளாக்களும் அர்த்தகும்பமேளாக்களும் அகாராக்களைப் பொறுத்தவரையில்,

பணம் வசூலித்து செல்வத்தை பெருக்கிக்கொள்வதற்கான விழாக்களன்றி வேறில்லை. வெளியில் இருந்து பார்ப்பவர்களுக்கு, அகாராக்களுக்கு மகாமண்டலேஸ்வரர்கள் கொடுக்கும் தானமும் நிதியும் மனமுவந்து கட்டாயமில்லாமல் கொடுக்கிறார்கள் என்பது போலத் தோன்றும். ஆனால், அனைத்தும் கட்டாயத்தின் பேரில் தான் கொடுக்கப்படுகின்றன. ஒவ்வொரு மகாமண்டலேஸ்வரரின் வருமானத்திற்குத் தகுந்தாற்போல், அகாராக்களுக்கு அவர்கள் செலுத்த வேண்டிய தொகை நிர்ணயிக்கப்படுகிறது. பணம் செலுத்தாத மகாமண்டலேஸ்வரர்கள் மீது மிகக்கடுமையான நடவடிக்கைகளை அகாராக்கள் எடுக்கின்றன. இந்த வழக்கத்திற்கு மற்றொரு சுவாரசியமான வரலாறும் இருக்கிறது. மகாமண்டலேஸ்வரர்களுக்கும் அகாராக்களுக்கும் இன்று இருக்கிற உறவினை, முந்தைய மன்னராட்சி காலத்தில் மன்னர்களுக்கும் அகாராக்களுக்கும் இருந்த தொடர்பினை ஒத்ததாக இருப்பதைப் பார்க்கலாம்.

‘கச்சு, ஜோத்பூர், பரோடா, இந்தூர், குவாலியர் மற்றும் இந்தியாவின் மேற்குப் பகுதிகளில் இருந்த பல குறுநில மன்னர்களுக்கும் ஒருகாலத்தில் அவர்கள் இழந்த பகுதிகளை மீட்டுக்கொடுத்த காரணத்தினாலேயே, மன்னராட்சி இருந்தவரையிலும் ஆண்டுதோறும் பரம்பரை பரம்பரையாக அகாராக்களுக்கு அந்த ஆட்சியாளர்களெல்லாம் வரிசெலுத்த வேண்டும் என்கிற நடைமுறை இருந்தவந்தது’ என்கின்றனர் சின்காவும் சரஸ்வதியும்.[21]

மன்னராட்சி ஒழியத்துவங்கிய இருபத்தியோறாம் நூற்றாண்டின் மத்தியில்தான் மகாமண்டலேஸ்வரர் பட்டம் வழங்கும் நடைமுறையும் உருவாகியிருக்கிறது. இந்த இரண்டையும் இணைத்துப்பார்த்தால் அகாராக்களின் நோக்கத்தை நம்மால் எளிதாகப் புரிந்துகொள்ளமுடியும்.

கும்பமேளாக்கள் மற்றும் அர்த்தகும்பமேளாக்கள் நடைபெறுகிறபோது மட்டுமே அகாராக்களுக்கு மகாமண்டலேஸ்வரர்கள் பணம் கொடுத்துவிட்டு அமைதியாக இருந்துவிடமுடியாது. அதனையும் தாண்டி, மகாமண்டலேஸ்வரர்களுடைய வருமானத்தின் ஒரு பகுதியை ஆண்டுக்கு இருமுறையேனும் அகாராக்களுக்கு கட்டணமாக

செலுத்தவேண்டும். ‘கோலா பூஜை’ என்கிற பெயரில் ஒரு நிகழ்வினை ஏற்பாடு செய்து, அதன் மூலம் அகாராக்கள் பணத்தை வசூல் செய்கின்றன. புனித சாம்பலினால் வெவ்வேறு வடிவில் செய்யப்பட்ட சிலைகளை வைத்து, அந்த நிகழ்வில் வழிபடுவார்கள். லிங்க வடிவிலான கோலா சிலையை ஜூனா மற்றும் அவகன் அகாராக்களும், உருண்டை வடிவிலான கோலா சிலையை நிரஞ்சனி மற்றும் ஆனந்த அகாராக்களும், சதுர வடிவிலான கோலா சிலையை மகாநிர்வானி அகாராவும், எண்கோண வடிவிலான கோலா சிலையை அடல் அகாராவும் செய்து அந்த நிகழ்வில் வைத்திருப்பார்கள். அதேபோல கோலா சிலைகளின் உருவமும் கூட ஒவ்வொரு அகாராவிற்கும் மாறுபடும். பிரம்மன்-திருமால்-சிவன் இணைந்த தத்தாத்ரேயர் சிலையை ஜூனா அகாராவும், கார்த்திகேயர் சிலையை நிரஞ்சனி அகாராவும், கபில முனிவரின் சிலையை மகாநிர்வானி அகாராவும், சூர்யா சிலையினை ஆனந்த அகாராவும், சித்தர் கணேசரின் சிலையை அவகன் அகாராவும், ஆதி கணேசரின் சிலையை அடல் அகாராவும் செய்து வைக்கும் வழக்கத்தினைக் கொண்டிருக்கின்றனர். மார்ச் மாதத்தில் ஹோலி பண்டிகையின் போது ஒருமுறையும், அக்டோபர் மாதத்தில் விஜயதசமி முடிந்த மறுநாள் இன்னொரு முறையுமாக ஆண்டுக்கு இரண்டுமுறை கோலா பூஜை நடத்தப்படுகிறது.

முதலில் நாகசாதுக்கள் அந்த கோலா சிலைகளை வணங்குவார்கள். பின்னர் அச்சிலைகளை மகாமண்டலேஸ்வரர்களின் ஆசிரமங்களுக்கும் மடங்களுக்கும் எடுத்துசெல்வார்கள். அந்த ஆசிரமங்களிலும் மடங்களிலும் இன்னொரு முறை அச்சிலைகளுக்கு வழிபாடு நடைபெறும். இம்முறை கோலா சிலையுடன் குருதட்சணையையும் இணைத்து அகாராக்களிடம் மகாமண்டலேஸ்வரர்கள் திருப்பித்தருவார்கள். அந்த தட்சணைத் தொகையைக் கூட மகாமண்டலேஸ்வரர்களே தீர்மானிக்க முடியாது. தட்சணை தானே என்று மனதுக்குத் தோன்றிய தொகையை எல்லாம் கொடுத்துவிடமுடியாது. ஒவ்வொரு மகாமண்டலேஸ்வரரின் சம்பாதிக்கும் திறனை வைத்து, அகாராக்களே ஒரு தொகையை முடிவுசெய்து தனித்தனியாக மகாமண்டலேஸ்வரர்களிடம் தெரிவிப்பார்கள். அப்படியாக அகாராக்கள் தெரிவித்த தொகையினைத் தான் மகாமண்டலேஸ்வரர்கள் செலுத்த வேண்டும்.

அகாராக்களுக்குக் கொடுக்கப்படும் குருதட்சணையோடு மட்டுமல்லாமல், கோலா சிலையினைக் கொண்டுவரும் நாகசாதுக்கள் ஒவ்வொருவருக்கும் தனித்தனியாக பணமோ பரிசுப்பொருளோ சேர்த்தே கொடுத்தனுப்ப வேண்டும்.

கோலா பூஜா என்பது அகாராக்கள் பின்பற்றிவருகிற மிகப்பழமையான நடைமுறையாகும். இன்றைக்கு மகாமண்டலேஸ்வரர்களின் இருப்பிடத்திற்கு கோலா சிலைகளை அனுப்பி, குருதட்சணை என்னும் பெயரில் பணம் வசூல் செய்கிறார்கள். அதுவே மன்னராட்சி காலத்தில், அதே கோலா சிலையினை மன்னர்களின் அரண்மனைக்கு அனுப்பி பணம் வசூல்செய்து வருவதை அகாராக்கள் வழக்கமாக வைத்திருந்தன. மன்னர்களுக்கு அனுப்பப்படும் கோலா சிலையில் இருந்து சாம்பலை எடுத்து தன்னுடைய நெற்றியில் திலகமாக இட்டுக்கொள்ளும் மன்னரை தங்களது நண்பராக அகாராக்கள் ஏற்றுக்கொள்ளும். இல்லாவிட்டால், அந்த குறிப்பிட்ட மன்னரை எதிரிகள் பட்டியலில் அகாராக்கள் சேர்த்துவிடும். அந்த நடைமுறை தான் அப்படியே இன்று மன்னர்களுக்கு பதிலாக நவீன ஆன்மிக சாமியார்களாக வலம்வரும் மகாமண்டலேஸ்வரர்களிடம் பின்பற்றப்படுகிறது.

III

பல பிரச்சனைகளை இப்பட்டம் கொண்டு வந்து சேர்க்கிறபோதும் கூட, சாதுக்களும் ஆன்மிக குருக்களும் இப்பட்டத்தைப் பெறுவதற்கே விரும்புகின்றனர். இராதேமாவும் கூட அதற்கு ஒரு உதாரணமாகும். ஆனால் அவர் மட்டுமல்லாமல் மேலும் பல உதாரணங்களும் கூட இருக்கின்றன. 2013ஆம் ஆண்டு அலகாபாத் கும்பமேளாவின் போது, மர்தந்து பூரிக்கும் சுவாமி நித்தியானந்தாவுக்கும் மகாமண்டலேஸ்வரர் பட்டத்தினை மகாநிர்வானி அகாரா வழங்கியது.

சந்நியாசியான மூன்றே மாதத்தில் மகாமண்டலேஸ்வரர் பட்டம்பெற்றவர் மர்தந்து பூரி. மகாமண்டலேஸ்வரர் பதவியை விரைவாகப் பெற்ற சாதனையாளர் என்றுகூட அவரைச் சொல்லலாம்.

‘2012ஆம் ஆண்டு அக்டோபர் மாதம் 29ஆம் தேதியன்று நான் சந்நியாசம் வாங்கினேன். மகாநிர்வானி அகாராவின் ஆச்சார்ய குருவான சுவாமி விசுவதேவானந்த பூரி தான் எனக்கு அருளாசி வழங்கி சந்நியாசி ஆக்கினார். அப்போது என்னுடைய வயது அறுபத்தி ஏழு. அன்றிலிருந்து அடுத்த மூன்று மாதங்களுக்கு உள்ளாகவே 2013ஆம் ஆண்டு ஜனவரி மாதம் 25ஆம் தேதியன்று எனக்கு பட்டாபிசேகம் செய்து, மகாமண்டலேஸ்வரர் சுவாமி மர்தந்து பூரி என்கிற பட்டத்தையும் எனக்கு வழங்கினார்’ என்றார் மர்தந்து பூரி.

ஒரு பத்திரிக்கையாளராக இருந்த மர்தந்து பூரியை சந்நியாசியாக்கி, மகாமண்டலேஸ்வரராகவும் மாற்றிய பெருமை விசுவானந்த பூரியையே சேரும்.

‘நான் அலகாபாத்தின் தரகஞ்சி பகுதியில் பிறந்தேன். மகாநிர்வானியின் நிர்வாக அலுவலகமும் அதே சுற்றுவட்டாரத்தில் தான் இருக்கிறது. சுவாமி விசுவதேவானந்த பூரியுடன் என்னுடைய குடும்பம் எப்போதும் நெருக்கமாகவே இருந்துவந்திருக்கிறது. அவருக்கு மிகநெருக்கமானவனாக இருந்ததன் பலனாகவே, எனக்கு அதிவிரைவாக மகாமண்டலேஸ்வரர் பட்டம் கிடைத்தது’ என்று என்னிடம் தெரிவித்தார் மர்தந்து பூரி.

மாநிலங்களவை உறுப்பினர் ஆகவேண்டும் என்கிற ஆசையில், பத்திரிக்கையாளர்கள் அரசியலில் குதிப்பது அவ்வப்போது நடப்பது தான். ஆனால், ஒரு பத்திரிக்கையாளர் சாமியார் ஆவது அபூர்வம் என்றே சொல்லவேண்டும். அகாராக்களுடன் மிக நெருங்கிய நட்பினை வைத்திருந்த முதல் பத்திரிக்கையாளர் என்றால் மர்தந்து பூரி தான். அந்த நெருக்கத்தின் விளைவாக, கடைசியில் சாதுவாகவே மாறிவிட்டார் அவர்.

மாதவ்காந்த் மிஸ்ரா என்று ஒரு காலத்தில் அறியப்பட்ட அவர், தற்போது மகாமண்டலேஸ்வரராக தன்னை அடையாளப்படுத்திக்கொள்கிறார். இருப்பினும், தன்னுடைய கடந்தகால பத்திரிக்கை அனுபவத்தையும், பல பத்திரிக்கை நிறுவனங்களுடனான தொடர்புகளையும் அவர் விடாமல் பயன்படுத்தி வருகிறார். அதையும் தன்னுடைய அடையாளங்களில் ஒன்றாக முன்னிறுத்துகிறார். அமைதியாகவும் உலக அறிவைக் கொண்டவராகவும் நகைச்சுவை

கலந்து பேசுபவராகவும் தன்னை வெளிக்காட்டிக்கொள்கிறார். இன்றைக்கு பெரும்பாலான மக்களிடம் சென்று சேர்ந்திருக்கிற பல பாபாக்களின் தலையெழுத்தை எழுதியதே அவர்தான் என்றும் பெருமை கொள்கிறார்.

'நான் பத்திரிக்கையாளனாக இருந்தபோதே சனாதன தர்மத்தைப் பின்பற்றியவன். இந்தியாவின் பெரும்பாலான பக்தி தொலைக்காட்சி சானல்கள் துவங்கப்படுவதற்கு முக்கியமான காரணமாக நான் இருந்திருக்கிறேன். இன்றைக்கு பேரும் புகழும் பெற்றிருக்கிற பெரும்பாலான சாமியார்களையும் பாபாக்களையும் நான்தான் தொலைக்காட்சிகளுக்கு அழைத்துவந்து, அவர்களைப் பேசவைத்து பிரபலமாக்கினேன்' என்று பெருமைபொங்கக் கூறினார் அவர்.

இந்து மதத்தின் பழைய பெருமைகளை மீட்டுக்கொண்டுவருவதே தன்னுடைய நோக்கம் என்கிறார் மர்தந்து பூரி. இன்றைய நவீன காலகட்டத்தின் தேவையை அறிந்து, மக்களிடம் இருந்து பிரிந்து தனித்து செயல்படாமல், மக்களுடன் மக்களாக கலந்துவிடவேண்டும் என்பது அவரது வாதமாக இருக்கிறது.

'இன்றைக்கு இருக்கிற மகாமண்டலேஸ்வரர்கள் எவருமே நவீன ஊடகங்களைப் பயன்படுத்துவதே இல்லை. அவற்றையெல்லாம் பயன்படுத்தி, இந்துமதத்தை இன்றைய தலைமுறையினரிடமும் கொண்டு செல்ல வேண்டும்' என்கிறார் அவர்.

பல பாபாக்களுடன் நீண்டகாலத் தொடர்பு கொண்டிருந்த காரணத்தாலேயே, நேரடியாகக் கேட்கப்படும் கேள்விகளுக்குக் கூட, சுற்றிவளைத்து புரியாதபடியே பதில் கொடுக்கக் கற்றுக்கொண்டிருக்கிறார்.

'ஆதி சங்கரர் இன்று பிறந்தால், ஊடக மடம் என்கிற பெயரில்தான் முதல் பீடத்தை உருவாக்கியிருப்பார். அதன் பின்னர் தான் மற்ற நான்கு மடங்களையும் உருவாக்குவார்' என்றார்.

அதாவது, மர்தந்து பூரியைப் பொறுத்தவரையில், மற்ற அனைத்து வழிமுறைகளைவிடவும், சமூக ஊடகங்கள் உள்ளிட்ட அனைத்து ஊடகங்களும் மிக முக்கியமான ஆயுதங்கள் என்பது அவரது கருத்து.

எப்போதோ பிறந்து இறந்துபோன ஆதிசங்கரர் கதையெல்லாம் ஒருபுறம் இருக்கட்டும். இப்போது, மகாநிர்வானி அகாராவின் மகாமண்டலேஸ்வரராக பட்டம் பெற்றிருக்கும் அவர் என்ன தான் செய்யப்போகிறார் என்று கேட்டேன்.

'இந்து மதத்தை பலப்படுத்தவும் மிகப்பெரிய அளவிற்கு பரப்பவும் ஊடகங்களை எப்படியெல்லாம் பயன்படுத்தமுடியும் என்று நான் கண்டறிவேன். இது தொடர்பான வேலைகளை செய்வதற்காக, சம்பந்தப்பட்ட அனைவரையும் ஒரேதளத்தில் இயங்குவதற்காக ஒருங்கிணைப்பேன். அதற்கு ஏராளமாக பணம் தேவைப்படும். ஆனால், அந்த பணத்தை வசூல் செய்வதற்கான வழிகளை நிச்சயமாகக் கண்டுபிடித்துவிடுவேன்' என்றார்.

மகாநிர்வானி அகாராவிடம் இருந்து காசு கொடுத்துதான் மகாமண்டலேஸ்வரர் பட்டத்தை வாங்கினீர்களா என்று அவரிடம் கேட்டபோது, அவருக்கு கோபம் வந்துவிட்டது.

'நான் ஏன் காசு கொடுக்க வேண்டும்? மத போதனைகளிலும் சடங்குகளைச் செய்வதிலும் இன்றைக்கு ஈடுபட்டிருக்கும் எந்த சாமியாராவது எனக்கு பட்டம் கொடுக்கக் கூடாது என்று மறுத்துவிடுவார்களா? அவர்களை எல்லாம் மக்களுக்கு அறிமுக செய்து வைத்தவனே நான் தான். அதற்காக அவர்கள் அனைவரும் எனக்கு கடமைப்பட்டிருக்கிறார்கள் என்பது தான் உண்மை' என்றார்.

பத்திரிக்கையாளராக இருந்த காரணத்தால், தனித்து செயல்படும் முறையினை அவர் நன்றாகவே கற்றிருக்கிறார். தேசிய அளவில் பாபாக்களை அறிமுகப்படுத்துவதன் அவசியத்தை அவர் நன்கு உணர்ந்துவைத்திருக்கிறார்.

மகாமண்டலேஸ்வரர் பட்டத்தைப் பெற்ற இன்னொருவர் யாரென்றால், தென்னிந்தியாவின் பிரபல சாமியாராக இருக்கும் நித்தியானந்தாதான். அவருக்கும் மகாநிர்வானி அகாராவினால் தான் அப்பட்டம் வழங்கப்பட்டது. அதுவும் அவர் மீது பொதுவெளியில் ஒரு பிரச்சனை வெளிவந்து மூன்றாண்டுகள் கழித்து இப்பட்டத்தைப் பெற்றிருக்கிறார்.

2010ஆம் ஆண்டு மார்ச் மாதத்தில் அரித்துவார் கும்பமேளா நடைபெற்றுக்கொண்டிருக்கையில், ஒரு தமிழ் நடிகையுடன்

பிரம்மச்சரிய ஆன்மிகத்துக்குத் தகாத முறையில் இருப்பது போன்ற அவருடைய காணொளியொன்று வெளியானது. அப்போது கும்பமேளாவில் கலந்துகொள்ள வந்திருந்த மண்டலேஸ்வரர்கள் உள்ளிட்ட பல சாதுக்களும், நித்தியானந்தாவின் அந்த வீடியோவைத் தேடிப் பார்த்துக்கொண்டிருப்பதை நான் கவனித்தேன். அதன் பிறகு, நித்தியானந்தா எங்கோ ஓடி ஒளிந்துகொண்டார். சுமார் ஒரு மாதம் கழித்து, அவரை இமாச்சலப் பிரதேசத்தின் சோலன் மாவட்டத்தில் கண்டுபிடித்து காவல்துறை கைதுசெய்தது. ஐம்பத்தி மூன்று நாட்கள் நீதிமன்றக் காவலில் இருந்துவிட்டு, பிணை கிடைத்ததும் சிறையில் இருந்து வெளியேறினார். பாலியல் வன்புணர்வு உள்ளிட்ட பல்வேறு கிரிமினல் குற்றங்களுக்காக அவர் மீது பல வழக்குகள் நிலுவையில் இருக்கின்றன.

மகாமண்டலேஸ்வரர் பட்டத்தை எப்படியாவது வாங்கிவிட வேண்டும் என்று சிலப்பல ஆண்டுகளாகவே மகாநிர்வானி மற்றும் நிரஞ்சனி அகாராக்களிடம் நித்தியானந்தா பேசிவந்திருக்கிறார். இறுதியாக மகாநிர்வானி அகாராவுடனான பேச்சுவார்த்தையில் வெற்றிகண்டு, அவருக்கு மகாமண்டலேஸ்வரர் பட்டம் வழங்க அவர்கள் ஒப்புக்கொண்டார்கள்.

சர்ச்சைக்குரிய சாமியாரான நித்தியானந்தாவுக்கு மகாமண்டலேஸ்வரர் பட்டம் கொடுப்பதற்கு இரண்டு நாட்களுக்கு முன்னர், விசுவதேவானந்த பூரியை சந்திக்க மர்தந்து பூரி சென்றிருக்கிறார்.

'சுவாமி நித்தியானந்தாவும், மகாநிர்வானி அகாராவின் செயலாளரான இரவீந்திர பூரியும், மேலும் சிலரும் இருந்தனர். அங்கே செல்லும் வரையிலும், அந்த கூட்டம் எதற்காக ஏற்பாடு செய்யப்பட்டிருக்கிறது என்பது கூட எனக்குத் தெரியாது. மகாமண்டலேஸ்வரர் பட்டத்தைப் பெறுவதற்கு சுவாமி நித்தியானந்தா முயற்சி செய்கிறார் என்பதை நான் அறிவேன். ஆனால், அவரும் அங்கு வந்திருப்பார் என்று நான் எதிர்பார்க்கவில்லை. தென்னிந்தியாவிற்குள் காலடி எடுத்துவைக்கிற வேலையை மற்ற எந்த அகாராவும் செய்யவே இல்லை. அதனை நாம் முயற்சி செய்ய வேண்டும்

என்று வலியுறுத்தினேன். ஆதிசங்கரர் தென்னிந்தியாவை முழுவதுமாக தவிர்த்துவிட்டு, இந்தியாவின் மற்ற அனைத்துப் பகுதிகளையும் ஒருங்கிணைத்தார்' என்றார்.

இறுதியாக நித்தியானந்தாவுக்கு பட்டம் வழங்கியதுமே, ஒரு பெரிய பிரச்சனை வெடித்துக்கிளம்பக் காத்திருந்தது.

'தென்னிந்தியத் துறவிகளுக்கு நாம் மரியாதை கொடுப்பதே இல்லை என்று நீண்டநெடுங்காலமாக ஒரு குற்றச்சாட்டு இருந்துவருகிறது. அதனாலேயே மிகமுக்கியமாக அவருக்கு மகாமண்டலேஸ்வரர் பட்டம் வழங்குவதென முடிவெடுத்தோம்'[22] என்றார்.

மேலும், நீதிமன்றத்தில் நிலுவையில் இருக்கிற வழக்கில் நித்தியானந்தாவிற்கு தண்டனை வழங்கப்பட்டுவிட்டால், அவருக்கு வழங்கப்போகும் மகாமண்டலேஸ்வரர் பட்டத்தைத் திரும்பப்பெறுவது என்றும் அக்கூட்டத்தில் முடிவெடுத்ததாகவும் என்னிடம் தெரிவித்தார். உலகின் மிகப்பெரிய பணக்கார சாமியார்களில் ஒருவரான நித்தியானந்தா, மகாநிர்வானி அகாராவிற்கு பெரிய தொகையினை மறைமுகமாகக் கொடுத்துதான் அப்பட்டத்தையே வாங்கினார் என்று அப்போது ஊடகங்களில் பரவலாக செய்திகள் வெளியாகின.[23]

நித்தியானந்தாவிற்கு பட்டம் கொடுத்த முடிவினை, தசநாமி அகாராக்களில் இருக்கும் பல அகாராக்களே சிலகாலம் தொடர்ந்து விமர்சித்துக்கொண்டே இருந்தன. இதில் வேடிக்கை என்னவென்றால், மகாநிர்வானி அகாராவுக்கு முன்னதாகவே, நித்தியானந்தாவுடன் பட்டம் வழங்கப்படுவது குறித்து நிரஞ்சனி அகாராவும் அவருடன் பேச்சுவார்த்தையினை நடந்தி இருந்திருக்கிறது. ஆனால், அவர்களை முந்திக்கொண்டு, மகாநிர்வானி அகாராவோ நித்தியானந்தாவுடன் மறைமுக ஒப்பந்தத்திற்கு வந்து, பட்டத்தையும் வழங்கிவிட்டது. அதன்பின்னர் சாதுக்களையும் பக்தர்களையும் ஒருங்கிணைத்து, நித்தியானந்தாவுக்கு பட்டம் வழங்கியதைக் கண்டித்து, ஒரு திறந்தவெளிப் பொதுக்கூட்டத்தை நிரஞ்சனி அகாராவின் நிர்வாகமே நடத்தியது தான் வேடிக்கையிலும் வேடிக்கை.

ஆனால், இந்த விமர்சனங்கள் எல்லாம் மிகவிரைவாகவே முடிவுக்குக் கொண்டுவரப்பட்டு விட்டன. இராதேமாவுக்கு

மகாமண்டலேஸ்வரர் பட்டம் கொடுத்தபோது, ஜூனா அகாராவே இரண்டாக உடைந்துபோகும் அளவிற்கு பெரிய பிரச்சனையாக வெடித்தது. ஆனால், நித்தியானந்தாவுக்கு பட்டம் வழங்கிய விவகாரத்தில், மகாநிர்வானி அகாராவில் பெரிய எதிர்ப்பெல்லாம் உருவாகவில்லை. மகாநிர்வானி அகாராவுடன் கும்பமேளாவில் புனிதக்குளியல் உள்ளிட்ட பல சடங்குகளில் ஒன்றாக செயல்பட்டுவரும் மற்றொரு அகாராவான அடல் அகாராவின் நம்பிக்கையையும் நித்தியானந்தா விவகாரத்தில், ஆரம்பத்திலேயே பெற்றுவிட்டது மகாநிர்வானி அகாரா. அதனை உறுதிசெய்யும் விதமாக, நித்தியானந்தாவுக்கு மகாமண்டலேஸ்வரர் பட்டம் வழங்கும் நிகழ்வில் அடல் அகாராவின் தலைமைப் பதவியில் இருந்த சுகதேவனும் பங்கெடுத்தார் என்பது குறிப்பிடத்தக்கது.

துறவியாக இருந்தாலும் இல்லாவிட்டாலும், அகாராக்களின் உயர்பதவியில் இருப்பவர்களிடம் நெருங்கிய தொடர்பு இருந்தாலோ அல்லது பெரும்பணத்தை செலவு செய்யத் தயாராக இருந்தாலோ மகாமண்டலேஸ்வரர் பட்டம் பெறுவதெல்லாம் மிகஎளிதானது என்பதை மர்தந்து பூரி மற்றும் நித்தியானந்தா போன்றோர்களின் உதாரணங்கள் நமக்கு எடுத்துக்காட்டுகின்றன. இந்த இரண்டு உதாரணங்களைப் போலவே, இராதேமாவும் அகாராவுடன் நல்ல தொடர்பில் இருந்துவந்தபோதும், அதிக பணத்தை வாரியிரைத்தபோதும், ஜூனா அகாராவிற்குள் சில முரண்பாடுகள் இருந்ததாலேயே, மற்ற இருவரைப் போலல்லாமல் இராதேமாவின் பட்டமளிப்பு சர்ச்சையில் முடிந்தது. இல்லையென்றால் அதுவும் கூட சுமூகமாகத்தான் முடிந்திருக்கும்.

இப்படியான பலன்களை இருதரப்பும் பெற்றிருப்பதாலேயே, மகாமண்டலேஸ்வரர்களின் எண்ணிக்கை அதிகமாவதில் ஆச்சர்யப்படுவதற்கு ஒன்றுமே இல்லை.

IV

மகாமண்டலேஸ்வரர்களின் எண்ணிக்கை கூடிக்கொண்டே போனதன் விளைவாக, 2013ஆம் ஆண்டு நடைபெற்ற அலகாபாத் கும்பமேளாவின் போது, மகாமண்டலேஸ்வரர்களை எல்லாம்

ஒருங்கிணைக்கும் ஒரு முயற்சியினை அவர்களில் இருக்கும் ஒருசிலர் முன்னெடுத்தனர். பிப்ரவரி 5ஆம் தேதியன்று சுமார் நூறு மகாமண்டலேஸ்வரர்களை ஒருங்கிணைத்து, ஜூனா அகாராவைச் சேர்ந்த மகாமண்டலேஸ்வரரான யத்தீந்திரானந்த கிரியின் முன்முயற்சியால், மகாமண்டலேஸ்வரர் பால்கானந்த கிரியின் முகாமில் ஒரு கூட்டம் நடத்தப்பட்டது. அங்கே மகாமண்டலேஸ்வரர் பரிஷத் என்கிற ஒரு புதிய அமைப்பு உருவாக்கப்பட்டதாக அறிவிக்கப்பட்டது.[24] தலைவராக ஜூனா அகாராவின் அர்ஜுன் கிரியும், பொதுச்செயலாளராக பால்கானந்த கிரியும், நிர்வாக செயலாளராக யத்தீந்திரானந்த கிரியும், துணைத்தலைவர்களாக மூத்த மகாமண்டலேஸ்வரர்களான பைலட் பாபா, தத்தி மகாராஜ், ஆத்ம பிரகாஷ் யத்தி, வேத பாரதி உள்ளிட்டோரும் நியமிக்கப்பட்டனர். தசநாமி அகாராக்களை சமாதானப்படுத்துவதற்காகவே, அதன் ஆச்சார்ய மகாமண்டலேஸ்வரர்களை இப்புதிய அமைப்பின் புரவலர்களாக அறிவித்தனர். அமைப்பிற்கான சட்டதிட்டங்களை உருவாக்குவதற்காகவே, ஐந்து மகாமண்டலேஸ்வரர்களை உள்ளடக்கிய குழுவொன்றும் அமைக்கப்பட்டது.

அந்த புதிய அமைப்பில் அங்கம்வகிக்கும் 100 மகாமண்டலேஸ்வரர்கள் தவிர, மேலும் 250 மகாமண்டலேஸ்வரர்களுடனும் பேச்சுவார்த்தை நடைபெற்றுக்கொண்டிருப்பதாக ஊடகங்களிடம் பேசுகையில் யத்தீந்திரானந்த கிரி தெரிவித்தார். இருப்பினும், அந்த அமைப்பு உருவாக்கப்பட்ட நோக்கம் குறித்தோ, அதன் குறிக்கோள் குறித்தோ எந்தத் தகவலையும் வெளியிடாமல் மிகவும் கவனமாகத் தவிர்த்தார். அதற்கு முந்தைய 2010ஆம் ஆண்டு கும்பமேளா நிகழ்வின்போதே, இதேபோன்றதொரு முயற்சியினை அவர் செய்தார். ஆனால், அகாராக்களிடம் இருந்து அந்த முயற்சிக்கு ஆதரவு கிடைக்காததனால், அப்போது அது சாத்தியமாகவில்லை.

‘மதத்திற்குள் அரசியல் இருக்கக்கூடாது என்றாலும், அரசியலில் மதம் இருந்தே ஆக வேண்டும்’ என்பதை வலியுறுத்திப் பேசியதன்மூலம், மகாமண்டலேஸ்வரர்களை ஒருகுடையின் கீழ்

ஒருங்கிணைத்து, அரசியலுக்குள் மதத்தைக் கொண்டுபோகும் அவரது ஆசையினை நமக்கு சூசகமாக வெளிக்காட்டினார்.

'பதிமூன்று அகாராக்கள் இருக்கின்றன. அவையெல்லாம் ஒன்றாக இணைந்து செயல்படுவதற்காக அகில இந்திய அகாரா பரிஷத் உருவாக்கியிருக்கிறார்கள். அதேபோல இன்றைக்கு மிகப்பெரிய எண்ணிக்கையில் மகாமண்டலேஸ்வரர்கள் இருக்கிறார்கள். அவர்களெல்லாம் மத, தேசிய, சமூகப் பிரச்சனைகளில் ஒன்றுபோல சிந்தித்து, செயல்படுவதற்காக ஒருங்கிணைந்த அமைப்பு ஒன்று தேவைப்படுகிறது. மகாமண்டலேஸ்வரர் பட்டம் வழங்கியதில் ஒருசில தவறுகள் இங்குமங்கும் நடந்திருந்தாலும் கூட, சமூகத்தில் மதம் தொடர்பாக அதிக ஞானத்தைக் கொண்டிருக்கும் அறிவார்ந்த ஆன்மிகவாதிகளுக்கு அப்பட்டத்தை வழங்கி, அற்புதமான சாதனையை அகாராக்கள் நிகழ்த்தியிருக்கின்றன. மதத்திற்காகவும் இந்த தேசத்திற்காகவும் மகாமண்டலேஸ்வரர் பரிஷத் மிகச்சிறப்பான சேவையினை செய்யும் என்பதும் உறுதி' என்று என்னிடம் பேசுகையில் தெரிவித்தார்.

அலகாபாத் கும்பமேளாவின்போது மகாமண்டலேஸ்வரர் பரிஷத் தான், ஒரு சிலநாட்களுக்கு பரபரப்பான பேசுபொருளாக இருந்தது. அதன்பிறகு அது கண்டுகொள்ளப்படாமல் காற்றோடு கலந்துவிட்ட விவகாரமானது. மகாமண்டலேஸ்வரர்களை ஒருகுடையின் கீழ் அணிதிரளவிடக்கூடாது என்று கூட்டாக தசநாமி அகாராக்கள் முடிவெடுத்தன. மகாமண்டலேஸ்வரர்களை அவரவர் சார்ந்த அகாராக்களின் சொத்தாகவே வைத்துக்கொள்ள அகாராக்கள் விரும்புகின்றன. பல்வேறு அகாராக்களைச் சேர்ந்த அனைத்து மகாமண்டலேஸ்வரர்களையும் ஒரே அமைப்பாக ஒன்றுசேர அனுமதித்தால், அகாராக்களை விட பெரிய அமைப்பாக அது உருவெடுப்பதற்கான வாய்ப்பு இருக்கிறது. அப்படியொன்று நிகழ்ந்துவிட்டால், அகாராக்களுக்கு தொடர்ச்சியாக கப்பம் கட்டுவதைக்கூட மகாமண்டலேஸ்வரர்கள் நிறுத்திவிடக்கூடும். அது, அகாராக்களின் வருமானத்திற்கே தடையாகிவிடும்.

அதனால், புதிதாக உருவாக்கப்பட்ட மகாமண்டலேஸ்வரர் பரிஷத்தின் நிர்வாகிகளிடம் விளக்கம் கேட்டு அகாராக்கள் நெருக்கடி கொடுத்தன. மகாமண்டலேஸ்வரர் பரிஷத்

உருவாக்கப்பட்டதாக அறிவிக்கப்பட்ட கூட்டத்தில் கலந்துகொண்டதற்கான காரணங்களை விளக்குமாறு ஒவ்வொரு மகாமண்டலேஸ்வரரிடமும் தனித்தனியாக அகாராக்கள் கேள்வி எழுப்பின.[25] இப்படியொரு அமைப்பே முற்றிலும் தேவையற்றது என்கிற கருத்தில் ஜூனா அகாரா உறுதியாக இருப்பதாக அதன் செல்வாக்குமிக்க செயலாளர் தெரிவித்தார். அத்துடன், ஜூனா அகாராவின் நிர்வாகிகள் ஒன்றுகூடி, இதுதொடர்பாக ஒரு முடிவினை எடுத்தாகவேண்டும் என்றும் அவர் கூறினார். மகாமண்டலேஸ்வரர்களெல்லாம் கூட்டாக ஒரு அமைப்பு உருவாக்குவது சரியல்ல என்று மகாநிர்வானி அகாராவின் இரவீந்திர பூரியும் அதே கருத்தினை வெளிப்படுத்தினார். மற்ற அகாராக்களும் புதிய அமைப்பு உருவாக்கத்தில் கோபமடைந்து அதிருப்தியை வெளிக்காட்டின.

மகாமண்டலேஸ்வர் பரிஷத் விவகாரத்தில் அனைத்து அகாராக்களும் ஒருமித்தக்குரலில் விரைவாகவே தங்களது எதிர்ப்பினைத் தெரிவித்தது கவனிக்கத்தக்கது. கும்பமேளா நடத்தும் அதிகாரத்தை தங்களிடமே என்றென்றும் வைத்துக்கொள்வதில் அகாராக்கள் மிகுந்த கவனத்துடன் செயல்படுகின்றன. அதனை எக்காலத்திலும் யாரிடமும் விட்டுக்கொடுத்துவிடக் கூடாது என்பதில் உறுதியாகவும் இருக்கின்றன. அகாராக்களைப் போலல்லாமல், ஆன்மிகப் பிரச்சாரங்களாலும் ஊடக வெளிச்சத்தினாலும் பெருமளவிலான பக்தர்களுடன் நேரடியாகத் தொடர்பினைக் கொண்டிருப்பது மகாமண்டலேஸ்வரர்கள் தான். அதனால் பொதுவான பக்தர்களிடம் மகாமண்டலேஸ்வரர்கள் தான் அதிகமான செல்வாக்கினைக் கொண்டிருக்கிறார்கள். மகாமண்டலேஸ்வரர்களை மக்களுடன் நேரடித் தொடர்பு வைத்திருக்க ஊக்கபடுத்துவதே அகாராக்கள் தான். அதனை குறிக்கோளாகக் கொண்டுதான் மகாமண்டலேஸ்வரர் பட்டமே அகாராக்களால் கொடுக்கப்படுகின்றன. அதனால், இலட்சுமணன் கிழித்த கோட்டினைப் போல அகாராக்கள் விதிக்கும் சட்டதிட்டங்களுக்கு உட்பட்டு, அவற்றின் கீழ்ப்படிந்து நடப்பவர்களாகவே மகாமண்டலேஸ்வரர்கள் இருக்கவேண்டும் என்பதே அகாராக்களின் விருப்பமாகும். ஆனால், அகாராக்களைக் கடந்து, அனைத்து மகாமண்டலேஸ்வரர்களும் கூட்டாக செயல்படுவதற்கு

ஒரு அமைப்பை உருவாக்கி, அதன்மூலம் மதம், சமூகம் மற்றும் அரசியல் பிரச்சனைகளில் அவர்கள் தலையிடத் துவங்கினால், அகாராக்களை விட அதிகாரமிக்க அமைப்பாக மகாமண்டலேஸ்வரர்களின் அமைப்பு வளர்ந்துவிடும். அதன்பின்னர் அகாராக்களின் தேவையே கூட இல்லாமல் போய்விடும். இதனை நிகழவிடாமல் தடுக்கவேண்டும் என்பதே அகாராக்களின் எண்ணமாகும்.

அகாராக்கள் அனைத்தும் ஒருங்கிணைந்து சாட்டையை சுழற்றியவுடன், மகாமண்டலேஸ்வரர் பரிஷத்தின் முதல் தலைவராக நியமிக்கப்பட்ட அர்ஜுன் பூரி, அகாராக்களின் விருப்பத்திற்கு இணங்க, தலைவர் பதவியைத் துறப்பதாக மறுநாளே அறிவித்துவிட்டார்.[26] அதன்பிறகு அந்த அமைப்பின் மற்ற நிர்வாகிகளும் அமைதியாகிவிட்டனர்.

V

மகாமண்டலேஸ்வரர் பட்டத்தைச் சுற்றி ஏராளமான விவாதங்களும் சர்ச்சைகளும் நடந்துகொண்டிருந்தபோது, ஒரேயொரு சாது கூட அப்பட்டத்தைப் பெறுவதற்காக ஒரு அகாராவில் இருந்து இன்னொரு அகாராவிற்குத் தாவியதாக வரலாறு இல்லை. ஆனால், அதுவும்கூட 2010ஆம் ஆண்டில் நடைபெற்ற அரித்துவார் கும்பமேளாவின் போது முடிவுக்கு வந்தது. சுவாமி ஹன்ஸ் தாஸ் என்பவர் படா உடைசின் அகாராவின் மகாமண்டலேஸ்வரர் பட்டத்தை வைத்திருந்தார். அப்பட்டத்தையும் அதனை வழங்கிய அகாராவையும் அரித்துவார் கும்பமேளாவின் போது முற்றிலுமாகத் துறப்பதாக அறிவித்தார்.

குரு கிரந்த சாகிப் என்கிற சீக்கிய புனித நூலை ஏற்றுக்கொண்ட அரியவகை சைவ துறவிகள் தான் உடைசின் சந்நியாசிகள். அவர்கள் தூனியை வழிபட்டுக்கொண்டே, சங்கராச்சாரியாரின் அத்வைதத்தையும் ஏற்றுக்கொண்டவர்கள். அவர்கள் தசநாமி சந்நியாசிகளைப் போன்றே தோற்றமளிப்பார்கள். பெரும்பாலும் சிவப்பு அல்லது கருப்பு நிற உடையணிந்து, உடலெங்கும் சாம்பலைப் பூசிக்கொண்டு, மிகநீண்ட சடைமுடியைக் கொண்டிருப்பவர்கள் அவர்கள். மகாமண்டலேஸ்வரர் பட்டத்தை வழங்கும் நடைமுறையினை தசநாமி அகாராக்கள்

தான் துவங்கின என்றாலும் கூட, சைவப் பின்புலத்தைக் கொண்ட படா உடைசின் உள்ளிட்ட பல அகாராக்களும் கடந்த இருபது ஆண்டுகளாக பலருக்கும் மகாமண்டலேஸ்வரர் பட்டம் கொடுக்கத்துவங்கிவிட்டன.

பட்டத்தைத் துறந்தவுடனேயே, தன்னுடைய வாழ்க்கை முழுவதும் ஒரு வைணவ சாதுவாகவே வாழ்ந்ததாக தெரிவித்தார் ஹன்ஸ் தாஸ். அவருக்கு வைணவப் பிரிவைச் சேர்ந்த திகம்பர அகாராவினால் வழங்கப்படும் ஜகத்குரு இராமனாந்தாச்சார்யா என்கிற பட்டமும் வழங்கப்பட்டது. ஆக, ஒரு சைவ அகாராவிலிருந்து வைணவ அகாராவிற்குத் தாவுவதாக அவர் எடுத்த முடிவென்பது, ஒரே நாளில் எடுக்கப்பட்ட முடிவல்ல என்பதும் திட்டமிட்டே எடுக்கப்பட்டது என்பதும் வெளிப்படையாகவே தெரிந்தது. அவர் ஏற்கனவே அங்கம்வகித்த படா உடைசின் அகாராவில், பல்வேறுவிதமாக முயன்றும் அவரால் பிரபலமடைய முடியவில்லை. அத்துடன் அவரது வருமானமும் கூட, மற்ற அகாராக்களின் மகாமண்டலேஸ்வரர்கள் போல அதிகரிக்கவும் இல்லை. இவற்றையெல்லாம் கருத்தில்கொண்டு தான், பேருக்காகவும் பணத்திற்காகவும் ஒரு அகாராவைவிட்டு மற்றொரு அகாராவிற்குத் தாவினார் ஹன்ஸ் தாஸ்.

'ஹன்ஸ் தாஸாக இருந்தவர் ஹன்ஸ் ஆச்சார்யாவாக மாறி, இராமனாண்டி அகாராவில் இணைந்து, ஜகத் குரு இராமனாந்தாச்சார்யா என்கிற பட்டத்தைப் பெறுவதற்கு படா உடைசின் அகாராவின் சந்நியாசிகள் கடும் எதிர்ப்பினைத் தெரிவித்தனர். இரண்டு அகாராக்களுக்கும் இடையிலான ஒரு பனிப்போரினை அது துவக்கியது. ஆனால், காலப்போக்கில் அந்த காயம் மெல்ல ஆறியும் விட்டது' என்றார் பாபா ஹத்தயோகி. திகம்பர அகாராவின் உத்தரகாண்ட் மாநில செயலாளராகவும், அகில இந்திய அகாரா பரிஷத் மற்றும் அகில இந்திய சந்த் சமிதி ஆகிய அமைப்புகளின் தேசிய செய்தித்தொடர்பாளராகவும் இருந்தவர் அவர்.

ஒரு அகாராவைவிட்டு இன்னொரு அகாராவிற்குத் தாவுவதற்கு ஹன்ஸ் தாஸிற்கு உறுதுணையாகவும் தூண்டுகோலாகவும் இருந்தவர் தான் பாபா ஹத்தயோகி.

‘ஜகத்குரு இராமனாந்தாச்சார்யா பட்டத்தைப் பெறுவதற்கு ஹன்ஸ் தாஸ் ஆர்வமாக இருந்ததைப் பார்த்து, நான்தான் இராமனாண்டி அகாராவைச் சேர்ந்த அனைத்து முக்கியமான வைராகிகளிடமும் நாகசாதுக்களிடமும் அதுகுறித்து பேசினேன். அடுத்த சிலநாட்களிலேயே ஹன்ஸ் தாஸின் அகாரா மாற்றமும் பட்டம் பெறுதலும் நடந்துவிட்டது’ என்று அவர் மேலும் கூறினார்.

ஹன்ஸ் தாஸின் அகாரா மாற்றத்திற்கு விஹெச்பி முக்கியப் பங்காற்றியது என்று சில வதந்திகள் அப்போது பரவிக்கொண்டிருந்தன. ஆர்எஸ்எஸ் இயக்கத்திற்கு மிகநெருக்கமான திகம்பர அகாராவிற்குத் தாவியதுமே, விஹெச்பிக்கு கண்மூடித்தனமான ஆதரவினை வெளிக்காட்டினார் ஹன்ஸ் தாஸ். பெரியளவுக்கு பிரபலமில்லாத ஒரு அகாராவின் மகாமண்டலேஸ்வரர் பட்டத்தைத் துறந்து, இந்தியாவின் முக்கியமான இராமானாந்தாச்சார்யா என்கிற பட்டத்தை அடைந்ததே விஹெச்பியின் உதவியினால் தான் என்பதற்கு அதுவே ஆதாரமாகவும் மாறியிருக்கிறது. 2019ஆம் ஆண்டு பிப்ரவரி மாதம் ஒரு சாலை விபத்தில் இறக்கும்வரையிலும், அவர் நாடு முழுவதும் பயணித்து இந்துத்துவ அரசியலுக்கு ஆதரவாகப் பிரச்சாரம் செய்து, ஆர்எஸ்எஸ் இயக்கத்தின் வளர்ச்சிக்காக மிகக்கடுமையாக உழைத்தார்.

மகாமண்டலேஸ்வரர் பட்டமும் ஜகத்குரு இராமானந்தாச்சார்யா பட்டமும் இருபதாம் நூற்றாண்டின் கடைசிக் கால்நூற்றாண்டில் தான் ஆன்மிக சந்தையில் விற்பனைக்கு வந்தன. அதே காலகட்டத்தில் தான் சாதுக்களை தன்னுடைய அரசியல் ஆதாயத்திற்காக அணிதிரட்டும் பணியினை விஹெச்பி செய்தது. ஆக, இந்த இரண்டும் ஒரேகாலகட்டத்தில் ஒன்றாகவே ஒரே நோக்கத்திற்காக நடந்திருக்கின்றன. 1977இல் தான் முதன்முதலாக பகவதாச்சார்யா என்பவருக்கு ஜகத்குரு இராமனாந்தாச்சார்யா பட்டம் வழங்கப்பட்டது. இராமனாண்டி அகாராக்களிடையே எழுகிற பெரிய முரண்பாடுகளை தீர்த்துவைக்கும் அறிவார்ந்த சாதுவாக அவர் அறியப்பட்டிருந்தார். இருபதாம் நூற்றாண்டின் முதல் சில பத்தாண்டுகளில், இராமனாண்டிகளாகவும் இராமானுஜர்களாகவும் இருபிரிவினராக பிரிந்து இராமனாண்டி

வைராகிகள் சண்டையிட்டுக் கொண்டிருந்தனர். அந்த இருபிரிவின் தலைவர்களாக அறியப்பட்ட இராமானந்தா மற்றும் இராமானுஜாச்சார்யா ஆகியவர்களில் ஒட்டுமொத்த வைராகிகளின் தலைவர் யார் என்பதில் போட்டியும் மோதலும் இருந்து வந்தது. இந்த சண்டை அயோத்தியில் தான் உச்சத்தில் இருந்தது. இராமனாண்டிகளை வெளிப்படையாகவே மரியாதைக்குறைவாக நடத்தி இராமானுஜர்கள் தொடர்ந்து அவமானப்படுத்திவந்தனர்.[27] தங்களுடைய பிரசங்கங்களிலும் சொற்பொழிவுகளிலும் இராமனாண்டி நம்பிக்கை முறையே தங்களுக்குக் கீழானது தான் என்று இராமானுஜர்கள் பிரச்சாரம் செய்துவந்தனர். இராமனாண்டிகள் வழிபடும் தெய்வங்களுக்கே கூட இராமானுஜர்கள் மரியாதை கொடுக்காத பல சம்பவங்களை பீட்டர் வன் தர் வேர் என்கிற வரலாற்று ஆய்வாளர் குறிப்பிட்டிருக்கிறார்.[28]

பின்னாளில் பகவதாச்சார்யா என்று அறியப்பட்ட இளம் பகவத் தாஸ் தான், இராமனாண்டிகளுக்கு சாதகமாக இப்பிரச்சனையைத் தீர்த்துவைத்ததில் முக்கியப் பங்காற்றினார். 1880ஆம் ஆண்டு பிறந்த அவர், பீகாரின் பாட்னா நகருக்கு அருகே தானாபூரில் இருந்த ஆரிய சமாஜத்தின் ஒரு ஆதரவற்றோர் இல்லத்தில் தான் வளர்க்கப்பட்டார். பின்னர், சமஸ்கிருதத்தையும் ஆங்கிலத்தையும் படித்தார். கொல்கத்தாவில் வேதங்கள் குறித்த தயானந்த சரஸ்வதியின் விமர்சனங்களையும் படித்துவிட்டு, அயோத்திக்கு இடம்பெயர்ந்து, அங்கே இராமனாண்டி வைராகியானார்.

இராமானுஜர்களை எதிர்கொள்வதற்காக, அயோத்தியின் அனுமார்கோவிலில் இராமனாண்டிகளை அழைத்து ஒரு கூட்டம் நடத்தினார். அப்போது, ஸ்ரீ இராமனாண்டி வைணவ மகாமண்டலம் என்றொரு புதிய அமைப்பினை இராமனாண்டிகளுக்காக உருவாக்கினார். பதினோராம் நூற்றாண்டில் வாழ்ந்த இராமானுஜரின் வாரிசு தான் இராமனாண்டிகளின் தலைவரான இராமானந்தா என்று இராமனாண்டிகள் காலம் காலமாக நம்பி வருகின்றனர். அதனால் இராமனாண்டிகளும் இராமானுஜ வகையைச் சேர்ந்தவர்கள் தான் என்றும், அதிலும் இராமானுஜ வகையில் கீழான ஒரு பிரிவினர் தான் இராமனாண்டிகள் என்றும் இராமானுஜப் பிரிவினர் தொடர்ந்து பிரச்சாரம் செய்து

வந்திருக்கின்றனர். இதனை எப்படியாவது உடைத்தெரிய வேண்டும் என்று பகவத் தாஸ் நினைத்தார். அகர்தாஸ் என்பவரால் எழுதப்பட்டதாக 'ஸ்ரீ இராமமந்திரராஜ் பரம்பரை' என்ற பெயரிலான போலியான ஒரு ஆவணத்தை உலகிற்கு காட்டி, இராமனாண்டிகளின் தலைவரான இராமானந்தா[29] வகையறாவுக்கும் பதினோறாம் நூற்றாண்டில் வாழ்ந்த இராமானுஜருக்கும் எவ்விதத் தொடர்புமில்லை என்று நிரூபிக்க முயன்றார் பகவத் தாஸ்.[30]

1921ஆம் ஆண்டில் உஜ்ஜைன் கும்பமேளா நடைபெற்றபோது, இராமானுஜப் பிரிவைச் சார்ந்தவர்களை ஒரு விவாதத்திற்கு அழைத்து நீண்டகாலமாக இருந்துவருகிற மோதலை சரிசெய்ய நினைத்தார் பகவத் தாஸ். அவர் உருவாக்கிப் பரப்பிய போலி ஆவணத்தை, உண்மையான வரலாற்று ஆவணமென்று எல்லோரையும் நம்ப வைத்தார். அங்கு இராமானுஜப் பிரிவைச் சேர்ந்தவர்களுக்கும் பகவத் தாஸ் அங்கம்வகிக்கும் இராமனாண்டிகளுக்கும் நடந்த விவாதத்தில், பகவத் தாஸ் வெற்றிபெற்றதாக அறிவிக்கப்பட்டது. இராமானுஜர்களுக்கும் இராமனாண்டிகளும் நேரடியான வரலாற்றுத் தொடர்பு ஏதுமில்லை என்றும், அதன்மூலம் இராமனாண்டிகள் இராமானுஜர்களை விட கீழானவர்கள் என்று நிலவிவந்த வாதங்களெல்லாம் பொய்யென்றும் ஏற்றுக்கொள்ளப்பட்டுவிட்டது.[31] கும்பமேளாவில் பின்பற்றிவந்த சில நடைமுறைகளில் கூட அது ஒரு மாற்றத்தை ஏற்படுத்தியது. அதற்கு முன்புவரையிலும், இராமனுஜப் பெரியோர்களை பல்லக்கில் தூக்கிக்கொண்டு, பார்ப்பன சாதியைச் சேர்ந்த இராமனாண்டி சாதுக்கள் ஊர்வலமாக வலம்வருவது கும்பமேளாவின் வழக்கமான இருந்துவந்தது. ஆனால், பகவத் தாஸின் வெற்றியைத் தொடர்ந்து, இராமனாண்டிகள் அந்த வழக்கத்தையே முற்றிலுமாகக் கைவிட்டனர். உஜ்ஜைன் கும்பமேளாவில், இராமானுஜர்களுடன் கூட்டாக புனிதக்குளியலுக்குப் போவதைக் கூட தவிர்த்து, தனியாக நடந்துசென்றனர் இராமனாண்டிகள். அன்றிலிருந்து இராமனாண்டிகளின் பெருமைகளை மீட்டெடுக்கும் பணியில் தன்னுடைய வாழ்க்கை முழுவதையும் அர்ப்பணித்தார் பகவத் தாஸ்.

1958ஆம் ஆண்டு பகவத் தாஸ் தன்னுடைய சுயசரிதையை எழுதினார். அதில், தெரிந்தே தான், பொய்யான ஒரு ஆவணத்தை உண்மையென்று பிரச்சாரம் செய்ததாக அவர் வெளிப்படையாகவே ஒப்புக்கொண்டார். ஒரு நல்ல காரியத்திற்காகவே அப்படியான ஒரு பொய்யினை சொல்லவேண்டி இருந்ததாக, அவர் எழுதினார்.[32] சுமார் நாற்பது ஆண்டுகளுக்கு முன்னர், ஒரு பொய்யைத்தான் சொன்னேன் என்று தைரியமாக அவர் எழுத முடிகிறதென்றால், இனி எவராலும் எதையும் மாற்றிவிடமுடியாது என்கிற தைரியம் அவருக்கு இருந்ததே அதற்கு முக்கியமான காரணமாகும்.[33]

இராமனாண்டி அகாராக்களுக்காக பகவத் தாஸின் 'பங்களிப்பைப்' பாராட்டி, அவருடைய இறுதிக்காலத்தில் மரியாதை செலுத்தவேண்டும் என்று இராமனாண்டி அகாராக்கள் முடிவெடுத்தன. 1977ஆம் ஆண்டு நடைபெற்ற அலகாபாத் கும்பமேளாவில், இராமனாண்டி அகாராக்களின் மிக உயர்ந்த ஆசானாக அங்கீகரிக்கப்பட்டு, இராமானந்தாவின் அளவுக்கு உயர்த்தப்பட்டு, ஜகத்குரு இராமானந்தாச்சார்யா என்கிற பட்டம் வழங்கப்பட்டது.

அப்பட்டத்தைப் பெற்றுக்கொண்ட ஆறு மாதத்தில் பகவதாச்சார்யா மரணமடைந்துவிட்டார். ஆனால் அவருக்குப் பின்னர் அவரது சீடரான சிவராமாச்சார்யாவுக்கு அப்பட்டத்தை வழங்குவதாக தன்னுடைய உயிலில் அவர் எழுதிவைத்திருந்தார். அவருடைய கடைசி ஆசை என்பதால் அதனை மதித்து, அவரது சீடரான சிவராமாச்சார்யாவுக்கு அப்பட்டம் கொடுக்கப்பட்டது. 1988ஆம் ஆண்டு நவம்பர் மாதம் 4ஆம் தேதியன்று சிவராமாச்சார்யா இறக்கும் வரையிலும், அவர் ஒருவருக்கு மட்டும் தான் ஜகத்குரு இராமானந்தாச்சார்யா பட்டம் வழங்கப்பட்டு இருந்தது. அவருக்குப் பின்னர், அந்த பட்டத்திற்காக அவரது சீடரான இராமனரேஷாச்சார்யாவும் அனுமார் கோவிலின் ஆதரவைப் பெற்ற ஹரயாச்சார்யாவும் சண்டையிட்டுக்கொண்டனர். அவர்கள் இருவரும், தாங்களாகவே அப்பட்டத்தைப் பெற்றுவிட்டதாக அறிவித்துக்கொண்டனர். அன்று முதல் அப்பட்டத்தை வைத்திருப்பவர்களின் எண்ணிக்கை பல்கிப்பெருகத் துவங்கியது. அயோத்தியின் இரண்டு முக்கியமான இராமனாண்டி வைராகிகளான திகம்பர

அகாராவின் தலைமை மடாதிபதியான இராமச்சந்திர தாஸ் பரமஹம்சரும், அனுமார்கோவிலில் விஹெச்பிக்கு எதிரானவராக அடையாளம் காணப்படுகிற கியான் தாஸும் ஜகத்குரு இராமானந்தாச்சார்யா பட்டத்தை தொடர்ச்சியாக பலபேரிடம் பணம் வாங்கிக்கொண்டு விற்கத் துவங்கிவிட்டனர். அதில் பெரிய வருமானமும் அவர்களுக்குத் தொடர்ந்து கிடைத்துக்கொண்டே இருந்தது. 1990களின் மத்தியில் சித்திரகுத், வாரணாசி, அரித்துவார், பிருந்தாவனம் மற்றும் குஜராத், இராஜஸ்தான், மகாராஷ்டிரா மாநிலங்களின் பல பகுதிகளில் வாழும் ஏராளமானோருக்கு அப்பட்டங்கள் வழங்கப்பட்டன. இன்றைய தேதியில், ஜகத்குரு இராமானந்தாச்சார்யா பட்டத்தை ஐம்பதுக்கும் மேற்பட்டோர் வைத்திருக்கின்றனர்.

VI

மகாமண்டலேஸ்வரர் பட்டத்தைப் போன்றே ஜகத்குரு இராமானந்தாச்சார்யா பட்டமும் பெரிய வியாபாரமாக மாறியிருக்கிறது.

இராமதினேஷாச்சார்யா என்கிற சாதுவுக்கு 2007ஆம் ஆண்டு தான் ஜகத்குரு இராமானந்தாச்சார்யா பட்டம் கொடுக்கப்பட்டது. அதற்கு மூன்றாண்டுகள் கழித்து, 2010ஆம் ஆண்டு அரித்துவார் கும்பமேளாவின் போது, அவருக்காக நிர்வானி அகாரா ஒரு முகாமை ஒதுக்கியது. அதற்கு ஒரு பெரிய தொகையினை செலுத்துமாறும் அவருக்கு ஆணையிட்டது நிர்வானி அகாரா. ஆனால் அவரோ செலுத்தாமல் விட்டுவிட்டார். பதிலுக்கு, சில நாகசாதுக்களை அனுப்பி, அவருடைய முகாமை அடித்து நொறுக்கியது நிர்வானி அகாரா. அப்போதும் கூட, அனுமார்கோவில் நாகசாதுக்களை எதிர்த்து அவர் குரலெல்லாம் எழுப்பவில்லை. செலுத்த வேண்டிய பணத்தை விரைவில் செலுத்திவிட்டு, இப்படியாக அகாராக்கள் கோரும் பணத்தை தட்சணையாக செலுத்துவது அவசியம் என்று பிரச்சாரமும் செய்யத் துவங்கிவிட்டார்.

ஹரயாச்சார்யாவின் மறைவுக்குப் பின்னர் 2007ஆம் ஆண்டில் அவரது சீடரான இராமதினேஷாச்சார்யா, அவரது பொறுப்பினை ஏற்றுக்கொண்டார். ஜகத்குரு

இராமானந்தாச்சார்யா பட்டத்தை காசுக்கு விற்பதை இவரும் ஆதரித்தார்.

'இதனை லஞ்சம் என்று கூறாதீர்கள். தட்சணை என்று சொல்லுங்கள். உங்களிடம் யாரும் வலுக்கட்டாயமாக பணத்தைப் பறித்துக்கொண்டு பட்டத்தைத் திணிக்கவில்லை. நீங்களே தான் சுயமாக அகாராவுக்குச் சென்று, ஐம்பது இலட்ச ரூபாயை விருப்பப்பட்டு கொடுத்து ஜகத்குரு ஆக்குமாறு கேட்கிறீர்கள். இப்படி, தானே முன்வந்து விருப்பப்பட்டு கொடுக்கும் பணத்தை எப்படி லஞ்சம் என்பீர்கள்? இதற்காக அகாராக்களை எப்படி குற்றஞ்சாட்டுவீர்கள்? அத்துடன் இப்பட்டத்தைப் பெற்றதும், பொதுமக்களின் பார்வையில் நீங்கள் பெரிய மதிப்பையும் பெறத்துவங்குகிறீர்கள். உங்களை அவர்களே அழைத்து, வழிபட்டு, ஏராளமான பணத்தையும் கொட்டிக்கொடுக்கிறார்கள். அதனால்அகாராக்களுக்கு என்ன பலன் கிடைக்கப்போகிறது? நீங்கள் சம்பாதித்துக்கொண்டே இருப்பீர்கள், அதனை அகாராக்கள் அமைதியாக வேடிக்கை பார்த்துக்கொண்டே இருக்கவேண்டுமா? நீங்கள் சம்பாதிக்கும் பணத்தில் இருந்து சிறுதொகையினை காணிக்கையாகவோ தட்சணையாகவோ கூட கேட்கக்கூடாதா என்ன?' என்று அதற்கு ஆதரவாக கொதித்தெழுகிறார் அவர்.

இராமதினேஷாச்சார்யா தான் அயோத்தியில் இருக்கும் ஒரேயொரு ஜகத்குரு இராமானந்தாச்சார்யா. அதனாலேயே அகாராக்களுக்கு அதிகமாக அடிபணிந்து போகிறார் அவர். சுமார் ஐம்பது வயது மதிக்கத்தக்க அவரை சந்தித்து உரையாடினேன். ஒரு சமஸ்கிருத சுலோகத்துடன் தான் பேச்சையே துவங்கினார்.

'இராமானந்தா சுவயம் இராமா, பிரதுர்புதோ மஹிதலே' என்று சொல்லிவிட்டு, அதன் பொருளையும் எனக்கு விளக்கினார்.

'வைணவத்தில் இருக்கும் அனைத்து தீமைகளையும் ஜகத்குரு இராமானந்தாச்சார்யாவின் வடிவில் பகவான் இராமரே வந்து தீர்ப்பார்' என்றார்.

நான் இதற்கு முன்னர் யத்தீந்திரானந்த கிரியை சந்தித்தபோது, அவரும் இதையேதான் கூறினார்.

'யாரொருவர் மகாமண்டலேஸ்வரராக ஆக்கப்படுகிறாரோ, அவர் உருவில் இறைவன் பூமியில் ஒரு பிறவி எடுக்கிறார்' என்றார் யத்தீந்திரானந்த கிரி. அவர் சமஸ்கிருத சுலோகத்தை சொல்லித்துவங்கவில்லை என்பதைத் தவிர, இராமதினேஷாச்சார்யா கூறிய பொருளில் இருந்து எந்த வேறுபாட்டையும் காட்டவில்லை.

ஆனால் உண்மையிலேயே, இராமானந்தாச்சார்யாக்களை கடவுள் அவதாரமாகவெல்லாம் அகாராக்கள் பார்ப்பதில்லை. ஒரு நாள் அவர்களை பீடத்தில் ஏற்றி மரியாதை கொடுத்துவிட்டு, அதன்பின்னர் அவர்களைத் தங்களது அதிகார எல்லைக்குள்ளேயே தான் வைக்கப்பார்க்கின்றன அகாராக்கள். இராமதினேஷாச்சார்யாவின் முகாமை அடித்துநொறுக்கியதும் அப்படித்தான். சித்திரகுத் என்னும் ஊரில் இராமபத்ராச்சார்யா என்கிற மற்றொருவருக்கும் இதேபோல ஒரு சம்பவம் நடந்தது. அவர் பார்வைகுறைபாடு கொண்ட ஒரு இராமனாண்டி பிரச்சாரகர். பாடல்களின் வடிவிலேயே *இராமசரிதமானஸ்* என்கிற பெயரில் எழுதப்பட்ட இராமரின் வரலாற்றை, 2005ஆம் ஆண்டில் ஆங்கிலத்தில் மொழிபெயர்த்து இராமபத்ராச்சார்யா வெளியிட்டார். மூலநூலில் இருந்த பலவற்றையும் ஆங்கிலத்தில் எழுதும்போது திரித்து எழுதிவிட்டார் என்று அவர் மீது இராமனாண்டி நாக சாதுக்கள் குற்றஞ்சாட்டினர். 2009 ஆண்டில், அந்த நூலையே திரும்பப்பெறுமாறு இராமபத்ராச்சார்யாவை நாகசாதுக்கள் கேட்டுக்கொண்டனர். ஆனால், திரும்பப்பெறுவதற்கு அவர் மறுத்துவிட்டார். 2010ஆம் ஆண்டில் அரித்துவார் கும்பமேளாவின் போது நாகசாதுக்கள் பொறுமையிழந்தனர்.

'*இராமசரிதமானஸ்* என்பது எங்களுக்கு இறைமந்திரம் போன்றது. அதிலெல்லாம் விளையாடுவதற்கு இவருக்கு எப்படி தைரியம் வருகிறதென்றே எனக்குத் தெரியவில்லை' என்று கடும்கோபத்துடனேயே கேட்டார் அனுமார் கோவிலின் நாக சாதுவான இராம்தேவ் தாஸ்.

இராமபத்ராச்சார்யாவை நான் 2015ஆம் ஆண்டில் சந்தித்தபோது, அப்போதும் கூட அவருடைய மொழிபெயர்ப்பை ஆதரித்தே பேசினார்.

'நான் இராமசரிதமானசை மொழிபெயர்க்கத்தான் செய்தேன். அதில் எதையும் நான் மாற்றவில்லை. அயோத்தியில் இருக்கும் சாதுக்கள் அனைவரும் முட்டாள்கள். என் மீது அவதூறு பரப்பி, என்னை பயமுறுத்தி, என்னிடம் இருந்து பணம் பறிப்பது தான் அவர்களது நோக்கமே' என்றார்.

2010ஆம் ஆண்டு ஜனவரி மாதத்தில் நடைபெற்ற கும்பமேளாவின் போது, தன்னுடைய பக்தர்களிடம் இராமபத்ராச்சார்யா பிரசங்கம் செய்துகொண்டிருக்கையில், இராமனாண்டி நாக சாதுக்கள் அந்த முகாமிற்குள் நுழைந்து அவரை அடித்தனர். பின்னர் அந்த முகாம் அமைக்கப்பட்டிருந்த கூடாரத்தை கிழித்தெறிந்து, அவரது உடைமைகள் அனைத்தையும் தூக்கி வெளியே எறிந்தனர். அத்துடன் நிற்காமல், அவரை இராமனாண்டி அகாராவில் இருந்தே ஒதுக்கியும் வைத்துவிட்டனர்.

'பின்னர் வேறு வழியின்றி தன்னுடைய தவறை அவர் ஒப்புக்கொண்டு அகாராக்களிடம் மன்னிப்பு கோரினார். இருந்தாலும் ஐந்து இலட்சம் ரூபாயினை அபராதத் தொகையாக செலுத்தும்வரையிலும் அவரை நாங்கள் இராமனாண்டி அகாராவிற்குள் அனுமதிக்கவே இல்லை என்றார் பாபா ஹத்தயோகி.

இராமபத்ராச்சார்யாவுக்கு பாடம் புகட்டும் வரையிலும் ஓயமாட்டோம் என்று முழங்கியவர்களில் அவரும் ஒருவர்.

இராமரின் வரலாற்றைத் திருத்தி மொழிபெயர்க்கப்பட்டதாக இராமனாண்டி நாகாக்களால் குற்றஞ்சாட்டப்பட்ட அதே ஆங்கில இராமசரிதமானஸ் நூலின் அடிப்படையில் தான் கும்பமேளாவுக்குப் பிறகும் ஊர் ஊராகச் சென்று பிரசங்கம் செய்துகொண்டிருந்தார் இராமபத்ராச்சார்யா. அதனால், அவரை இராமாண்டி அகாராவில் இருந்து மீண்டும் வெளியேற்றுவதாக இராமானாண்டி சாதுக்கள் அறிவித்தனர். அதன்பிறகு அவர் கும்பமேளாக்களுக்குக் கூட செல்வதில்லை. விஹெச்பி நடத்தும் ஒருசில கூட்டங்களில் மட்டும் பங்கேற்பதைத் தவிர வேறெந்த நிகழ்ச்சிகளிலும் அவர் கலந்துகொள்வதில்லை. அத்துடன் அனைத்தும் முடிந்துவிட்டதென நினைக்கையில், 2015ஆம் ஆண்டு இராமபத்ராச்சார்யாவுக்கு பத்பவிபூசன் விருதினை பிரதமர்

நரேந்திர மோடி அறிவித்ததும், பழைய காயத்தை மீண்டும் குத்திக்கிளறியது போலானது.

'அவரைப் பற்றியெல்லாம் என்னிடம் கேட்கவே கேட்காதீர்கள். அவரெல்லாம் ஒரு சாதுவா?' என்று இராமபத்ராச்சார்யாவுக்கு அறிவிக்கப்பட்ட விருது குறித்து கேட்ட கேள்விக்கு, கோபத்துடன் பதில் கூறினார் அனுமார் கோவிலின் முக்கியப்புள்ளியான கியான் தாஸ். அகாராக்களில் இருந்து வெளியேற்றப்படுவதற்கு முன்னர், நிர்வானி அகாராவில் தான் இருந்தார் இராமபத்ராச்சார்யா.

'உண்மையாகவே அந்நூலில் எதையும் அவர் மாற்றி எழுதவில்லையென்றால், தைரியமாக கும்பமேளாவுக்கே அவர் வரட்டுமே. இராமசரிதமானசில் அவர் செய்திருக்கிற பிழைகளையெல்லாம் சுட்டிக்காட்டி நிரூபிக்க நாங்கள் தயாராகவே இருக்கிறோம். இராமானந்தாச்சார்யாவைப் போன்ற ஒரு முட்டாளை இதுவரை நான் பார்த்ததே இல்லை' என்றார் கியான்தாஸ்.

ஏராளமான இராமானந்தாச்சார்யாக்களும், மகாமண்டலேஸ்வரர்களும் சங்கராச்சாரியார்களும் விஹெச்பியின் உதவியினால் தான் வெற்றியாளர்களாக வலம் வருகின்றனர். ஆனால் அதே வேளையில் ஒரு சில இராமானந்தாச்சாரியார்களோ, அப்பட்டத்தினை தக்கவைப்பதற்குத் தேவையான பணத்தை சம்பாதிக்கமுடியாமல் தப்பியோடிவிடுவதும் நடக்கத்தான் செய்கிறது.

ஒரிசாவின் கட்டக்கில் சைதன்யாச்சார்யா என்பவர் வாழ்ந்து வந்தார். அவரது வாழ்க்கையே இதற்கு மிகச்சரியான உதாரணமாகும். 2005ஆம் ஆண்டில், இராமானந்தாச்சார்யா பட்டம் பெறுவதற்கான தன்னுடைய ஆசையினை சரயு குஞ்ச் கோவிலின் மகந்தும் அயோத்தியின் பிரபல இராமனாண்டி சாதுவுமான யுகல் கிஷோர் சாஸ்திரியிடம் தெரிவித்தார்.

'என்னால் அதற்கு ஏற்பாடு செய்யமுடியும் என்று அவரிடம் கூறினேன். ஆனால் அதற்கு சுமார் ஐந்து இலட்சம் ரூபாய் வரை செலவாகும் என்றும் முன்கூட்டியே அவரிடம் தெரிவித்துவிட்டேன். ஒரு அன்னதான நிகழ்வை நடத்தி, அதில் பங்கெடுக்க வருகிற நாக சாதுக்களுக்கு பணமும்

கொடுக்கவேண்டும் என்பதையும் கூறினேன்' என்றார் யுகல் கிஷோர் சாஸ்திரி.

சைதன்யாச்சார்யா அதற்கு ஒப்புக்கொண்டிருக்கிறார். யுகல் கிஷோர் சாஸ்திரியும் அந்த நிகழ்விற்கான ஏற்பாடுகளை செய்யத் துவங்கியிருக்கிறார். தேதியை முடிவுசெய்துவிட்டு, பல்வேறு அகாராக்களின் சாதுக்களையும் அவர் அழைத்திருக்கிறார். அகாராக்களின் சின்னங்கள் பொறித்த கொடிகளை ஏந்திக்கொண்டு, அயோத்தி, பிருந்தாவனம், அரித்துவார் உள்ளிட்ட ஊர்களிலிருந்தும், இராஜஸ்தான் மற்றும் குஜராத் மாநிலத்தின் பல பகுதிகளிலிருந்தும் ஓரிசாவின் கட்டக்கிற்கு இராமனாண்டி சாதுக்கள் வந்து சேர்ந்தனர்.

'நிகழ்வுக்கு வரும் துறவிகள் மற்றும் உள்ளூர்வாசிகள் ஆகியோரிடம் நல்ல பெயர் வாங்கவேண்டும் என்பதற்காக ஏராளமாக செலவு செய்து பிரம்மாண்டமான அன்னதானத்திற்கு சைதன்யாச்சார்யா ஏற்பாடு செய்திருந்தார். வந்திருந்த அனைத்து சாதுக்களும் கையெழுத்திட்டு, ஜகத்குரு இராமானந்தாச்சார்யா பட்டத்தினை சைதன்யாச்சார்யாவுக்கு அவர்கள் வழங்கினர். வந்திருந்த அனைவருக்கும் போதுமான அளவிற்கு தட்சணையைக் கொடுத்து அனுப்பினார் சைதன்யாச்சார்யா. ஆனால் அவர் செய்த செலவுகள் அனைத்தும் அவரது சொந்த பணமல்ல. அவரிடம் அவ்வளவு பணமும் அப்போது இருக்கவில்லை. எப்படியாவது இராமானந்தாச்சார்யா பட்டத்தைப் பெற்று, அதனை வைத்து பின்னர் சம்பாதித்துக்கொள்ளலாம் என்று நினைத்து, உள்ளூரில் வட்டிக்கு நிறைய கடன் வாங்கித்தான் செலவு செய்திருக்கிறார். அவரால் திருப்பிச் செலுத்தமுடியாத அளவிற்கு மிக அதிமாகவே கடன் வாங்கியிருக்கிறார்' என்று நினைவுகூர்ந்தார் யுகல் கிஷோர் சாஸ்திரி.

புதிதாகக் கிடைத்த பட்டத்தை முதலீடாக வைத்துக்கொண்டு, பக்தர்களிடம் நன்கொடையாகப் பணத்தை எதிர்பார்த்துக் காத்திருந்தார் சைதன்யாச்சார்யா. அப்படியாக வரும் பணத்தை வைத்து கடனை அடைத்துவிடலாம் என்றும் கனவுகண்டு கொண்டிருந்தார்.

'ஆனால் நன்கொடைகளும் காணிக்கைகளும் அவ்வளவு எளிதாகவும் தானாகவும் வந்துவிடாது. பட்டத்தை மட்டுமே

வைத்துக்கொண்டு எல்லாராலும் பணக்காரர் ஆகிவிடமுடியாது. பக்தர்களின் மனதை ஈர்க்கும்விதமாக நன்றாகப் பேசவும் தெரிந்திருக்கவேண்டும். பல்வேறு தந்திரங்களை அறிந்துவைத்திருக்க வேண்டும். பணமிருக்கும் செல்வந்தர்களின் தொடர்பு இருக்க வேண்டும். அவர்களை தன்பின்னால் வரவைக்கும் திறமையை வளர்த்துக்கொள்ளவேண்டும். மிகப்பெரிய வலைப்பின்னலைத் தெரிந்து வைத்திருக்க வேண்டும். ஆனால், சைதன்யாச்சார்யாவிடம் இது எதுவுமே இல்லை. அதனால் சிலநாட்களுக்குப் பிறகு, அவருக்குக் கடன்கொடுத்தவர்கள் அவ்வப்போது அவரது வீட்டிற்கு வந்து கதவினைத் தட்ட ஆரம்பித்துவிட்டார்கள். அதனால் வேறுவழியின்றி தன்னுடைய வீட்டில் இருந்து தப்பித்து ஓடிவிட்டார். ஒரு சில ஆண்டுகள் முற்றிலுமாக வெளியே தெரியாமல் எங்கோ ஒளிந்து வாழ்ந்திருக்கிறார். 2015ஆம் ஆண்டின் ஒரு நாளில் என்னுடைய கோவிலுக்கு வந்தார். பொதுவாகவே ஒரு இராமானந்தாச்சார்யா கையில் வைத்திருக்கும் குச்சியை அவர் அப்போது வைத்திருக்கவில்லை. அதனால் அது எங்கே என்று அவரிடம் கேட்டேன். அக்குச்சியினைத் தூக்கி எறிந்துவிட்டதாகவும், கட்டக்கை விட்டு வெளியேறிவிட்டதாகவும் அவர் என்னிடம் தெரிவித்தார். அதுதான் நான் அவரைக் கடைசியாகப்ப் பார்த்தது. அதன்பிறகு அவர் எங்கே இருக்கிறார் என்பதே தெரியாமல் போனது. கடவுளாக மாறுவதற்கு ஆசைப்பட்டு பணத்தை செலவு செய்தால் மட்டும் போதாது, அதற்கேற்ற தகுதிகளையும் வளர்த்துக்கொள்ள வேண்டும் என்பதை அவரிடம் சொல்லி, முன்னெச்சரிக்கை செய்திருக்க வேண்டும் என்பதை அப்போது தான் உணர்ந்தேன்' என்றார் யுகல் கிஷோர் சாஸ்திரி.

7. இந்துமதத்தின் இறைத்தூதர்களா சங்கராச்சாரியார்கள்

பல்வேறு முயற்சிகளை மேற்கொண்டுவிட்டு, அயற்சியுடன் தன்னுடைய இறுதிக்கட்டத்தை அடைந்திருந்தார் அச்சுதானந்த தீர்த்தர். துவாரகை மடத்தின் சங்கராச்சாரியாராக தனக்குத் தானே முடிசூட்டிக்கொண்டு பதினான்கு மாதங்கள் ஆகிவிட்டன. ஆனாலும், முழு அதிகாரத்தையும் தன்னகத்தே வைத்திருந்த ஸ்வரூப்பானந்த சரஸ்வதி மற்றும் அவரது சீடர்கள் ஒருபக்கமும், தசநாமி அகாராக்கள் மறுபக்கமும் அவரை வாட்டிவதைத்தனர்.

அரித்துவாரின் செல்வாக்கு மிகுந்த மகந்தாகவும், வெளிப்படையான இந்துத்துவ அரசியலின் ஆதரவாளராகவும், விஹெச்பிக்கு நெருக்கமாகவும் அவர் இருந்தார் ஆனாலும், பெரும்பாலான விஹெச்பி ஆதரவாளர்களைக் கொண்டிருக்கும் தசநாமி அகாராக்கள் கூட, காங்கிரஸ் கட்சியின் ஆதரவாளரான ஸ்வரூப்பானந்த சரஸ்வதியிடம் இருந்து அதிகாரத்தைப் பறித்து அச்சுதானந்த தீர்த்தருக்கு வழங்க முன்வரவில்லை. அவர்களாலேயே அச்சுதானந்த தீர்த்தர் புறக்கணிக்கப்பட்டார். கும்பமேளாக்களில் கூட கலந்துகொள்ளமுடியாமல் தடைசெய்துவிடுவோம் என்று அவர் மிரட்டப்பட்டார். அதனால், வேறுவழியின்றி 2018ஆம் ஆண்டு ஏப்ரல் மாதம் 20ஆம் தேதியன்று அவருடைய பதவியையும் பட்டத்தையும் துறந்துவிட்டார்.

‘தண்டி சாது என்கிற என்னுடைய அடையாளத்தை உங்களால் எடுத்துவிடமுடியாது. சங்கராச்சாரியார் என்பதெல்லாம் பெரிய பதவியா? மரக்கட்டையில் பட்டாடை போர்த்தி வலம் வருவதைத் தவிர வேறென்ன இருக்கிறது அதில். எதையும் எப்போதும் விட்டுக்கொடுக்கத் தயாராக இருப்பவன் தான் சாது.[1] அதைத்தான் என்னுடைய குரு எனக்கு கற்றுக்கொடுத்தார். இன்று வரையிலும் அவர்தான் என்னை வழிநடத்திக்கொண்டிருக்கிறார். என்னுடைய குரு இறந்து பத்தாண்டுகளுக்கு மேலாகிவிட்டது. ஆனால் உங்களுடன் நான் நேரில் பேசுவதைப் போலவே, அவருடனும் என்னால் பேசமுடியும். இந்த ஸ்வரூப்பானந்த சரஸ்வதியின் சீடர்கள் என்னை வார்த்தைகளால் கொடூரமாக வசைபாடிக் கொண்டிருந்தபோது, ஒருநாள் என்னுடைய குரு என் கண்முன்னே தோன்றினார். இந்த சங்கராச்சாரியார் பதவியைத் துறந்துவிட்டு மடத்தைவிட்டே என்னை வெளியேறச்சொன்னார். அப்படியான முடிவை எடுத்தால், அது எனக்கும் மனிதகுலத்திற்குமே நல்லது என்று அறிவுறுத்தினார். என்னை நானே புரிந்துகொள்ள அவருடைய வார்த்தைகள் தான் எனக்கு உதவின. அதனால், ஆதிசங்கரரின் பிறந்தநாளன்று சங்கராச்சாரியார் பதவியைத் துறந்தேன். இதுவொரு தெய்வீகத் தலையீட்டினால் எடுக்கப்பட்ட முடிவு என்று கூட நீங்கள் எடுத்துக்கொள்ளலாம்’ என்று அவர் பதவியைத் துறந்த ஒருசில நாட்களில் என்னிடம் கூறினர்.

தசநாமி அகாராக்களின் ஆதரவு தனக்கு கிடைக்கவே கிடைக்காது என்று உறுதியாகத் தெரிந்தபின்னர் தான், இந்த தெய்வீகத் தலையீடு குறித்த கதைகளையெல்லாம் அவர் தெரிவித்தார் என்பது குறிப்பிடத்தக்கது.

2017ஆம் ஆண்டு பிப்ரவரி மாதத்தில், சைவ மற்றும் வைணவ அகாராக்கள் மோதலில் ஈடுபட்டுக்கொண்டிருந்த காலகட்டத்தில் தான், அவர் சங்கராச்சாரியார் பதவியில் அமர்ந்தார். அதற்கு ஒருசில மாதங்களுக்கு முன்னர் 2016ஆம் ஆண்டு ஏப்ரல்-மே மாதம் உஜ்ஜைன் கும்பமேளா நடைபெற்றது. கௌரவ பட்டங்களை மதத்தலைவர்களிடம் காசுக்காக விற்ற பல ஊழல்கள் குறித்த தகவல்கள் வெளியேவந்து அப்போது சர்ச்சைகளைக் கிளப்பியிருந்தது.

சிம்ஹஸ்தா என்றழைக்கப்படுகிற உஜ்ஜைன் கும்பமேளாவில் கலந்துகொள்ள இராதேமாவை தசநாமி அகாராக்களின் நாகசாதுக்கள் அனுமதிக்கவில்லை. அதேபோல 2013ஆம் ஆண்டு ஒரு சிறுமியை பாலியல் வன்புணர்வு செய்த வழக்கில் கைதுசெய்யப்பட்டவரான அசராம் பாபு என்கிற சர்ச்சைக்குரிய சாமியாரும் அந்த கும்பமேளாவில் கலந்துகொண்டிருந்தார். வைணவ சாதுக்களின் ஒரு கும்பலினால் அவருடைய பந்தலும் கூடாரமும் அடித்து நொறுக்கப்பட்டது (2018ஆம் ஆண்டு ஏப்ரல் 25ஆம் தேதியன்று ஆயுள்தண்டனை விதிக்கப்பட்டார் அசராம் பாபு என்பது குறிப்பிடத்தக்கது). அதுமட்டுமில்லாமல், அவகன் அகாராவின் ஸ்ரீ மகந்த் பதவிக்காக இருகுழுக்களாக பிரிந்து கிடந்த அந்த அகாராவின் நாகசாதுக்கள் கொடூரமாக மோதிக்கொண்டதும் அதே கும்பமேளாவில் தான் நடந்தது. துப்பாக்கிச் சண்டையின் விளைவாக, இராகுல் பூரி என்கிற நாக சாதுவை ஒரு குண்டு பதம்பார்த்தது. அகாராக்களின் முக்கியப் பதவிகள், மிகப்பெரிய விலைக்கு விற்கப்படுகின்றன என்று வெளிப்படையாகவே அவர் குற்றஞ்சாட்டினார். அது குறித்த செய்தியை தைனிக் பாஸ்கர் என்கிற பத்திரிக்கையும் அப்போது வெளியிட்டிருந்தது.

அதனைத் தொடர்ந்து, மிகப்பிரபலமாக இருக்கிற பல ஆன்மிக குருக்களும் சாதுக்களும் பாபாக்களும் செய்துவரும் முறைகேடுகளும் ஊழல்களும் ஊடகங்களில் அவ்வப்போது வெளிவரத்துவங்கின. 'போலி சாதுக்கள் மற்றும் பாபாக்கள் என்கிற பெயரில், 2017ஆம் ஆண்டு செப்டம்பர் மாதத்தில் ஒருமுறையும், அதே ஆண்டின் டிசம்பர் மாதத்தில் மற்றொரு முறையும் இருபட்டியல்களை வெளியிட்டு, அவர்களிடம் கவனமாக இருக்கச்சொல்லி பக்தர்களை எச்சரித்தது அகில இந்திய அகாரா பரிஷத். அந்தப் பட்டியலில் இராதேமா, அசரம் பாபு, அவருடைய மகன் நாராயண சாய், 2007ஆம் ஆண்டு மெக்கா மசூதி குண்டுவெடிப்பிலும் அஜ்மெர் தர்கா குண்டுவெடிப்பிலும் குற்றஞ்சாட்டப்பட்ட சுவாமி அசீமானந்தா உள்ளிட்டோரின் பெயர்கள் போலி சாமியார்களின் பட்டியலில் இடம்பெற்றிருந்தன. இத்தகையதொரு சூழலில்தான் அச்சுதானந்த தீர்த்தருக்கு ஆதரவளிக்க தசநாமி அகாராக்கள் மறுத்துவிட்டன.

சங்கராச்சாரியார் பதவிக்கு வருவதற்கு முன்னரேகூட, அச்சுதானந்த தீர்த்தருக்கு தொல்லைகள் துவங்கிவிட்டன. சங்கராச்சாரியாராக பதவியேற்றால் அவரை முற்றுமுழுவதுமாக புறக்கணித்துவிடுவோம் என்று அச்சுதானந்த தீர்த்தரை அகில இந்திய அகாரா பரிஷத்தின் தலைவரான நரேந்திர கிரி மிரட்டினார். இப்படியெல்லாம் தானாகவே சங்கராச்சாரியார் பதவியை எடுத்துக்கொள்வதைப் பார்த்துக்கொண்டு அமைதியாக இருக்கமாட்டோம் என்று எழுதப்பட்ட கடிதத்தில் கையெழுத்திட்டு அச்சுதானந்த தீர்த்தருக்கு நரேந்திரி கிரி அனுப்பி வைத்தார்.[2] அதையும் மீறி சங்கராச்சாரியாராக பதவியேற்றுக்கொண்ட அச்சுதானந்த தீர்த்தரையும் அந்நிகழ்வில் கலந்துகொண்டவர்களையும் சாதுக்கள் சமூகத்திலிருந்தே நீக்குவதாக அகில இந்திய அகாரா பரிஷத் அறிவித்துவிட்டது.[3]

2017ஆம் ஆண்டு செப்டம்பர் மாதவாக்கில், அச்சுதானந்த தீர்த்தரின் பெயரையும் அகில இந்திய அகாரா பரிஷத் வெளியிடப்போகும் போலி சாமியார்களின் பட்டியலில் இணைக்கப்போவதாக உள்ளூர் இந்தி நாளிதழ்களில் செய்திகள் வெளியாகின. அப்படியொரு முடிவினை எடுத்தால், பெரும் பின்விளைவுகளை அகில இந்திய அகாரா பரிஷத் சந்திக்க நேரிடும் என்று அச்சுதானந்த தீர்த்தரின் வக்கீல்கள் எச்சரித்தனர். இறுதியாக அப்பட்டியல் வெளியானபோது, அச்சுதானந்த தீர்த்தரின் பெயர் அதில் இடம்பெறவில்லை. இருப்பினும், 2019ஆம் ஆண்டில் அலகாபாத்தில் நடைபெறப்போகிற அர்த்தகும்பமேளாவில் அகில இந்திய அகாரா பரிஷத்தினால் அங்கீகரிக்கப்பட்ட மத பீடங்களின் தலைவர்களைத் தவிர வேறு எவருக்கும் சங்கராச்சாரியார் என்கிற பட்டத்தைப் பயன்படுத்த அனுமதியில்லை என்று 2018ஆம் ஆண்டு மார்ச் மாதத்தில் அறிவிக்கப்பட்டது. அதனைத் தொடர்ந்து, அச்சுதானந்த தீர்த்தரின் எதிர்காலமே கேள்விக்குறியானது. அகில இந்திய அகாரா பரிஷத்தின் இந்த முடிவினை உத்தரப்பிரதேச முதல்வரான யோகி ஆதித்யநாத்தும் அந்த அறிவிப்பினை அங்கீகரித்து, அதனை செயல்படுத்துமாறு உள்ளூர் அரசு அதிகாரிகளுக்கும் ஆணையிட்டார். ஆன்மிக மதகுருக்களாக தங்களைத் தாங்களே அறிவித்துக்கொண்டு அர்த்த கும்பமேளா

நிகழ்வில் வலம்வரும் சாமியார்களை கண்காணிப்பதற்காக 500 நாகசாதுக்களைக் கொண்ட ஒரு குழுவினையும் அகில இந்திய அகாரா பரிஷத் உருவாக்கியது.

விஹெச்பியால் கைவிடப்பட்டு, அகாராக்களின் முடிவுகளால் துவண்டுபோய், ஸ்வரூப்பானந்துடனான போட்டியில் தோல்வியுற்ற அச்சுதானந்த தீர்த்தர், வேறுவழியின்றி சங்கராச்சாரியார் பதவியைத் துறந்து, மடத்தைவிட்டு வெளியேறினார்.

II

தண்டி பிரிவைச் சேர்ந்த சாதுக்கள் தான் சங்கராச்சாரியார்களாக இருப்பார்கள். தசநாமி அகாராக்களின் மையமாக வைத்துக் கொண்டாடப்படுவர்களும் அவர்கள் தான். அவர்களை ஜகத்குருக்கள் என்றும் உலகிற்கே அருளுரை வழங்கும் இறைதூதர்களாகவும் கருதப்படுகின்றனர். ஆதிசங்கரர் உருவாக்கிய மடங்களிலும் பீடங்களிலும் தான் சங்கராச்சாரியார்கள் வசிப்பார்கள். இருபதாம் நூற்றாண்டின் துவக்கம் வரையிலும், அனைத்து அகாராக்களின் ஆன்மிகத் தலைவர்களாக சங்கராச்சாரியார்கள் தான் கருதப்பட்டனர். இல்லற வாழ்க்கையில் இருந்து சந்நியாசிகளாகவும் சாதுக்களாகவும் மாறவிரும்புபவர்களுக்குத் தேவையான சடங்குகளைச் செய்வதும், அதற்கு பதில்மரியாதை செலுத்தும்விதமாக கும்பமேளா ஊர்வலங்களில் சங்கராச்சாரியார்களை பல்லக்கிலேயே அவர்கள் சுமந்து செல்வதும் முன்பு இயல்பாக நடந்துவந்திருக்கிறது. ஆனால், இருபதாம் நூற்றாண்டின் துவக்கத்தில் சங்கராச்சாரியார்கள் இல்லாமலேயே சாதுக்களாக மாறுவதற்கான சடங்குகளை அகாராக்கள் உருவாக்கிவிட்டன.

தசநாமி அகாராக்களே சங்கராச்சாரியார் பதவியைக் கண்டுகொள்ளாதபோதும், இந்து மதத்தைப் பின்பற்றும் இந்துக்கள் மனதில் சங்கராச்சாரியார் பதவிக்கும் மடங்களுக்கும் அதன் பழைய பாரம்பரியத்தின் காரணமாகவே இன்றும் தனிப்பெரும் மரியாதை இருக்கத்தான் செய்கிறது. அதிகமான பக்தர்களை ஈர்க்கமுடிவதால், சங்கராச்சாரியார் பதிவியினால்

அதிக வருமானமும் வருகிறது. மகாமண்டலேஸ்வரர் பட்டத்தை விடவும், சங்கராச்சாரியார் பட்டத்திற்கு தான் வருமானம் பலமடங்கு அதிகமாகும். அதனால் தான், மதபீடங்களில் ஏதேனும் பிரச்சனையென்றால், உடனடியாக அகாராக்கள் தலையிட்டு சரிசெய்ய நினைக்கின்றன.

'வேதங்களின் அடிப்படையில் நான்கு திசைகளிலும், திசைக்கு ஒன்று என்கிற அடிப்படையில் நான்கு மடங்களை உருவாக்கினார் ஆதிசங்கரர். ஒவ்வொரு மடத்தின் சங்கராச்சாரியாராக யார் இருக்கலாம் என்பதற்கான விதிகளையும் அவர் உருவாக்கியிருக்கிறார். அந்த சட்டதிட்டங்கள் அனைத்தையும் மதமானயா என்கிற நூலில் எழுதி வைத்திருக்கிறார். அதில் அனைத்தும் மிகத்தெளிவாக இருக்கிறது. இன்றைக்கும் அதனை அப்படியே பின்பற்றுவதில் எந்தக் குழப்பமும் தடையும் இருக்கவே கூடாது. ஆனால் பல புதிய சங்கராச்சாரியார்கள் தங்களுடைய தேவைக்கேற்ப இங்குமங்குமாக அவ்வப்போது அச்சட்டவிதிகளை மீறியே செயல்படுகின்றனர்' என்று என்னிடம் தெரிவித்தார் அவிமுக்தேஷ்வரானந்த சரஸ்வதி.[4] அவர் தான் ஸ்வரூப்பானாந்த சரஸ்வதியின் அடுத்த வாரிசாக அறிவிக்கப்பட்டிருப்பவர்.

ஆனால் நடைமுறையில் பல சமஸ்கிருத குறுநூல்கள் குழப்பங்களை உருவாக்குகின்றன. மதமானயா, மதமானயஸ்தோத்ரா, மதமானயசேது மற்றும் மதட்டிவிரதா உள்ளிட்ட பல சமஸ்கிருத நூல்கள், புனித பாரம்பரிய சட்டதிட்டங்களைக் கொண்டவையாக நம்பப்படுகின்றன. ஆனால், இவற்றில் எதையுமே ஆதிசங்கரர் எழுதியிருப்பதற்கான வாய்ப்புகள் மிகமிகக் குறைவுதான்.[5] ஆதிசங்கரரால் உருவாக்கப்பட்டதாக சொல்லப்படும் எந்த மடத்தையும், அவர் உருவாக்கியதற்கான எந்த வரலாற்று ரீதியான ஆதாரமும் கூட இல்லவே இல்லை. இந்த சமஸ்கிருத நூல்களிலெல்லாம் தசநாமி அகாராக்கள் குறித்தும், அதன் பத்துவகைப் பிரிவுகள் குறித்தும், ஒருசில மதபீடங்கள் குறித்தும் தான் எழுதப்பட்டிருக்கின்றன. பத்ரிநாத்தில் இருக்கும் ஜோதிர் மடம், சிக்மகளூரில் இருக்கும் சிருங்கேரி மடம், ஜக்கந்நாத பூரியில் இருக்கும் கோவர்தன மடம், துவாரகையில் இருக்கும் துவாரகை மடம் என நான்கு மடங்களின் சங்கராச்சாரியார்களும் மதமானயா நூலை

மட்டும் தங்களுக்கு சாதமாகப் பயன்படுத்திக்கொண்டு, மற்ற மடங்களைவிட தங்களது மடங்கள் மட்டும்தான் முக்கியத்துவம் வாய்ந்தவையாகக் காட்டிக்கொள்கின்றன.

'பத்தொன்பதாம் நூற்றாண்டில் கூட, அந்த நான்கு மடங்கள் மட்டும் தான் முக்கியத்துவம் வாய்ந்த மடங்கள் என்கிற வாதமெல்லாம் அப்போது ஏற்றுக்கொள்ளப்பட்டிருக்கவில்லை. கடந்த சில நூற்றாண்டுகளாகவே ஒவ்வொரு காலகட்டத்திலும், தாங்கள் தான் அசலான மடங்கள் என்று வெவ்வேறு மடங்களும் கோரிவந்திருக்கின்றன. அப்படியான பல பிரச்சனைகள், அந்தந்த காலகட்டத்தில் நீதிமன்றத்திலோ அல்லது அரசின் தலையீட்டினாலோ தான் தீர்க்கப்பட்டிருக்கின்றன' என்கிறார் மேத்யூ க்ளார்க்.[6]

இப்படியான தெளிவின்மை காரணமாகவே ஜகத்குரு ஆவதற்கு கடுமையான போட்டி நிலவுகிறது. இன்றைய தேதியில் 100 க்கும் மேற்பட்ட சங்கராச்சாரியார்கள் இருக்கிறார்கள் என்கிறார் அவிமுக்தேஷ்வரானந்த சரஸ்வதி. அது மேலும் அதிகமாகிக் கொண்டே தான் போகிறது என்கிறார். கோவர்தன பீடத்தின் சங்கராச்சாரியான நிஷ்சலானந்த சரஸ்வதியும் அதே கருத்தைத் தான் தெரிவித்தார்.

அதிலும் மிகமுக்கியமாக சங்கராச்சாரியார்களை உற்பத்தி செய்யும் மையமாகவே வாரணாசி திகழ்கிறது. வாரணாசியில் இருக்கும் சுமேரு பீடத்தைத் தான் விஹெச்பியும் ஒரு சில தசநாமி சந்நியாசிகளும் ஆதிசங்கரர் உருவாக்கிய ஐந்தாவது பீடம் என்கின்றனர். ஆனால் அதனை மறுத்து, ஐந்தாவது பீடமென்பது பூமியில் இல்லையென்றும் சொர்க்கத்தில் தான் இருக்கிறது என்றும் வேறுசிலர் கூறுகின்றனர்.[7]

அந்த மடத்தில் இருக்கும் மரக்கட்டையிலான இரண்டு செருப்புகளை ஆதிசங்கரரின் காலணிகள் என்றும் அந்த மடத்தைச் சேர்ந்தவர்கள் கோருகின்றனர். அந்தக் காலணிகளை படுகைகள் என்றும் அந்த மடத்தை படுகைமடம் என்றும் அவர்கள் அழைக்கின்றனர். சுமேரு பீடத்தில் சர்ச்சைகளுக்குப் பஞ்சமே இல்லை. 2019ஆம் ஆண்டு மார்ச் மாதத்தில் இரு சங்கராச்சாரியார்களான

நரேந்திரானந்தாவும் சின்மயானந்தாவும் அதன் தலைமைப் பதவிக்கு அடித்துக்கொண்டனர்.[8]

ஆதிசங்கரருடன் நேரடித் தொடர்பு கொண்டவையாக சொல்லப்படும் நான்கு மடங்களும் கூட சர்ச்சைகளில் சிக்காமலும், ஒருவருக்கொருவர் சண்டையிட்டுக்கொள்ளாமலும் இருந்ததே இல்லை. ஜோதிர்மடத்தின் சங்கராச்சாரியாராக 1973 முதல் இருந்துவரும் ஸ்வரூப்பானந்த சரஸ்வதி, 1982 முதல் துவாரகை பீடத்தின் மடாதிபதியாகவும் பதவியேற்றுக்கொண்டார். இன்று வரையிலும் அந்த இரண்டில் எந்தவொரு பதவியையும் அவர் விட்டுக்கொடுக்கத் தயாராக இல்லை. அதேவேளையில், அந்த இரண்டு பதவிகளுக்கும் புதியவர்கள் பலர் போட்டிக்கு வந்துவிட்டனர்.

துவாரகை பீடத்தின் மடாதிபதியாக தன்னை அறிவித்துக்கொண்ட அச்சுதானந்த தீர்த்தரால் ஒருகட்டத்திற்கு மேல் எதிர்ப்பை சமாளிக்கமுடியாமல், பதவியைவிட்டு விலகி வெளியேறிவிட்டார். ஆனால், விஹெச்பியின் பேராதரவைப் பெற்றவரான இராஜராஜேஷ்வரர் ஆசிரம் என்பவர் உறுதியாக நின்று, 'துவாரை பீடத்தின் ஸ்ரீ ஸ்ரீ 1008 ஜகத்குரு சங்கராச்சார்யா' என்று தன்னைத் தானே அழைத்துக்கொண்டிருக்கிறார். துவாரகை பீடத்தில் ஸ்வரூப்பானந்த சரஸ்வதி எப்போதும் தங்கியிருப்பதால், வேறுவழியின்றி அரித்துவாரில் வாழ்ந்து வருகிறார் இராஜராஜேஷ்வரர் ஆசிரம். அதேபோல விஹெச்பியின் ஆதரவைப் பெற்றிருக்கும் சங்கராச்சாரியார் வாசுதேவானந்த சரஸ்வதியும் சங்கராச்சாரியார் மாதவ ஆசிரமும் ஸ்வரூப்பானந்த சரஸ்வதியின் மற்றொரு பீடமான ஜோதிமர் மடத்தின் மடாதிபதிகளாக தங்களைத் தாங்களே அறிவித்துக்கொண்டு போட்டிக்கு நிற்கின்றனர்.

1995ஆம் ஆண்டு முதலே நிஷ்சலானந்த சரஸ்வதியும் பூரியில் உள்ள கோர்வதன பீடத்தின் சங்கராச்சாரியாராக இருந்துவருகிறார். 2000ஆம் ஆண்டு ஜூலை மாதத்தில் வாரணாசியிலிருந்து அதோக்ஷயானந்த தீர்த்தர் என்பவர் பூரிக்கு வந்து, அவர் தான் உண்மையான சங்கராச்சாரியார் என்றும், முந்தைய சங்கராச்சாரியாராக இருந்த நிரஞ்சன்தேவ தீர்த்தரின் அதிகாரப்பூர்வ வாரிசே அவர்தான் என்றும் கோரினார். உடனடியாக அவர் கைதுசெய்யப்பட்டு பூரி

நகரிலிருந்தே வெளியேற்றப்பட்டுவிட்டார். இருப்பினும் அவருடைய கோரிக்கையில் உறுதியாக நின்று மோதிக்கொண்டு தான் இருக்கிறார். கோவர்தன பீடத்தின் சங்கராச்சாரியாராக தீர்த்தர் வம்சத்தைச் சேர்ந்தவராகத் தான் இருக்கவேண்டுவே தவிர, சரஸ்வதி வம்சத்தைச் சேர்ந்தவராக இருக்கவே கூடாது என்பது தான் நிஷ்சலானந்த சரஸ்வதிக்கு எதிராக அதோக்ஷயானந்த தீர்த்தர் முன்வைத்த வாதமாகும். நான்கு பீடங்களின் வேதவாக்காக அவர்கள் பின்பற்றுவதாக சொல்லப்படும் மதமான்யா நூலினை சுட்டிக்காட்டி, தீர்த்தர்களுக்கு துவாரகை பீடமும், சரஸ்வதிகளுக்கு சிருங்கேரி பீடமும் தான் சொந்தம் என்று பலமுறை நீதிமன்றங்களிலேயே கூட வாதிட்டிருக்கிறார்கள் அவற்றின் சங்கராச்சாரியார்கள். ஆனால், நடைமுறையில் அது பெரும்பாலும் பின்பற்றப்படுவதே இல்லை. சிருங்கேரி பீடத்தின் தற்போதைய அதிகாரப்பூர்வமான சங்கராச்சாரியாராக பாரதி தீர்த்தர் என்பவர் தான் இருக்கிறார். ஆனால், அவரைத் தவிர, மேலும் பதினான்கு பேர், தங்களைத் தாங்களே அப்பீடத்தின் உண்மையான சங்கராச்சாரியார்கள் என்று அழைத்துக்கொள்கின்றனர்.

தெற்கில் ஆதிசங்கரரால் உருவாக்கப்பட்டதாக நம்பப்படும் உண்மையான மதபீடம் எதுவென்பதிலும் குழப்பங்களும் சர்ச்சைகளும் இருக்கின்றன. காஞ்சி காமகோடி பீடம் தான் ஆதிசங்கரரால் உருவாக்கப்பட்ட தென்னகத்து பீடம் என்று அவர்கள் கோரிவருகின்றன. வைதீக வட்டாரத்தில் இருக்கும் ஒருசிலரும் அந்த வாதத்தினை ஆமோதிக்கின்றனர். ஆனால், தென்னகத்து பீடத்திற்கான பெருமையைப் பெறுவதற்கு சிக்மகளூரில் இருக்கும் சிருங்கேரி பீடமும் போட்டிக்கு நிற்கிறது. இவ்விரண்டு மதபீடங்களும் தங்களது வாதத்திற்கு வலுசேர்ப்பதற்காக பல இலக்கிய சான்றுகளை முன்வைத்து வருகின்றன. மதமானயா நூலில் காஞ்சீபுர மதபீடம் குறித்து எந்தக்குறிப்பும் இல்லாததையே அதற்கு எதிரான வாதத்திற்கு சிருங்கேரி பீடம் பயன்படுத்தி வருகிறது. அந்த வாதத்திற்கு மாறாக, மதமானயா நூலே நம்பகத்தன்மை அற்றது என்று காஞ்சி மதபீடம் குற்றச்சாட்டு வைக்கிறது. ஒன்பதாம் நூற்றாண்டின் இறுதியில் காஞ்சி காமகோடியின் ஆதரவாளர்கள் மதமானயசேது என்கிற மற்றொரு நூலைக் கண்டுபிடித்ததாக சொல்கின்றனர். அதில் தான், காஞ்சி

மதபீடத்தை ஐந்தாவது பீடமாகக் குறிப்பிடப்பட்டு எழுதப்பட்டிருப்பதாக அவர்கள் சொல்கின்றனர். ஆனால் மதமானயா நூலில் நான்கே நான்கு மதபீடங்கள் குறித்து மட்டுமே எழுதப்பட்டிருக்கிறது.⁹

ஆதிசங்கரர் ஐந்து மதபீடங்களை உருவாக்கியதாகவும், அவற்றில் காஞ்சி பீடத்தின் மடாதிபதியாக ஆதிசங்கரரே இருந்ததாகவும், மதமானயாவில் கூறப்பட்டுள்ளதைப் போன்று மற்ற நான்கு பீடங்களுக்கும் அவரது சீடர்களே மடாதிபதிகளாக இருந்ததாகவும் காஞ்சி பீடம் இன்றைக்கு வாதிடுகிறது. ஆனால், காஞ்சி மடமே தங்களுடைய மடத்தின் ஒரு கிளை மடம் தான் என்றும், காஞ்சி மடமெல்லாம் ஒரு தனி மடமே கிடையாது என்றும் சிருங்கேரி மடபீடம் தெரிவிக்கின்றது.

சிருங்கேரி மற்றும் காஞ்சீபுரம் மடங்களைத் தவிர, ஆதிசங்கரர் உருவாக்கிய உண்மையான தென்னகத்து மடம் தங்களது மடம்தான் என்று குறைந்தபட்சம் மேலும் ஐந்து மடங்களாவது ஒன்றையொன்று அடித்துக்கொள்கின்றன. ஆந்திரப் பிரதேசத்தில் இருக்கும் புஷ்பகிரி, கர்நாடகாவில் இருக்கும் அவனி, விருபக்ஷா, சன்கேஷ்வரா மற்றும் குடலி ஆகியவை தென்னகத்து ஆதிசங்கரர் உருவாக்கிய மடங்களாகத் தங்களைப் பிரச்சாரம் செய்துகொள்கின்றன. சிமோகாவில் இருக்கும் குடலி மடம் பனிரெண்டாம் நூற்றாண்டில் தோற்றுவிக்கப்பட்டதாகவும், மற்ற மடங்களெல்லாம் அதற்கு பின்னர் உருவாக்கப்பட்டதாகவும் கூட சொல்லப்படுகிறது.

III

தென்னகத்து ஆதிசங்கரர் பீடம் எதுவென்கிற போட்டியில் பல பீடங்கள் தெற்கில் மோதிக்கொண்டபோதும், வடக்கிலே இப்பிரச்சனை அதனைவிட மிகப்பெரிய சிக்கலாக இருக்கிறது. சங்கராச்சாரியார் என்கிற பதவியின் மூலம் கிடைக்கிற பணத்தினால் ஈர்க்கப்பட்டே, பெரும்பாலான சங்கராச்சாரியார்கள் அப்பட்டத்தை தங்களது வாகனங்களில் எழுதிவைத்து பெருமைப்பட்டுக் கொள்கின்றனர். ஆனால், அதேவேளையில் ஒருசிலரோ அரசியல் ஆதாயத்திற்காகவும்

அப்பட்டத்தைப் பயன்படுத்தத் துடிக்கின்றனர். நான்கு மதபீடங்களைச் சேர்ந்த சங்கராச்சாரியார்களின் முழு ஆதரவையும் இந்துத்துவ நலனுக்காகப் பெற்று தங்களின் விருப்பத்திற்கேற்ற முறையில் அவர்களை ஆட்டுவிப்பது கடினம் என்பதை விஹெச்பி புரிந்துகொண்டது. அதனால், தனக்குத் தேவையான ஆதரவாளர்களையும், சங்கராச்சாரியார்களையும், தானே உற்பத்தி செய்துகொள்ள வேண்டிய நிலையில் விஹெச்பி இருந்தது.

இதில் ஒருசில விதிவிலக்குகளும் உண்டு. 1960 ஆம் ஆண்டு விஹெச்பியின் தேவைகளுக்காக ஆட்களைத் திரட்டிக்கொண்டிருக்கையில், இந்துத்துவ மேலாதிக்க அரசியலுக்கு ஆதரவான நிலைப்பாட்டினை பூரியின் சங்கராச்சாரியாரான இரமேஷ்வரானந்தா எடுத்தார். 1966-67ஆம் ஆண்டுகளில் பசு பாதுகாப்புப் போராட்டங்களில் உற்சாகமாக கலந்துகொண்டார். பசு பாதுகாப்புச் சட்டமொன்றை நிறைவேற்றக் கோரி, சில சாதுக்களைத் துணைக்கு அழைத்துக்கொண்டு உண்ணாவிரதப் போராட்டமெல்லாம் கூட அவர் நடத்தினார். அந்த போராட்டம் தோல்வியில் முடிந்ததனால், அதன்பின்னர் நடைபெற்ற விஹெச்பியின் எந்தப் போராட்டத்திலும் அவர் கலந்துகொள்வதில்லை. பூரியின் தற்போதைய சங்கராச்சாரியாரான நிஷ்சலானந்த சரஸ்வதியோ, விஹெச்பியுடன் கொள்கையளவில் ஒத்திருந்தபோதும், அதனுடன் கைகோர்க்காமல் எப்போதும் தள்ளியே இருந்துவந்திருக்கிறார்.

'ஆர்எஸ்எஸ் இயக்கமும் விஹெச்பியும் சமூக இயக்கங்களாக செயல்படாமல், ஒரு அரசியல் கட்சியைப் போலவே ஒருங்கிணைந்து செயல்படுகின்றன' என்று 2018ஆம் ஆண்டு டிசம்பர் மாதத்தில் ஊடகங்களிடம் பேசுகையில் அவர் தெரிவித்தார்.[10]

1964 இல் விஹெச்பி தோற்றுவிக்கப்பட்டது முதலே, அதன் எந்த அரசியல் நிகழ்வுகளிலும் கலந்துகொள்ளவில்லை என்றாலும் கூட, விஹெச்பிக்கு தன்னுடைய ஆதரவையும் ஆசீர்வாதத்தையும், சங்கர மடங்களின் மதிப்புமிக்க மடமான சிருங்கேரியின் சங்கராச்சாரியார்களில் பலரும் வழங்கி வந்திருக்கின்றனர்.

எளிதில் விளங்கிக்கொள்ளமுடியாத சிக்கலான உறவைத்தான் விஹெச்பியுடன் கொண்டிருக்கிறார் ஸ்வரூப்பானந்த சரஸ்வதி. இரண்டு மடங்களின் சங்கராச்சாரியாராக மாறுவதற்கு முன்னர், விஹெச்பியுடன் வெளிப்படையாகவே கைகோர்த்திருந்தார். 1966ஆம் ஆண்டு அலகாபாத் கும்பமேளாவில் விஹெச்பி ஏற்பாடு செய்த சாதுக்களின் மாநாட்டில் கூட அவர் கலந்துகொண்டார். ஆனால், சங்கராச்சாரியாராக மாறிய பின்னர், அப்படியே எதிர்திசையில் திரும்பி, விஹெச்பியின் அரசியலை எதிர்க்கத் துவங்கிவிட்டார். சங்கப்பரிவாரத்தின் இந்து மதத் தலைவர்கள் அனைவருக்கும் அவர் எதிரியாகவே இருந்து வருகிறார். பாபர் மசூதி இடிக்கப்பட்டதற்குப் பின்னர், 1993ஆம் ஆண்டு ஜூன் மாதம் 27ஆம் தேதியன்று, நான்கு சங்கர மடங்களின் சங்கராச்சாரியார்களை ஒருங்கிணைத்து காங்கிரஸ் அரசின் ஆதரவுடன் ஒரு கூட்டத்தை நடத்தினார். இராமர் கோவில் கட்டுமானப் பணிகளை மேற்பார்வையிடுவதற்காக அரசியல்சார்பற்ற, தன்னிச்சையான ஒரு மத அமைப்பு உருவாக்கப்படும் என்று அக்கூட்டத்தில் முடிவெடுக்கப்பட்டது. இராமர் கோவில் கட்டுமானப் பணியில் விஹெச்பிக்கு எவ்வித அதிகாரமும் இல்லை என்பதை அக்கூட்டம் தெளிவாக்கியது. காங்கிரஸ் பின்னணியைக் கொண்ட இராமாலயா அறக்கட்டளையே அதன் நிறுவனர்களிடையே ஏற்பட்ட கருத்து முரண்பாடுகளால் செயலற்றுப் போயிருந்தாலும் கூட, நான்கு பீடங்களின் சங்கராச்சாரியார்கள் விஹெச்பிக்கு நெருக்கமாக செல்லாமல் தள்ளியே தான் இருந்துவந்தனர்.

ஒட்டுமொத்த இந்துக்களின் பார்வையை தனது பக்கமாக திருப்பாமல், நான்கு மடங்களின் சங்கராச்சாரியார்களையும் எதிர்த்து வெளிப்படையாக மோதமுடியாது என்பதெல்லாம் விஹெச்பிக்குத் தெரியும். தசநாமி அகாராக்களுடைய அதிகாரத்தின் உச்சத்தில் இருப்பவர்களின் ஆதரவும் விஹெச்பிக்கு இல்லை. அதனால் தந்திரமாக விஹெச்பி ஒரு திட்டத்தைத் தீட்டியது. அதன்படி, நான்கு சங்கராச்சாரியார்களுக்குப் போட்டியாக, தங்களுக்கும் அங்கீகாரம் கிடைக்கவேண்டும் என்று போராடிக்கொண்டு இருக்கிற மற்ற மடங்களின் சங்கராச்சாரியார்களை வைத்தே, நான்கு சங்கரமடங்களையும் பெருமையிழக்க வைப்பதே விஹெச்பியின் திட்டம்.

விஹெச்பியுடன் காஞ்சி மடத்தின் சங்கராச்சாரியாரான ஜெயேந்திர சரஸ்வதி கைகோர்த்ததெல்லாம் தற்செயலாக நடந்ததல்ல. 1981ஆம் ஆண்டு தமிழகத்தின் மீனாட்சிபுரத்தில் நூற்றுக்கணக்கான தலித் மக்கள் இஸ்லாம் மதத்திற்கு மாறியபோது பார்ப்பனிய மற்றும் இந்துத்துவ இயக்கங்கள் கொதித்து எழுந்தன. அந்த மதமாற்றத்திற்கு எதிராக தமிழ்நாடு முழுவதும் பயணம் செய்து பிரச்சாரம் செய்வதற்கு விஹெச்பி பயன்படுத்திய இரண்டு வாகனங்களில் ஒன்றை வாங்கிக்கொடுத்ததே ஜெயேந்திர சரஸ்வதிதான்.[11] ஒற்றுமை யாத்திரை என்கிற பொருளில் ஏகத்மாதா என்று பெயரிடப்பட்ட அந்த யாத்திரையின் மூலம் இந்துக்களிடையே ஒற்றுமையை உருவாக்கவும், இந்து மதத்தின் அனைத்து சாதியினரிடமிருந்து ஆதரவைப் பெறுவுமே அந்த யாத்திரை துவங்கப்பட்டதாக விஹெச்பி தரப்பில் சொல்லப்பட்டது. 1983ஆம் ஆண்டு அந்த யாத்திரையில் ஜெயேந்திர சரஸ்வதியே நேரில் வந்து கலந்துகொண்டார். தமிழகத்தில் மட்டுமல்லாமல், இந்தியா முழுவதுமே அந்த யாத்திரை நடத்தப்பட்டு, அதன்மூலம் விஹெச்பி தனது கட்டமைப்பை வலுப்படுத்திக்கொண்டது. இந்து மதத்தின் சின்னங்களையும் அடையாளங்களையும் அரசியல்படுத்துவதற்கு விஹெச்பி மேற்கொண்ட நாடு தழுவிய முதல் பெரிய முயற்சியென்றால், அது அந்த யாத்திரை தான். சாதுக்களை ஒருங்கிணைத்து 1989ஆம் ஆண்டில் தர்ம சன்சத் என்கிற நிகழ்வினை நடத்தியபோது, அதற்கு ஜெயேந்திர சரஸ்வதி தான் தலைமை தாங்கினார். அயோத்தியில் இராமர் கோவில் கட்டுவது தொடர்பாக அந்த நிகழ்வில் விரிவாக விவாதிக்கப்பட்டது. அதன்பிறகு அரசியல் செயல்பாடுகளை அவர் முற்றிலுமாக நிறுத்திக்கொண்ட போதும், ஆர்எஸ்எஸ், விஹெச்பி மற்றும் பாஜகவுடனும் தொடர்ந்து நெருக்கமாகவே தான் இருந்துவந்தார். 2004ஆம் ஆண்டில், ஒரு கொலை வழக்கில் அவர் கைதுசெய்யப்பட்ட போது, இந்து மடத்தின் தலைவராக அவருக்கிருந்த பிம்பமே சரிந்து விழுந்தது. 2013ஆம் ஆண்டில் அவ்வழக்கில் இருந்து முற்றிலுமாக அவர் விடுவிக்கப்பட்ட பின்னரும் கூட, காஞ்சி சங்கராச்சாரியாராக அவர் இழந்த மரியாதையை பிறகெப்போதும் மீட்டெடுக்க முடியவில்லை. வீழ்ச்சியடைந்த பெயருடன் 2018ஆம் ஆண்டு பிப்ரவரி மாதம் 28ஆம் தேதியன்று அவர் மரணமடைந்தார்.

அதேபோல, சுமேரு பீடத்தையும் ஆதிசங்கரர் உருவாக்கிய மடங்களில் ஒன்றாக மதிக்கவேண்டும் என்கிற கோரிக்கையை நிறைவேற்றும் நோக்கிலேயே விஹெச்பியுடன் கைகோர்த்தார் அதன் மடாதிபதியான நரேந்திரானந்த சரஸ்வதி. மதமானயா நூலில் சுமேரு பீடத்தின் பெயர் இடம்பெறவில்லை என்பதால், வைதீக வட்டங்களில் அதனை முக்கிய மடமாக மதிக்கவைப்பது நரேந்திரானந்த சரஸ்வதிக்கு மிகப்பெரிய சவாலாகத் தான் இருந்திருக்கும். ஸ்வரூப்பானந்த சரஸ்வதி உள்ளிட்ட நான்கு மடாதிபதிகளும் சுமேரு பீடத்தை ஒரு முக்கியமான மடமாக ஏற்றுக்கொள்ள மறுத்ததும், ஏராளமான சங்கராச்சாரியார்களை ஒருங்கிணைத்து சுமேரு பீடத்திற்கு ஆதரவாகக் களமிறங்கியது விஹெச்பி. அதற்கு நன்றிக்கடனாக இந்துத்துவ அரசியலுக்கு ஆதரவாக வெளிப்படையாகவே குரல் கொடுப்பவராக மாறினார் நரேந்திரானந்த சரஸ்வதி. விஹெச்பிக்கு ஆதரவான நிலைப்பாட்டை எடுத்தபோதும், பொதுவெளியில் வெறியூட்டும் வகையிலான பேச்சுகளை வெளிப்படுத்தாமல் கவனமாகத் தவிர்த்தார் ஜெயேந்திர சரஸ்வதி. ஆனால், அதற்கு மாறாக, சர்ச்சையைக் கிளப்பும்படியான கருத்துகளையே நரேந்திரானந்த சரஸ்வதி தொடர்ந்து பேசிவந்தார். கடவுள் வழங்கும் பரிசுதான் குழந்தைகள் என்பதால், பத்து குழந்தைகளையாவது பெற்றுக்கொள்ள வேண்டும் என்று தேசத்தின் ஒட்டுமொத்த இந்து தம்பதிகளிடமும் அவர் கேட்டுக்கொண்டார். 2014ஆம் ஆண்டு இந்தியாவின் பிரதமராக நரேந்திர மோடி பதவியேற்றுக்கொண்டதில் இருந்தே, பசுக்களைப் பாதுகாக்கிறோம் என்கிற பெயரில் முஸ்லிம்களும் தலித்துகளும் இந்துத்துவ குண்டர்களால் தாக்கப்படுவது பன்மடங்கு அதிகரித்திருக்கிறது. அதனையொட்டி, பசுக்களைக் கொல்பவர்களைத் தேடிப்பிடித்து, தலையை வெட்டியெறிய வேண்டும் என்றார். 2016ஆம் ஆண்டு நவம்பர் மாதத்தில் மோடி அரசு கொண்டுவந்த பணமதிப்பிழப்புத் திட்டத்தை ஆதரித்தார். பாராளுமன்றத்தில் இடையூறு செய்யும் எவருக்கும் ஊதியமே கொடுக்கக்கூடாது என்று வாதாடினார்.

இருப்பினும் விஹெச்பியால் அதிகமாகப் பயன்படுத்தப்பட்ட சங்கராச்சாரியார் நரேந்திரானந்த சரஸ்வதியல்ல. உத்தகரகாண்டில் இருக்கும் ஜோதிர்மடத்தின் உண்மையான மடாதிபதியாக தன்னைத்தானே விளம்பரப்படுத்திக்

கொள்ளும் வாசுதேவானந்த சரஸ்வதி தான் விஹெச்பிக்கு அதிகமாக உதவிய சங்கராச்சாரியார் ஆவார். தர்ம சன்சத் நிகழ்வுகளில் ஜெயேந்திரர் கலந்துகொள்வதை நிறுத்தியபிறகு, 1991 முதலே வாசுதேவானந்த சரஸ்வதி தான் தலைமை தாங்கி நடத்தி வருகிறார். ஜோதிர்மடத்தின் மடாதிபதி பதவிக்கான போட்டியில், ஸ்வரூப்பானந்த சரஸ்வதியுடன் கடந்த முப்பது ஆண்டுகளாக மோதிக்கொண்டு இருக்கிறார் வாசுதேவானந்த சரஸ்வதி. இவர்கள் இருவரின் கோரிக்கைகளையுமே 2017ஆம் ஆண்டு செப்டம்பர் மாதத்தில் அலகாபாத் உயர்நீதிமன்றம் நிராகத்துவிட்டது. அடுத்த மூன்றே மாதங்களில் துவாரகை, சிருங்கேரி மற்றும் பூரி ஆகிய மற்ற மூன்று சங்கரமடங்களின் மடாதிபதிகளும், காசி வித்வத் பரிஷத் மற்றும் பாரதிய தர்ம சபாவின் தலைவர்களும் இணைந்து, ஜோதிர்மடத்தின் புதிய மடாதிபதியைத் தேர்ந்தெடுக்க வேண்டும் என்று நீதிமன்றம் உத்தரவிட்டது. வாசுதேவானந்த சரஸ்வதியையும் விஹெச்பியையும் விட அதிவேகமாகவும் புத்திசாலியாகவும் செயல்பட்டு, பலரையும் தன்பக்கம் ஈர்த்து, ஜோதிர்மடத்தின் சங்கராச்சாரியாராக தேர்ந்தெடுக்கப்பட்டுவிட்டார் ஸ்வரூப்பானந்த சரஸ்வதி. அந்த தேர்தலின் இறுதிச்சுற்று முறையாக நடைபெறவில்லை என்றுகூறி, வாசுதேவானந்த சரஸ்வதியும் விஹெச்பியும் நீதிமன்றத்தின் வாசலில் போய் நின்றனர். அந்த வழக்கு இன்றும் நிலுவலையில் தான் உள்ளது.

விஹெச்பிக்கு எதிரான மனநிலையைக் கொண்டிருக்கும் ஸ்வரூப்பானந்த சரஸ்வதியை வீழ்த்துவதற்காக வாசுதேவானந்த சரஸ்வதியை மட்டுமல்லாமல் இராஜராஜேஷ்வர ஆசிரம் என்பவரையும் களத்தில் இறக்கிவிட்டது விஹெச்பி. தனக்குத்தானே பட்டாபிசேகம் செய்துகொண்டு சங்கராச்சாரியார் என்று அறிவித்துக்கொண்ட இராஜராஜேஷ்வர ஆசிரம், ஸ்வரூப்பானந்த சரஸ்வதியுடைய படையாட்களின் பாதுகாப்பு வளையத்திலேயே வைக்கப்பட்டிருக்கும் துவாரகை பீடத்திற்குள் நுழையமுடியாமல், பெரும்பாலும் அரித்துவாரிலேயே தான் தங்கியிருந்தார்.

ஆன்மிக சந்தையில் சங்கராச்சாரியார் பட்டத்திற்கு பெரிய மதிப்பும் செல்வாக்கும் பணத்தை ஈட்டிக்கொடுக்கும் சக்தியும் இருப்பதால், அதன் மீது ஆசைகொண்டு

வரும் அனைவரையும் தன்னுடைய சுயலாபத்திற்காக சங்கராச்சாரியார்கள் ஆக்கிவிட்டு, சங்கர மடத்திற்கு எதிராகத் திருப்பிவிடுவதைத் தொடர்ந்து செய்துகொண்டே இருந்தது விஹெச்பி. இப்படியாக எந்த மடத்திற்குமே தொடர்பில்லாமல் விஹெச்பியால் உருவாக்கப்பட்டு புற்றீசல்கள் போல எண்ணிக்கையில் வளர்ந்துகொண்டே சென்ற சங்கராச்சாரியார்களை ஒருங்கிணைத்து அவ்வப்போது கூட்டங்களை நடத்திக்கொண்டே இருந்தது விஹெச்பி. ஆதிசங்கரரால் நிறுவப்பட்டதாக சொல்லப்படும் எந்தவொரு மடத்தோடும் தொடர்பில்லாத போலி சங்கராச்சாரியார்கள் என்றுகூட இவர்களை சொல்லலாம்.

சமஸ்கிருதத்தையும் வேதங்களையும் படித்த பார்ப்பனர்களின் ஒரு கூட்டமைப்பு தான் காசி வித்வத் பரிஷத். பல புதிய சங்கராச்சாரியார்களை உருவாக்கியதில் அந்த அமைப்பு முக்கியப் பங்கு வகித்து வந்திருக்கிறது.[12] பத்தொன்பதாம் நூற்றாண்டின் மத்தியில் மகாமகோபாத்ய பண்டிதர் சிவகுமார் சாஸ்திரியால் உருவாக்கப்பட்டதாக நம்பப்படும் அவ்வமைப்பு, ஒரு முறையான நிர்வாகக் கட்டமைப்பைக் கொண்டிருக்காததாலேயே பல்வேறு விமர்சனங்களுக்கு தொடர்ந்து ஆளாகிக்கொண்டே தான் வந்திருக்கிறது. அந்த அமைப்பு எப்போது உருவாக்கப்பட்டது என்பது குறித்தெல்லாம் நம்பத்தகுந்த ஆவணம் ஏதுமில்லை. காசி வித்வத் பரிஷத் கூட்டங்களில் பண்டித சிவகுமார் சாஸ்திரிகள் நிகழ்த்திய உரைகளைத் தொகுத்து ஆச்சார்ய பாலதேவ உபாத்யாயா என்பவர் எழுதிய நூல் மட்டும் தான் வாரணாசியின் சமஸ்கிருத அறிஞர்கள் குறித்து எழுதப்பட்ட ஒரே நூலாகும். ஆனால், அதிலும் கூட அந்த அமைப்பு உருவான விதம் குறித்தோ, அதன் நோக்கங்கள் குறித்தோ எதுவும் குறிப்பிடப்படவில்லை.[13] இந்து மதத்தின் நூல்களையும் குறிப்புகளையும் புரிந்துகொள்வதில் ஏற்படும் குழப்பங்களைத் தீர்ப்பது குறித்துதான் அந்த நூல் பெரும்பாலும் பேசுகிறது. சங்கராச்சாரியார் பட்டத்தை வழங்கும் முறை குறித்தெல்லாம் அந்த நூலில் ஒருவரிகூட எழுதப்படவில்லை.

ஆனாலும், 1980களில் மதத்தலைவர் பட்டங்களை வழங்கும் அதிகாரத்தைக் கொண்டிருக்கும் இயக்கமாக தன்னை

வெளிக்காட்டிக்கொண்டது காசி வித்வத் பரிஷத் அமைப்பு. அந்த பட்டங்களெல்லாம் விற்பனைக்கு வருவதற்கு பல ஆண்டுகளுக்கு முன்னரே, வாரணாசியில் இருந்த பல்வேறு சமஸ்கிருத அறிஞர் குழுக்களுக்கு இடையில் உண்மையான பண்டித சிவகுமார் சாஸ்திரியின் வாரிசு யாரென்பதில் பெரிய போட்டியும் சண்டையும் இருந்திருக்கின்றன. அவர்களுக்கு இடையிலான போட்டியும், மதத்தலைவர்களின் எண்ணிக்கையை அதிகரிக்கத் துடித்துக்கொண்டிருந்த விஹெச்பியின் திட்டமும் ஒரே புள்ளியில் இணைந்தன. அதன் விளைவாக, பல புதிய தர்ம ரிஷிகளும், தர்மாச்சார்யாக்களும், சங்கராச்சார்யாக்களும் முளைத்தனர். காசி வித்வத் பரிஷத்தின் சமஸ்கிருத அறிஞர்களாக தங்களை பறைசாற்றிக்கொண்டவர்களில் பலரும், இருபதாம் நூற்றாண்டின் கடைசி இருபது ஆண்டுகளிலும் இருபத்தியோராம் ஆண்டின் துவக்க காலகட்டத்திலும், விஹெச்பி உற்பத்தி செய்த சங்கராச்சாரியார்களாகவும் இன்னபிற பல பட்டங்களைப் பெற்றவர்களாகவும் மாறினர்.

இருப்பினும் அவ்வப்போது காசி வித்வத் பரிஷத் இயக்கத்தை தனது சுயநலனுக்காகவே விஹெச்பி தவறாகப் பயன்படுத்திவருவதாக, வாரணாசியின் ஒருசில சமஸ்கிருத அறிஞர்கள் வெளிப்படையாகப் பேசினர். 2004ஆம் ஆண்டில் காசி வித்வத் பரிஷத்தின் முக்கியமான உறுப்பினர்களான பண்டிதர் இராமயத்ன சுக்லாவும் பண்டிதர் சிவாஜி உபாத்யாயாவும் இணைந்து, விஹெச்பியின் இளைஞர் அமைப்பான பஜ்ரங்கதளத்தின் செயல்பாட்டாளரான தயானந்த பாண்டேவுக்கு சங்கராச்சாரியார் பட்டத்தை அளித்து அமிர்தானந்த தேவ தீர்த்தர் என்கிற புதிய பெயரையும் வழங்கினர். இந்த சம்பவத்தினால் காசி வித்வத் பரிஷத்தில் பெரிய எரிமலையே வெடித்தது.[14] சங்கராச்சாரியார் பட்டத்தை வழங்குவதற்கான நடைமுறையிலும், வழங்கும் அதிகாரத்தைக் கொண்டவர்கள் யாரென்பதிலும் விஹெச்பியின் வருகைக்குப் பின்னர் குழப்பமே மிஞ்சியிருக்கிறது. சங்கராச்சாரியார் பட்டத்தை வழங்குவதற்காகவே, பாகிஸ்தான் ஆக்கிரமிப்பு காஷ்மீரில் இருக்கும் சாரதா கோவிலை நிர்வகிப்பதாக சொல்லப்படும் சாரத சர்வக்ய பீடம் என்கிற அமைப்பு தான் தயானந்த பாண்டேவுக்கு சங்கராச்சாரியர் பட்டமளிக்க

ஒப்புக்கொண்டதாக அந்த இரண்டு சமஸ்கிருத அறிஞர்களும் ஒரு பொய்யை பரப்பினர். வாரணாசியில் வாழும் சமஸ்கிருத அறிஞர்கள் பலரையும் இது கோபமடைய வைத்தது. இராமயத்ன சுக்லாவும் சிவாஜி உபாத்யாயாவும் காசி வித்வத் பரிக்ஷத் அமைப்பில் இருந்து வெளியேற்றப்பட்டனர்.[15] ஒருசில வருடங்கள் கழித்து, 2008ஆம் ஆண்டில் மாலேகான் வெடிகுண்டு வழக்கில் குற்றஞ்சாட்டப்பட்டு கைது செய்யப்பட்டார் அமிர்தானந்த தேவ தீர்த்தர்.

'ஆனால், அதற்குள்ளாகவே காசி வித்வத் பரிஷத் அமைப்பையே விஹெச்பியின் ஆதரவாளரான இராமயத்ன சுக்லா கைப்பற்றிவிட்டார். உத்தரப்பிரதேசத்தின் பந்தா மாவட்டத்தைச் சேர்ந்தவர் தான் இராமயத்ன சுக்லா. அந்த ஊரிலிருந்து வந்த அறிஞர்கள் அந்த அமைப்பில் அதிகமாக இருந்ததால், அவர்களையெல்லாம் ஒருங்கிணைத்து, காசி வித்வத் பரிஷத் அமைப்பின் தலைவராக தன்னைத் தானே அறிவித்துக்கொண்டார் இராமயத்ன சுக்லா' என்றார் காசி வித்வத் பரிஷத்தின் மற்றொரு உறுப்பினரான பண்டித கமலகாந்த திரிபாதி.[16]

காசி வித்வத் பரிஷத் என்கிற அமைப்பிற்குள்ளாகவே இருந்த பல்வேறு தரப்பு குழுக்களும் ஒன்றுக்கொன்று தொடர்ந்து மோதிக்கொண்டே தான் இருக்கின்றன. அதேவேளையில் அந்த அமைப்பினை பெருமளவில் தனது கட்டுப்பாட்டில் இராமரத்ன சுக்லா வைத்திருந்தார். ஆனாலும், இருதரப்புக்கும் இடையிலான மோதல்களை உருவாக்குவதையும், தேவைக்கேற்ப மாற்றிமாற்றி வெவ்வேறு குழுக்களுக்கு ஆதரவாக நடந்துகொள்வதையும் விஹெச்பி தொடர்ச்சியாக செய்துகொண்டே இருந்தது. ஆக, விஹெச்பியைப் பொறுத்தவரையிலும், காசி வித்வத் பரிஷத் அமைப்பை தன்னுடைய இந்துத்துவ அரசியலுக்குத் தகுந்தாற்போல் மாற்றியாகிவிட்ட மகிழ்ச்சி அதற்கு கிடைத்திருக்கிறது. விஹெச்பிக்குத் தேவைப்படும்போதெல்லாம் பல சங்கராச்சாரியார்களை காசி வித்வத் பரிஷத்தின் மூலமாக உருவாக்கி வளர்த்த உதாரணங்கள் நிறையவே இருக்கின்றன. புதிய சங்கராச்சாரியார்களை ஏராளமாக உருவாக்கி உலவவிட்டு, நான்கு முக்கிய சங்கர மடங்களுடைய மடாதிபதிகளின் அதிகாரத்தை ஒன்றுமில்லாமல்

செய்வதற்காகத் தான் காசி வித்வத் பரிஷத்தில் திட்டமிட்டு விஹெச்பி குழப்பத்தை ஏற்படுத்தியது.

IV

இப்படியான பின்னணியில் தான், துவாரகை பீடத்தின் பலம்பொருந்தியவராகவும் சங்கப்பரிவாரக் குழுக்களுக்கு சவாலாகவும் இருந்துவந்த ஸ்வரூப்பானந்த சரஸ்வதியை வீழ்த்துவதற்குப் பெரும் நம்பிக்கையுடன் தயாரானார் அச்சுதானந்த தீர்த்தர். 2017ஆம் ஆண்டு பிப்ரவரி மாதத்தில் துவாரகை பீடத்தின் சங்கராச்சாரியாராவதற்கு முன்னும் பின்னும், ஸ்வரூப்பானந்த சரஸ்வதி மீது வெளிப்படையாகவே குற்றச்சாட்டுகளை முன்வைத்தார் அச்சுதானந்த தீர்த்தர். துவாரகை மற்றும் ஜோதிமர் ஆகிய இரண்டு மடங்களின் பீடாதிபதியாக ஸ்வரூப்பானந்த சரஸ்வதி ஒரே நேரத்தில் பதவிவகிப்பதே சட்டவிதிகளுக்கு முரணானது என்றார். *மதமானயா* நூலில் எழுதப்பட்ட விதிகளின்படி, ஸ்வரூப்பானந்த சரஸ்வதி சங்கராச்சாரியாராக இருப்பதே விதிமீறல் என்றார்.

‘அத்துடன் ஒரே நேரத்தில் ஒருவரே இரண்டு மடங்களின் சங்கராச்சாரியார் பதவிகளை வகிப்பதை அனுமதிக்கவே முடியாது’ என்று சங்கராச்சாரியார் பட்டத்தைத் துறந்தபின்னர் என்னிடம் கூறினார்.

அச்சுதானந்த தீர்த்தர் சங்கராச்சாரியாரான போதே, இவற்றையெல்லாம் எழுதி அச்சடித்து பல துண்டுப்பிரசுரங்களாக அரித்துவாரில் விநியோகிக்கப்பட்டன. ஸ்வரூப்பானந்த சரஸ்வதியின் பெயரைக் குறிப்பிடவில்லை என்றாலும் கூட, ‘புனிதப் பாரம்பரியம்’ என்கிற தலைப்பிட்டு, அவரை மறைமுகமாகத் தாக்கித்தான் அந்த பிரசுரமே விநியோகிக்கப்பட்டது என்பதை எளிதில்புரிந்துகொள்ளமுடியும். பணத்தாலும் அதிகார பலத்தாலும் அடியாள் உதவியாலும் சங்கராச்சாரியாராக நீடிக்கிறவர்கள் குறித்து அந்த துண்டுப்பிரசுரத்தில் விரிவாக பெயர்குறிப்பிடாமல் எழுதப்பட்டிருந்தது. மதமானயா நூலில் குறிப்பிடப்பட்டுள்ள எதையும் பின்பற்றாமல் சங்கர மடத்தின் பதவியை ஆக்கிரமித்திருக்கும் ‘அது’

போன்ற சங்கராச்சாரியார்களை நீக்கி, சனாதனத்தைப் பாதுகாப்பதற்கு அனைத்து அகாராக்களும் அவற்றோடு தொடர்புடைய ஆசிரமங்களும் உதவிக்கு வரவேண்டும் என்று அந்த துண்டுப்பிரசுரங்களில் எழுதப்பட்டிருந்தது. எங்கேயும் கேள்விப்பட்டிருக்காத அகில பாரதிய ஸ்ரீ தர்மரக்ஷா சேனா என்கிற அமைப்பின் சார்பாக அச்சடிக்கப்பட்டதாக ஸ்வரூப்பானந்த சரஸ்வதிக்கு எதிராக பல குற்றச்சாட்டுகளைக் குறிப்பிட்டு துண்டுபிரசுரங்கள் விநியோகிக்கப்பட்டன. அதேபோல, அச்சுதானந்த தீர்த்தரை சங்கராச்சாரியாராக ஏற்றுக்கொள்ள மறுத்த அகில இந்திய அகாரா பரிஷத்தின் தலைவரான நரேந்திர கிரியைக் கண்டித்தும் பல துண்டுப்பிரசுரங்கள் காணப்பட்டன.

தனக்கு வெளிப்டையாக ஆதரவு தெரிவிக்காத ஆர்எஸ்எஸ் இயக்கத்திற்கு மறைமுகமாக தூதுவிட முடிவுசெய்தார் அச்சுதானந்த தீர்த்தர். அவர் சங்கராச்சாரியாராக பதவியேற்கும் விழாவிற்கு, விஹெச்பியின் முடிவுகளைத் தீர்மானிக்கிற கேந்திரிய மர்க்தர்ஷக் மண்டல் என்கிற குழுவின் முக்கியமான உறுப்பினராகவும் சுமேரு பீடத்தின் சங்கராச்சாரியாராகவும் இருந்த நரேந்திரானந்த சரஸ்வதியை தலைமையேற்க அழைத்துவந்தார்.

‘ஒரு சங்கராச்சாரியாராக இருக்கவே ஸ்வரூப்பானந்த சரஸ்வதிக்கு எவ்விதத் தகுதியும் இல்லை. அதனால் சாது சமூகம் ஒன்றிணைந்து அவரை நீக்கிவிட்டு, அப்பதவிக்கு எல்லா வகையிலும் தகுதிவாய்ந்த அச்சுதானந்த தீர்த்தரை அப்பதவியில் அமரவைக்க முடிவெடுத்திருக்கிறது’ என்று அந்த பதவியேற்பு நிகழ்வின் முடிவில் நரேந்திரானந்த சரஸ்வதி தெரிவித்தார்.[17]

தனக்குத் தானே சங்கராச்சாரியாராக பதவியேற்றுக் கொண்டவுடன், கங்கை ஆற்றினை சுத்தம் செய்யும் பணியை ஆதரித்து பிரச்சாரத்தைத் துவங்கினார். இதன்மூலம் பிரதமர் மோடிக்கு தன்னுடைய விசுவாசத்தைக் காட்ட திட்டமிட்டார்.

‘நரேந்திர மோடிக்குப் பிறகு, என்னைவிட அதிகளவிற்கு கங்கையைக் காப்பாற்றியவன் எவனுமில்லை. கங்கையின் நீளத்தைவிட இருமடங்கு நான் நடந்திருக்கிறேன். முதலில்

கோமுக்கில் இருந்து அரித்துவார் வரைக்கும் ஒருமுறையும், அதன்பின்னர் அரித்துவாரில் இருந்து பாட்னா வரைக்கும் இன்னொரு முறையும் நடந்திருக்கிறேன். அதோடு மட்டுமில்லாமல், கார்கில் போரில் எல்லையிலே இராணுவ வீரர்கள் உயிரைப் பணயம் வைத்து சண்டையிட்டுக் கொண்டிருந்தபோதும், இங்கிருக்கும் எந்த சங்கராச்சாரியார் அங்கே சென்றிருக்கிறார்? நான் மட்டும் தான் சென்றிருக்கிறேன்' என்று கூறியபடியே பழைய புகைப்படங்களைக் காட்டினார்.

ஆனால் இது எதுவுமே அவருக்கு சாதகமான சூழலை உருவாக்கவில்லை. அவருக்கு ஆதரவைப் கொடுப்பதற்கு பதிலாக, அவரைவிட்டு கொஞ்சம் தள்ளியே நின்றது விஹெச்பி.

'அது அதிர்ச்சியாகத் தான் இருந்தது. விஹெச்பிக்காக ஏராளமான வேலைகளை செய்துகொடுத்திருக்கிறார் அச்சுதானந்த தீர்த்தர். ஆனாலும், அவரை ஸ்வரூப்பானந்த சரஸ்வதி நேரடியாகத் தாக்கியபோதும் கூட, தசநாமி அகாராக்களின் ஆதரவு அவருக்கு கிடைக்கவே இல்லை. ஸ்வரூப்பானந்த சரஸ்வதிக்கு துணையாக விஹெச்பி ஏன் நிற்கிறது என்றே எனக்குப் புரியவில்லை' என்று அச்சுதானந்த தீர்த்தருக்கு மிகவும் நெருக்கமான ஒருவர் என்னிடம் தெரிவித்தார்.

பொதுவெளியில் வெளிப்படையாக பல சர்ச்சைகளை உருவாக்கிய அச்சுதானந்த தீர்த்தரை ஆதரித்தால், தங்கள் மீதான நம்பகத்தன்மை போய்விடுமோ என்கிற அச்சத்தில் அகாராக்கள் அமைதியாக இருந்தன. அப்படியான சூழலில் அச்சுதானந்த தீர்த்தருக்கு ஆதரவாக விஹெச்பி களமிறங்கினால், அது தசநாமி அகாராக்களையே எதிர்ப்பது போலாகிவிடும் என்பதால் விஹெச்பியும் அமைதி காத்தது. அதனால், அச்சுதானந்த தீர்த்தரை ஸ்வரூப்பானந்த சரஸ்வதி அழிப்பதையும் கூட அமைதியாக வேடிக்கை பார்ப்பதே இந்த சூழலில் சரியான முடிவென நினைத்து, அச்சுதானந்த தீர்த்தருக்கு ஆதரவளிக்காமல் விஹெச்பி அமைதியாகவே இருந்துவிட்டது.

சூழலுக்கு ஏற்றாற்போல், விஹெச்பி அமைதியாக இருந்த அதே வேளையில், சில சமஸ்கிருத அறிஞர்களை காசி வித்வத்

பரிஷத்தின் உறுப்பினர்கள் என்கிற அடையாளத்துடன், தனக்குத்தானே சங்கராச்சாரியாராகப் பதவியேற்றுக்கொள்ளும் நிகழ்வுக்கு அவர்களிடம் சொல்லாமலேயே அரித்துவாருக்கு அழைத்துச் சென்றுவிட்டார் அச்சுதானந்த தீர்த்தர். அதில் கலந்துகொள்ள வந்திருந்த இருபதுக்கும் மேற்பட்டவர்களில் மூன்று பேரிடம் நான் நேரடியாகவே பேச்சுக்கொடுத்தேன். அவர்களில் இருவர் வாரணாசியில் இருந்தும் ஒருவர் தில்லியில் இருந்தும் வந்திருந்தனர். அவர்கள் ஒருவருமே காசி வித்வத் பரிஷத் அமைப்பைச் சேர்ந்தவர்களே இல்லையென்பதை அப்போது தான் தெரிந்துகொண்டேன். அது ஒரு பதவியேற்பு விழா என்பதையே சொல்லாமல் தான் அவர்கள் அழைத்துவரப்பட்டிருந்தனர் என்பதையும் அவர்கள் கூறினர்.

‘தர்ம சாஸ்திரங்கள் குறித்து விவாதிக்கிற சமஸ்கிருத அறிஞர்கள் மாநாடு இது என்று சொல்லித்தான் என்னை இங்கே அழைத்துவந்தார்கள். இங்கு வந்தபிறகு தான் துவாரகை பீடத்தின் சங்கராச்சாரியாராக தனக்குத் தானே அச்சுதானந்த தீர்த்தர் பதவியேற்பு விழா நடத்திக்கொள்கிறார் என்பதே தெரிந்தது. இருப்பினும் அந்த நிகழ்வின் மேடையில் ஏறாமல் தவிர்த்து புறக்கணித்தேன். பதவியேற்பு முடிந்ததுமே, நான்கு மடங்களை உருவாக்கியதற்கான காரணங்கள் குறித்து என்னைப் பேச அழைத்தார்கள். அதில் மட்டும் சுமார் ஒரு மணிநேரம் பேசிவிட்டு, பிறகு அங்கிருந்து வெளியேறிவிட்டேன்’ என்று பனாராஸ் இந்து பல்கலைக்கழகத்தின் வைதீக தர்சனிக் துறையில் பேராசிரியராக இருக்கும் ஆஞ்சநேய சாஸ்திரி தெரிவித்தார்.[18]

சம்பூர்னானந்த சமஸ்கிருதப் பல்கலைக்கழகத்தின் பேராசிரியரும் காசி பண்டித சபாவின் துணைத் தலைவருமான ஹரிபிரசாத் அதிகாரி என்பரும் அந்த நிகழ்வில் பங்கெடுத்தார்.

‘ஒரு சிவராத்திரி நாளில் சமஸ்கிருத அறிஞர்களெல்லாம் ஒன்றுகூடும் மாநாடு நடைபெறப்போவதாகக் குறிப்பிட்டு, அதில் கலந்துகொள்ள எனக்கு அழைப்புவிடுக்கப்பட்டது. எனக்கு அச்சுதானந்த தீர்த்தரை ஏற்கனவே தெரியும் என்பதால் அந்த அழைப்பை ஏற்றுக்கொண்டேன். நிகழ்வில் கலந்துகொள்ள அரித்துவார் சென்றபோதுதான்,

அதன் உண்மையான காரணமே எனக்குத் தெரியவந்தது. அழைப்பை ஏற்றுக்கொண்டு அங்கு சென்றுவிட்டதால் வேறுவழியின்றி கலந்துகொண்டேன். ஆனால் துவாரகை மடத்தின் சங்கராச்சாரியாராக அச்சுதானந்த தீர்த்தரை நியமிப்பதற்காகவெல்லாம் நான் அங்கு வரவில்லை என்பதைத் தெளிவாக விளக்கிவிட்டேன்[19]" என்றார்.

தில்லியில் இருக்கும் ஸ்ரீ லால்பகதூர் சாஸ்திரி தேசிய சமஸ்கிருதப் பல்கலைக்கழகத்தின் துணை வேந்தரான பேராசிரியர் இரமேஷ் குமார் பாண்டேவும் அச்சுதானந்த தீர்த்தரின் பதவியேற்பு விழாவில் கலந்துகொண்டார். அரித்துவாரில் இருக்கும் பூமா நிகேதன் கோவிலில் ஆண்டுதோறும் நடைபெறும் பிரம்மாண்ட விழாவில் கலந்துகொள்ளத்தான் தன்னை அழைத்தார்கள் என்று நினைத்துக்கொண்டு தான் அவர் அரித்துவார் சென்று ஏமாந்திருக்கிறார்.

'மதியம் சுமார் இரண்டு மணியளவில் தாமதமாகத்தான் விழா நடக்கும் இடத்திற்கு சென்று சேர்ந்தேன். அரித்துவார் நகருக்குள் நுழைந்தபோதே, சாலைகளில் கண்ணில்பட்ட விளம்பரப் பலகைகளெல்லாம் அச்சுதானந்த தீர்த்தரை துவாரகையின் சங்கராச்சாரியாராக அறிவித்துக் கொண்டிருந்தன. அதனைப் பார்க்கையில் அதிர்ச்சியாகத்தான் உணர்ந்தேன். பொதுவாக மகந்துகளும் சாமியார்களும் தனக்குத்தானே ஏதாவது பட்டங்களைப் போட்டுக்கொண்டு விளம்பரப்படுத்திக்கொள்வது இயல்பாக நடப்பது தான் என்பதால், முதலில் பெரிதாக நான் கண்டுகொள்ளவில்லை. ஆனால், நிகழ்வு நடக்கும் இடத்தை சென்றடைந்ததும், இந்த ஒட்டுமொத்த நிகழ்வே அவரை சங்கராச்சாரியார் ஆக்குவதற்காக திட்டமிட்டே நடத்தப்படுவது தான் என்பதைப் புரிந்துகொண்டேன். நான் தாமதமாகச் சென்றதால், அங்கு நடந்த முக்கிய நிகழ்வுகளை நான் நேரில் பார்க்கவில்லை' என்றார்.[20]

சங்கராச்சாரியார் பட்டத்தை அச்சுதானந்த தீர்த்தர் இழக்கநேரிட்டதற்கு, அவர் கடுமையான முயற்சிகளை மேற்கொள்ளவில்லை என்பதல்ல காரணம். அவர், தவறான நேரத்தில் அம்முயற்சிகளை மேற்கொண்டுவிட்டார் என்றுதான் சொல்லவேண்டும். ஆனால் அந்த ஒருமுறை மட்டுமல்லால்,

அதற்கு முன்னரும் கூட பலமுறை சங்கராச்சாரியார் ஆவதற்கான முயற்சிகளை அவர் மேற்கொண்டிருக்கிறார். 1966ஆம் ஆண்டில் 'வித்வத் பரிஷத்' என்கிற அமைப்பினை வாரணாசியில் அவர் துவங்கியபோதே, சங்கராச்சாரியார் ஆகும் அவரது ஆசை வெளிப்பட்டது. அப்போது சமஸ்கிருத அறிஞர்களின் அமைப்பான காசி வித்வத் பரிஷத்தில் நடந்துகொண்டிருந்த உள்ளமைப்புப் பூசலைப் பயன்படுத்திக்கொண்டு, அதில் அதிருப்தியில் இருந்த பல முக்கிய உறுப்பினர்களை தன்னுடைய அமைப்பிற்கு ஈர்த்து இணைத்துக்கொண்டார்.[21]

காசி வித்வத் பரிஷத் அமைப்பிலிருந்து பிரிந்துவந்தவர்கள் அனைவரும் அச்சுதானந்த தீர்த்தருடைய ஆசிரமமான பூமா அத்யத்மா பீடத்தில் தான் தொடர்ச்சியாக கூட்டம் நடத்தி வந்தனர். பல மாதங்களாக கூடிப் பேசியபின்னர், ஸ்ரீ காசி வித்வத் கௌரவ பரிஷத் என்னும் புதிய அமைப்பினை சமஸ்கிருத அறிஞர்கள் உருவாக்கினர். அதன் தலைவராக பண்டிதர் ஸ்ரீபதிராம் திரிபாதியும், துணைத்தலைவராக பண்டிதர் கமலகாந்த் திரிபாதியும் தேர்ந்தெடுக்கப்பட்டனர்.[22]

'அடுத்த ஓராண்டுக்குள்ளாகவே, காசி வித்வத் பரிஷத்தின் உண்மையான பிரிவே இவர்கள் தான் என்கிற பெயரையும் மரியாதையையும் புதிதாக உருவாக்கப்பட்ட அமைப்பு பெற்றுவிட்டது. அடுத்த பல ஆண்டுகளுக்கு அது தொடர்ந்து நீடித்தது. 2003-2004ஆம் ஆண்டுகளில் பண்டிதர் வதுக்பிரசாத் சர்மா என்பவர், சிதறிக்கிடக்கிற காசி வித்வத் பரிஷத்தின் பல பிரிவுகளை ஒன்றிணைக்கிற பணியினை மேற்கொண்டார். அச்சுதானந்த தீர்த்தருக்கு ஆதரவாக செயல்பட்டுக்கொண்டிருந்த ஸ்ரீ காசி வித்வத் பரிஷத்தின் முக்கியமான உறுப்பினர்கள் அனைவரையும் தாய் அமைப்பான காசி வித்வத் பரிஷத்திற்கே வெற்றிகரமாக திரும்ப அழைத்துக்கொண்டு வந்துவிட்டார். அச்சுதானந்த தீர்த்தரின் முயற்சிகள் அப்போது தோல்வியடைந்த போதும், அப்போதே அவர் சஙகராச்சாரியார் ஆக வேண்டும் என்கிற இலக்கை அடைவதற்காக முயன்றிருக்கிறார். பூமா அத்யத்மா பீடத்தில் அவருடனான பல கூட்டங்களில் அதனை என்னால் புரிந்துகொள்ளமுடிந்தது. எங்களுடைய அமைப்பு காணாமல்

போனதும், வாரணாசியுடனான தொடர்பை அவரும் துண்டித்துக்கொண்டார்' என்றார் பண்டிதர் கமலகாந்த திரிபாதி.[23]

அச்சுதானந்த தீர்த்தரின் ஆதரவாளராக இருந்த பண்டிதர் திரிபாதி தான், ஸ்ரீ காசி வித்வத் கௌரவ பரிஷத் அமைப்பின் துணைத் தலைவராக இருந்தார். அந்த அமைப்பு உயிர்ப்போடு இருந்த காலகட்டத்திலேயே மிக எளிதாகவே அச்சுதானந்த தீர்த்தரால் சங்கராச்சாரியாராக ஆகியிருக்கமுடியும் என்றார் பண்டிதர் திரிபாதி. கிடைத்த வாய்ப்பைத் தவறவிட்டுவிட்டாரா அல்லது அதனைவிட நல்ல வாய்ப்பிற்காகக் காத்திருந்தாரா என்பதுதான் தெரியவில்லை என்றார் திரிபாதி. ஆனால், ஆன்மிகவாதிகளின் வாழ்க்கையைப் பொறுத்தவரையிலும், வாய்ப்பும் சந்தர்ப்பமும் பதவிகளைப் பெறுவதற்கு மிகவும் முக்கியமாக கருத்தில்கொள்ளப்பட வேண்டியவையாகும்.

V

ஏற்கனவே இருக்கிற சர்ச்சைகளின் பட்டியலில் புதிதாக இந்தவொரு சர்ச்சையும் இணைந்துவிடக் கூடாதென்பதால் மட்டுமல்லாமல், காசுக்காக பல புதிய போலி ஆன்மிக சாமியார்களை வளர்த்துவிடுவதே அகாராக்கள் தான் என்கிற சங்கரமடங்களின் குற்றச்சாட்டையும் பொய்யாக்க வேண்டிய கட்டாயத்திலும் அகாராக்கள் இருந்ததால் தான் அச்சுதானந்த தீர்த்தருக்கு அவர்கள் உதவாமல் கைவிட்டனர். 2010ஆம் ஆண்டு கும்பமேளாவில் இருந்தே, நான்கு பிரபல சங்கர மடங்களின் சங்கராச்சாரியார்களுக்கு மட்டும் தனியாக இடத்தினை ஒதுக்கவேண்டும் என்று ஸ்வரூப்பானந்த சரஸ்வதியின் தலைமையில் கும்பமேளா நிர்வாகத்திடம் கோரிவருகின்றனர். அதன்மூலம் பெருகிவரும் போலி சங்கராச்சாரியார்களிடம் இருந்து தனித்து தெரியவேண்டும் என்பதே அவர்களது விருப்பம். ஆனால் ஏற்கனவே தசநாமி அகாராக்களின் புகழ் மங்கிக்கொண்டே இருப்பதால், சங்கர மடங்களின் சங்கராச்சாரியார்களுடைய கோரிக்கையினை அவர்கள் கடுமையாக எதிர்த்தனர். கும்பமேளாவைப் பொறுத்தவரையில் நட்சத்திர மரியாதையை கொண்டிருப்பவர்கள் அகாராக்கள்

தான். அதனால் அதனை எக்காலகட்டத்திலும் விட்டுக்கொடுக்க அகாராக்கள் தயாராக இருக்கமாட்டார்கள்.

காலங்காலமாக கும்பமேளா நடக்கும்போது, சங்கராச்சாரியார்களுக்கு அருகருகே முறையாக இடம் ஒதுக்கப்படுவதே இல்லை. இங்கும் அங்குமாக ஏதேதோ இடங்களைத் தான் கூடாரங்களையும் முகாம்களையும் அமைக்க ஒதுக்குவார்கள். அதிலும் பலநேரம் கடைகளும் கண்காட்சிகளும் சூழ்ந்திருக்கும் இடத்தில் கூட ஒரு சில சங்கராச்சாரியார்களுக்கு இடம் தந்துவிடுவார்கள். ஆனால், தசநாமி அகாராக்களுக்கோ முறையாக அருகருகே ஒரே குழுவாக இயங்குவதற்கு வசதியாக இடங்கள் ஒதுக்கித்தரப்படுகின்றன. அதனால் தசநாமி அகாராக்களின் முகாம்கள் தான் பக்தர்களுக்கும் முக்கியமான ஆன்மிகப்பகுதியாக இருக்கிறது. காலங்காலமாக அதுதான் கும்பமேளாவின் வழக்கமாகவே இருந்துவருகிறது. ஒருவேளை நான்கு சங்கர மடங்களின் சங்கராச்சாரியார்களுக்கும் கும்பமேளா நிகழ்வின்போதே அருகருகே முகாம்கள் அமைக்க இடம்கொடுத்தால், அவர்கள் இணைந்து ஒரே குழுவாக இயங்கும் வாய்ப்பு அமைந்துவிடும். பக்தர்களை ஈர்க்கும் மையப்புள்ளியாகவும் மாறிவிடுவார்கள். கடந்தகால பெருமையினை மீட்டெடுக்க அது உதவக்கூடும் என்று சங்கராச்சாரியார்கள் நினைக்கிறார்கள். அதனால், அதனை கும்பமேளாவில் சாதித்தே தீரவேண்டும் என்றும், மற்ற அனைத்து குழுக்களையும் ஓரங்கட்டிவிட்டு இந்து ஆன்மிக உலகின் உச்சத்தில் சங்கரமடங்களைக் கொண்டுசெல்வதற்கான ஒரு வாய்ப்பாகவும் அது அமையும் என்று சங்கராச்சாரியார்கள் நினைக்கிறார்கள்.

2010ஆம் ஆண்டு நடைபெற்ற அரித்துவார் கும்பமேளாவின் போது, போலி சங்கராச்சாரியார்கள் தொடர்பான பிரச்சனையை விவாதப்பொருளாக்கி ஒரு போராட்டத்தினை நான்கு சங்கர மடங்களும் துவக்கின. அவிமுக்தேஸ்வரானந்த சரஸ்வதி என்பவர் தான் அதனைத் துவக்கியதில் முக்கியப் பங்காற்றியவர்.

'அப்போராட்டம் பத்தொன்பது நாட்களுக்குத் தொடர்ந்தன. இறுதியாக உள்ளூர் அரசு நிர்வாகமே தலையிட வேண்டியதாகிவிட்டது. நான்கு சங்கரமடங்களைச்

சேர்ந்த சங்கராச்சாரியார்களைத் தவிர, மற்ற அனைத்து சங்கராச்சாரியார்களின் புகைப்படங்களைக் கொண்ட விளம்பரப்பலகைகள் அனைத்தும் உள்ளூர் அரசு நிர்வாகத்தினால் வலுக்கட்டாயமாக நீக்கப்பட்டன' என்றார்.

போலி சங்கராச்சாரியார் பட்டங்களை வாரி இறைப்பது சைவ அகாராக்கள் தான் என்பதால், சங்கர மடங்களின் போராட்டத்தினால் இக்கட்டான சூழலுக்கு அவை தள்ளப்பட்டன. அப்போது அகில இந்திய அகாரா பரிஷத்தின் தலைவராக நிர்வானி அகாராவின் வைணவ சாதுவான கியான் தாஸ் தான் பதவி வகித்துவந்தார். இந்தப் போராட்டத்தில் எந்த தரப்பையும் சாராமலேயே அவர் இருந்தார். வைணவ அகாராக்கள் அனைத்தும் அந்தப் போராட்டத்தின் கோரிக்கைகளை வெளிப்படையாக ஆதரித்தன. ஆனால், சைவ அகாராக்களோ இந்த ஒட்டுமொத்த போராட்டத்தில் இருந்தும் முற்றிலுமாக ஒதுங்கியே இருந்தன. அதனால் அந்தப் போராட்ட காலத்தில் அகில இந்திய அகாரா பரிஷத் அமைப்பும்கூட, எவ்வித செயல்பாடுகளும் இன்றி அமைதியாகவே இருந்தது.

'மகா கும்பமேளா நிகழ்வு முடியும்வரையிலும் எந்த சர்ச்சையும் இருக்கக்கூடாது' என்றார் கியான் தாஸ்.

2013ஆம் ஆண்டு அலகாபாத் கும்பமேளாவின் போதும், முகாம்கள் அமைப்பதற்கான இடங்களை அருகருகே அடுத்தடுத்து இருப்பதுபோன்று ஒதுக்கவேண்டும் என்று சங்கரமடங்கள் கோரிக்கை வைத்தன. அதிலும் திருவேணி சங்கமத்திற்கு அருகே இருக்கிற ஆதிசங்கரர் சிலையைச் சுற்றிய இடத்தில் முகாம்கள் அமைக்க அனுமதிக்கவேண்டும் என்று சங்கரமடங்கள் வேண்டுகோள் விடுத்தன. சங்கராச்சாரியார் சதுக்கத்தை அங்கே உருவாக்கும் திட்டத்தையும் முன்மொழிந்தனர். சங்கராச்சாரியார் சதுக்கத்திற்கான திட்டத்தை ஸ்வரூப்பானந்த சரஸ்வதி தான் முதன் முதலில் உருவாக்கினார். அதனை அவருடைய சீடரான அவிமுக்தேஸ்வரானந்த சரஸ்வதி மேலும் செம்மைப்படுத்தினார். பின்னர், கோவர்த்தன பீடத்தின் சங்கராச்சாரியாரான நிஷ்சலானந்த சரஸ்வதியும், சிருங்கேரி பீடத்தின் சங்கராச்சாரியாரான சுவாமி பாரதி தீர்த்தனும் ஆமோதித்து ஏற்றுக்கொண்டனர்.

அதற்கு கும்பமேளா நிர்வாகமும் முதலில் ஒப்புக்கொண்டு அந்த சங்கராச்சாரியார்களுக்கு நிலத்தினை ஒதுக்கியது. ஆனால், அங்கே சங்கராச்சாரியார்கள் முகாம்களை அமைக்கத் துவங்கியதுமே, அதற்கு எதிராக சைவ அகாராக்கள் ஒரு தீர்மானத்தை நிறைவேற்றி, அங்கு ஒதுக்கப்பட்ட நிலத்தினை திரும்பப் பெறுமாறு கும்பமேளா நிர்வாகத்திடம் கோரிக்கை வைத்தன. அக்கோரிக்கையினை நிறைவேற்றாவிட்டால், ஒட்டுமொத்த சைவ அகாராக்களும் கும்பமேளாவில் இருந்து வெளியேறப்போவதாக மிரட்டல் விடுத்தன. அதற்கு பயந்த கும்பமேளா நிர்வாகம், உடனடியாகத் தலையிட்டு, சங்கராச்சாரியார் சதுக்கத்திற்கு இடம் வழங்கினால் அதன்மூலம் இத்தனை காலமும் இல்லாத புதிய பாரம்பரியமெல்லாம் உருவாகிவிடும் என்று கூறி, ஒதுக்கப்பட்ட இடத்தை திரும்பப் பெற்றுக்கொண்டது.[24] ஆக, இந்த ஒட்டுமொத்த சங்கராச்சாரியார் சதுக்கத் திட்டத்தையும் தன்னுடைய ஒற்றையதிகாரத்தை வைத்துக்கொண்டு அகாராக்கள் முறியடித்துவிட்டன.[25]

கும்பமேளா நிர்வாகத்தின் இந்த திடீர் மாற்றத்தினால் அதிர்ச்சியடைந்த சங்கராச்சாரியார்கள், சதுக்கத்திற்கு இடம் வழங்கவில்லையென்றால் கும்பமேளாவைப் புறக்கணிக்கப்போவதாக அறிவித்தனர். சங்கராச்சாரியார் சதுக்கத்திற்கு இடம் ஒதுக்காமல் மறுத்ததன் மூலம் இந்து மதத்தின் மீது மிகப்பெரிய தாக்குதலை கும்பமேளா நிர்வாகம் நடத்தியிருக்கிறது என்றும், கூடிப்பேசி அடுத்தகட்ட நடவடிக்கைகள் குறித்து முடிவுசெய்யப்படும் என்றும் நிஷ்சலானந்த சரஸ்வதியின் செயலாளரான நிர்விகல்பானந்த சரஸ்வதி ஊடகங்களுக்கு அளித்த நேர்காணலில் தெரிவித்தார். நான்கு மடங்களின் சங்கராச்சாரியார்கள் தான் இந்து மதத்தின் தலைமை குருக்கள் என்றும், அவர்களுடைய கோரிக்கையை நிராகரிப்பதன் மூலம் அவர்களை மட்டுமல்லாமல், சனாதன தர்மத்தையே கும்பமேளா நிர்வாகம் தாக்கியிருக்கிறது என்றார் பாரதி தீர்த்தரின் பிரதிநிதியான இரமணி சாஸ்திரி.

‘சதுக்கத்தை உருவாக்கும் திட்டத்தை சங்கராச்சாரியார்களின் கட்டளையாகக் கருதி ஏற்றுக்கொண்டிருக்க வேண்டும். அந்த திட்டத்திற்கு மரியாதை கொடுக்காமல், அதற்குபதிலாக

அனுமதி மறுத்து, அங்கே அமைக்கப்பட்டிருந்த முகாம்களையும் கும்பமேளா நிர்வாகம் நீக்கச்சொல்லியிருக்கிறது. ஆக, சங்கராச்சாரியார்களுக்கு கும்பமேளா நிர்வாகம் எந்த மரியாதையையும் கொடுக்கவில்லை என்பது தெளிவாகவே தெரிகிறது' என்றார் அவிமுக்தேஷ்வரானந்த சரஸ்வதி.

அலகாபாத் கும்பமேளா துவங்குவதற்கு இருவாரங்களுக்கு முன்னர், அந்த கும்பமேளாவையே தான் புறக்கணிக்கப் போவதாக ஊடகசந்திப்பில் தெரிவித்தார்.

'தங்களுடைய இறப்புக்குப் பின்னரும், தங்களுடைய வாழ்க்கையை பாதுகாப்பாக வைத்திருக்கும் ஆர்வத்தில் தான் பலரும் கும்பமேளாவுக்கு வருகின்றனர். அதற்கு, முறையான குருக்களிடம் தான் அவர்கள் ஆலோசனை கேட்கமுடியும். சங்கராச்சாரியார் சதுக்கமே இல்லாமல், அது நடக்கவே வாய்ப்பில்லை. அதனால், சங்கராச்சாரியார் சதுக்கத்திற்கு இடம் வழங்காததால், கும்பமேளா பகுதியை விட்டே நான் வெளியேற வேண்டி இருக்கிறது' என்று கூறிவிட்டு மத்திய பிரதேசத்தில் இருக்கும் அவரது ஆசிரமத்திற்கு கிளம்பினார்.[26]

ஆனால் கும்பமேளா நிர்வாகம் பிடிவாதமாக இருந்துவிட்டது. அகாராக்களின் ஆதரவு இருந்தாலே, சங்கராச்சாரியார்களின் வெளியேற்றமெல்லாம் கும்பமேளாவில் பெரிய பாதிப்பை ஏற்படுத்திவிடாது என்று அவர்களுக்குத் தெரியும். ஆனால், அதுவே சைவ அகாராக்கள் கலந்துகொள்ளவில்லை என்றால், கும்பமேளாவே களைகட்டாது. அதனால் தான், அப்போதைய உத்தரப்பிரதேச முதல்வராக இருந்த அகிலேஷ் யாதவும் கூட இப்பிரச்சனையை பெரிதுபடுத்த விரும்பாமல், அது தொடர்பான கேள்விக்குக்கூட பதிலளிக்க மறுத்துவிட்டார்.[27] ஆகையால், சங்கராச்சாரியர் சதுக்கம் இல்லாமலேயே கும்பமேளா துவங்கியது. அந்த நிகழ்வு முழுவதுமே, நான்கு பீடங்களும் போராட்டக்களத்தில் இருந்துகொண்டே, அப்போதை கும்பமேளாவையே சங்கராச்சாரியர்கள் புறக்கணித்தனர். கும்பமேளா துவங்கிய இருவாரங்களுக்குப் பின்னர், இணக்கத்தை உருவாக்குவதற்காக உத்தரப்பிரதேச அரசினால் மேற்கொள்ளப்பட்ட முயற்சிகளின் பலனாக, அனைவரும் போராட்டத்தினை துறந்து அவரவர் பணிக்குத் திரும்பினர்.[28]

அலகாபாத் கும்பமேளாவின் போது சங்கராச்சாரியார்கள் விடுத்த மிரட்டலை எதிர்கொண்டு, தற்காலிகமாக அகாராக்கள் வெற்றிபெற்றன. ஆனாலும், அப்போது உருவாக்கப்பட்ட அச்சுறுத்தல் தொடர்ந்து அப்படியே தான் இருக்கிறது. அலகாபாத்தில் வாழும் பிரயாகையர்கள் என்கிற பாண்டா வகைப் பார்ப்பனர்களும் சங்கராச்சாரியார்களுக்கு ஆதரவளித்தனர். மத விழாக்களை தலைமையேற்று நடத்தும் உரிமையைக் கொண்டவர்கள் தான் பாண்டா வகைப் பார்ப்பனர்கள். பிரயாகையர்கள் என்பவர்களும் பாண்டா வகைப் பார்ப்பனர்கள் தான். ஆனால், அவர்கள் திரிவேணி சங்கமத்தில் இருக்கும் பிரயாகைப் பகுதியில் மட்டுமே வாழ்கிறவர்கள். 1593ஆம் ஆண்டில் முகலாய மன்னரான அக்பரால் நிறைவேற்றப்பட்ட சட்டத்தின்படி, திரிவேணி சங்கமத்திற்கு வரும் பக்தர்களுக்கு அருள்வழங்கும் பணியினை செய்யும் உரிமையைப் பெற்றிருப்பதாக பிரயாகையர்கள் கூறுகின்றனர்.[29] கும்பமேளா காலங்களில் அகாராக்கள் நடந்துகொள்ளும் முறையினால், அகாராக்களின் மீது பிரயாகையர்களுக்கு எப்போதும் கோபமும் விரோதமும் இருந்துகொண்டே தான் வந்திருக்கிறது. கும்பமேளா காலகட்டத்தில் மட்டும் அகாராக்கள் முக்கியத்துவம் பெறுவதை பிரயாகையர்கள் விரும்பவில்லை. திரிவேணி சங்கமமும் அதன் சுற்றுவட்டாரமும் தங்களுக்குத் தான் சொந்தமென்றும், கும்பமேளா உள்பட அங்கு நடக்கிற எந்த நிகழ்விலும் தங்களுக்கே முன்னுரிமை தரப்படவேண்டும் என்பதும் அவர்களது நீண்டகால கோரிக்கையாக இருந்துவருகிறது.

கும்பமேளாவில் பிரயாகையர்களுக்கு எவ்விதத் தொடர்பும் இல்லையென்பதால், அவர்களுக்கு கும்பமேளா காலகட்டத்தில் முகாம்கள் எதுவும் ஒதுக்கப்படமாட்டாது. ஆனாலும், திரிவேணி சங்கமத்திற்கு அருகில் இருக்கும் மிகப்பெரிய பரப்பிலான இடங்களின் உரிமையாளர்களே தாங்கள்தான் என்று அவர்கள் எப்போதும் அவர்கள் கோரிவருகின்றனர். ஆன்மிக சந்தையில் நீண்ட நெடுங்காலமாக அவர்களுக்கு பல்வேறு அமைப்புகளில் இருக்கும் ஏராளமானவர்களுடன் நெருக்கமும் தொடர்பும் இருந்துவருகிறது. முகலாய மன்னர்களின் காலத்தில் மட்டுமல்லாமல், அதன்பின்னரான அவாத் பேரரசின் நவாப்புகளுடைய ஆட்சியிலும் பிரயாகையர்களுக்கு

திரிவேணி சங்கமத்தில் குறிப்பிடத்தக்க சுதந்திரம் இருந்துவந்திருக்கிறது. அதன்பின்னர் வந்த ஆங்கிலேயர்களின் ஆட்சியின் துவக்க காலத்தில் சில பிரச்சனைகளை அவர்கள் எதிர்கொள்ள வேண்டியிருந்தது. ஆனாலும் திரிவேணி சங்கமத்தில் அவர்களுக்கான உரிமை எந்தக்காலத்திலும் மறுக்கப்பட்டதே இல்லை. 1860ஆம் ஆண்டில் பிரயாகையர்கள் சபை உருவாக்கப்பட்டதில் இருந்து, மிக முக்கியமான புனிதத்தலத்தில் அவர்களின் ஆதிக்கம் அதிகமானது. அதனால், இந்து பக்தர்களிடையே அவர்களுக்கு மிகப்பெரிய செல்வாக்கும் இருந்துவருகிறது. இத்தகைய சூழலில் கும்பமேளா காலத்தில் மட்டும், அந்த செல்வாக்கும் மரியாதையும் அகாராக்களுக்கு சென்றுவிடுவதில் பிரயாகையர்களுக்கு உடன்பாடு இல்லை. அதனால், அகாராக்களை எதிர்த்து திரிவேணி சங்கமப் பகுதியில் சங்கராச்சாரியார் சதுக்கத்தை உருவாக்கும் திட்டத்திற்காக சங்கரமடங்களுக்கு ஆதரவளிக்கும் வாய்ப்பினை பிரயாகையர்கள் பயன்படுத்திக்கொண்டனர்.

கும்பமேளா துவங்குவதற்கு இருவாரங்களுக்கு முன்னர் அந்நிகழ்வைப் புறக்கணிக்கப்போவதாக ஸ்வரூப்பானந்த சரஸ்வதி அறிவித்ததும், அதற்கு பிரயாகையர்கள் ஆதவளித்ததன் பின்னணியையும் நோக்கத்தினையும் இதன்மூலம் நாம் புரிந்துகொள்ளலாம். கும்பமேளா நடைபெறும் பகுதியில் சுமார் 588 ஏக்கர் நிலம் பிரயாகையர்களின் வசம்தான் இருக்கிறது. அந்த நிலத்தில் இருந்து எந்தப்பகுதியை வேண்டுமானாலும் சங்கராச்சாரியார் சதுக்கத்தை உருவாக்குவதற்கு தரத்தயாராக இருப்பதாகவும், கும்பமேளாவை புறக்கணிக்க வேண்டாம் என்றும் சங்கரமடங்களிடம் பிரயாகையர்கள் சபையின் தலைவராக அப்போதிருந்த அஜய் பாண்டே தெரிவித்தார்.[30] 2013ஆம் ஆண்டு கும்பமேளாவின் போதும் அது நடைமுறையில் சாத்தியமாகவில்லை என்றாலும் கூட, இப்போதும் அந்த சதுக்கத்தைக் கட்டுவதற்காக சங்கராச்சாரியார்களுக்கு நிலம் வழங்க பிரயாகையர்கள் தயாராகத்தான் இருக்கிறார்கள்.

சதுக்கத்தை உருவாக்குவதற்கு இடம் வழங்குவதாக பிரயாகையர்கள் வெளியிட்ட அறிவிப்பிற்கு, நான்கு பீடங்களின் சங்கராச்சாரியார்களும் வெளிப்படையாக

எந்த பதிலையும் தெரிவிக்கவில்லை என்றாலும் கூட, அந்த அறிவிப்பே அகாராக்களை அதிர்ச்சியடைய வைத்தது.

இவையனைத்தையும் ஒன்றாக இணைத்துப் பார்க்கையில், அச்சுதானந்த தீர்த்தரை ஆதரிப்பதெல்லாம் தங்களது எதிர்காலத்திற்கே மிகப்பெரிய ஆபத்து என்பதை அகாராக்கள் நன்கு உணர்ந்து தான் அவரை எதிர்த்திருக்கின்றன என்பதையும் நாம் நன்கு புரிந்துகொள்ளமுடியும்.

நன்றி

இந்நூலை எழுதுவதற்காக ஏறத்தாழ பத்தாண்டுகள் நான் உழைத்திருக்கிறேன். அதற்காக ஆய்வு செய்தபோதும், நூலாக அவற்றைத் தொகுத்து எழுதியபோதும், தொடர்ந்து செயல்படக்கூட முடியாத அளவிற்கான பல சவால்களை நான் எதிர்கொண்டிருக்கிறேன். அவற்றை எதிர்கொள்வதில் எனக்கு ஏராளமான தனிநபர்கள் உறுதுணையாக இருந்திருக்கின்றனர். அவர்களில் ஒருசிலர் மிகப்பெரிய உதவிகளையெல்லாம் கூட செய்திருக்கிறார்கள். அவர்கள் அனைவருக்கும் என்னால் இங்கே நன்றி சொல்லிவிடமுடியாது. அவர்களில் பலரும் தங்களது அடையாளத்தை வெளியே காட்டிக்கொள்ள விரும்பவில்லை. இருப்பினும் அவர்களைத் தவிர ஒருசிலரை இங்கே குறிப்பிட்டு நன்றி சொல்ல விரும்புகிறேன். மகேந்திர சிங் வர்மா, விஜய்பால் சிங், மேராஜுதின் கான், ஹர்தோஷ் சிங் பால், கிருஷ்ண ஜா, பஷரத் பேர் தினேஷ் சிங், இரகுநந்தன் தாஸ், பிரவீன் ஜா, இரஜனீஷ் குமார் சிங், அன்கித் கன்னா, சுவாமி சத்தியவிரதானந்த சரஸ்வதி, அஜிதா ஜி.எஸ் மற்றும் ஜனனி கணேசன் ஆகியோருக்கு என்னுடைய நன்றியைத் தெரிவித்துக் கொள்கிறேன். என்னுடைய அம்மாவிற்கும் இந்த வாய்ப்பினைப் பயன்படுத்தி நன்றி சொல்லிக்கொள்கிறேன். அவருடைய நினைவாற்றலுக்காகவே இந்நூலை அவருக்கு சமர்ப்பிக்கிறேன். என்னுடைய எழுத்துலக வாழ்க்கை முழுவதிலும் அவர் என்னுடன், எனக்காக, எனது பக்கம் நின்று ஆதரவுகொடுத்தார். ஆனால், அவரது திடீர் மரணத்தின் காரணமாக, இந்நூலின் இறுதிவடிவத்தை அச்சில் அவரால் காண முடியாமல் போய்விட்டது.

முடிவுரை

2019ஆம் ஆண்டின் நாடாளுமன்றப் பொதுத்தேர்தலுக்கு முன்பாக ஜனவரி-மார்ச் மாத காலகட்டத்தில் அலகாபாத் அர்த்தகும்பமேளா நடைபெற்றது. அதனை முன்னிட்டு, ஒரு பெரிய அரசியல் பிரச்சாரத்தை அரங்கேற்றிவிடலாம் என்று ஆர்எஸ்எஸ் திட்டமிட்டது. கும்பமேளா நிகழ்வின் பெயரையே கூட மாற்றும் முயற்சியில் ஆர்எஸ்எஸ் இறங்கியது. ஆர்எஸ்எஸ் இயக்கத்தினால் எந்தப் பலனும் கிடைக்காதவர்களை உள்ளடக்கிய பெரும்பாலான சாதுக்களிடையே அதற்கு பெரிய வரவேற்பு இல்லாமல் போனது. மதவெறியைத் தூண்டும் இராமர் கோவில் பிரச்சனையை ஊதிப்பெருதாக்கி, தேர்தல் ஆதாயம் பெற்றுவிடலாம் என்கிற பெரிய எதிர்ப்பார்ப்புடன் தர்ம சன்சத் என்கிற இயக்கத்தினை துவக்கியது விஹெச்பி. அவ்வியக்கத்தை துவாரகை பீடத்தின் சங்கராச்சாரியாரான ஸ்வரூப்பானந்த சரஸ்வதியும், அகில இந்திய அகாரா பரிஷத்தின் தலைவரான நரேந்திர கிரியும் கடுமையாக எதிர்த்து, புகழ்பெறவிடாமல் தடுத்துவிட்டனர்[1].

1989ஆம் ஆண்டில் நடைபெற்ற அலகாபாத் அர்த்தகும்பமேளாவிற்குப் பிறகு, மதத்தலைவர்களிடமும் அவர்களின் மடங்களிடமும், ஆசிரமங்களிடமும் அகாராக்களிடமும் தனக்கிருக்கிற செல்வாக்கைப் பயன்படுத்தி, சாதுக்களின் ஒட்டுமொத்த பிரதிநிதியாகவே தன்னை முன்னிறுத்தி வந்திருக்கிறது விஹெச்பி. சாதுக்களின் ஒரு பிரிவினர் விஹெச்பிக்கு ஆதரவாகவும், மற்றவர்கள் ஆதரவளிக்காமலும் இருந்திருக்கின்றனர். ஆதரவளிக்காமல் இருந்தவர்களும் கூட, பொதுவெளியில் பெரியளவுக்கு எதிர்ப்பினை வெளிக்காட்டாமல் அமைதியாக

விஹெச்பியின் செயல்பாடுகளில் இருந்து தள்ளித்தான் இருந்து வந்திருக்கின்றனர்.

அதேவேளையில், விஹெச்பியின் செயல்பாடுகளில் தனக்கு எவ்விதப் பங்குமில்லை என்கிற தோற்றத்தை வெளிக்காட்டிக்கொண்டே, பின்னால் இருந்து விஹெச்பியை இயக்கியது ஆர்எஸ்எஸ். கும்பமேளாவிலும் அர்த்தகும்பமேளாவிலும் தன்னுடைய பெயர் நேரடியாக எங்கேயும் எப்போதும் வெளியே தெரியாமல் ஆர்எஸ்எஸ் பார்த்துக்கொண்டது. ஆர்எஸ்எஸ் இயக்கத்தின் அடையாளத்தைக் காட்டிக்கொள்ளாமலேயே, கும்பமேளாக்களிலும் விஹெச்பி நடத்திய பல நிகழ்வுகளிலும் ஆர்எஸ்எஸ் இயக்கத்தின் தலைவர்கள் பங்கெடுத்திருத்திருக்கிறார்கள்.

கடந்த பல கும்பமேளாக்களாகவே பின்பற்றப்பட்டுவந்த இந்த நடைமுறையை சமீபத்தில் ஆர்எஸ்எஸ் உடைத்தெரிந்திருக்கிறது. மத்தியிலும் உத்தரப்பிரதேச மாநிலத்திலும் ஆட்சியதிகாரதில் இருக்கும் பாஜகவின் உதவியுடன், தேர்தலை கவனத்தில் வைத்துக்கொண்டே 2019ஆம் ஆண்டின் அர்த்தகும்பமேளாவிற்குள் அதிரடியாக நுழைந்தது ஆர்எஸ்எஸ். அரித்துவாரில் நடைபெறுவதைப் போன்ற பெரிய கும்பமேளாவாக இல்லாமல், சிறிய கும்பமேளா என்கிற வகையில்தான் காலங்காலமாக அலகாபாத்தில் அர்த்தகும்பமேளா நடைபெற்றுவந்திருக்கிறது. ஆனால், அர்த்தகும்பமேளா நிகழ்வை தேர்தல் ஆதாயத்திற்காகவே மிகப்பெரியதாகவும் பிரம்மாண்டமாகவும் காட்டவேண்டும் என்பதற்காக, அலகாபாத்தில் நடைபெறும் நிகழ்வினை அர்த்தகும்பமேளா என்று அழைக்காமல், கும்பமேளா என்றே பெயர்மாற்றும் முயற்சியில் ஆர்எஸ்எஸ் இறங்கியது. ஆர்எஸ்எஸ் இயக்கத்தின் கிளை இயக்கங்களான விஹெச்பி, பாஜக, பாஜகவின் மாணவர் அரங்கான அகில பாரதிய வித்தியார்த்தி பரிஷத், பண்பாட்டு அரங்கான சன்ஸ்கார் பாரதி, பழங்குடி அரங்கான வனவாசி கல்யாண் பரிஷத் போன்ற பல இயக்கங்களும் அலகாபாத் அர்த்தகும்பமேளாவில் திடீரென முளைத்திருந்தன.

இந்துத்துவ அரசியலின் சுவரொட்டி முகங்களான இந்தியப் பிரதமர் நரேந்திர மோடியும் உத்தரப்பிரதேச முதல்வர்

யோகி ஆதித்தியநாத்தும் கும்பமேளா பகுதிமுழுக்கவே பிரம்மாண்ட விளம்பரப் பலகைகளில் எங்குபார்த்தாலும் சிரித்துக்கொண்டிருந்தனர். அங்கு களத்தில் நடைபெற்ற சடங்குகளிலும் மதநிகழ்வுகளிலும் கலந்துகொண்டு, சாதுக்கள் மற்றும் பக்தர்களின் திருவிழா என்பதையெல்லாம் மறைத்து, அவையனைத்தும் ஆர்எஸ்எஸ் இயக்கத்தின் பிரச்சாரக் கூட்டங்கள் என்பதைப் போன்ற தோற்றத்தைக் கொடுத்துக்கொண்டிருந்தனர் ஆர்எஸ்எஸ் ஊழியர்கள்.

ஆர்எஸ்எஸ் இயக்கத்தினால் அர்த்தகும்பமேளாவின் பெயரை கும்பமேளா என்று மாற்றப்பட்டது தொடர்பாக, அகில இந்திய அகாரா பரிஷத்தின் பிரதிநிதிகளோ அல்லது அதன் தலைவரான நரேந்திர கிரியோ ஆரம்பத்தில் எவ்வித எதிர்ப்பையும் தெரிவிக்கவில்லை. கும்பமேளா என்று பொதுவாக அழைப்பதன் மூலமாக, அதிகமான சாதுக்களையும் பக்தர்களையும் ஈர்க்கமுடிந்தால் நல்லது தானே என்று நினைத்துவிட்டனர். ஆனால், அவர்களுடைய எதிர்பார்ப்புகள் ஈடேறவில்லை. சாதுக்களும் மடங்களும் ஆசிரமங்களும் அமைத்த முகாம்களில் எல்லாம் பக்தர்களின் எண்ணிக்கை மிகக்குறைவாகத் தான் இருந்தனர்.

'பக்தர்களின் பாரம்பரிய ஆன்மிக அறிவினை குறைத்துமதிப்பிடவே கூடாது. கும்பமேளாக்களும் அர்த்தகும்பமேளாக்களும் விண்ணுலக நட்சத்திரங்கள் மற்றும் கோள்களில் நிலையினை வைத்துதான் கணிக்கப்படுகின்றன. அவற்றையெல்லாம் ஒரு அரசு உத்தரவினாலோ, பாஜகவின் தேர்தல் பிரச்சாரத்திற்காகவோ மாற்றியமைத்துவிட முடியாது. இந்து மதத்தினுடைய நாள்காட்டியினைத் தான் இந்துக்கள் பின்பற்றுவார்கள். அதில் குறிப்பிடப்பட்டிருக்கிற தேதிகளின் அடிப்படையில் தான் புனிதப்பயணம் செல்வதையே அவர்கள் தீர்மானிப்பார்கள். இப்போது நடப்பது கும்பமேளா அல்ல என்றும், இது அர்த்தகும்பமேளா தான் என்றும் அவர்களுக்கு மிகநன்றாகவே தெரியும். அதனால் தான் கும்பமேளாவைவிட அர்த்தகும்பமேளாவுக்கு கூட்டமும் ஆர்வமும் எப்போதும் போல இப்போதும் குறைவாக இருக்கிறது' என்றார் மகாநிர்வானி அகாராவின் மகாமண்டலேஸ்வரரான மர்தந்து பூரி[2].

வலதுசாரி இந்துத்துவ அரசியல் செயல்திட்டத்தினை அமல்படுத்துவதற்காக, அர்த்தகும்பமேளா என்கிற ஒரு மதநிகழ்வையே மறைத்துவிட்டனர் என்று நான் உரையாடிய பல சாதுக்கள் என்னிடம் தெரிவித்தனர். 2014ஆம் ஆண்டு தேர்தலுக்கு முன்பாக உறுதியளிக்கப்பட்ட இராமர் கோவிலைக் கட்டுவதற்கான எந்த முயற்சியையும், கடந்த ஐந்தாண்டு கால ஆட்சியில் பாஜக எடுக்கவே இல்லையென்று வேறுசில சாதுக்கள் குற்றஞ்சாட்டினர்.

அர்த்தகும்பமேளாவில் மிகச்சில மதத்தலைவர்கள் மட்டுமே ஆர்எஸ்எஸ் - இன் நடவடிக்கைகளுக்கு எதிர்ப்பு தெரிவித்திருந்த போதும், ஆர்எஸ்எஸ் வகுத்திருந்த திட்டத்தை செயல்படுத்துவதற்கு அச்சுறுத்தலாகத்தான் அது இருந்தது. விஹெச்பி நடத்துவதாகத் திட்டமிட்டிருந்த இருநாள் தர்ம சன்சத் நிகழ்வுக்கு ஒருநாள் முன்னதாக ஜனவரி 30ஆம் தேதியன்று ஆர்எஸ்எஸ் இயக்கத்திற்கு ஒரு அதிர்ச்சி காத்திருந்தது. எதிர்வரும் பிப்ரவரி 21ஆம் தேதியன்று இந்துமதத் தலைவர்களும் சாதுக்களும் தன்னுடைய தலைமையில் அணிவகுத்து அயோத்திக்கு ஊர்வலமாகச் சென்று, இராமர் கோவில் கட்டுவதற்கான அடிக்கல் நாட்டப்படும் என்று அர்த்தகும்பமேளாவில் ஸ்வரூப்பானந்த சரஸ்வதி அறிவித்தார். ஆர்எஸ்எஸ் இயக்கத்தை அந்த அறிவிப்பு நிலைகுலைய வைத்தது. அந்த அறிவிப்பைக் கேட்டவுடன், இந்துத்துவ அரசியல்வாதிகளுடன் கைகோர்த்திருந்த சாதுக்களில் பலரும்கூட, விஹெச்பியின் தர்ம சன்சத் நிகழ்வில் கலந்துகொள்ளாமல் தவிர்த்தனர். பின்னாளில் ஜம்மு & காஷ்மீரின் புல்வாமா பகுதியில் மத்திய ரிசர்வ் காவல்படையினரின் மீது நடத்தப்பட்ட பயங்கரவாத நடவடிக்கையைக் காரணம் காட்டி அந்த ஊர்வலத்தை ஸ்வரூப்பானந்த சரஸ்வதி இரத்து செய்தார் என்றாலும் கூட, அர்த்தகும்பமேளாவில் சங்கப்பரிவாரம் திட்டமிட்டிருந்த தர்ம சன்சத் நிகழ்வை ஏற்கனவே தோல்வியடையச் செய்திருந்தது அவரது முந்தைய அறிவிப்பு.

அர்த்தகும்பமேளா நிகழ்வில் ஸ்வரூப்பானந்த சரஸ்வதியின் பேச்சுக்கு பதிலடி கொடுப்பதற்கான வழியினை ஆர்எஸ்எஸ் சிந்தித்துக்கொண்டு இருக்கும்போதே, தர்ம சன்சத் நிகழ்வு துவங்கும் நாளன்று அதனைப் புறக்கணிப்பதாக அகில இந்திய அகாரா பரிஷத் இயக்கம் அறிவித்தது. விஹெச்பி நடத்தும் ஒரு

நிகழ்வில் சாதுக்கள் யாரும் கலந்துகொள்ளக்கூடாது என்று கடந்தகாலத்தில் எப்போதுமே அகில இந்திய அகாரா பரிஷத் வெளிப்படையாக அறிவித்ததே கிடையாது. இப்படியான அறிவிப்பு வெளியானதும், விஹெச்பியின் உயர்மட்ட நிர்வாகிகளையும் பாஜகவின் மூத்த தலைவர்களையும் சந்தித்தார் ஆர்எஸ்எஸ் இயக்கத்தின் தலைவரான மோகன் பகவத். லக்னோவில் இருந்து உடனடியாக அர்த்தகும்பமேளா நடக்கும் அலகாபாத்துக்கு பயணித்து மோகன் பகவத்தையும் மற்ற முக்கிய மதத்தலைவர்களையும் சாதுவும் முதல்வருமான யோகி ஆதித்தியநாத் சந்தித்தார். ஆனால், இவர்கள் அனைவரின் கோரிக்கையையும் அகில இந்திய அகாரா பரிஷத் நிராகரித்துவிட்டது.

'பாஜகவிற்காக விஹெச்பி வேலை செய்கிறது. அதனால் விஹெச்பியிடம் இருந்தும் அரசியலில் இருந்தும் சாதுக்கள் தள்ளியே இருக்கவேண்டும். அதனையொட்டிதான் விஹெச்பி நடத்தும் தர்ம சன்சத் நிகழ்வினை பொதுவான சாதுக்கள் அனைவரும் புறக்கணிக்க வேண்டும் என்கிற முடிவினை அகில இந்திய அகாரா பரிஷத் எடுத்தது' என்று என்னிடம் தெரிவித்தார் நரேந்திர கிரி[3.]

'இது இன்று திடீரென வெளியே தெரிந்த இரகசியம் இல்லையே. பாஜகவிற்காகத் தானே விஹெச்பி எப்போதும் வேலை செய்து வந்திருக்கிறது. இதற்கு முன்னால் இப்படியானதொரு முடிவினை அகில அகாரா பரிஷத் ஏன் எடுக்கவில்லை?' என்று அவரிடம் நான் வினவினேன்.

'உண்மையைச் சொல்ல வேண்டுமென்றால், அரசியல் நம்மைத் தூண்டில் போட்டு இழுக்கும். ஆனால், காலப்போக்கில் அதனால் எந்தப்பலனும் ஆதாயமும் நமக்குக் கிடைக்கப்போவதில்லை என்பதைப் புரிந்துகொள்ளமுடியும். இதனை நான் முன்பே உணர்ந்திருந்தால் நன்றாக இருந்திருக்கும்' என ஒரு அரசியல்வாதியைப் போன்று சிரிப்பை உதிர்த்துக்கொண்டே கூறினார் நரேந்திர கிரி.

உத்தரப்பிரதேசத்தில் பாஜகவுக்குப் போட்டியாக இருக்கிற சமாஜ்வாதி கட்சியுடன் நரேந்திர கிரி கைகோர்த்துவிட்டதாகவும், அதனால் தான் விஹெச்பி நடத்திய தர்ம சன்சத் நிகழ்வை புறக்கணிக்கும் முடிவினை எடுத்ததாகவும் ஒரு பேச்சு அடிபடுகிறது. அதேபோல, அர்த்தகும்பமேளாவில் ஆர்எஸ்எஸ்

மற்றும் அதன் துணை இயக்கங்களே முதல்மரியாதையினைப் பெற முயற்சிசெய்வதில் அகாராக்களுக்கு உடன்பாடு இல்லை என்றும் கூறப்படுகிறது. அகில இந்திய அகாரா பரிஷத்தின் முடிவுக்கு எது காரணமாக இருந்தாலும், பெரும்பாலான சாதுக்களை தர்ம சன்சத் நிகழ்விலிருந்து அம்முடிவு தள்ளி வைத்துவிட்டது என்பது மட்டும் உண்மை.

சாதுக்களின் வருகை குறைந்ததோடு மட்டுமல்லாமல், அடுத்ததாக என்ன செய்வது என்றே தெரியாமல், இராமர் கோவில் கட்டுவது தொடர்பான பேச்சையே ஆர்எஸ்எஸ் அப்போது கைவிட்டது. அதற்கு பதிலாக, சாதுக்களிடையே பிரிவினையைத் தூண்ட முயற்சி செய்தது ஆர்எஸ்எஸ்[4]. விஹெச்பியின் தர்ம சன்சத் நிகழ்வுக்கு வரவிடாமல் சாதுக்களை தடுத்தவர்களின் 'சூழ்ச்சி'யை இந்துக்கள் முறியடிக்கவேண்டும் என்கிற வகையிலேயே அம்மாநாட்டில் கலந்துகொண்ட இந்துத்துவவாதிகள் அனைவரும் பேசினர்[5]. 2019ஆம் ஆண்டு மே மாதத்தில் நடைபெறவிருந்த தேர்தல் வரையிலும் இராமர் கோவில் குறித்து பேசுவதை நிறுத்திவைப்பதாக அம்மாநாட்டில் ஒரு தீர்மானமும் நிறைவேற்றப்பட்டது[6].

'இராமர் கோவில் கட்டுகிற ஒரு புனிதமான வாய்ப்பினை அரசியல் ஆதாயத்திற்காக போலிமதசார்பற்ற குழுக்களிடம் ஒப்படைப்பதற்கு சந்த் சமாஜம் ஒரு போது துணையாக இருக்காது' என்று சீக்கிய குழுக்களின் ஒருங்கிணைந்த அமைப்பான சந்த் சமாஜம் அறிவித்தது. ஆர்எஸ்எஸ் இயக்கமும் விஹெச்பியும் அதற்கு முன்னர் சில மாதங்களாகவே அளித்துவந்த வாக்குறுதிகளுக்கெல்லாம் நேரெதிரான நிலைப்பாடாகத் தான் இது இருந்தது.

தர்ம சன்சத் நிகழ்வு நடைபெற்ற மறுநாளே, ஆர்எஸ்எஸ் இயக்கத்திற்கு எதிரான சாதுக்களை எல்லாம் ஒருங்கிணைத்து ஒரு கூட்டத்தை ஏற்பாடு செய்திருந்தார் மிகப்பிரபலமான மதத்தலைவரான நாம்தியோ தாஸ் தியாகி. அவருக்கு கம்ப்யூட்டர் பாபா என்று இன்னொரு பெயரும் உண்டு. அவர் ஏற்பாடு செய்த நிகழ்வினால், ஆர்எஸ்எஸ் இயக்கத்திற்கு மேலும் பெரிய இடிவிழுந்தது போலானது. 2018ஆம் ஆண்டு நவம்பர் மாதத்தில் மத்திய பிரதேச தேர்தலில் பாஜகவை காங்கிரஸ் தோற்கடிப்பதற்கு மிகமுக்கியமான காரணமாக இருந்தவர் தான் கம்ப்யூட்டர் பாபா.

வானொலியில் நரேந்திர மோடி உரையாற்றும் மன்கீபாத் (மனதின் குரல்) நிகழ்வினை கேலிசெய்யும் விதமாக, ‘சாதுக்களுடைய மனதின் குரல்’ என்று தான் ஏற்பாடு செய்த மாநாட்டிற்கு பெயர்வைத்தார் கம்ப்யூட்டர் பாபா. ஆர்எஸ்எஸ் நடத்திய தர்ம சன்சத் நிகழ்வில் இராமர் கோவில் விவகாரமே ஓரங்கட்டப்பட்டதை எதிர்த்து கம்ப்யூட்டர் பாபாவின் மாநாட்டில் சாதுக்கள் கொதித்தெழுந்தனர். அடுத்த வரவிருந்த மக்களவைத் தேர்தலில் பாஜகவைத் தோற்கடிக்கப் போவதாக அவர்கள் உறுதிமொழி எடுத்துக்கொண்டனர்.

‘இராமர் கோவில் கட்டுகிறோம் என்று 2014ஆம் ஆண்டில் வாக்குறுதி கொடுத்து ஆட்சிக்கு வந்த பாஜக, கடந்த ஐந்தாண்டுகளாக அதுதொடர்பாக எந்த நடவடிக்கையுமே எடுக்காமல் இந்துக்களை ஏமாற்றிவிட்டது. அதனால், 2019ஆம் ஆண்டு தேர்தலுக்கு முன்பாகவே இராமர் கோவில் கட்டுவது தொடர்பாக ஒரு சட்டத்தை நிறைவேற்றாவிட்டால், அக்கட்சியை ஆட்சிக்கட்டிலில் இருந்து வெளியேற்றிவிடுவோம்’ என்று என்னிடம் கூறினார் கம்ப்யூட்டர் பாபா[7].

இவையெல்லாமும் சேர்ந்து, ஆர்எஸ்எஸ் இயக்கத்திற்கு சாதுக்களிடையே இருக்கும் செல்வாக்கினை ஒட்டுமொத்தமாக சரித்துவிட்டது என்று சொல்லிவிடமுடியாது. ஆனாலும், அர்த்தகும்பமேளாவினை தேர்தல் பிரச்சாரக் களமாக மாற்றும் சங்கப்பரிவார இயக்கங்களின் திட்டங்களெல்லாம் தோல்வியடைந்துவிட்டன என்பது உறுதியாகத் தெரிந்தது. சாதுக்களின் வெளிப்படைத்தன்மையற்ற குழப்பமான ஆன்மிக உலகை, தன்னுடைய கட்டுப்பாட்டில் கொண்டுவந்து ஆதிக்கம் செலுத்துவது எவரொருவருக்கும் கடினமானது தான். அப்படியே ஆதிக்கம் செலுத்தினாலும், அது நீண்டகாலம் நீடிக்கும் என்பதற்கான எந்த உறுதியான உத்திரவாதமும் இல்லை.

◆◆◆

குறிப்புகள்

முன்னுரை

1. Walter K. Andersen and Shridhar D. Damle, *The Brotherhood in Saffron,* Westview Press, Boulder and London, 1987, p. 133.
2. *Organiser* (Diwali Special, 1964), Bharat Prakashan, Delhi, p. 15.
3. Christophe Jaffrelot, *The Hindu Nationalist Movement and Indian Politics,* Hurst & Company, London, 1993, p. 353.
4. *Organiser* (1 August 1982), Bharat Prakashan, Delhi, p. 1.
5. Jaffrelot, *The Hindu Nationalist Movement,* p. 353.
6. Richard H. Davis, 'Contesting the Nation: Religion, Community and the Politics of Democracy in India' in David Ludden (ed.), *The Iconography of Rama's Chariot,* University of Pennsylvania Press, Philadelphia, 1996, pp. 42–43.
7. Sir Jadunath Sarkar, *A History of Dasnami Naga Sanyasis,* Shri Panchayati Akhara Mahanirvani, Allahabad, 1958, pp. 262–286
8. Ibid., pp. 123–261. See also William R. Pinch, *Warrior Ascetics and Indian Empires,* Cambridge University Press, 2006.
9. Ibid., p. 158.
10. Ibid., pp. 163–166.
11. Ibid., p. 178.
12. Richard B. Barnett, *North India Between Empires: Awadh, the Mughals, and the British,* 1720–1801, University of California Press, Berkeley, 1980, p. 79.
13. P.N. Bhalla, 'The Gosain Brothers', *Journal of Indian History,* vol. 23, part 2, no. 68 (August 1944), pp. 128–36.
14. The Mughal Emperor's farman granting diwani (the right of civil and revenue administration) to the Company covered the territories of present-day Bihar, West Bengal, Bangladesh, Orissa and parts of Assam.
15. J.M. Ghosh, *Sannyasi and Fakir Raiders in Bengal,* Bengal Secretariat Book Depot, Calcutta, 1930, p. 36.
16. A.N. Chandra, *The Samnyasi Rebellion,* Ratna Prakashan, Calcutta, 1977.
17. David N. Lorenzen, 'Warrior Ascetics in Indian History', *Journal of the American Oriental Society,* vol. 98, no. 1 (1978), p. 74.
18. Pinch, *Warrior Ascetics and Indian Empires,* p. 84.
19. Chandra, *The Sannyasi Rebellion,* pp. 84, 101–14.
20. Ibid., pp. 131–137.
21. William R. Pinch, *Peasants and Monks in British India,* University of California Press, Berkeley, 1996, p. 31.
22. Matthew Clark, *The Dashanami-Samnyasis, Brill,* London–Boston, 2006, p. 261.
23. Robert Lewis Gross, *The Sadhus of India, Rawat Publications,* Jaipur–New Delhi, 1992, p. 163.

24. J.N. Farquhar, 'The Fighting Ascetics of India', *Bulletin of the John Rylands Library*, vol. 9, no. 2 (July 1925), pp. 431–52. See also his 'The Organization of the Sannyasis of the Vedanta', Journal of the Royal Asiatic Society of Great Britain and Ireland (July 1925), pp. 479–86.
25. Farquhar, *'The Organization of the Sannyasis of Vedanta'*, p. 483.
26. Ibid.
27. Farquhar, *The Fighting Ascetics of India*.
28. Lorenzen, 'Warrior Ascetics in Indian History', pp. 68–69.
29. Pinch, *Warrior Ascetics and Indian Empires*, pp. 28–29.
30. W.G. Orr, 'Armed Religious Ascetics in North India', *The Bulletin of the John Rylands Library*, vol. 24, no. 1 (1940), pp. 88–90.

1. புனித 'கொலை' நகரம்

1. Author's interview with Ram Asare Das conducted on 16 and 21 November 2012 in Ayodhya.
2. Author's interview with Brijmohan Das conducted on 20 November 2012 in Ayodhya.
3. For details, see Krishna Jha and Dhirendra K. Jha, *Ayodhya: The Dark Night*, HarperCollins Publishers India, New Delhi, 2012.
4. *Organiser* (22 April 1984), Bharat Prakashan, Delhi, pp. 1–2.
5. Christophe Jaffrelot, *The Hindu Nationalist Movement and Indian Politics,* Hurst & Company, London, 1993, p. 363.
6. Peter van der Veer, 'God must be Liberated!', Modern Asian Studies, vol. 21. no. 2 (1987), 283–301.
7. Ibid., p. 298.
8. Ibid., pp. 298–299.
9. Jaffrelot, *The Hindu Nationalist Movement*, p. 372.
10. van der Veer, 'God must be Liberated!', p. 300.
11. Author's interview with Nandini Dasi conducted on 19 January 2013 in Ayodhya.
12. Author's interview with Ramlakhan Das conducted on 12 November 2012 and 20 January 2013 in Ayodhya.
13. Peter van der Veer, *Gods on Earth: The Management of Religious Experiences and Identity in a North Indian Pilgrimage Centre,* Oxford University Press, Delhi, 1989, p. 180.
14. Sondra L. Housner, *Wandering with Sadhus,* Foundation Books, New Delhi, 2012, p. 74.
15. Robert Lewis Gross, *The Sadhus of India,* Rawat Publications, Jaipur and New Delhi, 1992, p. 318.
16. J.C. Nesfield, *Brief View of the Caste System of the N.W. Provinces and Oudh*, Government Press, Allahabad, 1885, p. 60.

2. அயோத்தி குண்டர்கள்

1. Author's interview with Ajit Das conducted on 19 January 2013 in Ayodhya.
2. Author's interview with Dharam Das conducted on 20 November 2012 in Ayodhya, on 6 February 2013 and 10 May 2013 in Allahabad.
3. Christophe Jaffrelot, *The Hindu Nationalist Movement and Indian Politics*, Hurst & Company, London, 1993, p. 469.
4. *Statesman,* 21 April 1993.
5. Jaffrelot, *The Hindu Nationalist Movement*, p. 470.
6. *India Today,* 30 June 1993.
7. Jaffrelot, *The Hindu Nationalist Movement*, p. 470.
8. *Frontline,* 16 July 1993.
9. *Times of India*, 29 October 1993.
10. G.S. Ghurye, *Indian Sadhus*, Popular Prakashan, Bombay, 1964, p. 165.
11. Ibid., p. 177.
12. Ibid., p. 177–178.
13. Ibid., pp. 178–179.
14. Mathew Clark, *The Dashnami Sanyasis,* Brill, Lieden–Boston, 2006, pp. 57–59.
15. Peter Van der Veer, *Gods on Earth: The Management of Religious Experiences and Identity in a North Indian Pilgrimage Centre,* Oxford University Press, Delhi, 1989, p. 146.
16. Ibid., pp. 149–150.
17. Ibid., pp. 143–144.
18. *Niyamavali Hanumangarhi,* Varma Printing Press, Ayodhya, 1963, pp. 1–10.
19. Robert Lewis Gross, *The Sadhus of India,* Rawat Publications, Jaipur–New Delhi, 1992, p. 318.
20. For details, see *Niyamavali Hanumangarhi.*
21. For details, see Krishna Jha and Dhirendra K. Jha, *Ayodhya: The Dark Night,* HaperCollins Publishers India, New Delhi, 2012.

3. கும்பமேளா என்னும் அரசியல் மேடை

1. Author's interview with Yatindranand Giri conducted on 12 January 2013, 12 May and 18 May 2018.
2. *Organiser* (11 February 1979), Bharat Prakashan, Delhi.
3. Christophe Jaffrelot, *The Hindu Nationalist Movement and Indian Politics,* Hurst & Company, London, 1993, pp. 357–358.
4. *Organiser* (1 August 1982).
5. Author's interview with Vijay Kaushal conducted on 18 May 2018.
6. Author's interview with Yatindranand Giri conducted on 12 January 2013, 12 May and 18 May 2018.
7. *Samanvay: Shri Swami Satyamitranand Giri Abhinandan Granth,* Mahamandaleshwar Shri Swami Abhinandan Granth Samiti, Jabalpur, 1999, p. 8.

8. Swami Shraddhanand, *Hindu Sangathan: Saviour of the Dying Race*, 1926, pp. 140–141.
9. Sumathi Ramaswamy, *The Goddess and the Nation: Mapping Mother India*, Duke University Press, Durham and London, 2010, p. 166.
10. Lise McKean, *Divine Enterprise: Gurus and the Hindu Nationalist Movement*, The University of Chicago Press, Chicago and London, 1996, p. 148.
11. Ibid., pp. 148–149.
12. For details, see Krishnakant Chaturvedi and Brahmajeet Sharma, *Divyalok: Parivrajak Ki Divya Yatra*, Samanvaya Prakashan, Haridwar, 1986.
13. McKean, *Divine Enterprise*, pp. 124–163.
14. Author's interview with Akhileshwaranand Giri conducted on 25 May 2018.
15. *Patriot*, 23 January 1966, p. 4.
16. Jaffrelot, *The Hindu Nationalist Movement*, p. 206.
17. *Patriot* (8 November 1966), p. 1.
18. Ibid.
19. Jaffrelot, *The Hindu Nationalist Movement*, p. 211.
20. *Times of India*, 23 January 1977.
21. Author's interview with Jitendranand Saraswati conducted on 25 May 2018.
22. *The Statesmen*, 1 February 1989, p. 7.
23. Mark Tully, *The Kumbha Mela*, Indica Books, Varanasi, 2001, p. 29.
24. Jaffrelot, *The Hindu Nationalist Movement*, p. 373.
25. Tully, *The Kumbha Mela*, pp. 31–32.
26. *Patriot*, 23 January 1966, p. 4.
27. *Statesman*, 1 February 1989, p. 7.
28. *Statesman*, 3 February 1989, p. 4.
29. *Sunday Pioneer*, 21 January 2001.
30. *The Collected Works of Mahatma Gandhi*, The Publications Division, 1966, vol. 16 (November 1920–April 1921), p. 257.
31. *Report of Sadhus Taking Part in Non-cooperation*, Political Department, Special Section (PDSS), Bihar State Archives, Patna, 1921, part 2, fol. 3, file no. 80.
32. Ibid.
33. Between the years 1920 and 1935, a good number of reports on the subject of 'political sadhus' was compiled by the intelligence department as is evident in the index to the PDSS files in the Bihar State Archives, Patna.
34. Gyanendra Pandey, *The Ascendancy of the Congress in Uttar Pradesh: A Study in Imperfect Mobilisation*, 1926–34, Oxford University Press, Delhi, 1978, p. 104.
35. William Gould, *Hindu Nationalism and the Language of Politics in Late Colonial India*, Cambridge University Press, Delhi, 2004, p. 48.
36. Ibid., p. 49.
37. Ibid., p. 49.
38. Ibid., p. 63.
39. Ibid., p. 49.
40. Ibid., pp. 49–50.
41. *Leader*, 24 January 1942, p. 3.

4. 'கால் உடைப்பு' பரிசோதனை

1. 'Lack of Fresh Blood Bares Naga Sadhus to Near Extinction', *The Economic Times,* 4 February 2013, http://economictimes.indiatimes.com/slideshows/nation-world/lack-of-fresh-blood-bares-naga-sadhus-to-near-extinction/many-akharas-parading-fake-nagas-at-kumbh/slideshow/18330229.cms; http://daily.bhaskar.com/news/MK-NE-allahabad-know-what-is-pushing-naga-sadhus-towards-extinction-4168835-PHO.html.
2. *Report of the Kumbh Tragedy Enquiry Committee,* Police Department, UP State Archives, Lucknow, file no. 1041/54, p. 153.
3. Kama Maclean, *Pilgrimage and Power: The KumbhMela in Allahabad,* 1765–1954, Oxford University Press, Delhi, 2008, p. 205.
4. Author's interview with Kanhaiya Lal and his friends, Gopal, Ilam and Ballu, conducted on 30 October 2012, 28 November 2012, 19 December 2012 and 14 January 2013. The first three interviews were conducted in Haridwar and the last one in Allahabad.
5. For details, see Jadunath Sarkar, *A History of Dasanami Naga Sanyasis,* Shri Panchayati Akhara Mahanirvani, Allahabad, 1958, pp. 65–76, Clark, Matthew, The Dasanami Samnyasis, Brill, Leiden-Boston, 2006, pp. 81–99.
6. Author's interview with Anand Giri conducted on 14 April 2013 in Joshimath.
7. Author's interview with Ravindra Puri conducted on 30 July 2012 in Haridwar.
8. J.N. Farquhar, 'The Fighting Ascetics of India', *Bulletin of the John Rylands Library,* vol. 9 (1925), p. 485.
9. G.S. Ghurye, *Indian Sadhus,* Popular Prakashan, Bombay, 1964, p. 113.
10. Robert Lewis Gross, *The Sadhus of India,* Rawat Publications, Jaipur–New Delhi, 1992, pp. 125–126.
11. Roderick Neill, *Sadhus and Hippies,* Quest, Bombay, 1970, p. 23.
12. Gross, *The Sadhus of India,* p. 133.
13. Sondra L. Hausner, *Wandering with Sadhus,* Foundation Books, Delhi, 2007, p. 127.
14. Ghurye, *Indian Sadhus,* pp. 98–99.
15. Kama Maclean, 'Seeing, Being Seen and Not Being Seen: Pilgrimage, Tourism, and Layers of Looking at the KumbhMela', *Cross Currents,* vol. 59, no. 3 (September 2009), p. 327.
16. *Maharashtra State Gazetteers: Nasik District,* Government of Maharashtra, Bombay, 1975, p. 964.
17. For details, see *Report of the Kumbh Tragedy Enquiry Committee*
18. Ibid., pp. 152–153.
19. Ibid., p. 155.
20. *UP Information Newsletter No. 146,* UP Government Archive, Lucknow, 14 November 1958, file no. 69M/54.

5. நாவல் மரமும் நாக சாதுவும்

1. Author's interview with Shivraj Giri conducted on 8 March 2013 in Delhi and 19 April 2013 and 10 May 2013 in Haridwar.
2. Jadunath Sarkar, *A History of Dasanami Naga Sanyasis,* Shri Panchayati Akhara Mahanirvani, Allahabad, 1958, pp. 57–59.
3. G.S. Ghurye, *Indian Sadhus,* Popular Prakashan, Bombay, 1964, p. 106.
4. Matthew Clark, *The Dasanami Sanyasis,* Brill, Leiden–Boston, 2006, p. 69.
5. Surajit Sinha and Baidyanath Saraswati, *Ascetics of Kashi,* NK Bose Memorial Foundation, Varanasi, 1978, p. 87.
6. Ibid., p. 90.
7. Soma Wadhwa, 'Haridwar's Unholy Wars', *Outlook,* 11 May 1998.
8. Author's interview with Vinod Rawat conducted on 11 May 2013 in Haridwar.
9. Author's interview with Harish Sharma conducted on 11 May 2013 in Haridwar.

6. பெயரில் என்ன இருக்கிறது?

1. Surajit Sinha and Baidyanath Saraswati, *Ascetics of Kashi,* NK Bose Memorial Foundation, Varanasi, 1978, p. 98.
2. *Amar Ujala,* 5 August 2012.
3. *Amar Ujala,* 4 August 2012.
4. *Amar Ujala,* 8 August 2012.
5. *Dainik Jagran,* 24 January 2013.
6. *Dainik Jagran,* 25 January 2013.
7. Author's interview with Divyanand Saraswati conducted on 2 March 2013 and 10 April 2018 in Haridwar.
8. 'Ashram, Ram Rahim, Rampal: The 14 Fake Babas Put on Boycott List', *Hindustan Times,* 11 September 2017, https://www.hindustantimes.com/india-news/asaram-gurmeet-ram-rahim-on-fake-baba-list-meet-the-14-faces-hindu-sadhus-want-boycotted/story-JYEQQkSYOOBFFQzKfbD7UP.html.
9. For details, see H.H. Wilson, *Religions of Hindus, Vol. I: Essays and Lectures on Religious Sects of the Hindus*, Asian Publication Services, Delhi, 1976. The book was first published in 1861.
10. G.S. Ghurye, *Indian Sadhus,* Popular Prakashan, Bombay, 1964, pp. 109–110.
11. Sinha and Saraswati, *Ascetics of Kashi,* pp. 96–97.
12. Ibid.
13. Swami Sadananda Giri, *Society and Sanyasin: A History of the Dasanami Sanyasins,* Kriyayoga Ashrama, Rishikesh, 1976, pp. 50–53.
14. Shri Mahant Lal Puri, *Dashanam Naga Sanyasi evam Shri Panchayati Akhara Mahanirvani,* Shri Panchayati Akhara Mahanirvani, Kankhal, Haridwar, 2001, pp. 133–134.
15. G.S. Ghurye, *Indian Sadhus,* pp. 109
16. Sinha and Saraswati, *Ascetics of Kashi,* p. 97.
17. Ibid., p. 98.

18. Shri Mahant Lal Puri, *Dashanam Naga Sanyasi evam Shri Panchayati Akhara Mahanirvani*, Shri Panchayati Akhara Mahanirvani, Kankhal, Haridwar, 2001, pp. 133–134.
19. Matthew Clark, *The Dasanami-Samnyasis,* Brill, Leiden–Boston, 2006, p. 48.
20. Ibid., p. 76.
21. Sinha and Saraswati, *Ascetics of Kashi*, p. 98.
22. *Mail Today,* 13 February 2013.
23. Ibid.
24. *Hindustan Times*, 6 February 2013.
25. *Dainik Jagran,* 8 February 2013.
26. Author's interview with Divyanand Saraswati conducted on 2 March 2013 in Haridwar.
27. Peter van der Veer, 'God must be Liberated!', Modern Asian Studies, vol. 21. no. 2 (1987), 101–102.
28. Ibid., p. 102.
29. Ibid., p. 103.
30. Swami Bhagavadacharya, 'Shri Paramparaparitran', in Shrimahant Harinamdas Vedanti (ed.), *Shri Sampradaya Manthan,* JGR Swami Haryacharya Prakashan, Varanasi, 2001, pp. 113–143.
31. Swami Bhagavadacharya, *Swami Bhagavadacharya,* Shri Ramananda Sahitya Mandir, Alvar, 1958, p. 86.
32. van der Veer, 'Gods on Earth', p. 103.
33. Ibid., pp. 105–123. See also Bhagavadacharya, 'Shri Paramparaparitran'.

7. இந்துமதத்தின் இறைத்தூதர்களா சங்கராச்சாரியார்கள்

1. Author's interview with Achyutanand Tirth conducted on 26 April 2018 at his ashram, Bhuma Niketan, Haridwar.
2. *Times of India,* 22 February 2017.
3. *Times of India,* 4 March 2017.
4. Author's interview with Avimukteshwaranand Saraswati conducted on 12 January 2013 in Allahabad.
5. Matthew Clark, *The Dashanami-Samnyasis,* Brill, Leiden–Boston, 2006, pp. 114–119.
6. Ibid., p. 122.
7. Ibid., p. 145.
8. *Tehelka* (Hindi), 15 February 2013.
9. Clark, *The Dashanami-Samnyasis*, p. 131.
10. *Patrika,* 18 December 2018.
11. Christophe Jaffrelot, *The Hindu Nationalist Movement and Indian Politics,* Hurst & Company, London, 1993, p. 357.
12. *Tehelka* (Hindi), 15 February 2013.
13. Acharya Baldev Upadhyaya, *Kashi Ke Panditya Parampara,* Vishwavidyalaya Prakashan Varanasi, 1983, pp. 209, 216.

14. *Pitambaramrita*, no. 12 (December 2017), p. 17.
15. Ibid.
16. Author's interview with Kamalkant Tripathi conducted on 10 May 2018 in Varanasi.
17. *Times of India*, 25 February, 2017.
18. Author's interview with Prof. Anjaneya Sastri conducted on 4 May 2018 in Varanasi.
19. Author's interview with Hariprasad Adhikari conducted on 9 May 2018 in Varanasi.
20. Author's interview with Prof. Ramesh Kumar Pandey conducted on 4 May 2018 in New Delhi.
21. *Pitambaramrita*, p. 15.
22. Ibid.
23. Author's interview with Kamalkant Tripathi conducted on 10 May 2018 in Varanasi.
24. *The Hindu*, 26 January 2013.
25. Author's interview with Avimukteshwaranand Saraswati conducted on 12 January 2013 in Allahabad.
26. *Dainik Jagran*, 31 December 2012.
27. *Dainik Jagran*, 3 January 2013.
28. *The Hindu*, 26 Januaray 2013.
29. Clark, *The Dashanami-Samnyasis*, p. 298.
30. *Dainik Jagaran*, 31 December 2012.

முடிவுரை

1. In a press conference held on 27 October 2018, the VHP working president Alok Kumar declared that a date for the construction of Ram temple in Ayodhya would be announced at the Dharma Sansad during the Ardh Kumbh at Prayagraj. https://www.amarujala.com/india-news/vhp-said-that-dharm-sansad-in-kumbh-will-decide-the-date-of-ram-mandir-construction.
2. Author's interview with Martand Puri conducted on 20 January 2019 in the Ardh Kumbh Mela area in Allahabad.
3. Author's interview with the AIAP president Narendra Giri conducted on 1 February 2019 in Ardh Kumbh Mela area at Prayagraj.
4. 'Did VHP and RSS Stop Ram Temple Plans because of Congress?', *Caravan*, 7 February 2019, https://caravanmagazine.in/politics/ram-temple-agitation-on-hold-rss-vhp-congress.
5. Ibid.
6. Ibid.
7. Author's interview with Computer Baba conducted on 2 February 2019 in Ardh Kumbh Mela area in Allahabad.

SELECT BIBLIOGRAPHY

ஆவணங்களும் அறிக்கைகளும்

Maharashtra State Gazetteers: Nasik District, Government of Maharashtra, Bombay, 1975.

Niyamavali Hanumangarhi, Varma Printing Press, Ayodhya, 1963.

Report of the Kumbh Tragedy Enquiry Committee, Police Department, UP State Archives, Lucknow, file no. 1041/54.

Report of Sadhus Taking Part in Non-cooperation, Political Department, Special Section (PDSS), Bihar State Archives, Patna, 1921, part 2, fol. 3, file no. 80.

The Collected Works of Mahatma Gandhi, The Publications Division, 1966, vol. 16 (November 1920–April 1921).

UP Information Newsletter No. 146, UP Government Archive, Lucknow, 14 November 1958, file no. 69M/54.

நூல்களும் பருவ இதழ்களும்

Acharya Baldev Upadhyaya, *Kashi Ke Panditya Parampara,* Vishwavidyalaya Prakashan, Varanasi, 1983.

Alfonso Caycedo, *India of Yogis,* National Publishing House, Delhi, 1966.

A.N. Chandra, *The Samnyasi Rebellion,* Ratna Prakashan, Calcutta, 1977.

C.J. Fuller, *The Camphor Flame: Popular Hinduism and Society in India,* Princeton University Press, Princeton and Oxford, 2004.

Christophe Jaffrelot, *The Hindu Nationalist Movement and Indian Politics,* Hurst & Company, London, 1996.

Daniel Gold, *The Lord as Guru: Hindi Sants in the Northern Indian Tradition,* Oxford University Press, New York, 1987.

David N. Lorenzen, 'Warrior Ascetics in Indian History', *Journal of the American Oriental Society,* vol. 98, no. 1 (January–March 1978).

Dilip Kumar Roy and Indira Devi, *Kumbh: India's Ageless Festival,* Bharatiya Vidya Bhavan, Bombay, 1955.

G.S. Ghurye, *Indian Sadhus,* Popular Prakashan, Bombay, 1953.

G.S. Ghurye, Caste, *Class and Occupation,* Popular Book Depot, Bombay, 1961.

Gyanendra Pandey, *The Ascendancy of the Congress in Uttar Pradesh: A Study in Imperfect Mobilisation,* 1926-34, Oxford University Press, Delhi, 1978.

H.H. Wilson, *Religions of Hindus,* Vol. I: Essays and Lectures on Religious Sects of the Hindus, Asian Publication Services, Delhi, 1976.

Jadunath Sarkar, *A History of Dasanami Naga Sanyasis,* Shri Panchayati Akhara Mahanirvani, Allahabad, 1958.

J.M. Ghosh, *Sannyasi and Fakir Raiders in Bengal,* Calcutta: Bengal Secretariat Book Depot, 1930.

J.N. Farquhar, 'The Fighting Ascetics of India', *Bulletin of the John Rylands Library,* vol. 9, no. 2 (July 1925).

J.N. Farquhar, 'The Organization of the Sannyasis of the Vedanta', *Journal of the Royal Asiatic Society of Great Britain and Ireland* (July 1925).

Kama Maclean, *Pilgrimage and Power: The Kumbh Mela in Allahabad*, 1765-1954, Oxford University Press, Delhi, 2008.

Kama Maclean, 'Seeing, Being Seen and Not Being Seen: Pilgrimage, Tourism, and Layers of Looking at the KumbhMela', *Cross Currents,* vol. 59, no. 3 (September 2009).

Krishna Jha and Dhirendra K. Jha, *Ayodhya: The Dark Night,* HarperCollins Publishers India, New Delhi, 2012.

Krishnakant Chturvedi and Brahmajeet Sharma, *Divyalok: Parivrajak Ki Divya Yatra,* Samanvaya Prakashan, Haridwar, 1986.

Krishnakant Chtuturvedi (ed.), *Samanvay: Shri Swami Satyamitranand Giri Abhinandan Granth,* Mahamandaleshwar Shri Swami Abhinandan Granth Samiti, Jabalpur, 1999.

Lise McKean, *Divine Enterprise: Gurus and the Hindu Nationalist Movement,* The University of Chicago Press, Chicago and London, 1996.

Mark Tully, *The Kumbha Mela,* Indica Books, Varanasi, 2001.

Mathew Clark, *The Dashnami Sanyasis,* Brill, Lieden–Boston, 2006.

Mayah Balse, *Mystics and Men of Miracles in India,* Heritage Publishers, New Delhi, 1976.

Meera Nanda, *The God Market: How Globalisation is Making India More Hindu*, Random House Publishers India Private Limited, Noida, UP, 2009.

Paul Brass, Language, *Religion and Politics in North India*, Cambridge University Press, Cambridge, 1974.

P.N. Bhalla, 'The Gosain Brothers', *Journal of Indian History,* vol. 23, part 2, no. 68 (August 1944).

'God must be Liberated!', *Modern Asian Studies,* vol. 21. no. 2 (1987).

Peter Van der Veer, *Gods on Earth: The Management of Religious Experiences and Identity in a North Indian Pilgrimage Centre,* Oxford University Press, Delhi, 1989.

Peter Van der Veer, *Religious Nationalism: Hindus and Muslims in India,* University of California Press, Berkeley, 1994.

Richard H. Davis, 'Contesting the Nation: Religion, Community and the Politics of Democracy in India' in David Ludden (ed.), *The Iconography of Rama's Chariot*, University of Pennsylvania Press, Philadelphia, 1996.

Rajesh Bedi and Ramesh Bedi, *Sadhus: The Holy Men of India,* Brijbasi Printers Private Limited, New Delhi, 1991.

Richard B. Barnett, *North India Between Empires: Awadh, the Mughals, and the British,* Manohar, New Delhi, 1987.

Robert Lewis Gross, *The Sadhus of India,* Rawat Publications, Jaipur and New Delhi, 1992.

Roderick Neill, *Sadhus and Hippies,* Quest, Bombay, 1970.

Satyamitranand, *Bharat Mata Mandir: Ek Satvik Abhivyakti,* Samanvaya Prakashan, Haridwar, 1986.

Satyanand Saraswati, *Light on the Guru and Disciple Relationship,* Bihar School of Yoga, Munger (Bihar), 1984.

Shri Mahant Lal Puri, *Dashanam Naga Sanyasi evam Shri Panchayati Akhara Mahanirvani,* Shri Panchayati Akhara Mahanirvani, Kankhal, Haridwar, 2001, pp. 133–134.

Sondra L. Housner, *Wandering with Sadhus,* Foundation Books, New Delhi, 2012.

Sudhir Kakar, Shamans, Mystics, and Doctors, Beacon Press, Boston 1982.

Sumathi Ramaswamy, *The Goddess and the Nation: Mapping Mother India,* Duke University Press, Durham and London, 2010.

Surajit Sinha and Baidyanath Saraswati, *Ascetics of Kashi,* NK Bose Memorial Foundation, Varanasi, 1978.

Swami Bhagavadacharya, 'Shri Paramparaparitran', in Shrimahant Harinamdas Vedanti (ed.), *Shri Sampradaya Manthan,* JGR Swami Haryacharya Prakashan, Varanasi, 2001.

Swami Bhagavadacharya, *Swami Bhagavadacharya,* Shri Ramananda Sahitya Mandir, Alvar, 1958.

Swami Sadanand Giri, *Society and Sanyasin: A History of the Dasanami Sanyasins,* Kriyayoga Ashrama, Rishikesh, 1976.

Swami Shraddhanand, *Hindu Sangathan: Saviour of the Dying Race,* 1926.

T.N. Madan (ed.), *Way of Life: King, Householder, Renouncer,* Vikas Press, Delhi, 1982.

Vishal Mangalwadi, *The World of Gurus,* Vikas Press, Delhi, 1977.

W. Nesfield, *Brief View of the Caste System of the N.W. Provinces and Oudh,* Government Press, Allahabad, 1885.

Walter K. Andersen and Shridhar D. Damle, *The Brotherhood in Saffron: The Rashtriya Swayamsevak Sangh and Hindu Revivalism,* Westview Press, Boulder and London, 1987.

W.G. Orr, 'Armed Religious Ascetics in North India', *The Bulletin of the John Rylands Library,* vol. 24, no. 1 (1940).

William Gould, *Hindu Nationalism and the Language of Politics in Late Colonial India,* Cambridge University Press, Delhi, 2004.

William R. Pinch, *Warrior Ascetics and Indian Empires,* Cambridge University Press, New Delhi, 2006.

William R. Pinch, *Peasants and Monks in British India,* University of California Press, Berkeley, 1996.